"મેં તે તેમની રીતે કર્યું"

સીસ. એલીઝાબેથ દાસની સાક્ષી

© 2011,2023 copyright author Elizabeth Das

The content contained within this book may not be reproduced, duplicated, or transmitted without the author's direct written permission.

Legal Notice:

This book is copyrighted and protected. This book is only for personal use. You cannot amend, distribute, sell use, quote, movie, or any production, or paraphrase any part of this book's content, without the author's consent.

Disclaimer Notice:

Please note the information contained within this document is for educational and entertainment purposes only. All effort has been executed present accurate, up-to-date, and relatable, completer information. No warranties of any kind are declared or implied readers acknowledge that the author is not engaging in the rendering of mental, financial, medical, or professional advice. The content within attempting any techniques outlined in this book. By reading this document the reader agrees that under no circumstance is the author responsible for any direct or indirect losses incurred as a result of the use of the information contained with this document, but not limited to, errors omissions, or inaccuracies.

Gujarati
978-1-961625-14-3 paperback
978-1-961625-13-6 audiobook
978-1-961625-12-9 ebook

લેખિકા એલિઝાબેથ દાસ દ્વારા લખાયેલ પુસ્તકો

The English name is: 'I did it His Way'.
The French name of the book is: Je l'ai fait à "sa manière"
The Spanish book name is: 'Lo hice a "a Su manera"
Gujarati name is: me te temni rite karyu.... મેં તે તેમની રીતે કર્યું
Hindi name is: Maine uske tarike se kiya...मैंने उसके तरीके से किया

365 days of daily reading book by Elizabeth Das:

Available in English, Hindi and Gujarati.

In English name is: Daily Spiritual Diet

In Hindi name is: दैनिक आध्यात्मिक भोजन

In Gujarati name is: દૈનિક આત્મિક આહાર

પ્રસ્તાવના

"કેમ કે મારા વિચારો તે તમારા વિચારો નથી, તેમ તમારા માર્ગો તે મારા માર્ગો નથી, એમ યહોવાહ કહે છે. જેમ આકાશો પૃથ્વીથી ઊંચા છે તેમ મારા માર્ગો તમારા માર્ગોથી ને મારા વિચારો તમારા વિચારોથી ઊંચા છે."

યશા. ૫૫:૮-૯

આ પુસ્તક સીસ. એલીઝાબેથ દાસ કે જેમણે પોતાનું જીવન ખ્રિસ્તની સુવાર્તાની સેવામાં અને તેમના વચનના શિક્ષણની સેવામાં સમર્પિત કર્યું છે, તેમની સ્મૃતિઓ અને ટૂંકી સાક્ષીઓનું સંકલન કરીને તૈયાર કરવામાં આવ્યું છે. ઈશ્વરના માર્ગોને દૃઢ નિશ્ચયતાથી અને પ્રાર્થનાના સામર્થ્ય વડે શોધતા સીસ. દાસ તમને જીવન બદલનાર અનુભવોની પોતાની અંગત સફરે લઈ જશે. સીસ. દાસ ભારતમાં જન્મ્યા છે. તેમનો ઉછેર પણ ભારતમાં થયો છે. તેઓ નિયમિત રીતે કૌટુંબિક વેદી પાસે ભજન કરતા હતા પણ તેમને ધર્મથી સંતોષ ન હતો. તેમનું હૃદય કહેતું હતું કે ઈશ્વર મારી જાણકારી કરતા કંઈક વધારે છે તેઓ ઘણીવાર ચર્ચોમાં ગયા હતા અને ધાર્મિક સંસ્થાઓમાં જોડાયા હતા પણ તેનાથી તેમને ક્યારે સંપૂર્ણ સંતોષ થયો ન હતો. એક દિવસે તેમના વતનના ઘરથી દૂરના દેશમાં તેઓ સત્યની શોધમાં નીકળી ગયા. તેમણે સફરની શરૂઆત અમદાવાદ (ભારત) થી કરી, જ્યાં તેમના હૃદયની સંપૂર્ણ ઈચ્છા એક સાચા ઈશ્વરને શોધવાની હતી. અમેરીકામાં સ્વતંત્રતા છે અને ભારતની સંસ્કૃતિ અને પ્રથાઓથી દૂર હોવાને કારણે સીસ. દાસે આ જીવતા ઈશ્વરનું સત્ય શોધવા માટે અમેરીકા સફર કરી. એવું નથી કે તમે અમેરીકા સિવાય બીજે ઈશ્વરને શોધી ન શકો કારણ કે ઈશ્વર સર્વત્ર છે પણ તેમ છતાંય ઈશ્વર સીસ. દાસને અમેરીકમાં લઈ ગયા અને આ પુસ્તકમાં તેમના તારણનો રસ્તો કેવી રીતે તૈયાર થયો અને આત્માઓ પર પ્રેમ રાખનાર પ્રભુ પર તેમનો કેવો પૂર્ણ હૃદયનો પ્રેમ છે તે સમજાવવામાં આવ્યું છે.

'માગો તો તમને અપાશે, શોધો તો તેમને જડશે, ઠોકો તો તમારે સારુ ઉઘાડાશે કેમ કે જે દરેક માગે છે તે પામે છે અને જે શોધે છે તેને જડે છે ને જે ઠોકે છે તેને સારુ ઉઘાડવામાં આવશે.' ***માત્થી ૭ :૭-૮***

દક્ષિણ કેલીફોર્નીયાના નાના ચર્ચમાં હું જતી હતી ત્યાં આજથી 30 વર્ષ પહેલા સીસ. દાસ આવ્યા હતા. ત્યારથી હું તેમને ખૂબ નજીકથી ઓળખું છું. તેમના વતન ભારત પ્રત્યે તેમને

ખૂબ પ્રેમ છે અને ત્યાં તાકીદની સેવાની જરૂર છે, તેમ તેઓ સમજે છે. તેમના હૃદયની ઊંડી ઇચ્છા દરેક સંસ્કૃતિ અને ધર્મના લોકો ખ્રિસ્ત ને માટે જીતાય તે છે.

'નેકીવાનનું ફળ તે જીવનનું ઝાડ છે; અને જે જ્ઞાની છે તે બીજા આત્માઓને બચાવે છે.'
નીતિ. ૧૧:30

અત્યારે તેમની તબિયતને કારણે સીસ. દાસ લાંબા અંતરની મુસાફરી કરી શકે તેમ નથી, પણ તેઓ દૃઢ પણે વિશ્વાસ કરે છે કે તેમની એ સ્થિતિ બદલાઈ જશે અને પોતાના વતનને ફરી જોઈ શકશે. કુ. દાસ તેમના નિવાસસ્થાન વાઈલી, ટેક્સાસની ઓફિસેથી દેવના વચનના ફેલાવાની સેવામાં સક્રિયા રીતે કાર્યરત છે. તમને તેમની વેબસાઈટ www.gujubible.org and (waytoheavenministry.org) પર અંગ્રેજીમાંથી ગુજરાતીમાં ભાષાંતર થયેલ બાઈબલ અભ્યાસ મળી શકશે. તમને ભારતમાંના ચર્ચોના સરનામાં પણ ત્યાંથી જ મળી શકશે. આ ચર્ચોના પાળકો પણ સીસ. દાસ જેવો જ પ્રેમ વહેંચે છે. તેઓ નેટવર્ક દ્વારા યુ.એસ. અને બીજા દેશોના એપોસ્ટોલિક વિશ્વાસના સેવકો (ઉપદેશકો) ને ભારતમાં થતી વાર્ષિક કોન્ફરન્સમાં મહેમાન સંદેશવાહક તરીકે મોકલવાની વ્યવસ્થા કરે છે. ભારતમાં સીસ.દાસ દ્વારા થતી સેવા અને કાર્ય સુવિદિત છે. તેમના કાર્યોમાં ફળદાયી પાસ્ટોરલ એપોસ્ટોલીક બાઈબલ કોલેજ, અનાથાલય, ડે કેર સેન્ટરો તેમજ તેઓ ખ્રિસ્ત પરના વિશ્વાસમાં સ્થિર અને પ્રાર્થનામાં રહેનાર સેવિકા છે. તેઓ શારીરિક રીતે અશક્ત જીવન જીવતા હોવા છતાં આ બધા કાર્યો, પૂરેપૂરો આધાર દેવ પર રાખીને પાર પાડે છે.

તેમને મળતી થોડી નાણાંકીય સહાય તેમની મજબૂત ઇચ્છાશક્તિ અને નિર્ણયશક્તિ કે જે તેમના સાધનો કરતાં વિશેષ છે તેની સાક્ષીરૂપ છે. સીસ. દાસ ખાતરીપૂર્વક કહે છે, 'પ્રભુ હંમેશા મારી જરૂરીયાત પૂરી પાડે છે અને મારી સંભાળ લે છે.' હા, પ્રભુ તેમની જરૂરીયાતોને અતિ ભરપૂરીપણામાં પૂરી પાડે છે! સૂર્યોદયથી સૂર્યાસ્ત સુધી પ્રભુના કામમાં વ્યસ્ત રહેતા સીસ. દાસ મારી કે જેઓ જરૂરીયાતમાં હોય તેમને માટે પ્રાર્થના કરવા સદા તત્પર હોય છે. તેઓ છીંડામાં ઊભા રહીને તાકીદની પ્રાર્થના સેવા કરવા માટે અધિકાર સાથે મધ્યસ્થી કરવા તૈયાર જ હોય છે. દેવ સીસ. દાસની સંભાળ લે છે કારણ કે તેમને સુવાર્તા માટે પ્રેમ છે. તેઓ પ્રભુનો અવાજ સાંભળે છે અને તેના માર્ગોની વિરુદ્ધ કદી ઊઠતા નથી. યજ્ઞ કરતાં આજ્ઞાપાલન મોટું છે. આધિનતા સાથે અનુકંપા દેવને પ્રસન્ન કરે છે.

આ પુસ્તક લખવા માટેનો આ પ્રભુનો ઠરાવેલો સમય છે. પ્રભુ મહાન વ્યુહકાર છે. તેમનો માર્ગો સંપૂર્ણ અને ચોક્કસ છે. તેમના ઠરાવેલા સમય અગાઉ કોઈ બાબત કે સંજોગો બનતા નથી. દેવ સંજોગોને પોતાના ઈરાદામાં લાવે છે અને મારા જીવનમાંથી અડચણો દૂર કરે છે જેથી કરીને હું તેમની સેવા કરી શકું અને સીસ. દાસને આ પુસ્તકના કામમાં સહાયરૂપ થઈ શકું. હું પ્રાર્થના કરું છું કે હું પવિત્ર આત્મા દ્વારા દેવના હૃદયની લાગણીઓ અને મનની દોરવણીને સાંભળી શકું. આ પુસ્તક કે જે તેમણે તેમના માર્ગો દ્વારા અસરકારક બનાવ્યું છે. સીસ. દાસની સેવાઓથી પ્રભુનો જે અનુભવ લોકોને થયો તે અનુભવ દરેક હૃદયમાં, પુરુષો અને સ્ત્રીઓના જીવનોમાં સતત લખાતુ રહશે.-

રોઝ રેયેઝ

આભારદર્શન

મારા કુટુંબનો અને મારા મિત્ર વર્તુળનો તેમજ ખાસ કરીને મારી માતા શ્રી એસ્ટરબેન દાસનો હું હૃદયના ઊંડાણથી આભાર માનું છું. મારી માતા ખ્રિસ્તી સન્નારીનો ઉત્કૃષ્ટ નમૂનો છે. તેમણે મારી સેવાને આગળ વધારવામાં અને મારી દરેક પ્રકારની સેવા પ્રવૃત્તિમાં હંમેશા મારી સહાય કરી છે.

આ પુસ્તકના થોડા ભાગોનું સંકલન કરવામાં સહાયરૂપ થવા બદલ મારી મિત્ર રોઝની હું ખૂબ આભારી છું. મારા પ્રાર્થનાના સાથીદાર સીસ. વનીદા ઈન્ગ કે જેઓ ગમે ત્યારે અને એમ કહીએ કે લગભગ બધા સમયે મારી સહાયમાં ઉપસ્થિત રહ્યા તેને માટે તેમજ તે કરતાં પણ વધારે તેમની સતત પ્રાર્થનાઓને માટે હું તેમનું પણ ઋણ અદા કરુ છું.

ભાષાંતર અને સંપાદન કાર્યમાં મોટા પાયે મદદરૂપ થવા બદલ ભાઈ સુપલ ક્રિસ્ટી માટે હું દેવનો આભાર માનું છું. આ પુસ્તકને તમારી સમક્ષ મૂકવા માટે વીકી ફ્રેન્ઝન તેમ જ બીજા સર્વ જેમણે પોતાનો સમય આપીને મદદ કરી છે તે સૌનો આભાર માનું છું.

સીસ. એલીઝાબેથ દાસ
વાઈલી, ટેક્સાસ

Special Thanks

My special thanks go to my friend and sister in the Lord Venida Ing. Sister Venida Ing has played a vital role in publishing my English book and Sponsored Gujarati book.

She hears the voice of the Lord and intercedes for India with great passion. She reaches to the lost soul in jail, with the beautiful gospel of our Lord Jesus Christ.

Her love and passion for India is great. As God asked her to sponsor my book She did not hesitate a bit.

You can hear her radio testimony on my YouTube channel. I appreciate her Sensitivity to the need of the country she has never seen. Lord Bless her willingness to reach for the people of this world. God bless Sister Venida Ing for her compassion and love for the lost soul.

અનુક્રમણિકા

પ્રકરણ નંબર	પૃષ્ઠ નંબર
1. આરંભમાં સત્યના આત્માની શોધ.	3
2. સમર્થ સાજાપણું આપનાર	21
3. દેવના શક્તિશાળી શસ્રો – ઉપવાસ અને પ્રાર્થના	33
4. મહાન વ્યુહકાર દેવ	36
5. તમારા વિશ્વાસને જાહેરમાં કબૂલો	46
6. દેવ અને તેના સેવકનું સાજાપણું આપનાર પરાક્રમ	49
7. શેતાનને સ્થાન ન આપવું અથવા તેની વસ્તુઓને સ્થાન ન આપવું.	55
8. સ્વપ્ન અને દર્શન દ્વારા 'ચેતવણી'	60
9. આખી રાતની પ્રાર્થના મીટીંગ	63
10. ભવિષ્યવાદી સંદેશા	66
11. વિશ્વાસની ચળવળ	70
12. અશુદ્ધ આત્માથી છૂટકારો અને દેવનું સાજાપણું	79
13. કબૂલાત અને શુદ્ધ અંતઃકરણ	82
14. મરણ પથારી પર	85
15. ઈશ્વરની સમક્ષતામાં શાંતિ	90
16. અલગતા, ઈશ્વર પરાયણતા અને નૈતિક અશુદ્ધતા દ્વારા બલિદાનનું જીવન	92
17. પ્રવાસની સેવા: સુવાર્તા શીખવવા અને ફેલાવવાનું તેડું.	111
18. મુંબઈ સેવાકાર્ય - મહાન વિશ્વાસનો માણસ	126
19. ગુજરાતમાં સેવાકાર્ય!	133

20. આપણા આત્માઓના પાળક – રણશિંગડાઓનો નાદ	143
21. નોકરી પર સેવાકાર્ય	148
22. તેની વાણીને આધિન થવા દ્વારા તેના માર્ગનું શિક્ષણ	154
23. મિડિયા પર સેવા	159
24. સંશોધાત્મક અભ્યાસ	162
25. જીવન બદલનાર સાક્ષીઓ	170
લોકોની જુબાની	172
વિભાગ–૨	201
અ. દેવે વાપરેલી ભાષા	203
બ. ઈશ્વરે પોતાનું વચન કેવી રીતે સુરક્ષિત રાખ્યું?	206
ક. આપણા જમાનાનું બાઈબલ ભાષાંતર :	214
ડ. KJV વિ. આધુનિક બાઈબલ:	233
ઉમેરીને અથવા કમી કરીને કરવામાં આવેલા ફેરફારો	233

દેવના માર્ગો

- *દેવનો માર્ગ તો પરિપૂર્ણ છે; યહોવાહનો શબ્દ પરખેલો છે; જેઓ તેના પર ભરોસો રાખે છે તે સઘળાની ઢાલ તે છે.* ***ગી.શા. ૧૮:30***

- *પરંતુ મારી ચાલચલગત તે જાણે છે. મને તે પરખશે ત્યારે હું સોના જેવો નીકળીશ. મારો પગ તેના પગલાને વળગી રહ્યો છે મેં તેનો માર્ગ પકડી રાખ્યો છે, અને આડોઅવળો વળી ગયો નથી. તેના હોઠોની આજ્ઞાથી હું પાછો હઠયો નથી, મારા આવશ્યક ખોરાક કરતા તેના મુખના શબ્દો મૈં વિશેષ આવશ્યક ગણીને તેને સંઘરી રાખ્યા છે.* ***અયુબ ૨૩:૧૦-૧૨***

- *યહોવાની વાટ જો, તેને માર્ગે ચાલ, અને દેશનો વારસો પામવાને તે તને માટો કરશે; દુષ્ટોનો ઉચ્છેદ થશે તે તું જોશે.* ***ગી.શા. ૩૭:૩૪***

- *યહોવાહ પોતાના સર્વ માર્ગોમાં ન્યાયી છે, તે પોતાના સર્વ કામોમાં પવિત્ર છે.* ***ગી.શા. ૧૪૫:૧૭***

- *જો તું યહોવાહ તારા દેવની આજ્ઞાઓ પાળીને તેના માર્ગોમાં ચાલશે, તો જેમ યહોવાહએ તારી આગળ સમ ખાધા છે તેમ, તે તને પોતાની પવિત્ર પ્રજા તરીકે સ્થાપશે.* ***પુન. ૨૮:૯***

- *ઘણા લોકો જઈને કહેશે, ચાલો, આપણે યહોવાહના પર્વત પાસે, યાકૂબના દેવના મંદિર પાસે ચઢી જઈએ, તે આપણને તેના માર્ગ શીખવશે, ને આપણે તેના રસ્તામાં ચાલીશું; કેમ કે નિયમશાસ્ર સિયોનમાંથી ને યહોવાહના વચન યરૂશાલેમમાંથી નીકળશે.* ***યશા. ૨:3***

- *નમ્રને તે ન્યાયમાં દોરશે; અને તેને તે પોતાને માર્ગે ચલાવશે.* ***ગી.શા. ૨૫:૯***

જે પુસ્તકનો ઉપયોગ કરવામાં આવ્યો છે તે KJV બાઇબલ છે.

એલિઝાબેથ દાસ

પાઠ ૧.
આરંભમાં સત્યના આત્માની શોધ.

જૂન ૧૯૮૦માં હું સર્વના ઉત્પન્નકર્તા ઈશ્વર વિશેના સત્યને શોધવાની તીવ્ર ઈચ્છા રાખીને યુ.એસ.એ. માં આવી. હવે, તેનો એવો અર્થ નથી કે હું ભારતમાં ઈશ્વરને શોધી શકી ન હોત, કારણ કે ઈશ્વર સર્વત્ર છે અને તે પોતાની હાજરી અને ગૌરવથી સમગ્ર વિશ્વને ભરે છે. પણ આટલી બાબતથી મને સંતોષ ન હતો. મારે તો જો શક્ય બને તો ઈશ્વરનો અંગત અનુભવ કરવો હતો.

મોટા જનસમૂહના જેવી તથા ઘણા પાણીના પ્રવાહ જેવી તથા ભારે ગર્જનાઓના જેવી વાણીને એમ બોલતી મેં સાંભળી કે હાલેલૂયા; કેમ કે હવે સર્વશક્તિમાન પ્રભુ આપણા દેવ રાજ કરે છે. **પ્રકટી. ૧૯:૬**

જ્યારે ઈશ્વરે મને યુ.એસ.એ. જવા દોરી ત્યારે મારે માટે તે અસામાન્ય મુસાફરી બની મેં ધાર્યું કે જ્યાં હું જવા ચાહતી હતી ત્યાં જ હું જઈ રહી છું. પણ સમયે મને ખોટી ઠરાવી ત્યારે મને ખબર પડી કે મારા તે નિર્ણય વિશે હું ધારું તે કરતા ઈશ્વર વધારે કરવા માંગતા હતા. મારા વિચારો અને જીવન બદલવા માટેનો તે 'ઈશ્વરીય માર્ગ' હતો.

એલિઝાબેથ દાસ

અમેરીકા એક એવો દેશ છે કે જે ધાર્મિક સ્વાતંત્ર્ય બક્ષે છે, વિવિધ સંસ્કૃતિના લોકોને ભેગા કરે છે અને જેઓ કોઈ પણ જાતની હેરાનગતિના ભય વગર પોતાના ધાર્મિક હક ભોગવવા માંગે છે તેમને સ્વતંત્રતા અને રક્ષણ બક્ષે છે. હું તો આ દેશમાં અનિશ્ચિતતામાં લાંબી ફાળો ભરી રહી હતી ત્યારે ઈશ્વર મને દોરી રહ્યા હતા તે મારા પગલા આગળ પથ્થર ગોઠવી રહ્યો હતો. આ પથ્થરોએ મારે માટે લાંબા અને તોફાની મજલના એવા પ્રકટીકરણનો પાયો નાખ્યો કે જ્યાંથી પાછા ફરવું શક્ય ન હતું. મારા વિશ્વાસના દરેક મોડ અને પરખ ઉપર તેના માર્ગોને વળગી રહેવાનો બદલો મળવાનો હતો.

"ખ્રિસ્ત ઈસુમાં દેવના સ્વર્ગીય આમંત્રણના ઈનામને વાસ્તે, નિશાનની ભણી આગળ ધસું છું માટે આપણામાંના જેટલા પૂર્ણ છે, તેટલાએ એવી જ મનોવૃત્તિ રાખવી; અને જો કોઈ બાબત વિશે તમને જુદી મનોવૃત્તિ હોય તો દેવ એ પણ તમને પ્રગટ કરશે, તો પણ જે ધોરણ સુધી આપણે પહોંચ્યા છીએ તે જ ધોરણ પ્રમાણે આપણે ચાલીએ.

ફિલી. ૩ : ૧૪-૧૬

જ્યારે હું કેલીફોર્નીયા પહોંચી, તો મને પૂર્વ ભારતીયો બહુ જોવા ન મળ્યા. હું ગમે તેમ ત્યાંની બાબતોને અનુરૂપ થતી ગઈ અને જે હેતુસર અહીં આવી હતી તેના પર મેં ધ્યાન કેન્દ્રિત કર્યું . હું બાઈબલના એ જીવંત ઈશ્વરની શોધમાં હતી, જે પ્રેરિત યોહાન, પીતર અને પાઉલ તેમજ બીજા જેઓ પોતાનો વધસ્તંભ ઊંચકીને ઈસુની પાછળ ચાલ્યા હતા તેઓના ઈશ્વર હતા. ઈશ્વરના જીવંત વચન પવિત્ર બાઈબલમાં, નવા કરારમાં લખ્યા પ્રમાણે જે ઈસુએ મોટા આશ્ચર્યકારક કૃત્યો, ચિન્હો તથા ચમત્કારો કર્યા, તે પ્રભુને શોધવાનું મહાકાર્ય મેં હાથમાં લીધું.

પ્રભુ મને ખરેખર જાણે છે તે બાબતે શું હું વધારે પડતી કલ્પનાઓ કરી રહી હતી? પણ પ્રભુના વિચારો તો મારા માટે તે કરતા વિશેષ હતા મેં કેલીફોર્નીયા રાજ્યની દક્ષિણે આવેલા મહાનગર લોસ એન્જેલસમાં જુદા જુદા મિશનોના ચર્ચોની મુલાકાત લેવાનું શરૂ કર્યું. પછીથી હું લોસ એન્જેલસની પૂર્વમાં આવેલ પરૂ જેનું નામ 'વેસ્ટ કોવીના' છે ત્યાં ગઈ ત્યાં પણ મેં વિવિધ મિશનોના ચર્ચોની મુલાકાત લીધી. હું તો એવા ધાર્મિક દેશમાંથી આવી હતી જ્યાં દુનિયાના બીજા દેશો કરતા વધારે દેવોને લોકો ભજે છે. હું હંમેશા એક ઈશ્વર, ઉત્પન્નકર્તાને માનતી હતી. પણ મારું હૃદય તે ઈશ્વરનો અંગત અનુભવ ઝંખતું હતું. હું વિચારતી હતી કે

મેં તે તેમની રીતે કર્યું

ચોક્કસ ઈશ્વર અસ્તિત્વ ધરાવે છે જ અને તેનો અંગત અનુભવ કરવાની મારી જે અદમ્ય ઝંખના છે તેને કારણે તે મને મળશે જ. મેં ખૂબ ખંતથી તેની શોધ કરી અને બાઈબલ સતત વાંચ્યા જ કર્યું. આમ છતાં હંમેશા કંઈક ખૂટતું હતું. મને ઓગષ્ટ ૧૯૮૧માં અમેરિકાની પોસ્ટ ઓફિસમાં નોકરી મળી. હું મારા સાથી કર્મચારીઓને ઈશ્વર વિશે પ્રશ્નો પૂછયા કરતી હતી. હું રેડિયો પર ખ્રિસ્તી કાર્યક્રમો સાંભળતી હતી. તેમાં જુદા જુદા ઉપદેશકો બાઈબલના વિવિધ વિષયો પર ચર્ચા કરતા હતા જો કે તેઓ અંદરો અંદર સંમતિ સાધી શકતા ન હતા. હું વિચારતી કે ચોક્કસ આ ગુંચવાડાના ઈશ્વર ના હોઈ શકે ? મારી આ ધાર્મિક મુંઝવણનો સત્ય ઉકેલ જરૂરી હતો. હું સમજતી હતી કે મારે પવિત્ર શાસ્ત્રનું સંશોધન અને સતત પ્રાર્થના કરવી જરૂરી હતી. ઘણા ખ્રિસ્તી સહકર્મીઓએ મારી સાથે વાત કરી અને પોતાની સાક્ષીઓ મને કહી સંભળાવી. મને નવાઈ લાગતી કે તેઓ ઈશ્વર વિશે ઘણું બધું જાણતા હતા ત્યારે હું તે જાણતી ન હતી કે ઈશ્વરે પોતાના અદ્ભૂત સત્યના પ્રક્ટીકરણનો મારે માટે ચોક્કસ સમય ઠરાવ્યો હતો.

મારા ભાઈ અશુદ્ધ આત્માથી પીડાતા હતા અને તેમને માટે ચમત્કારની જરૂર હતી. તેથી બાઈબલ પર વિશ્વાસ કરનારા જે ખ્રિસ્તીઓ કે જેઓ ચમત્કારોમાં અને અશુદ્ધ આત્માઓના પરાક્રમમાંથી છૂટકારામાં માનતા હતા તેઓ વિશે શોધ કરવાની મને ફરજ પડી. આ અશુદ્ધ આત્માઓ નિર્દય રીતે મારા ભાઈના માનસ ઉપર જુલમ કરતા હતા. મારું કુટુંબ તેમને માટે ખૂબ ચિંતિત હતું તેથી તેમને માનિસક રોગના ડોક્ટર પાસે લઈ જવા સિવાય હવે બીજો કોઈ રસ્તો ન હતો. હું જાણતી હતી કે આ રીતે મારા ભાઈને પીડા આપીને મારી નાખવામાં શેતાન આનંદ અનુભવતો હતો. બાઈબલમાં આને આકાશી સ્થાનોના આત્મિક લશ્કર સામેનું યુદ્ધ કહ્યું છે. અમે હતાશામાં મારા ભાઈને માનસ ચિકિત્સક પાસે લઈ ગયા તેમને મળ્યા પછી તે મહિલા ચિકિત્સકે અમને પૂછયું કે તમે પ્રભુ ઈસુ પર વિશ્વાસ કરો છો ? અમે હા પાડી. તેમણે અમને બે ચર્ચોના સરનામા ટેલીફોન નંબર સાથે આપ્યા. ઘરે આવ્યા પછી મેં તે માહિતી મારા ખાના માં એ ઈરાદા સાથે જ રાખી કે હું તે પાળકોનો સંપર્ક કરું. મેં પ્રાર્થના કરી કે પ્રભુ મને સાચા ચર્ચ અને પાસ્ટર તરફ દોરે. મેં અમેરિકાના ચર્ચો વિશે કેટલીક નકારાત્મક બાબતો સાંભળી હતી તેથી હું સાવધ હતી. જેઓ ઈશ્વર પર પૂરી સત્યતાથી પ્રેમ કરે છે તેઓને દોરવા માટે તે પ્રબોધકો, શિક્ષકો અને ઉપદેશકોનો ઉપયોગ કરે છે. પ્રભુ મારું અજવાળું બન્યા અને મારા અંધકારને તેમણે પ્રકાશિત કર્યો. પ્રભુ મારા ભાઈને પણ આ અંધકારમાંથી ચોક્કસપણે બહાર કાઢનાર હતા. હું માનતી હતી કે પ્રભુની

આગળ હું જેનો કોઈ પાર નથી તેવા અમાપ અંધકારના સમુદ્રમાં અટવાતી હતી. મારા કુટુંબ માટે આ ઘણો જ અંધકારમય અને મુશ્કેલ સમય હતો.

"મારા પગોને સારુ તારું વચન દીવારૂપ છે તે મારા માર્ગોને સારું અજવાળરૂપ છે.'
ગી.શા. ૧૧૯ : ૧૦૫.

પ્રાર્થના અને ઉપવાસ

મે બંને સરનામાં મારા ખાનામાં મુક્યા. બંને પાળકોને મેં ફોન કર્યો અને બંન્નેએ મને જવાબ આપ્યો. જ્યારે હું પ્રભુની દોરવણી માટે પ્રાર્થના કરતી હતી ત્યારે એક નંબર મારા ખાનામાંથી ગુમ થઈ ગયો. મેં ખૂબ શોધ્યો પણ તે ન મળ્યો. હવે મારી પાસે એક જ નંબર હતો અને મેં ત્યાં સપર્ક કર્યો. મેં તે પાસ્ટરને ફોન કર્યો. તેમનું ચર્ચ કેલીફોર્નીયા માં મારા ઘરથી ૧૦ મિનિટના અંતરે હતું. હું મારા ભાઈને તે ચર્ચ પર લઈ ગઈ. મેં ધાર્યું કે આજે મારા ભાઈ સંપૂર્ણ સાજા થઈ જશે પણ તેવું થયું નહિ. મારા ભાઈ પૂરેપૂરા છૂટકારાના અનુભવમાં ન આવ્યા માટે પાસ્ટરે અમને બાઈબલ અભ્યાસમાં આવવા માટે જણાવ્યું. તેમના કહ્યા પ્રમાણે અમે અમારા ભાઈને લઈને તેમના ચર્ચમાં ગયા અને અમે તે ચર્ચની મુલાકાત લેવાની શરૂઆત કરી. તે ચર્ચના સભ્ય બનવાની અમારી કોઈ ઈચ્છા ન હતી. અમે માત્ર મુલાકાતી હતા મને ખબર ન હતી કે હવે મારા જીવનમાં ટર્નીંગ પોઈન્ટ - બદલાવ આવવાનો હતો. તમે જાણો છો કે હું પેન્ટીકોસ્ટલની અને બીજી ભાષાઓ બોલવાની વિરોધી હતી.

તે ચર્ચના ભાઈઓ પોતાના સિદ્ધાંતો વિશે ઘણાં ગંભીર હતા. તેઓ મુક્ત રીતે ઈશ્વરનું ભજન કરતા અને જ્યારે પાસ્ટર ઉપવાસ કરવાનું કહે ત્યારે તેને આધિન થતા કારણે કે જે આત્મિક બળોએ મારા ભાઈ પર અંકુશ જમાવ્યો હતો તેઓ દેવના વચન પ્રમાણે 'ઉપવાસ અને પ્રાર્થનાથી' જ નીકળવાના હતા. એક વખતે ઈસુના શિષ્યો અશુદ્ધ આત્માને કાઢી શકયા નહિ. ઈસુએ તેના કારણ તરીકે કહ્યું કે, "તેઓના અવિશ્વાસને કારણે તેમ થયું. તેમણે કહ્યું કે તેમને કંઈ પણ અશક્ય નહિ બને.

'આમ છતાં ઉપવાસ તથા પ્રાર્થના વગર આ જાત નીકળતી નથી.' ***માત્થી ૧૭:૨૧.***

અમે બધાએ થોડા દિવસ અનેક પ્રસંગોએ ઉપવાસ કર્યા અને હું જોઈ શકી કે મારા ભાઈ વધારે સારા થઈ રહ્યા હતા. અમે અમારા ઘેર તે પાસ્ટર દ્વારા બાઈબલ અભ્યાસમાં જારી રહ્યા. તેમનું બધું શિક્ષણ અમને સમજાતુ હતુ પણ જ્યારે તેમણે પાણીથી બાપ્તિસ્મા વિશે અમને સમજાવ્યું ત્યારે મને વાંધો પડયો કારણ કે મેં ઈસુના નામમાં બાપ્તિસ્મા વિશે કદી સાંભળ્યું ન હતું. તેમણે અમને શાસ્રવચનો સાથે સમજાવ્યું હતું. વચનમાં તે લખેલું હતું પણ મેં તે કદી જોયુ ન હતું!

પાસ્ટર સાહેબ ગયા પછી મેં મારા ભાઈ તરફ ફરીને કહ્યું, "તમે આ વાત ધ્યાનમાં લીધી કે એક જ બાઈબલના જુદા જુદા ઉપદેશકો જુદા જુદા અર્થ કાઢે છે મને ખરેખર સમજાતું નથી કે આ બધા ઉપદેશકો શું કહેવા માગે છે? મારા ભાઈએ મારી તરફ ફરીને કહ્યું કે"તે સાચું કહે છે,' હું મારા ભાઈ પર ચિડાઈ ગઈ અને તેમને કહ્યું, "તો તમે આ પાસ્ટરની વાત માનો છો, બરાબરને? હું તો માનતી નથી.'" મારા ભાઈએ ફરીથી મારી તરફ જોઈને કહ્યું, "તેઓ સત્ય કહે છે.'" હું બોલી, "તમે બધા ઉપદેશકો પર વિશ્વાસ કરો, હું તેમ કરતી નથી." મારા ભાઈએ ફરીથી પોતાની વાત પકડી રાખી. "તેઓ સાચું કહે છે." આ વખતે તેમના ચહેરા પર હું ગંભીરતા જોઈ શકી. ત્યારબાદ હું ફરીથી બાઈબલ લઈને પ્રેરિતોના કૃત્યોમાંથી વાંચવા લાગી કે જ્યાં આરંભની મંડળીની ઘટનાઓ હતી. મેં ખૂબ અભ્યાસ કર્યો પણ મને તે મુદ્દો સમજાયો નહિ. શા માટે? દેવના પોતાના માર્ગો હતા. તમે જાણો છો કે દેવ પ્રત્યેક વ્યક્તિ સાથે અલગ અલગ રીતે વર્તે છે. હું તમામ પ્રયત્નો કરીને ઈશ્વરને શોધતી હતી. આ વખતે દેવ મારા હૃદય સાથે બોલતા હતા, "તું જા ને બાપ્તિસ્મા લે" મેં આ આજ્ઞા મારા હૃદયમાં ભંડારી દીધી કે કોઈ તે જાણે નહીં.

ફરીથી એક દિવસ પાસ્ટર મારી પાસે આવ્યા અને મને પૂછયું, "તો હવે, તમે બાપ્તિસ્મા માટે તૈયાર છો ને ?" હું આશ્ચર્યથી પાસ્ટર સામે જોઈ રહી. કોઈએ પહેલાં મને આવો પ્રશ્ન પૂછયો ન હતો. તેમણે મને કહ્યું કે પ્રભુ ઈસુએ તમારા બાપ્તિસ્મા વિશે મારી સાથે વાત કરી છે. મેં તેમને હા કહી દીધું. હું અજાયબ થઈ ગઈ કે દેવે પાસ્ટર સાથે આ વિશે વાત કરી હતી. હું ચર્ચમાંથી નીકળી ત્યારે હું વિચારવા લાગી આશા રાખું કે દેવ પાસ્ટરને બધું ન જણાવે કારણ કે આપણા બધા જ વિચારો ન્યાયી અને સારા હોતા નથી.

*બીજા કોઈથી તારણ નથી; કેમ કે જેથી આપણું તારણ થાય એવું બીજુ કોઈ નામ આકાશ તળે માણસોમાં આપેલું નથી." **પ્રે. કૃ. ૪:૧૨***

*યહેવાહ કહે છે, તમે મારા સાક્ષી છો, તે મારા સેવક (દાસ = servant) ને મેં પસદં કર્યાં છે કે જેથી તમે મને જાણો ને મારો ભરોસો કરો ને સમજો કે હું તે છું; મારા પહેલાં કોઈ દેવ થયો નથી ને મારી પાછળ કોઈ થવાનો નથી હું, હું જ યહોવા છું. ને મારા વિના બીજો કોઇ ત્રાતા નથી" **યશા. ૪૩:૧૦-૧૧***

પૃથ્વીની ઉત્પતિ પહેલાં, એક જ દેવ હતો અને અન્ય કોઈ ન હતા, તે જ રીતે બીજા કોઇ દેવ અથવા તારનાર થશે નહિ. અહીં એક માણસ દાસના રૂપમાં છે અને યહોવાહ દેવ કહે છે કે હું તે છું.

*પોતે દેવના રૂપમાં છતાં તેણે દેવ સમાન હોવાનું પકડી રાખવાને ઇછયું નહિ પણ તેણે દાસ (દાસ = servant) નું રૂપ ધારણ કરીને, એટલે માણસોના રૂપમાં આવીને પોતાને ખાલી કર્યો. અને માણસના આકારમાં પ્રગટ થઈને મરણને હા, વધસ્તંભના મરણને, આધિન થઈને પોતાને નમ્ર કર્યો. **ફિલી. ૨:૬-૮***

ઈસુ, માણસના આકારમાં દેવ હતા.

બેશક સતધર્મનો મર્મ મોટો છે. ઈશ્વર મનુષ્યરૂપમાં પ્રગટ થયા.
૧ તિમોથી ૩ :૧૬

શા માટે આ એક ઈશ્વર કે જે આત્મા હતો તેણે શરીર ધારણ કર્યું? જેમ તમે જાણો છો કે આત્માને માંસ કે લોહી હોતા નથી. જો તેમણે લોહી વહેવડાવવું હોય તો તેમણે માનવ શરીર ધારણ કરવું પડે બાઈબલ કહે છેઃ

*તમે પોતાના સંબંધી તથા જે ટોળા પર પવિત્ર આત્માએ તમને અધ્યક્ષો નીમ્યા છે તે સર્વ સંબંધી સાવધાન રહો, જેથી દેવની મંડળી જે તેણે પોતાના લોહીથી ખરીદી તેનું તમે પાલન કરો." **પ્રે. કૃ. ૨૦ :૨૮***

મોટાભાગની મંડળીઓમાં ઈશ્વરની એકતાનુ અને ઈસુના નામમાં જે સામર્થ્ય છે તેનું શિક્ષણ અપાતું નથી. દેવ જે આત્મા છે, પણ શરીર તરીકે ઈસુ ખ્રિસ્ત છે તેમણે પોતાના શિષ્યોને મહાન આદેશ આપ્યો.

"એ માટે તમે જઈને સર્વ દેશનાઓને શિષ્ય કરો; બાપ તથા દીકરા તથા પવિત્ર આત્માના નામે (નામ શબ્દ એકવચન છે) તેઓને બાપ્તિસ્મા આપતા જાઓ."

માત્થી ૨૮ :૧૯

જ્યારે ઈસુએ એમ કહ્યું ત્યારે શિષ્યો તેનો અર્થ સ્પષ્ટપણે સમજ્યા કારણ કે તેમણે જઈને ઈસુના નામમાં બાપ્તિસ્મા આપ્યા તે આગળના શાસ્ત્રભાગોમાં સિદ્ધ થાય છે. જ્યારે દર વખતે તેમણે બાપ્તિસ્મા આપ્યું ત્યારે તેઓએ 'ઈસુના નામમાં' એમ જાહેર કર્યું તે બાબત મને આશ્ચર્યમય લાગે છે. પ્રેરિતોના કૃત્યોમાં આ બાબતને પુરુ અનુમોદન મળે છે. તે દિવસે ઈસુના નામમાં મારું બાપ્તિસ્મા પાણીમાં પૂરેપૂરા ડુબાડાઈને થયું.

હું પાણીમાંથી બહાર નીકળી ત્યારે હું એટલી હળવી હતી કે જાણે હું પાણી પર ચાલી શકીશ. પાપનો બોજો દૂર થઈ ગયો હતો. હું આટલો ભાર મારા ઉપર ઊઠાવી રહી હતી તેનાથી અજાણ હતી. કેવો અદ્ભૂત અનુભવ! તે બાબતનું હવે મને ભાન થયું કે હું મને 'નાના પાપ કરનારી ખ્રિસ્તી સ્ત્રી' સમજતી હતી કારણ કે હું મોટી પાપી છું એવું મને કદી લાગ્યું નહોતુ. તેમ છતાં મારી ગમે તે માન્યતા હોય, પાપ તે પાપ જ છે અને હું કાર્યોમાં અને વિચારોમાં પાપી જ હતી. હું દેવની સમક્ષતાનો પૂરેપૂરો વિશ્વાસ કરતી ન હતી તો પણ દેવના વચનમાં જે કહ્યુ છે તેના ભાગીદાર થઈને આનંદ અને સાચા ખ્રિસ્તીપણાનો અનુભવ કરતી હતી.

ફરીથી હું બાઈબલ વાંચનમાં ગુંથાઈ અને તે જ પવિત્ર વચનોમાં શોધ કરવા લાગી અને શું ધારો છો? તેણે મારી સમજણ ખોલી અને પહેલી જ વખત હું સ્પષ્ટપણે સમજી કે બાપ્તિસ્મા કેવળ ઈસુના નામમાં જ છે.

ત્યારે ધર્મલેખો સમજવા સારું તેણે તેઓના મન ખોલ્યા." ***લુક ૨૪ :૪૫***

એલિઝાબેથ દાસ

હવે હું પવિત્ર શાસ્ત્રને બહુ સ્પષ્ટપણે સમજવા લાગી અને મને ખબર પડી કે પરાત્પર ઈશ્વર કે જે માનવરૂપમાં પોતાનું લોહી આપવા સારું આવ્યા તેની યોજનાને નષ્ટ કરવા શેતાન કેવી કુયુક્તિઓ યોજે છે. લોહી ઈસુના નામ નીચે છુપાયેલું છે અને મેં સ્પષ્ટપણે જોયું કે શેતાનનો હુમલો તેનામ ઉપર જ છે.

પસ્તાવો કરો અને ઈસુ ખ્રિસ્તને નામે તમારામાંનો દરેક બાપ્તિસ્મા પામો કે તમારા પાપનું નિવારણ થાય અને તમને પવિત્ર આત્માનુ દાન મળશે."

પ્રે.કૃ. ૨:૩૮

નવા કરારમાં આરંભની મંડળીની શરૂઆત વખતે પચાસમાના દિવસે પ્રેરિત પીતર આ વચનો બોલ્યા હતા. લોસ એન્જેલસમાં મારા એક મિત્રના ચર્ચમાં મારું બાપ્તિસ્મા થયા પછી મને પવિત્ર આત્માનું દાન મળ્યું. હું તેના પ્રમાણ તરીકે અન્ય ભાષાઓ બોલવા લાગી.

જેમ બાઈબલમાં પવિત્ર આત્માના બાપ્તિસ્મા વિશે લખેલું છે–

"પીતર એ વાતો કહેતો હતો એટલામાં જે લોકો વાત સાંભળતા હતા તેઓ સર્વના ઉપર પવિત્ર આત્મા ઉતર્યો. ત્યારે વિદેશીઓ ઉપર પણ પવિત્ર આત્માનું દાન રેડાયું છે (એ જોઈને) સુન્નતીઓમાંના જે વિશ્વાસ કરનારા પીતરની સાથે આવ્યા હતા તેઓ સર્વ વિસ્મય પામ્યા. કેમ કે તેઓને અન્ય ભાષાઓમાં બોલતા તથા દેવની સ્તુતિ કરતા તેઓએ સાંભળ્યા.' ***પ્રે.કૃ. ૧૦ :૪૪-૪૬***

હવે હું સમજી કે દેવ કદી બદલાતા નથી પણ માણસ વારે વારે બદલાય છે અને પોતપોતાની માન્યતા પ્રમાણે બાપ્તિસ્મા આપે છે. એ કારણે જ આપણામાં ઘણા વાડા અને પંથો છે. આ આરંભના વિશ્વાસીઓ વચન પ્રમાણે જ બાપ્તિસ્મા પામ્યા હતા જે આગળ લખેલુ છે. પીતરે તેનો પ્રચાર કર્યો અને પ્રેરિતોએ તેનો અમલ કર્યો.

ત્યારે પીતરે ઉત્તર આપ્યો કે આપણી પેઠે તેઓ પણ પવિત્ર આત્મા પામ્યા છે, તો તેઓને બાપ્તિસ્મા આપવાને પાણીની મના કોણ કરી શકે? તેણે ઈસુ ખ્રિસ્તને નામે તેઓને

બાપ્તિસ્મા આપવાની તેઓને આજ્ઞા આપી. પછી તેઓએ કેટલાએક દિવસ (ત્યાં) રહેવાની તેને વિનંતી કરી.' ***પ્રે.કૃ. ૧૦ :૪૭-૪૮***

ઈસુના નામમાં બાપ્તિસ્માનો બીજો પુરાવો –

પણ ફિલિપ દેવના રાજ્ય તથા ઈસુ ખ્રિસ્તના નામ વિશે સુવાર્તા પ્રગટ કરતો હતો... અને પુરુષોએ અને સ્ત્રીઓએ પણ... ઈસુ ખ્રિસ્તના નામે બાપ્તિસ્મા લીધુ. કેમ કે ત્યાર સુધી તેઓમાંના કોઈના ઉપર તે ઉતર્યો ન હતો પણ તેઓ માત્ર પ્રભુ ઈસુ ને નામે બાપ્તિસ્મા પામ્યા હતા. ***પ્રે.કૃ. ૮ :૧૨, ૧૬***

જયારે આપોલસ કોરીથમાં હતો ત્યારે પાઉલ ઉપલા પ્રદેશમાં ફરીને એફેસસ આવ્યો. અને ત્યાં કેટલાએક શિષ્યો તેને મળ્યા. તેણે તેઓને પૂછયું કે તમે વિશ્વાસ કર્યો ત્યારે તમે પવિત્ર આત્મા પામ્યા? તેઓએ તેને કહ્યું, કે ના, પવિત્ર આત્મા છે એ અમે સાંભળ્યું પણ નથી. ત્યારે તેણે પૂછયું કે તમે કોનું બાપ્તિસ્મા પામ્યા? તેઓએ તેને કહ્યું કે યોહાનનું બાપ્તિસ્મા. ત્યારે પાઉલે કે યોહાને પશ્ચાતાપનું બાપ્તિસ્મા કર્યું ખરું, અને લોકોને કહ્યું કે મારી પાછળ જે આવે છે તેના પર એટલે ખ્રિસ્ત ઈસુ પર તમારે વિશ્વાસ કરવો એ સાંભળીને તેઓએ પ્રભુ ઈસુને નામે બાપ્તિસ્મા લીધું. જ્યારે પાઉલે તેઓના પર હાથ મૂક્યા ત્યારે તેઓના પર પવિત્ર આત્મા આવ્યો અને તેઓ બીજી ભાષાઓ બોલવા તથા પ્રબોધ કરવા લાગ્યા. ***પ્રે.કૃ. ૧૯ :૧-૬***

પ્રેરિ. ૧૯ દ્વારા મને મોટી મદદ મળી કારણ કે બાઈબલ કહે છે કે, એક બાપ્તિસ્મા છે. ***(એફે. ૪:૫)***

અગાઉ મારું ભારતમાં બાપ્તિસ્મા થયું હતું. શું હું કહી શકું કે તે બાપ્તિસ્મા ન હતું, કેવળ છંટકાવ હતો. પ્રેરિતો અને પ્રબોધકોના પાયા પર એટલે કે જે રીતે પ્રેરીતોએ મંડળી બાંધી તે સત્ય પાયો છે.

પ્રભુ ઈસુ ૧ પીતર ૨ :૨૧ પ્રમાણે એક નમૂનો આપવા તેમજ આપણે માટે લોહી વહેવડાવવા આવ્યા.

*"પ્રેરિતો અને પ્રબોધકોના પાયા પર તમે બંધાયેલા છો ઈસુ ખ્રિસ્ત પોતે તો ખૂણાનો મુખ્ય પત્થર છે." **એફેસી ૨:૨૦***

***પ્રે.કૃ. ૨:૪૨** તેઓ પ્રેરીતોના બોધમાં સંગતમાં, રોટલી ભાંગવામાં તથા પ્રાર્થનામાં દ્રઢતાથી લાગુ રહ્યા.*

***ગલાતી ૧ : ૮-૯** "પણ જે સુવાર્તાને અમે તમને પ્રગટ કરી, તે વિના બીજી (સુવાર્તા) જો અમે અથવા આકાશનો કોઈ દૂત પણ તમને પ્રગટ કરે, તો તે શાપિત થાઓ, જેમ અમે અગાઉ કહ્યું હતું, તેમ હમણાં હું ફરીથી પણ કહું છું કે, જે સુવાર્તા તમે પામ્યા છો, તે વિના બીજી (સુવાર્તા) જો કોઈ તમને પ્રગટ કરે, તો તે શાપિત થાઓ."*

આ સત્ય કોઈ જ બદલી ના શકે. પ્રેરીતો કે પ્રબોધકો જેમણે આ સત્ય ઉચ્ચાર્યું તેઓ પણ

***નહિ. આ કલમો દ્વારા મારી માત્થી ૨૮: ૧૯** પ્રત્યેની સમજણને બદલી નાખી. હવે મેં બાઈબલમાં કહ્યાં પ્રમાણે બાપ્તિસ્મા લીધું હતું. અને તે પવિત્ર આત્મા દ્વારા હતું. આ કોઈ કાલ્પનિક બાબત ન હતી. પણ વાસ્તવિકતા હતી. હું તે અનુભવી શકી સાંભળી શકી અને બીજાઓ મારામાં નવો જન્મ જોઈ શકયા. જે શબ્દો હું બોલી તેની મને ખબર નથી કે જાણતી પણ નથી. તે આશ્ચર્યજનક હતું.*

*"કેમ કે જે કોઈ અન્ય ભાષા બોલે છે તે માણસની સાથે નહિ પણ દેવની સાથે બોલે છે કેમ કે કોઈ તેનું બોલવું સમજતું નથી પણ આત્મામાં તે મર્મો બોલે છે.' **૧ કરિંથ ૧૪ :૨***

*"કેમ કે જો હું અન્ય ભાષામાં પ્રાર્થના કરું તો મારો આત્મા પ્રાર્થના કરે છે. ખરો, પણ મારી સમજશક્તિ નિષ્ફળ છે.' **૧ કરીથ ૧૪ :૧૪***

મારા મમ્મી સાક્ષી આપતા હતા કે મારા જન્મ પહેલા દક્ષિણ ભારતના એક મિશનરીએ તેમને બાપ્તિસ્મા આપ્યું હતું અને તેમને સંપૂર્ણ સાજાપણું મળ્યું હતું. તે ઉપદેશકે તેમને કેવી રીતે બાપ્તિસ્મા આપ્યું તેની પણ તેમને ખબર ન હતી. મને આશ્ચર્ય થયુ કારણે કે મારી મમ્મીને સાજાપણું મળ્યું હતું. વર્ષો પછી મારા પપ્પાએ એ બાબતની સ્પષ્ટતા કરી કે મમ્મીનું બાપ્તિસ્મા ઈસુના નામમાં થયું હતું અને તે બાઈબલનો માર્ગ છે.

મેં તે તેમની રીતે કર્યું

તે તારા સઘળા પાપ માફ કરે છે અને તારા સર્વ રોગ મટાડે છે. ***ગી.શા. ૧૦૩ : ૩***

મારો નવો જન્મ થયા પછી મેં મારા મિત્રોને અને મારા કુટુંબને બાઈબલ અભ્યાસ કરાવવા માંડયો. આ અનુભવથી મારા ભાણિયાને પવિત્ર આત્માનું દાન મળ્યું. મારો ભાઈ, માસીનો દીકરો અને મારા આન્ટી તેમજ બીજા કુટુંબનાં સભ્યો પણ પ્રભુ ઈસુના નામમાં બાપ્તિસ્મા પામ્યા. મારી આ મુસાફરી કે જેની શરૂઆત ઈશ્વરનો અંગત અનુભવ કરવાની તીવ્ર ઈચ્છામાંથી ઉદ્દભવી હતી તેનાથી આવું મોટું કામ થશે તેવું હું ખૂબ ઓછું જાણતી હતી. આવો અનુભવ શકય છે તેવી પણ મને ખાતરી ન હતી. દેવ વિશ્વાસ કરનારાઓમાં આત્મા દ્વારા વસે છે.

પ્રકટીકરણ અને સમજણજ્ઞાન -

પવિત્ર શાસ્ત્રના અભ્યાસ અને વાંચન માટે મારી જાતને અર્પી દીધા પછી પ્રભુ મારી સમજણ ખોલતો ગયો.

ત્યારે ધર્મલેખો સમજવા સારું તેણે તેઓના મન ખોલ્યા.' ***લુક ૨૪ :૪૫***

પવિત્ર આત્મા મળ્યા પછી મારી સમજણ વધારે સ્પષ્ટ બની અને જે બાબતો હું પહેલાં સમજતી ન હતી તેવી ઘણી બાબતો હું શીખી અને સમજી, તે તો દેવે આત્માથી આપણને પ્રગટ કર્યા છે. કેમ કે આત્મા સર્વને, હા, દેવના ઊંડા વિચારોને પણ શોધે છે.'
૧ કોરીથ ૨ :૧૦

હું એ શીખી કે આપણા માટે દેવની શી ઈચ્છા છે તેની સમજણ આપણને હોવી જ જોઈએ. તેના વચન પ્રમાણે જીવવાનું જ્ઞાન, તેના માર્ગો જાણવાનું જ્ઞાન જરૂરી છે. જેમાં આધિનતા એ વિકલ્પ નહીં પણ જરૂરીયાત છે.

એક દિવસ મેં પ્રભુને પૂછ્યું, "તમે મારો કેવી રીતે ઉપયોગ કરો છો ?' તેમણે જવાબ આપ્યો, 'પ્રાર્થનામાં'

એ માટે ભાઈઓ, તમને મળેલું તેડુ તથા પ્રભુએ કરેલી તમારી પસંદગી નક્કી કરવા સારું વિશેષ યત્ન કરો. કેમ કે જો તમે એવું કરો તો તમે કદી ઠોકર ખાશો નહિ.
૨ પીતર ૧ : ૧૦

હું શીખી કે ચર્ચમાં જવાથી માણસને ખોટી સલામતીનો અહેસાસ થાય છે. પણ ધર્મ આપણું તારણ નથી. ધર્મ તો તમને તમારા સ્વન્યાયીપણાની સારી લાગણી કરાવે છે. શાસ્ત્ર જાણવાથી પણ તારણ મળતું નથી. તમારામાં પવિત્ર વચનોના અભ્યાસ દ્વારા સમજણ હોવી જોઈએ, પ્રાર્થના દ્વારા પ્રકટીકરણ હોવું જોઈએ અને સત્ય જાણવાની ઈચ્છા હોવી જોઈએ. શેતાન પણ શાસ્ત્ર જાણે છે પણ તેનો અંત અનંતકાળ સુધી નકરમાં જ આવવાનો છે. જે બળ્યા જ કરે છે. જે વરૂઓ ઘેટાંના વેશમાં ફરે છે, સારાપણાનો આંચળો ઓઢે છે પણ દેવના સામાર્થ્યનો ઈન્કાર કરે છે તેઓથી છેતરાશો નહિ.

પવિત્ર આત્મા, બાઈબલમાં કહ્યા પ્રમાણેના ચિન્હો સાથે મને મળવો જરૂરી છે. એવું મને કોઈએ કદી કહ્યું ન હતુ. જ્યારે વિશ્વાસી પવિત્ર આત્મા પામે છે ત્યારે આશ્ચર્યકર્મો સાથે તે બને છે. શિષ્યો પવિત્ર આત્માથી અને અગ્નિથી ભરપૂર થયા.

પણ પવિત્ર આત્મા તમારા પર આવશે ત્યારે તમે સામાર્થ્ય પામશો અને યરૂશાલેમમાં આખા યહુદામાં, સમરૂનમાં તથા પૃથ્વીના છેડા સુધી તમે મારા સાક્ષી થશો. ***પ્રે.કૃ.૧ :૮***

તેઓ સુવાર્તા ફેલાવવા માટે અગ્નિરૂપ બન્યા અને તેમની સાથે તે જમાનાના બીજા ખ્રિસ્તીઓ જેમ આજના જમાનામાં પણ કેટલાક તેવો અગ્નિ પામે છે અને સત્યની સુવાર્તાને માટે પોતાનું જીવન હોમી દે છે. હું શીખી કે આ સર્વાંગસંપૂર્ણ વિશ્વાસ છે અને નક્કર સિદ્ધાંત છે કે જે આજે કેટલાક ચર્ચોમાં શીખવવામાં આવે છે તેવો તે નથી. પુનરુત્થાન પામ્યા પછી પ્રભુ ઈસુ પોતાના શબ્દોમાં તે કહે છે, તેના શિષ્યને ઓળખવાનું તે એક ચિન્હ છે.

તેઓ નવી બોલીઓ બોલશે. ***માર્ક ૧૬:૧૭***

આ 'બોલી' શબ્દ માટે ગ્રીકમાં glossa શબ્દ વપરાયો છે. તેનો અર્થ થાય છે - ભાષાનું દિવ્ય દાન. (કુદરતી નહીં પણ અલૌકિક રૂપનું દાન) જેનું શિક્ષણ તમને શાળામાં ન મળે.

એટલા માટે તેને 'નવી બોલી' કહેવામાં આવી છે. પરાત્પર ઈશ્વરના શિષ્યના ઓળખનું એ એક ચિન્હ છે. શુ આપણો દેવ અદ્ભૂત નથી કે તેમણે તેમના શિષ્યોની અલગ ઓળખ આપવા માટે ખાસ રસ્તો અપનાવ્યો છે!

ભજન માટેનું સામર્થ્ય:

હું ભજન કરવા માટેના સામર્થ્ય વિશે શીખી જેથી તમે ભજન કરતી વખતે દેવની હાજરીનો સુખાનુભવ માણો. હું ૧૯૮૦માં જ્યારે અમેરિકા આવી ત્યારે મેં પૂર્વ ભારતીય લોકોને મોકળાશથી ભજન કરવાને બદલે શરમાતા જોયા. જૂના કરારમાં દાઉદ રાજા પ્રભુની આગળ નાચ્યો, કુદયો, તાળીઓ પાડી અને પોતાના હાથ ઊંચા કર્યા. જ્યારે દેવના લોકો ઊંચા આત્મામાં સ્તુતિ અને મહિમા કરે છે ત્યારે દેવનું ગૌરવ આચ્છાદિત થાય છે. દેવના લોકો દેવ તેમની મધ્યે હાજરી આપે તેવું વાતાવરણ ઊભું કરે છે. આપણું ભજન દેવની આગળ સુંગધીદાર ધૂપ બને છે જેનો દેવ ઈન્કાર કરી શકતો નથી. તે ઉતરી આવશે અને પોતાના લોકોની સ્તુતિ પર બિરાજમાન થશે. તમારી પ્રાર્થના પછી તમે સ્તુતિ અને પૂરા હૃદયના ભજન માટે સમય ગાળો, તે વખતે કોઈ વિનંતી કરશો નહિ. બાઈબલમાં ઈસુની સરખામણી તેની કન્યા માટે આવી રહેલા વરરાજા સાથે કરવામાં આવી છે. તે પ્રેમથી ભરપૂર કન્યાને ચાહે છે કે જે ભજન કરવામાં શરમાતી નથી. હું શીખી કે ઘમંડનો ત્યાગ કરીને કરાયેલી આપણી સ્તુતિ (કે ભજન) દેવના રાજ્યાસન સુધી પહોંચે છે. ભજનનું દેવની નજરમાં કેટલું મહત્વ છે તેનું શિક્ષણ જે ઉપદેશકો આપે છે અને તે બાબતે ખચકાતા નથી તેને માટે પ્રભુનો આપણે આભાર માનીએ છીએ.

પણ એવી વેળા આવે છે અને હાલ આવી છે કે જ્યારે ખરા ભજનારા આત્માથી તથા સત્યતાથી બાપનું ભજન કરશે; કેમ કે એવા ભજનારાઓને બાપ ઈચ્છે છે.

યોહાન. ૪ :૨૩

જ્યારે દેવની હાજરી તેના બાળકો મધ્યે ઉતરે છે. ત્યારે ચમત્કારો થવાની શરૂઆત થાય છે. જેમાં સાજાપણું, છૂટકારો, અન્ય ભાષાઓ અને તેનું ભાષાંતર, પ્રબોધ અને આત્માના અન્ય દાનોનો સમાવેશ થાય છે. જો ચર્ચમાં આપણે બધા એક સાથે તેમનું ભજન કરીએ, ને તેમને

એલિઝાબેથ દાસ

મહિમા આપીએ, તેની સૌથી ઊંચી સ્તુતિ કરીએ તો આપણા ચર્ચમાં તેમનું કેટલું મહાન સામર્થ્ય ઉતરી આવે!

જ્યારે તમારી પાસે પ્રાર્થના કરવા માટેના શબ્દો ન હોય ત્યારે ભજન કરો અને સ્તુતિરૂપ બલિદાનો ચઢાવો. જ્યારે તમે ઉત્પન્નકર્તા એકલા સાચા દેવનું ભજન કરો છો ત્યારે શેતાન તેનો ધિક્કાર કરે છે જ્યારે તમે એકલતા અનુભવો છો અથવા ભયથી દબાઈ રહ્યા છો ત્યારે ભજન કરો અને પ્રભુ સાથે જોડાણ કરો! શરૂઆતમાં આ રીતની સ્તુતિ અને આરાધના કરવી મારે માટે ખૂબ મૂશ્કેલ હતી પણ પછી તે મને સહેલી થઈ પડી. તેના આત્માને આધિન થવાનો અવાજ હું સાંભળવા માંડી મારી ધાર્મિક પૂર્વભૂમિકા મને ખૂલ્લા મને ભજન કરતા રોકતી હતી પણ હું ખૂબ ઝડપથી આત્મામાં આશીર્વાદિત થઈ, સાજાપણું પામી અને જે બાબતોને હું પાપ તરીકે નહોતી લેખવતી તેવી બાબતોથી છૂટકારો પામી. આ બધુ મારા માટે નવું હતું પણ દર વખતે હું દેવની સમક્ષતા મારા જીવનમાં અનુભવવા લાગી અને આંતરિક રીતે બદલાવા માંડી. હું વૃદ્ધિ પામતી હતી અને દેવ સાથે ખ્રિસ્તને કેન્દ્રમાં રાખીને મારી ચાલ ચાલતી હતી.

સત્યનો આત્મા

સત્ય માટે પ્રેમ હોવો આવશ્યક છે કારણ કે ધર્મ તો આપણને ભમાવનાર હોઈ શકે છે અને દારૂ કે ડ્રગ્સના સેવન કરતા તેનું બંધન વધારે ખરાબ હોય છે.

દેવ આત્મા છે અને જેઓ તેને ભજે છે તેઓએ આત્મા તથા સત્યતાથી તેનું ભજન કરવુ જોઈએ. ***યોહાન. ૪:૨૪***

જયારે મને પવિત્ર આત્માએ છૂટકારો આપ્યો ત્યારે ધર્મના બંધનની બેડીઓ તૂટી ગઈ. જ્યારે આપણે પવિત્ર આત્મામાં અજાણી ભાષાઓ બોલીએ છીએ. ત્યારે આપણો આત્મા દેવ સાથે વાત કરે છે. દેવનો પ્રેમ ઊભરાતો અને છલકાતો છે અને તે અનુભવ અલૌકિક છે. વર્ષો પહેલાં મેં જે બાઈબલના સિદ્ધાંતો પ્રાપ્ત કર્યા હતા તે વિશે તો હું વિચારી જ શકતી નથી કારણ કે તે ઈશ્વરના વચનની વિપરિત હતા.

દેવ સાથેના મારા સંબંધને કારણે જેમ હું તેના વચનમાં વૃદ્ધિ પામતી ગઈ તેમ તે વધારે સત્ય મારી સમક્ષ પ્રગટ કરતા ગયા અને હું તેના માર્ગો શીખી જેમ એક ચકલી પોતાના બચ્ચાંને નાના કણોથી પોષે છે. તેઓ દિવસે દિવસે વધારે મજબૂત બને છે અને સતત એ પ્રક્રિયામાં તેઓ એક સમયે આકાશમાં ઉડતા થઈ જાય છે. સત્યના આત્માને શોધો અને તે તમને બધી બાબતો સમજવા શક્તિમાન કરશે. એક દિવસ આપણે પણ પ્રભુ સાથે સ્વર્ગીય ઉચ્ચ સ્થાનોમાં પહોંચીશું.

જ્યારે સત્યનો આત્મા આવશે ત્યારે તે તમને સર્વ સત્યમાં દોરશે. ***યોહાન. ૧૬:૧૩.***

પવિત્ર અધિકાર:

મારા ભાઈની અશુદ્ધ આત્માઓથી હેરાન થતાં જે સ્થિતિ થઈ હતી તે દુઃખ સહન કર્યા પછી આ અદ્ભૂત સત્ય અમને પ્રાપ્ત થયું હતું. મેં તે સત્યને અપનાવી લીધું અને ખ્રિસ્ત ઈસુ સાથેના મારા નવા જીવનને જે બાબતો અવરોધ કરતી હતી તેના પર જય પામવાનું સામર્થ્ય પવિત્ર આત્માએ મને આપ્યું. અને પવિત્ર અધિકાર પણ આપ્યો જેનો ઉપયોગ લોકોને શિક્ષણ આપવા માટે કરી શકું. હું શીખી શકી કે આ અધિકાર દ્વારા દેવ આત્મિક આવેશ અને પ્રેરણા જગાવતા હતા આ તો પવિત્ર ઈશ્વર તરફથી જ મળે છે. કોઈ ધાર્મિક વિધિ કે માનવસર્જીત નિયમો દ્વારા આ હક મળતો નથી.

જે પવિત્ર છે તેનાથી તમે અભિષિક્ત થયા છો અને તમે સઘળું જાણો છો.
૧ યોહાન ૨:૨૦

અભિષેક:

મેં મારા જીવનમાં દેવનો અભિષેક અનુભવવા માંડયો અને જેઓ સાંભળે તેઓને હું તે વિશે સાક્ષી આપતી હતી. દેવના અભિષેકના સામર્થ્ય વડે હું દેવના વચનની શિક્ષક બની ગઈ. ભારતમાં મારી ખ્વાહીશ વકીલ બનીને કાયદાની પ્રેકટીસ કરવાની હતી પણ પ્રભુએ મને તેના વચનની શીખવનાર બનાવી દીધી

વળી તેમણે તમને જે અભિષેક કર્યો તે તમારા માં રહે છે અને કોઈ તમને શીખવે એવી કંઈ અગત્ય નથી. પણ જેમ તેનો અભિષેક તમને સર્વ બાબતો વિશે શીખવે છે, ને તે સત્ય છે, જૂઠો નથી; તે જેમ તેમણે તમને શીખવ્યું તેમ તમે તેનામાં રહો ***૧ યોહાન ૨:૨૭.***

મેં મારી જાતને પ્રભુના ઉપયોગ ને માટે ખુલ્લી મૂકી દીધી અને બાકીનું કામ તેના અભિષેકની અને અધિકારની શક્તિએ કર્યું. કેવા અદ્દભૂત દેવ! પ્રભુ પોતાનું કામ કરાવવા માટે આપણને શક્તિવિહોણા નહી મૂકે. જેમ જેમ મારું શરીર માંદગી અને રોગને લીધે નબળુ પડતુ ગયુ તેમ હું વધારે પ્રાર્થનામય બની.

જેમ હું ઉપવાસસહિતની પ્રાર્થના અને તેના વચનોમાં વધુ સમય ગાળવા લાગી તેમ તેમ પ્રભુનો આત્મા જે મારા માં રહેલો હતો તે વધુ મજબૂત બનતો ગયો.

જીવન પરિવર્તન:

એક પળ માટે મારા પાછલા જીવન પર દ્રષ્ટિ કરું તો પ્રભુએ મને કયાંથી ખેંચી કાઢી હતી અને મારું જીવન કેવું માર્ગ વિના તથા ખાલી હતું તે હું જોઉં છું. મારામાં જૂના માણસપણાનો સ્વભાવ હતો તેનામાં કોઈ સામર્થ્ય ન હતું કે જે મને બદલી શકે. મારામાં બીજા આત્મા હતા પણ પવિત્ર આત્મા ન હતો. હું શીખી કે પ્રાર્થના સંજોગોને બદલે છે પણ સાચો ચમત્કાર એ હતો કે હું પણ બદલાઈ ગઈ હતી. મારા માર્ગો તે પ્રભુના માર્ગો જેવા જ બને તેવું હું ચાહતી હતી. તેથી મારો દૈહિક સ્વભાવ બદલાય માટે મેં ઉપવાસો કર્યા. હું જે કરી રહી હતી તે માર્ગે મારા જીવનમાં મહત્વના ફેરફારો આવ્યા પણ આ તો ફક્ત શરુઆત જ હતી કારણ કે દેવ વિશે વધુ જાણવાની મારી અંતરની ઈચ્છા વધી ગઈ હતી. જેઓ મને સારી રીતે ઓળખતા હતા તેઓ સાક્ષી આપી શકયા કે હું બદલાઈ ગઈ હતી.

આત્મિક યુદ્ધ

હું સત્યનું જ શિક્ષણ આપું અને ધર્મનું નહીં તે બાબતે હું સાવધ હતી. મે ઈસુના નામમાં બાપ્તિસ્માનું શિક્ષણ આપ્યું અને તે માટે દેવનો પવિત્ર આત્મા આવશ્યક છે તે પણ

શીખવતી. તે દિલાસો આપનાર આત્મા છે કે જે વિશ્વાસીઓની સામે થતા દુષ્ટ પરિબળો અને અવરોધો પર જય પામવા માટે સામર્થ્ય આપે છે.

તમે દેવની પાસેથી જે મેળવવા ચાહો છો તેને માટે ઘુંટણ પર યુદ્ધ (પ્રાર્થના) કરવા હંમેશા તૈયાર રહો. શેતાન તમને અને તમારા કુટુંબને કચડી નાંખવા માંગે છે. અંધકારની સત્તાના પરિબળો સામે આપણું યુદ્ધ છેડાયેલું છે. આપણે આત્માઓ બચે તે માટે પ્રાર્થના કરવી જોઈએ. અને પાપી માણસના હૃદયને દેવનો હાથ અડકે માટે પ્રાર્થના કરવી જોઈએ જેથી જે અંધકારનું સામર્થ્ય તેમના પર રાજ કરે છે તેની તરફથી તેઓ ફરે.

કેમ કે આપણું આ યુદ્ધ રકત તથા માંસની સામે નથી, પણ અધિપતિઓની સામે, અધિકારીઓની સામે, આ અંધકારરૂપી જગતના સત્તાધારીઓની સામે, આકાશી સ્થાનોમાં દુષ્ટતાના આત્મિક લશ્કરોની સામે છે. ***એફેસી. ૬:૧૨***

જીવતો આત્મા:

દરેકમાં સજીવ આત્મા છે. તે તમારો પોતાનો નહીં પણ દેવની માલિકીનો છે. એક દિવસે જ્યારે આપણે મરણ પામીશું ત્યારે તે દેવ કે શેતાન પાસે પાછો ફરશે. માણસ શરીરનો નાશ કરી શકે છે પણ એકલા દેવ જ આત્માનો નાશ કરી શકે છે.

જૂઓ સર્વ જીવો મારા છે. જેમ પિતાનો જીવ તેમ જ પુત્રનો જીવ પણ મારો છે. જે જીવ પાપ કરશે તે માર્યો જશે. ***હઝ. ૧૮ :૪***

અને શરીરને જેઓ મારી નાખે છે પણ આત્માને મારી નાખી શકતા નથી તેઓથી બીહો મા, પણ એના કરતા આત્મા અને શરીર બંનેનો નાશ જે નરકમાં કરી શકે છે તેનાથી બીહો.
માત્થી ૧૦:૨૮

પ્રેમનો આત્મા:

આ એક જીવન ઈશ્વર માટે બહુ જ મૂલ્યવાન છે તે કારણથી ઈશ્વર આપણમાંના દરેકની ખૂબ જ સંભાળ રાખે છે અને પ્રેમ કરે છે. વિશ્વાસીઓ કે જેઓ પાસે આ સત્યની સુવાર્તા છે તેઓ પ્રેમના આત્મા વડે બીજાઓને ખ્રિસ્તના પ્રેમ વિશે જણાવવા જવાબદાર છે.

હું તમને નવી આજ્ઞા આપું છું કે તમે એકબીજા ઉપર પ્રેમ રાખો. જેવો મેં તમારા પર પ્રેમ રાખ્યો તેવો જ તમે પણ એકબીજા ઉપર પ્રેમ રાખો. જો તમે એકબીજા પર પ્રેમ રાખો તો સર્વ માણસો જાણશે કે તમે મારા શિષ્યો છો. ***યોહાન ૧૩ :૩૪-૩૫***

જ્યારે આપણે શેતાન માટે ધમકીરૂપ બનીશું ત્યારે તે આપણી સામો થશે. આપણને નાહિંમત કરવાનું તેનું કામ છે. પણ આપણી પાસે તેના ઉપર જયવાન થવાનું વચન છે.

પણ દેવ જે આપણા પ્રભુ ઈસુ ખ્રિસ્ત દ્વારા આપણને જય આપે છે તેની સ્તુતિ હો.
૧ કોરંથી ૧૫ :૫૭

શું હું કહી શકુ કે શેતાન જે ભૂંડું કરવા ચાહે છે તેને દેવ આશીષમાં પલ્ટી નાખે છે? બાઈબલ કહે છે –

વળી આપણે જાણીએ છીએ કે જેઓ દેવના ઉપર પ્રેમ રાખે છે, જેઓ તેના સંકલ્પ પ્રમાણે તેડાયેલા છે તેઓને એકંદરે સઘળું હિતકારક નીવડે છે. ***રૂમી. ૮ :૨૮***

આપણા પ્રભુ ઈસુની સ્તુતિ થાઓ!

પાઠ ૨
સમર્થ સાજાપણું આપનાર

મેડીકલ સાયન્સના અહેવાલ પ્રમાણે કુલ ૩૯ પ્રકારના રોગો છે. જેમ કે, કેન્સરને લઈએ તો, કેન્સરમાં ઘણા પ્રકારો આવે છે. તાવ પણ ઘણા પ્રકારના હોય છે પણ તે બધા “તાવ” ના પ્રકારમાં આવે છે. જૂના રોમન કાયદામાં અને મુસાના નિયમ પ્રમાણે માણસને ચાલીસ ફટકાથી વધારે ફટકાની શિક્ષા કરી શકાતી ન હતી. અને આ નિયમો તૂટે નહીં તે હેતુથી તેઓ માત્ર ૩૯ ફટકા જ મરાતા અને એ પણ યોગાનુયોગ જ છે ને પ્રભુ ઈસુએ પોતાની પીઠ પર ૩૯ ફટકાનો માર સહ્યો? બીજાઓની માફક હું પણ માનું છું કે આ આંકડા અને પ્રભુ ઈસુ એ બંને વચ્ચે પારસ્પરિક સંબંધ છે.

‘ચાલીસ ફટકા સુધી તે તેને મારે પણ તે ઉપરાંત નહીં, રખેને જો તે તેને આ ઉપરાંત ફટકા મરાવે તો તારો ભાઈ તારી દૃષ્ટિમાં હલકો લેખાય. ***પુન. ૨૫ :3***

લાકડા પર તેણે પોતે પોતાના શરીરમાં આપણા પાપ માથે લીધા. જેથી આપણે પાપો સંબંધી મૃત્યુ પામીને ન્યાયીપણા સંબંધી જીવીએ તેના ઘાઓથી તમે સાજા થયા.
૧ પીત. ૨ :૨૪

પણ આપણા અપરાધોને લીધે તે વિંધાયો અને આપણા પાપોને લીધે તે કચડાયો. આપણને શાંતિ પ્રાપ્ત કરાવવાને અર્થે તેને શિક્ષા થઈ ને તેના સોળથી આપણને સાજાપણું મળ્યું છે. ***યશા. ૫૩ : ૫***

આ આખા પુસ્તકમાં દેવના સાજાપણું આપનાર પરાક્રમ અને ડ્રગ્સ, દારૂ અને શેતાની બંધનોમાંથી છૂટકારો પામનારાઓની સાક્ષીઓ તમે વારંવાર વાંચ્યા કરશો. હું મારી પોતાની માંદગીની વાતથી સાક્ષીની શરૂઆત કરું છું. શરૂઆતથી જ દેવે મને બતાવ્યું હતું કે તેમને માટે કોઈપણ વાત અતિ મુશ્કેલ કે અતિ મોટી નથી. તે સમર્થ ડોક્ટર છે. મારી શારીરિક સ્થિતિ એવી હતી કે મારી માંદગીને કારણે મારી પીડાની તીવ્રતા ખરાબમાંથી અત્યંત ખરાબ સ્તર પર પહોંચી હતી. પણ, આજે પણ જેણે મને સંભાળી રાખી છે તે દેવનું વચન જ છે.

મને સાયનસની સમસ્યા હતી જે એટલી ગંભીર હતી કે તે મને ઊંઘવા ન દેતી. તે દિવસોમાં હું લોકોને ફોન પર મારા માટે પ્રાર્થના કરવા કહેતી હતી. મને ઘડીક સારું લાગતું પણ રાતે ફરીથી તે દર્દ ચાલુ થતું અને હું ઊંઘી શકતી નહિ. એક રવિવારે હું ચર્ચમાં ગઈ ત્યારે મેં પાસ્ટરને મારે માટે પ્રાર્થના કરાવવાનું કહ્યું. તેમણે મારા માથા પર હાથ મૂક્યો અને મારા ઉપર પ્રાર્થના કરાવી.

પ્રભુનું વચન કહે છે,

તમારામાં શું કોઈ માંદું છે? જો હોય તો તેણે મંડળીના વડીલોને બોલાવવા અને તેઓએ પ્રભુના નામથી તેને તેલ ચોળીને તેને માટે પ્રાર્થના કરવી. ***યાકૂબ ૫ :૧૪***

જ્યારે ભજનસેવા શરૂ થઈ ત્યારે પ્રભુનો આત્મા મારા પર ખૂબ મોકળાશથી આવ્યો. અને મેં ભજન અને સ્તુતિ કરવા માંડી. પ્રભુએ મને આદેશ આપ્યો કે હું તેમની સમક્ષ નૃત્ય (ડાન્સ) કરું. મેં આત્મામાં આધિન થઈને નૃત્ય કરવાનું શરૂ કર્યું. તે સાથે જ એકાએક મારું બંધ થયેલું નાક ઉઘડી ગયું અને મારા નસકોરોમાં જે અવરોધરૂપ તત્વો હતા તે છૂટા પડી ગયા. ત્યારથી જ મારો શ્વાસ સારો થઈ ગયો અને મને ફરીથી સાયનસનો પ્રશ્ન ઊભો થયો નહિ. મેં તરત મારા વિચારો પ્રમાણેના શબ્દોમાં મારા સાજાપણાનું બધા આગળ વર્ણન કર્યું.

આપણે હંમેશા વિશ્વાસને જાહેર રીતે કહી દેખાડવો જોઈએ અને તેમાં કોઈ શક રાખવો જોઈએ નહિ.

કાકડાનો સોજો:

કાકડાના સોજાની પણ મારી કાયમી વ્યાધિ હતી. તેના બહુ દુ:ખાવાને કારણે હું રાતે સૂઈ શકતી ન હતી. ઘણા વર્ષો સુધી મે તે દુઃખ સહન કર્યું. મેં એક ડોક્ટરને બતાવ્યું તો તેમણે મને લોહીની સારવાર કરનાર હિમેટોલોજિસ્ટ ડોક્ટર પાસે મોકલી. કાકડાનું ઓપરેશન આમ જોઈએ તો સામાન્ય હોય છે પણ મારે માટે તે લાંબુ અને જોખમી પુરવાર થાય તેવું હતું કારણ કે મને લોહીનો એવો રોગ હતો કે મારું લોહી ગંઠાઈને બંધ નહોતુ થતું અને તેને કારણે ખૂબ લોહી વહી જવાથી મારું મરણ થઈ જાય તેવું જોખમ હતું. ડૉક્ટરે મને કહ્યું કે, તમારામાં ઓપરેશન ખમવાની શક્તિ નથી અને કાકડાની પીડા વેઠવાની પણ શક્તિ નથી. આવી સ્થિતિમાં હું પોતે મારા સાજાપણા માટે પ્રાર્થના કરતી હતી. અને ચર્ચમાં પણ પ્રાર્થના કરવા મેં જણાવ્યું હતું. એક વખત અમારા ચર્ચમાં એક મુલાકાતી ઉપદેશક આવ્યા તેઓ પ્રેમથી સભાજનોને મળ્યા અને જાહેર કર્યું કે શું કોઈને સાજાપણાની જરૂર છે ? મને સારું થશે કે નહિ તે બાબતે મનમાં અનિશ્ચિત હોવા છતાં હું દેવ પર ભરોસો રાખીને આગળ ગઈ. જ્યારે હું મારી બેઠક પર પાછી આવી ત્યારે એક અવાજ મેં સાંભળ્યો, 'તું સાજી થવાની નથી. 'આ અવાજ સામે મને ગુસ્સો ચઢયો આવી શંકા અને અવિશ્વાસની હિંમત કરનાર આ અવાજ કોણ? હું સમજી શકી કે મારું સાજાપણું અટકાવવા માટેની તે શેતાનની યુક્તિ હતી. મેં તે અવાજનો સામનો કરતા કહ્યું, 'હું સાજી થઈશ.' મારો પ્રહાર દૃઢ અને મજબૂત હતો હું જાણતી હતી કે આ હુમલો સર્વ જૂઠાઓના બાપ શેતાન તરફથી હતો. પવિત્ર આત્મા આપણને શેતાન અને તેના અપવિત્ર દૂતો પર અધિકાર આપે છે. મારું સાજાપણું અને શાંતિ છીનવી લેવાની હું તેને રજા આપવાની નહતી. શેતાન તે જૂઠો છે અને તેનામાં કોઈ સત્ય નથી. હું દેવના વચન અને પ્રતિજ્ઞાઓ વડે તેની સાથે યુદ્ધ કરતી હતી.

"તમે તમારા બાપ શેતાનના છો અને તમારા બાપની દુર્વાસના પ્રમાણે તમે કરવા ચાહો છો. તે પ્રથમથી મનુષ્યઘાતક હતો અને તેનામાં સત્ય નથી, તેથી તે સત્યમાં સ્થિર રહ્યો નહિ. જ્યારે તે જૂઠું બોલે છે ત્યારે તે પોતાથી જ બોલે છે કેમ કે તે જૂઠો અને જૂઠાનો બાપ છે."

યોહાન ૮:૪૪

તરત જ મારું દર્દ જતુ રહ્યું અને હું સાજી થઈ. કેટલીકવાર આપણે શેતાનની છાવણીમાં જઈને આપણે જે જોઈતું હોય તેને માટે અને શેતાન આપણી પાસેથી જે છીનવી જાય તેને પાછું લઈ આવવા યુદ્ધ કરવું પડે છે. મારું દર્દ જતું રહ્યા પછી શેતાને કહ્યું, 'તું બીમાર ન હતી.' મેં કહ્યું, 'હા, હું જરૂર બીમાર હતી' તરત જ પ્રભુ ઈસુએ મારામાં બંને બાજુ તે દર્દ એક પછી એક પાછું મૂક્યું, મેં કહ્યું, પ્રભુ ઈસુ હું જાણું છું કે હું બીમાર હતી પણ તમે મને સાજી કરી છે. અને તે દુખાવો સદાને માટે ચાલ્યું ગયું. મેં ફરીથી કદી તે દુઃખ સહન કર્યું નહિ. તરત જ મેં હાથ ઊંચા કરીને પ્રભુની સ્તુતિ કરી. અને દેવને મહિમા આપ્યો. પ્રભુ ઈસુએ પોતાની પીઠ પર કોરડાનો જે માર ખાધો તેને કારણે તેના સોળથી મને તે દિવસે સાજાપણું મળ્યું. તેનું વચન એમ પણ કહે છે કે તે સાથે મારા પાપ પણ માફ કરવામાં આવ્યા છે. હું ઊભી થઈ અને ચર્ચમાં મેં સાક્ષી આપી કે આજે કેવી રીતે પ્રભુએ મને સાજાપણું આપ્યું. મેં મારું સાજાપણું બળ કરીને મેળવી લીધું.

અને યોહાન બાપ્તિસ્મા કરનારના વખતથી તે હજી સુધી આકાશના રાજ્ય ઉપર બળાત્કાર કરાય છે અને બળાત્કાર કરનારાઓ બળાત્કારથી તે લઈ લે છે.
માથ્થી ૧૧ :૧૨

અને વિશ્વાસ સહિત કરેલી પ્રાર્થના માંદાને બચાવશે ને પ્રભુ તેને ઉઠાડશે. ને જો તેણે પાપ કર્યાં હશે તો તે તેને માફ કરવામાં આવશે. ***યાકૂબ ૫ :૧૫***

તે તારા સઘળા પાપ માફ કરે છે અને તારા સર્વ રોગ મટાડે છે. ***ગી.શા. ૧૦૩ :૩***

જ્યારે આપણે ઊભા થઈને દેવે આપણે માટે કેટલું બધુ કર્યું તે વિશે સાક્ષી આપીએ છીએ ત્યારે આપણે દેવને મહિમા આપીએ છીએ. એટલું જ નહિ, જેઓને તે સાંભળવાની જરૂર છે તેઓનો વિશ્વાસ પણ આપણે તે રીતે ઊંચો ઊઠાવીએ છીએ. શેતાનની સામે તે તાજું રક્ત છે.

"તેઓએ હલવાનના રક્તથી તથા પોતાની સાક્ષીના વચનથી તેને જીત્યો છે. અને છેક મરતા સુધી તેઓએ પોતાના જીવને વહાલો ગણ્યો નહિ." ***પ્રકટી. ૧૨:૧૧***

દેવ નાના અને મોટા બંને પ્રકારના ચમત્કારો કરે છે. જ્યારે તમે બીજાઓને કહો છો કે પ્રભુએ તમારે માટે કેટલું બધું કર્યું છે ત્યારે શેતાન હાર પામે છે. જ્યારે તમે તમારા પૂરેપૂરા હૃદયથી દેવનું ભજન કરવાનું શરૂ કરો છો ત્યારે તમે શેતાનને નસાડો છો. જૂઠાઓના બાપને હરાવવાને માટે તમારી પાસે વિશ્વાસના હથિયારો અને પવિત્ર આત્માનું સામર્થ્ય ઉપલબ્ધ છે. તેનો ઉપયોગ કરવાનું આપણે શીખવુ જોઈએ.

દૃષ્ટિની ઉણપ:

હું અમેરીકા આવી એ પહેલા મને આંખની દૃષ્ટિનો પ્રશ્ન હતો. મારી સામે કોઈ વસ્તુ હોય તો મારી અને તે વસ્તુ વચ્ચેના અંતરની મને ખબર પડતી ન હતી. આને કારણે મને માથાનો તીવ્ર દુખાવો અને ઉલ્ટીઓ થતી હતી. ડૉક્ટરે મને કહ્યું કે મને આંખના પડદાનો પ્રશ્ન છે. અને યોગ્ય કસરતથી તે સુધરી જશે. પરંતુ તે સલાહ મને કામમાં ન આવી. મારા માથાનો દુખાવો ચાલુ રહ્યો. મેં પાસ્ટરને અને ચર્ચને પ્રાર્થના કરવાની વિનંતી કરી. મે સાજાપણાની સાક્ષીઓ સાંભળવાનું ચાલું રાખ્યું. તેનાથી સાજાપણા પર વિશ્વાસ રાખવામાં મને સહાય મળી. ચર્ચો આવી સાક્ષીઓ આપવાની રજા આપે છે તેને માટે હું ખૂબ આભારી છું કારણ કે સામાન્ય માણસોના જીવનોમાં પ્રભુ જે ચમત્કારો કરે છે તેની સ્તુતિનો અહેવાલ બીજા માણસો સાંભળી શકે છે.

ફરી હું આખંના ત્રીજા ડૉક્ટર પાસે અભિપ્રાય માટે ગઈ. તેમણે મારી આંખો તપાસીને મને કહ્યું કે તમારી આંખમાં કોઈ ખરાબી નથી. ડૉક્ટરે જે કહ્યું તે પર વિચાર કરીને ખુશ થતી હું મારા ઘેર ગઈ. પણ મારી આંખમાં કોઈ તકલીફ ન હતી તે બાબતે હું શંકા કરવા લાગી. નોકરી પર જતા કાર ચલાવતી વખતે પ્રભુએ મારી સાથે વાત કરવા માંડી.

"તને અસહ્ય દર્દ હતું, માથાનો દુ:ખાવો હતો, વોમીટો થતી હતી તે તને યાદ છે?" મેં કહ્યું, "હા" ત્યારે પ્રભુએ કહ્યું, "તમને યાદ છે જ્યારે તુ ભારતમાં હતી અને ડોક્ટરે કહ્યું કે તમને આંખની દૃષ્ટિનો પ્રશ્ન છે અને પછી દૃષ્ટિનું સંકલન કરનારી કસરતો તને શીખવવામાં આવી હતી ? તમને યાદ છે કે છેલ્લા છ મહિનામાં તું આ પ્રશ્નને કારણે બીમાર થઈને ઘેર આવી નથી ?' મેં કહ્યું "હા", પ્રભુએ કહ્યું, 'મેં તારી આંખોને સાજી કરી છે.' પ્રભુની સ્તુતિ થાઓ! આને કારણે જ બીજા ડૉક્ટર મારી આંખોમાં કંઈપણ ખરાબી શોધી શક્યા નહીં. દેવ મને

આ અનુભવમાં એ બતાવવા માટે લઈ ગયા કે તે મારી આંખનાં ઊંડાણમાં જઈને પણ તેને સાજી કરી શકે છે. પ્રભુનું વચન કહે છે હું હૃદયને જાણું છું. જેનું હૃદય હોય છે' તે પોતે તેને જાણતો નથી.' હું આ શબ્દો પર બારીકાઈથી વિચારવા લાગી મારામાં મારું હૃદય તો છે પણ હું મારા હૃદયને ઓળખતી નથી અથવા તો તેમાં શું છે તે હું જાણતી નથી. આ જ કારણથી હું ઉપવાસ પ્રાર્થના અને સતત બાઈબલ વાંચન કરું છું. જેથી પ્રભુને મારા હૃદયમાં ભલાઈ, પ્રેમ અને વિશ્વાસ જ મળે. આપણે શું વિચારીએ છીએ અને આપણા મોઢામાંથી શું નીકળે છે તે વિશે આપણે સાવધ રહેવું જ જોઈએ. ભલાઈ ઉપર વિચાર અને મનન કરો કારણ કે પ્રભુ આપણા બધા વિચારો જાણે છે.

હે યહોવાહ, મારા ખડક તથા મને ઉદ્ધારનાર, મારા મુખના મારા હૃદયના વિચારો તમારી આગળ માન્ય થાઓ. ***ગી.શા. ૧૯:૧૪***

શબ્દો તથા હૃદય સહુથી કપટી છે, તે અતિશય ભૂંડું છે; તેને કોણ જાણી શકે? હું યહોવાહ મનમાં શું છે તે શોધી કાઢું છું, હું અંતઃકરણને પારખું છું કે હું દરેકને તેના આચરણ તથા તેની કરણીઓ પ્રમાણે બદલો આપું. ***યર્મિયા. ૧૭ :૯, ૧૦***

હે દેવ, મારામાં શુદ્ધ હૃદય ઉત્પન્ન કર, અને મારા આત્માને નવો અને દૃઢ કર.
ગી.શા. ૫૧ :૧૦,

આ પ્રાર્થના હું દરરોજ મારે માટે કરું છું.

ચિંતાનો બોજ (ઉચાટ):

હું એવા અરસામાંથી પસાર થઈ રહી હતી કે તે અનુભવનું હું શબ્દોમાં વર્ણન કરી શકતી નથી. મને ત્યારે યાદ આવ્યું કે હું પ્રભુને કહું કે હું મારા મનમાં આવું કેમ અનુભવું છું તેની મને ખબર પડતી નથી. મેં પ્રાર્થના કરીને પ્રભુને કહ્યું કે આ લાગણીનું પૂર હું સમજી શકતી નથી. કારણ કે મને કોઈ વાનાની ચિંતા નથી. આ પ્રકારની લાગણી થોડો વખત ચાલી. સારામાં સારી રીતે વર્ણવું તો મારી મનોસ્થિતિ 'બંધ' ની હાલતમાં હતી પણ શારીરિક રીતે હું સક્રિય હતી. ત્યારબાદ મારા કામના સ્થળે એક પ્રેરણાજનક નાની પુસ્તિકા મારા હાથમાં આવી.

પ્રભુએ કહ્યું, 'આ ચોપડી ખોલ અને વાંચ.'

તેમાં 'ચિંતા' ઉપર વિચારવિમર્શ હતો. દેવે મને કહ્યું કે તારામાં જે સમસ્યા છે તે આ 'ચિંતા' ની છે. આ શબ્દ Anxiety - ચિંતા થી હું પરિચિત ન હતી. મને તે શબ્દનો સ્પષ્ટ અર્થ ખબર ન હતો માટે ઈસુએ મને કહ્યું કે ડીકશનેરીમાં જો મેં જોયું અને મને જે થતું હતું તે જ તેમાં લખેલું હતું. ચિંતાની વ્યાખ્યા આ પ્રમાણે હતી – કોઈ બાબત કે ઘટના જે ભવિષ્યમાં બનવાની હોય અથવા અત્યારે અનિશ્ચિત હોય જે મનને અસ્વસ્થ કરીને ગભરાવતી હોય અને મનોસ્થિતિને દર્દજનક અશાંતિમાં રાખતી હોય. મેં પ્રભુને કહ્યું, "હા, પ્રભુ મને બરાબર આવું જ થાય છે."

હું બદલાતી પાળી (શીફટ)ની નોકરી કરતી હતી અને મારા રજાના દિવસે હું વહેલી સૂઈ જતી. આ સમય દરમ્યાન હું સવારે વહેલી પ્રાર્થના માટે ઊઠી જતી હતી. એક દિવસે પ્રભુએ મને કહ્યું કે જઈને સૂઈ જા. મને થયું કે પ્રભુ કેમ આમ કહે છે? પ્રભુ સાથે ચાલવાના મારા શરૂઆતના સમયમાં હું પ્રભુનો અવાજ પારખવાનું અને સાંભળવાનું શીખતી હતી. ફરીથી મેં મનમાં કહ્યું કે પ્રભુ મને શા માટે સૂઈ જવાનું કહે છે? મને થયું કે શેતાન આમ કહે છે કે શુ. પછી મને યાદ આવ્યું કે કેટલીકવાર દેવ આપણને એવી બાબતો કહે છે જેનો આપણને ત્યારે કોઈ અર્થ લાગતો ન હોય, પણ પ્રભુ તેમાં આપણને કોઈ મહત્વનો સંદેશો આપવા માંગતા હોય. તે વખતે, ટૂંકમાં કહીએ તો પ્રભુનો સંદેશો એ હતો કે આપણે તેમના કરતા પવિત્ર થવાની જરૂર નથી.

કેમ કે મારા વિચારો તે તમારા વિચારો નથી, તેમ તમારા માર્ગો તે મારા માર્ગો નથી, એમ યહોવાહ કહે છે જેમ આકાશો પૃથ્વીથી ઊંચા છે તેમ મારા માર્ગો તમારા માર્ગોથી ને મારા વિચારો તમારા વિચારોથી ઊંચા છે. ***યશા. ૫૫ : ૮, ૯***

બીજા શબ્દોમાં પ્રાર્થના કરવી તે સારી બાબત છે પણ તે વખતે પ્રાર્થના કરવા માટેનો તે સમય ન હાતો. પ્રભુએ મારી સેવા કરવા માટે દૂતને ક્યારનોય મોકલી દીધો હતો અને મારું પથારીમાં હોવું જરૂરી હતું. પ્રભુએ આપણા માટે આરામનો સમય રાખેલો છે, સાથે સાથે આપણી મશાલોને પ્રાર્થના દ્વારા પવિત્ર આત્મા વડે તાજા તેલથી ભરવાનો પણ સમય રાખેલો છે. આપણા દૈહિક જીવનમાં પણ આપણા શરીર અને મનોને તાજા રાખવા માટે

ઊંઘ અને આરામ પ્રભુએ ઠરાવેલા છે. આપણે દેવનુ મંદિર છીએ અને આપણે આપણા શરીરની કાળજી લેવી જોઈએ.

જ્યારે હું પાછી પથારીમાં સૂવા ગઈ ત્યારે મને સ્વપ્ન આવ્યું તેમાં એક માથા વગરનો માણસ હતો અને તે મારા માથાને અડકયો. તે બનાવ પછી હુ થોડી વાર પછી જાગી ગઈ. મને ખૂબ તાજગીનો અનુભવ થયો અને હું સંપૂર્ણ સ્વસ્થ બની ગઈ. હું જાણી ગઈ કે પ્રભુએ પોતાના સાજાપણું આપનાર દૂતને મોકલીને મારા માથાને અડકીને મારી ચિંતાતુર મનોદશામાંથી મને છૂટકારો આપ્યો હતો. હું પ્રભુને એટલી બધી આભારવશ થઈ ગઈ કે દરેક જે મારું સાંભળે તેમને મેં મારી વાત કહી. મેં નિરાશાના ભંયકર, મનને ભાંગી નાખે તેવા ચિન્હોનો અનુભવ કર્યો અને તેણે મારા મન ઉપર અસર કરી. રોજ જ્યારે તમે જાગો ત્યારે જો કોઈ બાબત તમારી રાહ જોતી હોય અને તે તમને શાંતિમાં ઝંપવા ન દે તો સમજો કે તમારા મનને સંપૂર્ણ આરામ મળેલો નથી. આ ચિંતા અથવા નિરાશા એ તમને ભય અને દર્દના આવેગોથી પીડાવા માટેનું શેતાનનું હથિયાર છે. તે ઘણા રૂપમાં તમારી પાસે આવે અને તમને તેની ખબર સુદ્ધા ન પડે. આનો સારામાં સારો ઉકેલ એ છે કે તમે ચિંતાના દબાણમાંથી નીકળવા માટે જે પ્રયત્ન કરી રહ્યા છો તે છોડી દો અને તમારા મનને તાજું રાખવા રોજ પૂરતો આરામ આપો. જ્યારે તમે દેવના 'મંદિર'ની કાળજી લેશો ત્યારે બાકીનું કામ પ્રભુ પોતે પાર પાડશે.

જો કોઈ દેવના મંદિરનો નાશ કરે તો દેવ તેનો નાશ કરશે; કેમ કે દેવનું મંદિર પવિત્ર છે અને તે મંદિર તમે છો. ***૧કરિંથ ૩ :૧૭***

તેની વાણી:

જ્યારે તમારી પાસે દેવ છે ત્યારે તમે ભરપૂર છો કારણ કે તમે દેવના પ્રેમમાં તરબોળ છો. જેમ જેમ તમે દેવને વધારે જાણતા જાઓ છો તેમ તેમ તમે તેમને વધારે પ્રેમ કરો છો. જેમ જેમ તમે તેની સાથે વધારે વાત કરતા જાઓ છો તેમ તેમ તમે તેમની વાણી સાંભળવાનું શીખતા જાઓ છો. પવિત્ર આત્મા દેવનો અવાજ પારખતા તમને શીખવે છે. તમારે તે શાંત ધીમી વાણી સાંભળવાની જરૂર છે. આપણે તેના ચારાના ઘેટાં છીએ અને તેના ઘેટાં તેની વાણીને ઓળખે છે.

ઈસુએ તેઓને ઉત્તર આપ્યો કે મેં તો તમને કહ્યું પણ તમે માનતા નથી; મારા બાપને નામે જે કામો હું કરું છું તેઓ મારા વિશે સાક્ષી આપે છે. પણ તમે વિશ્વાસ કરતા નથી કેમ કે તમે મારા ઘેટામાંના નથી. મારા ઘેટાં મારો સાદ સાંભળે છે. વળી હું તેઓને ઓળખું છું અને તેઓ મારી પાછળ ચાલે છે. હું તેઓને અનંતજીવન આપું છું અને કદી તેઓનો નાશ થશે નહિ અને મારા હાથમાંથી કોઈ તેઓને છીનવી લેશે નહિ. મારો બાપ, જેણે મને તેઓને આપ્યાં છે તે સહુથી મોટા છે અને બાપના હાથમાંથી કોઈ તેઓને છીનવી લેવા સમર્થ નથી. હું અને બાપ એક છીએ. ***યોહાન ૧૦ :૨૫-30***

આપણામાં એવા છે કે જેઓ પોતાને તેમના ઘેટાં કહેવડાવે છે પણ વિશ્વાસ કરતા નથી. તેમના ઘેટાં તેમનો અવાજ સાંભળે છે. ધાર્મિક અપવિત્ર દેવદૂતો ઠગારા હોય છે. તેઓ આપણને ભ્રમણામાં નાખે છે કે ખરેખર આપણે દેવના છીએ કે કેમ. પવિત્ર શાસ્ત્ર આપણને જૂઠા સિદ્ધાંતો સામે ચેતવે છે.

ભક્તિભાવનું ડોળ દેખાડીને તેના સામર્થ્યનો સ્વીકાર નહીં કરનારા થશે એવા માણસોથી તુ દૂર રહે. ***૨ તિ. ૩ :૫***

દેવ કહે છે 'મને તમારા પૂરા હૃદયથી શોધો અને હું તમને મળીશ.' આ આપણને માફક આવતી જીવન પધ્ધતિ શોધવાની વાત નથી. સત્યને અનુસરો, ધર્મના સાંપ્રદાયિક નિયમોને નહિ. જો તમને દેવના સત્ય માટેની તરસ છે તો તમને તૃપ્તિ મળશે. તમારે દેવના વચન પર પ્રેમ રાખવો જોઈએ. અને તેને વાંચવું જોઈએ. તમારા હૃદયમાં તેને સંઘરી રાખો અને તમારી રોજબરોજની જીવન પધ્ધતિ માં તે પ્રગટ થવા દો. દેવનું વચન તમને આંતરિક અને બાહ્ય રીતે બદલી નાખશે.

પ્રભુ ઈસુ આ જગતમાં માણસની રૂઢીઓ અને ધર્મની રૂઢીઓના સામર્થ્યને પોતાના રક્ત વડે તોડવા આવ્યા. તેમણે પોતાનો પ્રાણ આપી દીધો કે આપણને પાપની માફી મળે અને દેવ સાથે આપણો સીધો સંપર્ક થાય. પ્રભુ ઈસુમાં નિયમશાસ્ત્રનું સંપૂર્ણ પાલન થયું પણ યહુદીઓએ તેમને પ્રભુ અને તારનાર મસીહ તરીકે કબૂલ કર્યા નહિ.

તો પણ અધિકારીઓમાંના પણ ઘણાએ તેના પર વિશ્વાસ કર્યો, પણ રખેને ફરોશીઓ અમને સભાસ્થાનમાંથી કાઢી મૂકે એવી બીકથી તેઓએ તેને કબૂલ ન કર્યો. કેમ કે દેવ તરફથી થતી પ્રશંસા કરતા તેઓ માણસોના તરફથી થતી પ્રશંસાને વધારે ચાહતા હતા.

યોહાન ૧૨ :૪૨- ૪૩

ફ્લૂ Influenza:

એક વખત મને ઊંચો તાવ ચઢી ગયો અને મારું આખું શરીર તૂટવા લાગ્યું. મારા મોં પર અને આંખો પર સોજા ચઢી ગયા. હું ભાગ્યે જ બોલી શકતી હતી. મે મંડળીના વડીલોને મારે માટે પ્રાર્થના કરવા બોલાવ્યા. તેમણે પ્રાર્થના કરી કે તરત જ મારા મોંના સોજા દૂર થઇ ગયા અને હું સંપૂર્ણ સારી થઇ ગઇ. વિશ્વાસના આ માણસોને માટે અને તેના પર ભરોસો રાખનારાઓ માટે જે ખાતરીદાયક વચનો પ્રભુએ આપ્યા છે તેને માટે હું આભાર માનુ છું.

કેમ કે અમારી સુવાર્તા કેવળ શબ્દથી નહિ, પણ સામર્થ્યથી, પવિત્ર આત્માથી તથા ઘણી ખાતરીપૂર્વક તમારી પાસે આવી; એમ જ અમે તમારી ખાતર તમારી સાથે રહીને કેવી રીતે વર્ત્યા એ તમે જાણો છો. ***૧ થેસ્સા. ૧:૫***

આંખની એલર્જી

દક્ષિણ કેલીફોર્નિયામાં સખત ધુમાડીયું વાતાવરણ હોય છે. એક વખત મને આંખમાં બળતરા થતી હતી અને હવાના પ્રદુષણને કારણે તે તીવ્ર બની. મારી આંખો લાલ થઇ જતી. આંખે સખત ખંજવાળ ઉપડે અને એટલી દુ:ખવા લાગે કે મને થયું કે હું મારી આંખો કાઢીને ફેંકી દઉં. હું ઘણી જ ભયંકર વેદના વેઠી રહી હતી. હું હજી વૃધ્ધિ પામી રહેલી અને વિશ્વાસમાં શીખાઉ વિશ્વાસી હતી. મને લાગ્યું કે મને આમાંથી સાજી કરવી તે દેવ માટે પણ અશકય છે. જો કે તેમણે મને ભૂતકાળમાં ઘણી વખત સાજાપણું આપ્યું હતું. આ આંખની તકલીફથી સાજાપણા પામવા માટે દેવ પર વિશ્વાસ કરવો તે મારા માટે અઘરો હતો. મેં વિચાર્યું કે દેવ મારા વિચારોને જાણે છે અને મારા અવિશ્વાસને કારણે તે મને સાજાપણું નહીં આપે, માટે ખંજવાળથી રાહત મેળવવા મેં આંખના ટીપાં શરૂ કર્યા. ત્યારે પ્રભુએ મારી સાથે વાત કરીને મને ટીપાં નાંખવાનું બંધ કરવા કહ્યું. પણ ખંજવાળ એટલી ખરાબ હતી કે હું ટીપા બંધ કરી

શકી નહિ. પ્રભુએ ત્રણ વખત મને ટીપાં બંધ કરવા માટે કહ્યું ત્યારે છેવટે મેં ટીપા નાંખવાનું બંધ કર્યું .

પણ ઈસુએ તેઓની સામે જોઈને તેઓને કહ્યું કે માણસોને તો એ અશક્ય છે પણ દેવને સર્વ શક્ય છે. ***માત્થી ૧૯ :૨૬***

થોડા કલાકો પછી જ્યારે હું કામ પર હતી તે વખતે ખંજવાળ જતી રહી. હું એટલી ખુશ થઈ ગઈ કે મારી નોકરી પર બધાને મેં સાજાપણા વિશે કહ્યું ત્યાર પછી મને આંખ વિશે કદી ચિંતા કરવી પડી નહિ. આપણે દેવ વિશે અને તે કેવી રીતે વિચારે છે તે વિશે ઘણું ઓછું જાણીએ છીએ. આપણે તેમને કદી જાણી ના શકીએ કારણ કે તેમના માર્ગો આપણા માર્ગો નથી. તેમના વિશેનું આપણું જ્ઞાન ઘણું સીમીત છે. એટલા જ માટે વિશ્વાસીએ આત્મામાં ચાલવું અત્યંત આવશ્યક છે. આપણે આપણા માનવીય જ્ઞાન ઉપર આધાર રાખી શકીએ નહિ. તે દિવસે પ્રભુ ઈસુ મારા માટે ભલા, ધીરજવાન અને દયાળુ હતા. તેઓ મને એક મોટો પાઠ શીખવતા હતા. મારામાં સાજાપણા વિશે શંકા હતી પણ તે દિવસે હું આધિન થઈ (ટીપાં બંધ કર્યા) અને તેમણે મને સાજી કરી. તેમણે મને કદી ત્યજી દીધી નથી અને તે તમને પણ કદી ત્યજી દેશે નહિ. આ આધિનતાના પાઠરૂપે મે બધી દવાઓ મૂકી દીધી. મારા હૃદયમાં હું શીખી તે એ હતું કે તમામ માંદગી અને બીમારીથી સાજા થવા કેવળ દેવ પર વિશ્વાસ રાખવાનું શીખતી ગઈ અને એમ હું તેમનામાં વૃદ્ધિ પામતી ગઈ. આજે પણ તે જ મારા માટે ડોક્ટર છે.

ડોકમાં ઈજા:

એક દિવસે બપોરે હું ચર્ચ તરફ ગાડી હંકારી રહી હતી. ત્યારે મને બીજા વાહનની ટક્કર વાગી અને મને ડોકમાં ઈજા થઈ. મારે નોકરીમાં મેડીકલ રજા લેવી પડે તેવી તે ઈજા હતી. હું પાછી કામ પર ચઢી જવા ચાહતી હતી પણ ડોક્ટરે મને રજા ન આપી. "માટે હું પ્રાર્થના કરવા લાગી કે પ્રભુ ઈસુ, હું ઘેર કંટાળુ છું, મને કામ પર જવાની રજા આપો. ઈસુએ મને કહ્યું કે તું કામ પર જા અને કોઈ તને કહી નહીં શકે કે તને ઈજા થઈ છે."

કેમ કે હું તને આરોગ્ય આપીશ અને તારા ઘા રૂઝાવીશ, એવુ યહોવાહ કહે છે.
યિર્મે. ૩૦:૧૭અ

પછી હું પાછી ડૉક્ટર પાસે ગઈ અને મારો આગ્રહ જોઈને તેમણે મને કામ પર જવાની રજા આપી. કામ પર મને પાછો દુ:ખાવો ઉપડયો અને આટલી જલ્દી હું કામ પર ચઢી ગઇ માટે મારે ઠપકો સાંભળવો પડયો. પ્રભુ ઈસુએ મને જે કહ્યું હતું તે અને તેમનું વચન મને યાદ હતા. મેં દેવના વચન પર જ આધારિત રહેવા મારી જાતને કહ્યા કર્યુ અને દિવસે દિવસે સાજી થતી ગઈ. મારું દર્દ ક્યારે જતું રહ્યું તે મને ખબર ના પડી. તે સાંજે મારા સુપરવાઈઝરે મને ઓવરટાઈમ કરવા કહ્યું મેં ગમત કરતા હસી પડીને કહ્યું કે ઓવરટાઈમ કરી શકું એટલી સાજી હું હજી થઈ નથી કારણ કે મને હજુ દુ:ખાવો છે. મને જે ન હતું તે મને છે તેવું મેં જાહેર કર્યું. તરત જ મારામાં દુ:ખાવો પાછો આવ્યો. અને મારું મોં ઘણું પડી ગયું. તેથી મારા સુપરવાઈઝરે મને ઘેર જતા રહેવાનો હુકમ કર્યો. અગાઉ દેવે મને કહ્યું હતું કે હું સાજી થઈ જઈશ તે મને યાદ આવ્યું અને તેના પર વિશ્વાસથી આધારિત રહેવાનું મેં નક્કી કર્યું. મેં મારા સુપરવાઈઝરને કહ્યું કે દેવે મને જે વચન આપ્યું છે તેને કારણે હું ઘરે જઈ શકતી નથી. મારા સુપરવાઈઝર ક્રિશ્ચિયન બહેન હતા તેથી મેં તેમને મારે માટે પ્રાર્થના કરવા કહ્યું. તે બહેને મને ફરીથી ઘેર જવા આગ્રહ કર્યો. મેં મારા દર્દને ધમકાવવા માંડયુ અને વિશ્વાસનું વચન હું બોલવા લાગી મેં પવિત્ર આત્માના અધિકારથી શેતાનને જૂઠો કહ્યો. તરત જ મારું દર્દ જતું રહ્યું.

ત્યારે તે તેઓની આંખોને અડકીને કહે છે કે તમારા વિશ્વાસ પ્રમાણે તમને થાઓ.
માત્થી ૯ :૨૯

પછી હું સુપરવાઈઝર બહેન પાસે પાછી ગઈ અને જે થયું હતું તે કહ્યું. તે બહેને પણ મારી સાથે સંમત થઈને કહ્યું કે શેતાન જૂઠો અને જૂઠાનો બાપ છે. અહીં એ અગત્યની બાબત શીખવાની છે કે માંદગી કે દર્દ છે તેવું કદી કબૂલવું નહીં. દેવે મને અસત્ય સાથે વિનોદ કે મશ્કરી ભરી રમત રમવા બાબતે બહુ અગત્યનો પાઠ શીખવ્યો.

પણ તમારું બોલવું તે હા નું હા ને ના નું ના હોય, કેમ કે એ કરતાં અધિક જે કંઈ છે તે ભૂંડાથી છે. ***માત્થી ૫:39***

મેં તે તેમની રીતે કર્યું

પાઠ - 3

દેવના શક્તિશાળી શસ્રો - ઉપવાસ અને પ્રાર્થના

એક રવિવારે સવારે, ભક્તિસભા દરમ્યાન હું છેલ્લી હરોળમાં ભારે દુ:ખાવાથી પીડાતી આડી પડી હતી અને હું ભાગ્યે જ ચાલી શકતી હતી. એકાએક દેવે મને કહ્યું કે તું આગળ જા અને તારા માટે પ્રાર્થના કરાવવાનું કહે. મારા હૃદયમાં અને આત્મામાં હું જણાતી હતી કે મને સાજાપણું નહીં મળે પણ જ્યારે મેં પ્રભુનો અવાજ સાંભળ્યો ત્યારે હું આધિન થઈ.

આપણે જેમ ૧ શમૂ. ૧૫ :૨૨માં વાંચીએ છીએ કે યજ્ઞ કરતાં આજ્ઞાપાલન સારું છે તે પ્રમાણે હું સભામાં વચ્ચેના રસ્તેથી ધીરે ધીરે આગળ વધવા લાગી. જેમ જેમ હું આગળ વધતી હતી તેમ તેમ બંને બાજુના લોકો ઊભા થઈ જતા હતા. દરેક માણસ પર મેં દેવના આત્માને ઉતરતો જોયો અને મને આગળ લઈ જવામાં દેવનો શો ઈરાદો છે તે વિશે હું વિસ્મય પામવા લાગી.

'અને જો યહોવાહ તારા દેવની વાણી ખંતથી સાંભળીને તેની જે આજ્ઞાઓ હું આજે તને આપું છું. તે સર્વ પાળીને તું તેમને અમલમાં આણશે, તો એમ થશે કે યહોવાહ તારો દેવ પૃથ્વીની સર્વ દેશજાતિઓ કરતાં તને શ્રેષ્ઠ દેશજાતિ કરશે. અને જો તું યહોવાહ તારા દેવની વાણી સાંભળશે, તો આ સર્વ આશીર્વાદ તારા પર આવશે ને તને મળશે.'

પુન. ૨૮:૧-૨

આ બનાવ બન્યો ત્યારે હું મારા સ્થાનિક ચર્ચમાં જતી હતી. પણ કેટલાંક વખત પછી હું અપલેન્ડની મંડળીની મુલાકાતે ગઇ ત્યારે અમારા મૂળ ચર્ચના એક બહેન પણ તે ચર્ચમાં જતાં હતા. તેમણે મારી ગાડી પર ગણિતના ટ્યુશન ટીચર તરીકેની મારી જાહેરાત જોઇ અને તેમણે મારું ટ્યુશન રાખ્યું. એક દિવસ મારા ઘેર તેમને ભણાવતી વખતે તેમણે મને કહ્યું, "બહેન, તે દિવસે આપણા જૂના ચર્ચમાં તમે બિમાર હતા અને પ્રાર્થના માટે આગળ જતા હતા તે વખતે દેવના આત્માનો જે અનુભવ મેં કર્યો તેવો અનુભવ પ્રભુ ઈસુના નામમાં બાપ્તિસ્મા પામીને બે વર્ષથી આ ચર્ચમાં આવું છું તો પણ મને થયો નથી. જ્યારે તમે અમારી પાસેથી પસાર થયા ત્યારે પહેલી જ વાર દેવના આત્માનો મને અનુભવ થયો. તે અનુભવ ખૂબ જ શક્તિશાળી હતો.

તમને યાદ છે કે જેમ જેમ તમે આગળ વધતા હતા, તેમ તેમ આખું ચર્ચ પવિત્ર આત્મા તેમના પર આવવાથી ઊભું થતું હતું. તે દિવસ મને બરાબર યાદ છે કારણ કે હું વિસ્મય પામતી હતી કે જ્યારે હું ચાલી શકવા અશક્ત છું ત્યારે દેવ મને કેમ આગળ મોકલે છે ? હવે હું સમજી કે આ બહેનને પ્રભુ કેમ મારી પાસે ફરીથી લાવ્યા છે. તે દિવસના પ્રશ્નનો હવે મને દેવ તરફથી જવાબ મળી ગયો. મેં પ્રભુનો અવાજ સાંભળ્યો અને હું આધિન થઈ તે બાબત મારે માટે ખુશીની હતી.

કેમ કે અમે વિશ્વાસથી ચાલીએ છીએ. દૃષ્ટિથી નહીં. ***૨ કોરીંથ ૫:૭***

મને ઈજા થયા પછી હું ચાલી શકતી ન હતી માટે હું પથારીમાં રહીને સતત રાત અને દિવસ ઉપવાસ અને પ્રાર્થના કરતી હતી. કારણ કે ૪૮ કલાક સુધી તો હું ઊંઘી પણ શકતી ન હતી. હું રાત અને દિવસ પ્રાર્થના કરીને વિચારતી હતી કે પીડાને મનમાં રાખવા કરતા દેવને મનમાં રાખવાથી સારું રહેશે. હું સતત દેવ સાથે વાત કરતી હતી. આપણે પાત્રો છીએ : ક્યાંક તો માનના, અથવા માનહીનતાના. જ્યારે આપણે પ્રાર્થના કરીએ છીએ ત્યારે આપણે આપણા પાત્રોને દેવના તાજા તેલથી પવિત્રઆત્મામાં પ્રાર્થના કરવા દ્વારા ભરીએ છીએ.

આપણે આપણા સમયનો બુદ્ધિપૂર્વક ઉપયોગ કરવો જોઈએ. અને આપણા ઉત્પન્નકર્તા દેવ સાથેના ગાઢ સંબંધથી આપણને દૂર કરે તેવી જીવનની ચિંતાઓને સ્થાન આપવું ન જોઈએ. શેતાન અને તેના લશ્કરો સામેનું સૌથી શક્તિશાળી હથિયાર ઉપવાસ અને પ્રાર્થના છે.

પણ વહાલાઓ, તમારા પરમ પવિત્ર વિશ્વાસમાં વધતા જઈને અને પવિત્ર આત્મા વડે પ્રાર્થના કરો ***યહુદા ૧:૨૦***

જ્યારે તમે પ્રાર્થના કરો છો અને તમારી પાસે સતત પ્રાર્થનાનું જીવન છે ત્યારે તમે ભૂંડાઈને હરાવો છો. પ્રાર્થનામાં લાગુ રહેવામાં મહાશક્તિ સમાયેલી છે. ઉપવાસ પવિત્ર આત્માના સામર્થ્યને અનેકગણુ બનાવે છે. અને તમને અશુદ્ધ, આત્માઓ ઉપર અધિકાર આપે છે. જ્યારે તમે 'ઈસુના નામમાં' એ શબ્દો બોલો છો ત્યારે તેમાં ખૂબ જ શક્તિ સમાયેલી છે. એ પણ યાદ રાખો કે ઈસુનું મૂલ્યવાન રક્ત એ તમારું હથિયાર છે. દેવને કહો કે તમને તે રક્તમાં ઢાંકી રાખે. દેવનું વચન કહે છે

'તથા ઈસુ ખ્રિસ્ત જે વિશ્વાસુ શાહેદ અને મૂએલામાંથી પ્રથમજનિત અને પૃથ્વીના રાજાઓનો અધિપતિ છે તેના તરફથી તમને કૃપા તથા શાંતિ હોજો. જેણે આપણા પર પ્રેમ રાખ્યો અને પોતાના રક્ત વડે આપણને આપણા પાપથી મુક્ત કર્યા. '

પ્રકટી ૧:૫

એટલે સુધી કે તેઓએ માંદાને લાવીને માર્ગમાં પથારીઓ તથા ખાટલાઓ પર સુવાડયા, જેથી પીતર પાસે થઈને જાય તો તેનો પડછાયો પણ તેઓમાંનાં કોઈના ઉપર પડે.'

પ્રે.કૃ. ૫ :૧૫

પાઠ - ૪

મહાન વ્યુહકાર દેવ

દેવના મનને કોણ જાણી શકે? ૧૯૯૯માં હું પોસ્ટ ખાતામાં બદલાતી પાળીમાં નોકરી કરતી હતી. ત્યારે એક વસ્તુ લેવા હું વાંકી વળી અને મને ભારે કમરનો દુ:ખાવો ઉપડયો. મેં આસપાસ મારા સુપરવાઈઝર બેનને શોધ્યા પણ તેઓ કે બીજા કોઈ મને મળ્યા નહિ. હું ઘેર ગઈ ત્યારે મેં વિચાર્યું કે હું પથારીમાં જતા પહેલાં પ્રાર્થના કરીશ ત્યાં સુધીમાં દર્દ જતું રહેશે. બીજા દિવસે સવારે હું ઊઠી ત્યારે મારો દુ:ખાવો ચાલુ જ હતો. એટલે મેં મંડળીના વડીલને પ્રાર્થના માટે બોલાવ્યા. તેમણે મારે માટે પ્રાર્થના કરી. પ્રાર્થના દરમ્યાન પ્રભુએ મને કહ્યું કે પોસ્ટ ઓફિસના સાહેબને તારી ઈજા વિશે જાણ કર. તેમણે મને હું નોકરી પર જાઉં ત્યારે સુપરીન્ટેન્ડેન્ટને જાણ કરવા કહ્યું, જ્યારે હું નોકરી પર ગઈ ત્યારે મારી પાસે ઈજા બાબતે એક ફોર્મ ભરાવવામાં આવ્યું. તેઓએ મને ડોક્ટર પાસે જવાનું કહ્યું પણ મેં ના પાડી કારણ કે ડોક્ટરની સારવારમાં હું વિશ્વાસ ધરાવતી ન હતી. હું સાજાપણા માટે કેવળ દેવ પર જ ભરોસો રાખતી હતી. પરિણામ એ આવ્યું કે મારું દર્દ ઘણી જ ખરાબ રીતે વધી ગયું અને હળવા પ્રકારનું કામ સુપરીન્ટેન્ડેન્ટ આપી શકે માટે ડોક્ટરના પ્રમાણપત્ર ની ખાસ જરૂર હતી. આ સમય દરમ્યાન તેઓનાં ડોક્ટર મને તપાસ કરે માટે મેં વિનંતીઓ કરી પણ હવે તેઓ મને ડોક્ટર પાસે મોકલવા તૈયાર ન હતા. જ્યારે તેઓએ મારી તબિયતમાં સુધારો જોયો અને હું ચાલવા લાગી ત્યારે મને હવે સારું થઈ રહ્યું છે. તે જોઈને તેઓએ મને ઈજા માટેના ડોક્ટર પાસે મોકલી. તે ડોક્ટરે મને પછીથી હાડકાનાં નિષ્ણાંત ડોક્ટર પાસે જવાનું

જણાવ્યું. તેમણે સ્પષ્ટ નિદાન આપ્યું કે મને કાયમની કમરની તકલીફ થઈ ગઈ છે. આ જાણીને પોસ્ટ ખાતાના સાહેબ અસ્વસ્થ થઈ ગયા. પણ હું તેમના ડોક્ટરને આ વખતે મળવા તૈયાર થઈ તે બાબતનો મને ઘણો આનંદ થયો. હવે આગળ શું થશે તે હું જાણતી ન હતી. પણ દેવ જાણતા હતા. તેઓએ મને હળવું કામ આપ્યું એટલું જ નહીં પણ તેઓએ જાણ્યું કે હું કાયમી ઇજાગ્રસ્ત થઈ ગઈ છું. મારી સ્થિતિ વધારે ખરાબ થતાં તેમણે મને દિવસના ફક્ત છ કલાક, પછી ચાર કલાક અને પછી બે કલાક કામ કરવાની રજા આપી. મારો દુ:ખાવો એટલો અસહ્ય બન્યો કે નોકરી પર હંકારીને જવું આવવું મારે માટે મુશ્કેલ બની ગયું. હવે મારે સાજાપણા માટે સંપૂર્ણપણે દેવ પર જ આધાર રાખવાનો હતો. મેં પ્રાર્થના કરીને પ્રભુને પૂછ્યું કે મારે માટે તેની યોજના કેવી છે? દેવે મને જવાબ આપ્યો, 'તું ઘેર જાય છે' મેં વિચાર્યું કે તેઓ મને ઓફિસમાં બોલાવીને ઘેર મોકલી દેશે. પાછળથી મને ઓફિસમાં બોલાવવામાં આવી અને દેવે કહ્યું હતું તેમ મને ઘેર મોકલી દેવામાં આવી. સમય જતા મારી સ્થિતિ વધારે ખરાબ થઈ અને મને ચાલવા માટે કોઈ આધાર લેવો જરૂરી બન્યો. એક ડોક્ટરે મારી ઈજાની ગંભીરતા જોઈને મને સલાહ આપી કે નોકરી પર વળતર અપાવી શકે તેવા ડોકટરને તમારો કેસ સોંપો.

એક શુક્રવારે સાંજે પોસ્ટ ઓફિસ છોડતી વખતે હું દરવાજો ખોલતી હતી ત્યારે મે એક અવાજ સાંભળ્યો, 'હવે તું અહીં ફરી કદી નહીં આવે.' આ શબ્દોથી હું એટલી વિસ્મિત થઇ ગઈ કે હું વિચારવા લાગી કે કદાચ મને લકવો થઈ જશે અથવા હું નોકરીમાંથી બરતરફ થઈ જઈશ. અવાજ ખૂબ સ્પષ્ટ હતો અને આ સ્થળ જ્યાં હું ૧૯ વર્ષથી નોકરી કરતી હતી તેને ફરીથી જોવાની નથી. આનાથી મારી આર્થિક હાલત કેવી થશે તે વિશે હું અનિશ્ચિત હતી. તો પણ દેવ તો પહેલેથી બધું જાણે છે અને મારું આગળનું પગલું તે ગોઠવતા હતા. દેવ મહાન વ્યુહકાર તરીકે ધીમે ધીમે પણ બુદ્ધિપૂર્વક રીતે મારે માટે એ ભાવિ પાયો રચી રહ્યા હતા કે હું કોઈના માટે હવે કામ ન કરું પણ તેમની જ સેવા કરું. અઠવાડિક રજાઓ પછી મને નવા ઓર્થોપેડિક (હાડકાંના) ડોક્ટર મળ્યા તેમણે મને તપાસી અને હું લગભગ એક વરસના ટૂકાં ગાળા માટે ઇજાગ્રસ્ત છું તેવો અભિપ્રાય તેમણે આપ્યો.

પોસ્ટ ઓફિસના ડોકટરે મારા ડોકટરથી વિપરિત અભિપ્રાય આપ્યો. તેમણે કહ્યું કે હવે મને ઘણું સારું છે અને ૧૦૦ પાઉન્ડ વજન ઉપાડી શકું તેમ છું. હું તો ચાલી શકતી ન હતી, ઊભી રહી શકતી ન હતી, ઘણો લાંબો સમય બેસી શકતી પણ ન હતી અને મારા નબળા શરીર

એલિઝાબેથ દાસ

જેટલું પણ વજન ઉઠાવી શકતી ન હતી. તેથી મારા ડોક્ટર ઘણા અસ્વસ્થ થઈ ગયા. તેઓ મારી સ્વાસ્થ્ય અને શારીરિક ક્ષમતા માટે પેલા બીજા ડોક્ટરની વાત સાથે સંમત થયા નહિ. પ્રભુનો હું આભાર માનું છું કે મારા વિશે ડોક્ટરે પોસ્ટ ઓફિસના ડોક્ટર સાથે આ બાબતે વિવાદ કર્યો. અમારા વળતર ખાતાએ આથી ત્રીજા ડોક્ટરને નિયુક્ત કર્યા કે જેઓ આ પ્રશ્નમાં મધ્યસ્થીની ફરજ બજાવે. આ મધ્યસ્થી ડોક્ટર ઓર્થોપેડિક સર્જન હતા. તેમણે પાછળથી મારું નિદાન પથારીવશ અપંગ તરીકે કર્યું. હું કામ પર જઈ નહોતી શકતી તેનું કારણ મારી ઈજા ન હતી પણ મારા લોહીનો રોગ હતો તેથી હવે તમામ પરિસ્થિતિમાં અલગ વળાંક આવ્યો.

આ લોહીનો રોગ મને જન્મજાત હતો. અપંગ તરીકે નિવૃત્તિ પામવી તે વિશે મને કંઈપણ જાણકારી ન હતી. મારા હૃદયમાં ગુસ્સાના ભાવ સાથે મેં આ પરિસ્થિતિ માટે પ્રાર્થના કરી. હું જાણું છું કે ડોક્ટરે દર્દીના હકકમાં જે યોગ્ય હોય તે પ્રમાણે બોલવું જોઈએ નહિ કે પોસ્ટ ઓફિસની ખુશામત કરવી. દર્શનમાં મેં જોયું કે આ ડોક્ટર માનસિક રીતે સ્વસ્થ ન હતા. મેં તરત જ પ્રભુ ઈસુને વિનંતી કરી કે તે ડોક્ટરને ક્ષમા કરે. પ્રભુએ મારી સાથે વાત કરીને મને કહ્યું, કે ડોક્ટરે મારા ભલા માટે તેમનાથી બને તેટલું કર્યું હતું. આ કેવી રીતે તે મેં પ્રભુને પૂછયું કારણ કે મને તે સમજાતુ ન હતું. જો કે પ્રભુએ મને તેનો પાછળથી જવાબ આપ્યો હતો તે દરમ્યાન કાયમી અપંગપણાના લાભો માટે અરજી કરી કારણ કે હવે હું વધારે કામ કરી શકું તેમ ન હતું. મારી અરજી માન્ય થશે કે કેમ તે વિશે હું ચોક્કસ ન હતી. મારા સાહેબ અને ડોક્ટર બંને જાણતા હતા કેમ કે ફક્ત કમરની તકલીફ નહિ, પણ મારી કમરમાં ત્રણ ગાંઠો પણ હતી અને મારા કરોડરજ્જુ માં લોહીનો રોગ હતો. એટલે કરોડના મણકા ખસી જવાનો તેમજ લોહીનો રોગ હતો. મારું શરીર ઝડપથી ખરાબ થઈ રહ્યું હતું અને મને દુ:ખાવો પણ પુષ્કળ હતો.

મારા રોગના પીડાકારક ચિન્હો અને ઈજાઓએ મને ઘણું નુકસાન કર્યું. હું ચાલવા માટેના સાધનો વડે પણ ચાલી શકતી ન હતી વળી મારા પગો પર લકવાની અસર થઈ જેના કારણોથી હું વિકલાંગ હતી. તેથી મને એમ.આર.આઈ. કરવા માટે મોકલવામાં આવી. ડોક્ટરો મારી માનસિક સ્થિતિ વિશે જાણવા માંગતા હતા. પણ દેવનું મન કોણે જાણ્યુ છે અને તે મારા ભાવિ માટે કેવા પગલા લેતા હતા તેની કોને જાણ હતી? દેવ તો શ્રેષ્ઠ વ્યુહકાર છે કારણ કે તે વખતે મને બહુ જ થોડી ખબર પડી કે આ બધા પાછળ ખાસ કારણ હતું. તે

મારી કાળજી લે છે તેવો ફક્ત મારે વિશ્વાસ કરવાનો હતો. કાયમી અપંગતાના લાભો મેળવવા માટે એ નિયમ હતો કે શરીરના જો સ્વાસ્થ્ય સંબંધિત પ્રશ્ન હોય તો પર્સનલ ડોક્ટર તેને પ્રમાણિત કરી આપે. મારા નવા ડોક્ટર પાસે મારો જૂનો કોઈ ઈતિહાસ ન હતો માટે તેઓ અમારા ડિસએબીલીટી ડીપાર્ટમેન્ટ (અપંગ માટેનો મેડિકલ વિભાગ)ને મારું પૂરેપૂરું મેડીકલ મૂલ્યાંકન દર્શાવતું લખાણ આપવા તૈયાર ન હતા. હવે મને નાણાંકિય સમસ્યા પણ ઊભી થઈ. આ માટે હું એક જ સ્થાને ગઈ જ્યાં મને જવાબ મળવાની પૂરેપૂરી ખાતરી હતી. પ્રભુએ મને કહ્યું, તારી પાસે ઘણા મેડિકલ રીપોર્ટ છે તે બધા ડોક્ટરને મોકલી દે.

પછી મેં મારા બધા રીપોર્ટ ડોક્ટરને મોકલી દીધા. એટલું જ નહિ તે ડોક્ટર પણ મારી કાયમી અશક્ત તરીકે નિવૃત્તિ માટેની અરજીમાં વિગતો ભરી આપવા તૈયાર થઈ ગયા. પ્રભુની સ્તુતિ થાઓ ! જો આપણે પ્રમાણિકપણે પ્રભુની પાસે માંગીએ તો તે જવાબ આપવા હંમેશા તત્પર હોય છે. આપણે સદા શાંત રહેવુ અને તેનો જવાબ સાંભળવો તે અગત્યનું છે. ઘણીવાર જવાબ તરત મળતો નથી. મેં મહાન વ્યુહકારની વાટ જોઈ કે તેઓ મારું જીવન તેમની ઈચ્છા પ્રમાણે ગોઠવે. પછીના કેટલાક મહિનાઓ દુ: ખદાયક અને પડકારજનક હતા. મેં શરીરમાં ઘણી પીડા વેઠી એટલું જ નહિ, હું ચોપડીનું એક પાનુ પણ ફેરવી શકતી ન હતી. મારા સાજાપણા માટે મારો સંપૂર્ણ આધાર દેવ પર જ હતો માટે હું માનતી હતી કે ખાસ કારણસર હું આ સંજોગોમાંથી પસાર થઈ રહી છું. પણ મને ખાતરી હતી કે હું મરીશ તો નહિ જ. આ વાત પર વિશ્વાસ કરીને હું દરરોજ હરેક પળ માટે દેવનો આભાર માનવા લાગી કે હું જીવતી છું ને જે પણ પરિસ્થિતિમાં છું તેને માટે હું પ્રભુની આભારી હતી. મેં ઉપવાસ અને પ્રાર્થનાઓ કરીને આ દુઃખદાયક પીડાઓના સમયમાંથી રસ્તો શોધવાનો પ્રયત્ન કર્યો. તે પ્રાર્થનાઓ જ મારા સામર્થ્યનો શ્રોત અને મારા આશ્રયનું સ્થાન બની હતી.

મારા જીવને બીજો ખરાબ વળાંક લીધો હતો હું કામ કરી શકતી ન હતી અને ખૂબ કમજોર થઈ ગઈ હતી. રોજ પુષ્કળ પ્રાર્થના અને કાલાવાલા છતાં મારી સ્થિતિ સુધરતી ન હતી. પણ વધારે ખરાબ થતી જતી હતી. આમ છતાં હું જાણતી હતી કે પ્રભુ એક જ મારો જવાબ છે અને ચોક્કસ તેઓ મારે માટે સારું જ કરશે. તેમણે મને પોતાની હાજરી અને સમક્ષતાનો અનુભવ આપ્યો હતો અને હું જાણતી હતી કે તેઓ મારા પર પ્રેમ કરતા હતા, મારે વિશ્વાસ રાખવા માટે અને રાહ જોવા માટે તે પૂરતું હતું. કારણ કે મારા વ્યુહકાર માલિકની મારા માટે ચોક્કસ યોજના હતી.

મારી માતા ૮૫ વર્ષની ઉંમરના હતા અને તે મારી સાથે રહેતા હતા. મારી જેમ તેઓ પણ અશક્ત અને બિમાર હતા. તે હાલતમાં તેમને મદદ અને કાળજીની ઘણી જરૂર હતી. જ્યારે મારી પ્રેમાળ માતાને મારી ખાસ જરૂર હતી ત્યારે જ હું તેમની પ્રાથમિક જરૂરીયાતો પૂરી કરી શકતી ન હતી. ઉપરથી મારી નિર્બળ માતાને તેમની નજર સામે તેમની દીકરીની કથળી રહેલી સ્થિતિ જોવાના વસમા દિવસો હતા. અમે બે સ્ત્રીઓ, માતા અને પુત્રી કોઈપણ આશા વિનાની સ્થિતિમાં હતા અને છતાં અમે ચમત્કારો કરનાર પરાક્રમી દેવ પર ભરોસો રાખતા હતા. એક દિવસ મારી માએ મને ઘરમાં પડી જતા જોઈ, તેઓ બૂમ પાડીને રડી પડયા. મને કંઈ પણ મદદ કરવા તેઓ અશક્ત હતા. મને આ રીતે પડી જતાં જોવું તે મારી માતા માટે અસહ્ય અને ભયંકર હતું પણ પ્રભુએ પોતાની મહાન દયામાં મને ઊભી કરી. મારી સ્થિતિ આ હદે ખરાબ છે તે સાંભળીને મારા ભાઈ- બહેન અને તેમના કુટુબીજનો ઘણા દુ:ખી અને ચિંતાતુર થઈ ગયા. મારા વહાલા વૃદ્ધ પિતા કે જેમને સંભાળ માટે બીજે રાખ્યા હતા તેઓ આવુ જાણીને રડતા અને કંઈ બોલતા નહિ. અમારા સર્વની આવી સ્થિતિ જોતા અમારી ખાતર પ્રભુ આ દુ:ખના સમયો પૂરા કરે એવી મેં પ્રાર્થના કરી. હવે આ દુ:ખ મારે એકલીએ જ સહેવાનું ન હતું, મારા પ્રિયજનો પર પણ તેની અસર થતી હતી. મારા જીવનનો સૌથી અંધકારમય સમય તે હતો. મેં શરૂઆતથી જ દેવના વચનો તરફ જોયું હતું.

'તું ચાલીશ ત્યારે તારા પગલા સંકોચ પામશે નહિ, અને તું દોડીશ ત્યારે તને ઠોકર વાગશે નહિ.' ***નીતિ. ૪:૧૨***

મારા હૃદયમાં મોટા આનંદ સાથે મેં દેવના વચન અને તેની આ પ્રતિજ્ઞા વિશે વિચાર કર્યો. તેમાં જણાવ્યું હતું કે હું ફક્ત પગલું ભરી શકીશ એમ નહિ પણ એક દિવસ આવશે કે જ્યારે હું દોડી પણ શકીશ મેં પ્રાર્થનામાં વધુ સમય આપવા માંડયો કારણ કે પ્રાર્થના દ્વારા દેવનું મુખ શોધવા સિવાય હું બીજું કઈ પણ કરી શકતી ન હતી. આ કાર્યએ રાત અને દિવસ મારા મનનો કબજો કરી લીધો. મારા તોફાની સમુદ્રમાં દેવનું વચન મારે માટે આશાનું લંગર બન્યુ. દેવ આપણી ગરજો પૂરી પાડે છે એ પ્રમાણે તેણે મારા માટે મોટરવાળી વ્હીલચેર મેળવવાનો રસ્તો ખોલ્યો જેથી મને હરવા ફરવા માટે થોડી સરળતા થઈ. જ્યારે હું ઊભી થતી ત્યારે મદદ હોવા છતાં હું મારું સમતુલન જાળવી શકતી ન હતી.

મેં તે તેમની રીતે કર્યું

મારા આખા શરીરમાં બેચેની અને દુઃખાવો જ હતો. જે કંઈપણ દિલાસો મને મળતો તે સંબોધક, એટલે પવિત્ર આત્મા વડે મળતો હતો. જ્યારે પ્રભુના લોકો મારે માટે પ્રાર્થના કરતા ત્યારે મને હંમેશા થોડો સમય સારું લાગતું તેથી હું હંમેશા બીજાઓ પાસે પ્રાર્થના કરાવતી હતી. એક દિવસ હું જમીન પર પડી ગઈ. મને હોસ્પિટલમાં લઈ જવામાં આવી. હોસ્પિટલના ડોક્ટરે મને દુ:ખાવા શમનની ગોળી લેવા માટે સમજાવવાની કોશિષ કરી. છેલ્લે મને તે એકલી છોડે તે આશયથી મેં ગોળી લીધી. હું દવા લેતી નથી તે ડોક્ટરને વિચિત્ર લાગ્યું. મારે માટે તો દેવ જ મારા ડોક્ટર અને સાજાપણું આપનાર હતા. હું અંગત રીતે તેવો વિશ્વાસ કરતી હતી. હું જાણતી હતી કે દેવ આપણને આપણા ઠરાવેલા સમયમાં સાજાપણું આપી શકે છે. અગાઉ તેણે ઘણી વખત આ રીતે સાજાપણું આપ્યું પણ હતું, તો અત્યારે તે કેમ તેવું ન કરે ? હું મક્કમ પણે માનતી હતી કે મને મદદ કરવાની દેવની જવાબદારી હતી. આવા વિચાર સાથે મેં વિશ્વાસ સાથે પ્રાર્થના કરી. મારા વિચારો કોઈ બદલી શકે તેમ ન હતું. દેવના સાજાપણા સિવાય હું બીજું કંઈ જોઈ શકતી ન હતી. પ્રાર્થના દ્વારા મેં મારા વ્યુહકાર પ્રભુની વાટ જોઈ દેવ પર આધાર રાખવાની મારી વિચાર પ્રક્રિયા એમ મજબૂત બનવા લાગી. જેમ જેમ હું વધારે પ્રાર્થના કરતી ગઈ તેમ તેમ દેવ સાથેનો મારો સંબંધ ખૂબ ઊંડી રીતે અને અંગત રીતે વધતો ગયો કે જે વિશેની સમજણ જેઓ દેવના માર્ગો કે તેના અસ્તિત્વને જાણતા નથી તેઓ સમજી ના શકે. તે ભયાવહ દેવ છે ! જે દિવસે મેં હોસ્પિટલ છોડી તે દિવસે મેં મારા એક મિત્ર બેનને પોતાના વાહનમાં મને લઈ જવા તેડાવ્યા. તેમણે મારા માથા પર હાથ મૂકીને પ્રાર્થના કરી તેથી મને કેટલોક સમય દુ:ખાવામાં રાહત મળી. પ્રાર્થના તે જાણે કે હું દેવે લખી આપેલો દવાનો ડોઝ લેતી હોઉં તેમ હું અનુભવતી હતી. આ સમયોમાં દેવે એક બહેનને રોજ સવારે ચાર વાગે મારે માટે પ્રાર્થના કરવા મોકલ્યા. તે મારે માથે હાથ મૂકીને પ્રાર્થના કરાવતા હતા. તેનાથી મને થોડો સમય જ રાહત મળતી હતી પણ આ રીતે મને પ્રાર્થનાના સાથી મળ્યા. હું પૂરા હૃદયથી માનતી હતી કે મારી બધી પરિસ્થિતિ દેવના અખત્યારમાં હતી. મારા શરીરની સ્થિતિ વધારે ને વધારે ખરાબ થતી ગઈ. મારા જ્ઞાનતંતુઓમાં નુકશાન થવાને કારણે મારા પગના તળિયા સુધી અને માથા સુધી લોહી કે ઓક્સિજન પહોંચતો ન હતો. તે ઓછું હોય તેમ હું મારા પોતા પર અંકુશ ગુમાવવા લાગી. મારા ચહેરા પર ખેંચ આવતી હતી તેથી હું સ્પષ્ટ શબ્દો બોલી શકતી ન હતી. મારી કમરના જ્ઞાનતંતુઓમાં નુકસાન પહોંચ્યું હતું અને મારા શરીરના રોગોનું લીસ્ટ ઉત્તરોત્તર વધતું જતું હતું. મને તાત્કાલિક ધોરણે સાજાપણું મળ્યું નહિ. નીતિ ૪:૧૨ ની દેવની પ્રતિજ્ઞાનું શું થયું તે વિશે હું આશ્ચર્ય અનુભવતી હતી. મને લાગ્યું કે ત્યાર પછી મેં કોઈ પાપ કરી નાખ્યું હશે.

તેથી મેં પૂછ્યું, 'વહાલા પ્રભુ ઈસુ કૃપા કરીને મને જણાવો કે મારાથી શી ભૂલ થઈ છે. હું પસ્તાવો કરીશ." મેં દેવને વિનંતી કરી કે મારી સાથે અથવા મારા કોઈ મિત્ર સાથે વાત કરીને તમારું વચન મને મોકલો હું દેવ પર ગુસ્સામાં ન હતી પણ નમ્ર હૃદયથી દેવને વિનંતી કરતી હતી કારણ કે સાજા થવા માટે હું ખૂબ જ બેચેન હતી.

તે દિવસે મોડેથી મારા પર ફોન આવ્યો મને થયું કે શું આ પ્રભુ તરફથી જવાબ હશે? પણ જ્યારે ખબર પડી કે તે ફોન બીજા માટે છે ત્યારે મને નિરાશા થઈ. પછી હું પથારી પર સૂઈ ગઈ અને સવારે ચાર વાગ્યે પ્રાર્થના માટે ઊઠી મારા પ્રાર્થનાના સાથી પણ આવી ગયા મે તેમની સામે આશાથી જોયું કે પ્રભુએ તેના દ્વારા જવાબ મોકલ્યો હશે. પણ હતાશાજનક રીતે તેમના દ્વારા પણ કોઈ જવાબ આવ્યો નહિ.

તેમના ગયા પછી હું મારા રૂમમાં આરામ માટે ગઈ હું આડી પડી કે તરત પાછલો દરવાજો ખુલવાનો અવાજ મને આવ્યો હું ત્યા જોવા માટે ગઈ તો ઘરના રખેવાળ બહેન કારમેન હતા. તેમણે અંદર આવીને મને પૂછ્યું કે મને કેવું છે. મેં કહ્યું કે મને બહુ ખરાબ લાગે છે પછી હું પાછી ફરીને મારા રૂમમાં ગઈ કારમેને મને કહ્યું 'તમારા માટે એક વચન છે, આજે જ્યારે વહેલી સવારે ચર્ચમાં પ્રાર્થના કરતી હતી ત્યારે પ્રભુ ઈસુ મારી પાસે આવ્યા અને કહ્યું કે, સીસ્ટર એલીઝાબેથ દાસ કસોટીઓમાંથી પસાર થઈ રહ્યા છે. આ તેમની લાંબી અગ્નિરૂપી કસોટી છે તેમણે કશું ખોટું કર્યું નથી તેઓ પરખાઈને સોના જેવા બહાર નીકળશે. હું તેમના પર ખૂબ પ્રેમ રાખું છું.'

યાદ કરો, મેં આગલી રાતે જ પ્રભુને પૂછયું હતું કે પ્રભુના રાજ્યાસનના ભવનમાં તેમની સાથે હતી.

"

જૂઓ, યહોવાહનો હાથ એટલો ટૂંકો થઈ ગયો નથી કે તે બચાવી ન શકે, અને તેનો કાન એવો મંદ થયો નથી કે તે સાંભળી ન શકે.' ***યશા. ૫૯:૧***

મારા જીવનની તે પળે મને લાગ્યું કે હું માનસિક સ્વસ્થતા ગુમાવી દઈશ હું વાંચી કે યાદ રાખી શકતી ન હતી. મારું મન કેન્દ્રિત થઈ શકતુ ન હતું. જીવવા માટેની મારી એકમાત્ર અભિલાષા અને કારણ દેવનું ખૂબ જ ભજન કરવું અને પ્રાર્થનામાં લાગુ રહેવું તે હતું. હું દર

બીજા દિવસે આશરે ત્રણ થી ચાર કલાક ઊંઘતી હતી. જયારે હું ઊંઘી જતી ત્યારે દેવ મારો શાલોમ (શાંતિ) હતા. દેવના પવિત્ર નામને ગૌરવ, મહિમા અને સ્તુતિ હો! મારી પ્રાર્થનાઓમાં મેં પ્રભુને મોટે સાદે પોકાર્યું, 'પ્રભુ, હું જાણું છું કે હું આમાંથી એકદમ બહાર નીકળી શકું તેમ છું કારણ કે તમે મને સાજી કરી શકો છો અને સાજી કારશોજ. હું મારા કસોટીકાળ વિશે વિચારવા લાગી કે જેમાંથી હું ફક્ત વિશ્વાસ વડે જ બહાર નીકળી ન શકતી હતી. મેં એ પણ વિચાર્યું કે કસોટીની શરૂઆત અને અંત બંને હોય છે.

'મારી નાંખવાનો વખત અને સાજુ કરવાનો વખત; તોડી પાડવાનો વખત અને બાંધવાનો વખત.' ***સભા. 3:3***

એક વખત આ દુઃ ખદાયક સમય પૂરો થઇ જશે પછી તો હું વિશ્વાસની એક મજબૂત અને સદા ટકનારી સાક્ષીરૂપ બનવાની હતી. એ બાબત પરના વિશ્વાસમાં મારે રહેવાનું હતુ સર્વશક્તિમાન દેવના આશ્ચર્યજનક કાર્યોની સાક્ષી હું ઘણાને વહેંચવાની હતી. હાલમાં તો આવા વિચારો દ્વારા હું વિશ્વાસ રાખું તે બરાબર હતું અને તે વાતો હું મનમાં ઠસાવ્યા કરતી હતી. મારે તો મારા આશાના લંગર ઉપર જ આધાર રાખવાનો હતો. અને ખ્રિસ્ત સિવાયનો કોઈ માર્ગ મારે માટે હતો જ નહિ. તે જ માર્ગની યોજના પ્રમાણે આગળ જતાં એમ બન્યું કે જેમને પ્રભુએ સાજાપણા માટેનું શક્તિશાળી દાન ઈસુના નામમાં આપ્યું હતું તે પ્રભુના સેવક તરફ મને દોરવામાં આવી. દેવનું વચન કદી બદલાતું નથી અને દેવ પણ કદી બદલાતા નથી. તે ગઇકાલે, આજે અને સદાસર્વકાળ એવાને એવા જ છે. નવો જન્મ પામેલા વિશ્વાસી તરીકે આપણે વિશ્વાસને પ્રેમ દ્વારા જાળવી રાખવો જોઈએ. અને દેવના વચન પર પ્રેમ રાખવો જોઈએ.

કેમ કે વિનાશી બીજથી નહિ, પણ અવિનાશીથી, દેવના જીવંત તથા સદાકાળ રહેનાર વચન વડે, તમને પુનર્જન્મ આપવામાં આવ્યો છે. ***૧ પિતર ૧:૨૩.***

વિશ્વાસ સેંકડો વર્ષો પહેલા પારખ્યો તો તે આજે પણ માણસો અને સ્ત્રીઓને પારખશે.

" જે માણસ પરીક્ષણમાં પાર ઉતરે છે તેને ધન્ય છે. કેમ કે પાર ઉતર્યા પછી જીવનનો જે મુગટ પ્રભુએ પોતાના પર પ્રેમ રાખનારાઓને આપવાને કબૂલ કર્યું છે તે તેને મળશે."

(યાકૂબ ૧:૧૨)

મેં બાઈબલમાં આપેલી દાનિયેલની વાત વિશે વિચાર કર્યો. તે એવી સ્થિતિમાં આવી પડયો કે જ્યાં તેના વિશ્વાસની પારખ કરવામાં આવી. દેવે દાનીયેલને સિંહોના બીલમાં સંભાળ્યો કારણ કે તેણે દાર્યાવેશની આજ્ઞા માની નહિ. તેણે ફક્ત દેવને જ પ્રાર્થના કરી. દાર્યાવેશને પ્રાર્થના કરવાનો તેણે નકાર કર્યો. આપણે અયુબ વિશે પણ જોઈએ છીએ. તે ઈશ્વરભક્ત માણસ દેવ પર ભરોસો રાખતો હતો. તેણે પોતાની પાસે જે હતું તે સર્વસ્વ ગુમાવી દીધું. અને તેનું શરીર રોગથી ભરાઈ ગયું. તો પણ અયુબે દેવને શાપ દીધો નહિ. પવિત્ર શાસ્ત્રમાં આવા ઘણા બધા પુરુષો અને સ્ત્રીઓનો ઉલ્લેખ કરેલો છે. જેઓ ગમે તે કસોટીમાંથી પસાર થાય, પણ તે કસોટીની શરૂઆત પણ હતી અને અંત પણ હતો. દેવ આ કસોટીઓમાં તેઓની સાથે હતા કારણ કે તેઓએ દેવ પર ભરોસો મૂક્યો હતો. હું પવિત્ર શાસ્ત્રના આવા દાખલાઓ ઉપર ધ્યાન આપું છું. કારણ કે તે આપણા શિક્ષણ અને પ્રેરણા માટે છે. દેવ દરેક બાબતને માટે આપણો જવાબ છે. એકલા તેમના પર જ ભરોસો રાખો અને તેમના વચનને વળગી રહો. કારણ કે તેમનું વચન તમારે માટે સત્ય છે.

અને વિશ્વાસ તથા નિર્મળ અંતઃકરણ રાખ; એનો ત્યાગ કરવાથી કેટલાએકે વિશ્વાસરૂપી વહાણ ભાંગ્યું. ' ***૧ તીમોથી ૧:૧૯***

યાહ મારું સામર્થ્ય તથા ગીત છે. ને તે મારું તારણ થયો છે. તે મારો દેવ છે ને હું તેની સ્તુતિ કરીશ. તે મારા પિતાનો દેવ છે ને હું તેને મોટો માનીશ. ***નિર્ગમન ૧૫:૨***

મારા ખડકનો દેવ, હું તેના પર ભરોસો રાખીશ. તે મારી ઢાલ તથા મારા તારણનું શિંગ, મારો ઊંચો બુરજ તથા મારું આશ્રયસ્થાન છે. હે મારા ત્રાતા, તું મને જુલમમાંથી બચાવે છે. ***૨ શમૂ. ૨૨ : ૩***

યહોવાહ મારો ખડક, મારો કિલ્લો તથા મારો બચાવનાર છે, મારો દેવ, મારો ગઢ, તેના પર હું ભરોસો રાખીશ. તે મારું બખતર, મારા તારણનું શિંગ અને મારો ઊંચો બુરજ છે.
ગી.શા. ૧૮ :૨

યહોવાહ મારુ અજવાળું તથા મારું તારણ છે; હું કોનાથી બીઉં? યહોવા મારા જીવનનું સામર્થ્ય છે; મને કોનું ભય લાગે? **ગી.શા. ૨૭ :૧**

ઈશ્વર પર મેં ભરોસો રાખ્યો છે, હું બીવાનો નથી. માણસ મને શું કરનાર છે ? ગી.શા. **૫૬ :૧૧**

ઈશ્વરમાં મારું તારણ તથા ગૌરવ છે; મારા સામર્થ્યનો ખડક તથા મારો આશ્રય ઈશ્વરમાં છે. **ગી.શા. ૬૨ ૭**

Done

પાઠ - ૫
તમારા વિશ્વાસને જાહેરમાં કબૂલો

મને થોડા સમય માટે ધૂળની એલર્જી (એનાથી શરીર પર વિપરિત અસર થાય) થઈ હતી. જેને કારણે મારા ચહેરા પર ખંજવાળ આવતી હતી. મને વિશ્વાસ હતો કે દેવ મને આ બીમારીમાંથી સાજાપણું આપશે. એક દિવસ મારા એક સહકર્મીએ મને જોઈને કહ્યું કે તમારી એલર્જી ઘણી ખરાબ છે મેં તેમને કહ્યું કે મને એલર્જી નથી. મેં તેમને સમજાવ્યું કે દેવે મારી સાજાપણા માટેની પ્રાર્થના પર ક્યારનુંયે ધ્યાન આપ્યું છે તેવો હું વિશ્વાસ કરું છું. આ મારો '(બીમારીનું) નામ ન લેવું' અને 'તે છે તેવું કોઈને ન કહેવું' તેવો વિશ્વાસ હતો. તે જ દિવસે દેવે મારી પ્રાર્થનાને માન્ય કરી અને મારી બીમારી તેના ચિન્હો સાથે મટાડી દીધી. કેવા અદ્ભૂત દેવની આપણે સેવા કરીએ છીએ. આપણે આપણા મોંથી આપણી બીમારી વિશે કોઈને કહેવાનું નથી કે તેનું નામ પણ લેવાનું નથી. જ્યારે તમે પ્રાર્થના કરો છો ત્યારે વિશ્વાસ કરો કે પ્રભુએ તેને તરત જ આકાશમાં સાંભળી છે અને દેવે પોતાના દૂતને તમને સાજાપણું આપવાને માટે મોકલી આપ્યો છે. તમારા વિશ્વાસને લોકો આગળ જાહેર કરો, તમારી બીમારી કે રોગને નહિ.

હું કાપરનાહૂમની પ્રભુ ઈસુ અને જમાદારની વાર્તા તમારા સ્મરણમાં લાવું છું.

અને ઈસુ કાપરનાહૂમમાં પેઠો ત્યારે એક જમાદારે તેની પાસે આવીને તેને વિનંતી કરી કે, ઓ પ્રભુ, મારો ચાકર ઘરમાં પક્ષઘાતી થઇને પડેલો છે ને તેને ભારે પીડા થાય છે. ત્યારે તે તેને કહે છે કે હું આવી તેને સાજો કરીશ. જમાદારે તેને ઉત્તર દીધો કે ઓ પ્રભુ, તું મારા છાપરા તળે આવે તેવો હું યોગ્ય નથી. પણ તું કેવળ શબ્દ કહે એટલે મારો ચાકર સાજો થશે. કેમ કે હું પણ પરાધિન માણસ છું અને સિપાઈઓ મારી સત્તાને સ્વાધિન છે અને એકને હું કહું છું કે જા ને તે જાય છે અને બીજાને કહું છું કે આવ ને તે આવે છે અને મારા દાસને કહું છું કે એ કર ને તે તે કરે છે ને તે સાંભળીને ઈસુ અચરત થયોને પાછળ આવનારાઓને તેણે કહ્યું કે હું તમને ખચીત કહું છું કે એટલો વિશ્વાસ મેં ઈસ્રાએલમાં પણ જોયો નથી.’ ***માત્થી ૮: ૫-૧૦***

જમાદાર નમ્રતાથી પ્રભુ ઈસુ પાસે આવે છે અને ઈસુના વચનના પરાક્રમ પર તે વિશ્વાસ કરે છે. જમાદાર પોતાના શબ્દો દ્વારા પ્રભુ ઈસુને જણાવે છે કે તેમના બોલાએલા શબ્દોમાં પરાક્રમ છે અને તે તેના ચાકરને સાજો કરશે તેવો વિશ્વાસ તે ધરાવે છે.

આપણે બીજાઓને શું કહીએ છીએ તે દ્વારા આપણે તેમનામાં વિશ્વાસ અને આશા ઉત્પન્ન કરી શકીએ છીએ. આપણે કેવળ મનમાં જ વિશ્વાસ ન રાખીએ પણ જ્યારે આપણને તક મળે ત્યારે આપણે પ્રભુને કહીએ કે તે આપણી સહાય કરે જેથી આપણે તેઓ મધ્યે સેવા કરીને તેઓને તારણ તરફ દોરી જઈએ. બીજાઓના જીવનોને અસરકારક રીતે સ્પર્શવાનો અને તારણનું બીજ તેમનામાં વાવવાનો આ જ એક માર્ગ છે. એવા ઘણા સમયો આવશે, આવા સમયોમાં પ્રભુ આપણને અભિષેક સાથે બોલવા માટે શબ્દ આપશે. કારણ કે પાપીઓ સુધી પહોંચવા માટેની આપણા હૃદયની તીવ્ર ઈચ્છા તે જાણે છે દેવનો પ્રેમ તેની દયા અને કૃપા જે આપણને પસ્તાવો કરવા માટે દોરે છે. તેને માટે હું દેવનો ખૂબ જ આભાર માનું છું તે આપણા પાપ માફ કરવા તત્પર છે. અને આપણી નિર્બળતાઓ તે જાણે છે કારણ કે તે જાણે છે કે આપણે મનુષ્યો જ છીએ.

અને તેણે મને કહ્યું કે તારે વાસ્તે મારી કૃપા બસ છે કેમ કે મારું સામર્થ્ય નિર્બળતામાં સંપૂર્ણ થાય છે. ખ્રિસ્તનું પરાક્રમ મારા પર આવી રહે એ સારું ઉલટું હું ઘણી ખુશીથી મારી નિર્બળતા વિશે અભિમાન કરીશ. એ માટે નિર્બળતામાં, અપમાન સહન કરવા, તંગીમાં,

સતાવણીમાં અને સંકટમાં ખ્રિસ્તની ખાતર હું આનંદ માનું છું કારણ કે જ્યારે હું નિર્બળ છું ત્યારે હું બળવાન છું. **૨ કો. ૧૨: ૯ -૧૦**

ત્યારે ઈસુએ તેઓને કહ્યું કે 'તમારા અવિશ્વાસને લીધે કેમ કે હું તમને કે ખચીત કહું છું કે તમને રાઈના દાણા જેટલો વિશ્વાસ હોય તો તમે આ પહાડને કહેશો કે તું અહીંથી ખસી જા અને તે ખસી જશે અને તમને કંઈ અશક્ય થશે નહિ.' **માત્થી ૧૭ :૨૦**

પાઠ- ૬

દેવ અને તેના સેવકનું સાજાપણું આપનાર પરાક્રમ

આ પ્રકરણની શરૂઆત ભાઈ જેમ્સ મીન વિશે થોડું કહીને કરું છું. ભાઈ જેમ્સ મીનની કેલીફોર્નીયામાં ડાયમન્ડ બારમાં જોડા સમા કરવાની દુકાન હતી. તેઓ પોતાના ગ્રાહકોને પણ દેવના પરાક્રમ વિશે સાક્ષી આપતા હતા. એક સમયે તેઓ નાસ્તિક હતા પણ પછી તેમણે ખ્રિસ્તી વિશ્વાસનો પવિત્ર આત્મા મળ્યાથી અંગીકાર કર્યો હતો. પાછળથી તેમને પ્રેરિતોના સત્યના સિદ્ધાંતની જાણકારી થઈ, તેમણે પ્રભુ ઈસુના નામમાં બાપ્તિસ્મા લીધું અને હવે તેઓ દૃઢ વિશ્વાસી છે. તેમને પવિત્ર આત્મા મળેલો છે જેની સાબિતીરૂપે તેઓ અન્ય ભાષાઓમાં બોલે છે. જ્યારે હું પહેલી વાર ભાઈ જેમ્સને મળી ત્યારે તેમણે મને તેમની સાક્ષી આપી. તેમણે કહ્યું કે મેં પ્રભુના દાનો મને મળે અને મારો ઉપયોગ થાય જેથી બીજાઓ વિશ્વાસ કરે અને ચમત્કારો દ્વારા પ્રભુ વિશે જાણે તેવી દેવને પ્રાર્થના કરી. વિશ્વાસી તરીકે આપણામાં દેવના દાનો પ્રગટ થાય તેની ખૂબ જ જરૂર છે. દેવ આ રીતે આપણો ઉપયોગ કરે છે અને તેનાથી બીવું ન જોઈએ. આજે પણ આ દાનો આપણે માટે દેવે ઉપલબ્ધ રાખ્યા છે. નવા કરારની પ્રાચીન મંડળી દેવના આત્મા માટે અને સ્વર્ગીય દાનોની પ્રાપ્તિ માટે ખૂબ જ સંદવેદનશીલ હતી.

હું તમને ખચીત ખચીત કહું છું કે હું જે કામો કરું છું તે જ મારા પર વિશ્વાસ રાખનાર પણ કરશે, અને તેના કરતા પણ મોટા કામ કરશે; કેમ કે હું બાપની પાસે જાઉં છું.

યોહાન. ૧૪ :૧૨

પ્રાર્થના કરો કે પવિત્ર આત્માના આ દાનો વિશે સમજવાને માટે મંડળીના આગેવાન તમારી સહાય કરે અને તમને દેવે જે દાનો આપ્યા હોય તે સંબંધી સહકાર આપે. તમે દેવે આપેલા દાનોનો ઉપયોગ કરી શકો માટે દેવ તમારી સહાય કરે તેવી પ્રાર્થના કરો કારણ કે આ દાનો સીધા દેવ પાસેથી જ આવે છે. જો તમારું દાન જાહેર રીતે મંડળીમાં વપરાઈ રહ્યું હોય તો પોતાને માટે બહું ઊંચા વિચારો ધરાવશો નહિ. કેટલાક દાનો વડે દેવ તમને તેમના પાત્ર તરીકે તેને જે કાર્યો કરવાના છે તેને માટે વાપરશે. એવું બને કે તમારામાં જે દાન હોય તેનાથી તમે અજાણ હોય. કેટલાક દાનો દ્વારા તમે લોકોમાં પ્રિય નહિ બની શકો પણ દેવ જ્યારે બોલે છે ત્યારે તમારે તેને આધિન થવાનું જ છે. બધાનો આધાર આપણને મળેલા દાન ઉપર છે. પ્રભુ તરફથી જ્ઞાન માટે પ્રાર્થના કરો કે દેવ તેના અભિષેકના સામર્થ્ય સાથે તેના દાનનો તમારામાં ઉપયોગ કરે. દેવે તમને ખાસ કારણથી પસંદ કર્યા છે અને તે પણ ભૂલતા નહિ કે દેવના દાનો તેની મંડળીની ઉન્નતિ માટે છે. સાચી મંડળી એક જ છે જ્યાં આત્મા અને સત્યતાથી દેવનું ભજન થાય છે.

હવે કૃપાદાનો અનેક પ્રકરના છે, તો પણ આત્મા તો એકનો એક. વળી સેવા અનેક પ્રકારની છે પણ પ્રભુ તો એકનો એક, કાર્યો અનેક પ્રકારના છે પણ દેવ એકનો એક છે. જે સર્વમાં કર્તાહર્તા છે. પણ આત્માનું પ્રકટીકરણ દરેકને સામાન્ય હિતને માટે આપવામાં આવ્યું છે. કેમ કે કોઇને આત્માથી જ્ઞાનની વાત આપવામાં આવેલી છે, કોઇને એ જ આત્માથી વિદ્યાની વાત, કોઇને એ જ આત્મા વડે વિશ્વાસ; કોઇને એ જ આત્મા વડે સાજા કરવાના કૃપાદાન; કોઇને ચમત્કાર કરવાનું દાન; કોઇને પ્રબોધ; કોઇને આત્માઓની પરીક્ષા કરવાનું, કોઇને ભિન્ન ભિન્ન ભાષાઓ; અને કોઇને ભાષાંતર કરવાનું દાન આપવામાં આવેલું છે પણ પોતાની ઇચ્છા પ્રમાણે દરેકને જુદા જુદા દાન વહેંચી આપીને એ સર્વ કરાવનાર એ ને એ જ આત્મા છે. ***૧ કોરીંથ ૧૨:૪-૧૧***

ભાઈ જેમ્સે મને કહ્યું કે આ દાનો માટે મેં પ્રાર્થના કરી કે જેથી પવિત્ર આત્માની સહાયથી દેવના આશ્ચર્યજનક કામો, ચિન્હો તથા ચમત્કારો દ્વારા પ્રગટ થાય. તેઓ રાત અને દિવસ દેવનુ વચન સતત વાંચ્યા કરતા હતા. તેમને ખાતરી થઇ કે પવિત્ર આત્માના દાનોના પ્રકટીકરણ દ્વારા અવિશ્વાસીઓના હૃદયોમાં વિશ્વાસનું બીજ વાવી શકાશે. આપણે પોતે જ

વિશ્વાસનો નમૂનો બનવું જોઈએ કારણ કે ઈસુએ પોતે કહ્યું છે કે વિશ્વાસીઓ પોતે આવા ચમત્કારો કરશે અને તેનાથી પણ મોટા કામો કરશે.

*હવે વિશ્વાસ તો જે વસ્તુઓની આશા આપણે રાખીએ છીએ તેની ખાતરી છે, અને અદૃશ્ય વસ્તુઓની સાબિતી છે." **હિબ્રુ ૧૧:૧***

*" પણ વિશ્વાસ વગર (દેવને) પ્રસન્ન કરવો એ શક્ય નથી. કેમ કે દેવની પાસે જે કોઈ આવે, તેણે એવો વિશ્વાસ કરવો જોઈએ કે તે છે અને જેઓ ખંતથી તેને શોધે છે તેઓને તે વળતર (ઇનામ) આપનાર છે. **(હિબ્રુઓને પત્ર ૧૧ : ૬)***

બ્રધર જેમ્સને દર્શન હતું કે ઈશ્વર તેઓને આત્મિક દાનો આપશે. આજે તેઓ સાજા કરવાના અને છૂટકારો પમાડવાનાં કૃપા દાનથી કાર્ય કરે છે. બ્રધર જેમ્સની સેવા દ્વારા સ્વર્ગમાં એક સમય નિશ્ચિત કરવામાં આવ્યો હતો કે જ્યારે હું ફરીથી કોઈની સહાય વગર ચાલીશ. બ્રધર જેમ્સ કોઈ ચર્ચનાં પાળક કે સેવક નથી. તેમના દાનોને લીધે તેઓને ઘણાં ઊંચા હોદ્દાઓ તથા મોટી રકમો સ્વીકારવાનું નિમંત્રણ આવેલ છતાં તેઓ કોઈ મંડળીમાં ઊંચો હોદ્દો સ્વીકારતા નથી. ઈશ્વરે સોંપેલા દાનથી તેઓ નમ્ર છે. મેં જોયું છે કે ઈશ્વર, પ્રભુ ઈસુનાં નામમાં ભૂતો કાઢવામાં અને માંદાઓને સાજાપણું આપવામાં તેમનો કેવી રીતે ઉપયોગ કરે છે. જ્યારે બ્રધર જેમ્સ ભૂતોને કાઢે છે ત્યારે તેઓ પ્રભુ ઈસુના નામમાં ઈશ્વરનાં અધિકાર હેઠળ હોય છે. તેઓ ભૂતોને પ્રભુ ઈસુના નામમાં પ્રશ્નો પૂછે અને તેઓ તેનો જવાબ આપે છે. મેં આ પોતે ઘણી બધી વાર જોયુ છે. વિશેષ કરીને જ્યારે તેઓ ભૂતોને કબૂલ કરવાનું કહે કે સાચો ઈશ્વર કોણ છે ત્યારે તેઓ જવાબ આપે કે પ્રભુ ઈસુ. પણ તેઓનાં માટે પ્રભુ ઈસુ તરફ વળવા માટે ઘણું મોડું થઈ ચૂક્યું છે. આ શરીરિક પરિક્ષણમાંથી પસાર થતાં અને ઈશ્વર પર આધાર રાખતાં હું આત્મિક દુનિયા વિશે વધુ શીખી.

" તેમણે તેઓને કહ્યું કે, આખા જગતમાં જઈને આખી સૃષ્ટિને સુવાર્તા પ્રગટ કરો. જે કોઈ વિશ્વાસ કરે તથા બાપ્તિસ્મા લે, તે તારણ પામશે; પણ જે વિશ્વાસ નહિ કરે, તે અપરાધી ઠરશે. વિશ્વાસ કરનારાઓને હાથે આવા ચમત્કારો થશે; મારે નામે તેઓ ભૂતો કાઢશે, નવી બોલીઓ બોલશે; સર્પોને તેઓ ઉઠાવી લેશે, અને જો તેઓ કંઈ પ્રાણઘાતક વસ્તુ પીએ,

તો તેઓને કંઈપણ ઈજા થશે નહિ; તેઓ માંદાઓ પર હાથ મૂકશે અને તેઓ સાજા થશે."
માર્ક ૧૬ :૧૫ - ૧૮

ઈશ્વરની કૃપાથી, બ્રધર જેમ્સ દરેકને કોઈ પણ સમયે પ્રભુ ઈસુ વિશે સાક્ષી આપવા તૈયાર હોય છે. તેઓ ઘરમાં અથવા મંડળીમાં જ્યાં કંઈ પણ તેમને આમંત્રણ મળે ત્યાં સાજાપણું આપવાની અને છૂટકારો પમાડવાની સેવા દ્વારા કાર્ય કરે છે.

બ્રધર જેમ્સ બાઈબલમાંથી ટાંકે છે કે,

"એ છતાં વિદેશીઓ પવિત્ર આત્માથી પાવન થઈને માન્ય અર્પણ થાય, માટે દેવની સુવાર્તાનો યાજક થઈને હું વિદેશીઓ પ્રત્યે ખ્રિસ્ત ઈસુનો સેવક થાઉં, એ કારણથી દેવે મને જે કૃપાદાન આપ્યું છે, તેને આધારે તમને ફરીથી સહેજ યાદ કરાવવા માટે વિશેષ હિંમત રાખીને મેં (આ પત્ર) તમારા પર લખ્યો છે. તેથી દેવને અર્થે કરેલાં કાર્યો સંબંધી મને ખ્રિસ્ત ઈસુમાં અભિમાન કરવાનું કારણ છે. કેમ કે પવિત્ર આત્માના સામર્થ્યથી, વાણી અને કાર્ય વડે, ચિહ્નો તથા અદ્ભૂત કૃત્યોના પ્રભાવથી, વિદેશીઓને આજ્ઞાંકિત કરવા માટે ખ્રિસ્તે જે કામો મારી પાસે કરાવ્યાં છે, તે સિવાય બીજાં કોઇ કામો વિશે બોલવાની હિમત હું ધરીશ નહિ; એટલે યરૂશાલેમથી માંડીને ફરતાં ફરતાં છેક ઈલ્લુરિકા સુધી મેં ખ્રિસ્તની સુવાર્તા સંપૂર્ણ રીતે પ્રગટ કરી છે (એ વિષે જ હું બોલીશ); ***રોમન ૧૫ :૧૫-૧૮***

હું જે દિવસે બ્રધર જેમ્સ મળી ત્યારે તેમણે મને અમુક પ્રશ્નો પૂછયા જે મારા સ્વાસ્થ્યને સંલગ્ન હતાં. મેં તેઓને જ્યાં મને ત્રણ ગાંઠો હતી બે ગાંઠ કરોડની બાહર હતી અને એક અંદર તે જગ્યા બતાવી. ભાઈ જેમ્સે મારી કરોડનો ભાગ તપાસ્યો અને સમજાવ્યું કે એ વચ્ચેના ભાગની હારમાં નહોતો. તેઓએ મારા પગને એકબીજાની બાજુમાં મૂકીને સરખાવ્યાં અને બતાવ્યું કે મારો એક પગ બીજા પગથી લગભગ ત્રણ ઇંચ ટૂંકો હતો. એક હાથ પણ બીજાથી ટૂંકો હતો. તેઓએ મારી કરોડ ઉપર પ્રાર્થના કરી અને તે તેની મૂળ જગ્યા પર આવી ગઈ. હવે એ પોતાની આંગળી કરોડની વચ્ચેની ભાગની સમાંતર ફેરવી શકતા હતાં. તેઓએ મારા પગ માટે પ્રાર્થના કરી અને મારા દેખતાં એ ખસીને લાંબો થવા લાગ્યો, પછી જેવો મારા બીજા પગની સમાન થયો અને હાથ પણ ખસીને વધ્યો અને બંને હાથ સરખા થઈ ગયા. પછી ભાઈ જેમ્સે મને મારા ચાલવાના ટેકાને બાજુ પર મૂકવાનું કહ્યું અને હુકમ કર્યો કે હું

ઈસુના નામમાં ઊભી થઉં અને ચાલું. જેવું તેમણે કહ્યું તે જ પ્રમાણે મેં કર્યું અને હું ચમત્કારિક રીતે ચાલવા લાગી. આ જોતાં, મારી એક બહેનપણી દોડતી બૂમ પાડતી મારી પાસે આવી, “લીઝ મને પકડ, તારા ચાલવાના ટેકાને પકડ નહિ તો તું પડી જઈશ!” મને ખબર હતી કે મારી પાસે એ સમયે ચાલવાનું સામર્થ્ય હતું અને વિશ્વાસમાં મેં એ પગલુ લીધું. હું આનંદથી એટલી બધી ઉત્તેજિત હતી. ઘણા સમયથી ચાલી ન શકવાને લીધે અને કસરતનો અભાવ હોવાથી મારા પગમાં સ્નાયુઓની નબળાઈ હતી. મારા સ્નાયુઓને પાછા મૂળ આકારમાં આવતાં એટલો બધો સમય લાગ્યો કે આજે પણ મારી પાસે સ્નાયુઓનું પુરું સામર્થ્ય નથી. તેમ છતાં હું ચાલી પણ શકું છું અને ગાડી પણ ચલાવી શકું છું. મને કોઈ એમ ના કહી શકે કે ઈશ્વર આજે ચમત્કાર નથી કરતાં. ઈશ્વર માટે કશું અશક્ય નથી. ભરપુર આનંદ સહિત હું મારા ચિકિત્સકને મળવા ગઈ તેઓ મારી આ અક્ષમતાને જાણતાં હતા. જેવી હું ઓફિસમાં કોઈપણ સહાય, લાકડી કે વ્હીલ ચેર વગર અંદર પ્રવેશી કે ત્યાંનાં કર્મચારીઓ ખૂબ નવાઈ પામ્યા. ત્યાંની નર્સો પણ ડોક્ટરને બોલાવવા માટે દોડી ગઈ. ડૉક્ટર પણ વિશ્વાસ ના આવે તે રીતે આશ્ચર્યચકિત હતા અને તેમણે મારો એક્ષ-રે પણ લીધો. એમણે જોયુ તો ગાંઠ તો હજુ પણ હતી છતાં પણ કોઈ રહસ્યમય કારણ ના લીધે હું ચાલી શકતી હતી. ઈશ્વરની સ્તુતિ થાઓ! મને વિશ્વાસ છે કે આ ગાંઠ પણ જલ્દી જતી રહેશે.

જે દિવસે ઈશ્વરે મને સાજાપણું આપ્યું, તે દિવસથી મેં બધાને કહેવાનું ચાલું કર્યું કે આપણા ઈશ્વર સાજાપણું આપનાર ઈશ્વર છે અને જેઓ તેમની ઉપર વિશ્વાસ કરે છે અને જેઓ તેમની પાછળ ચાલે છે તેઓ માટે ઈશ્વરની તારણની યોજના છે. ભાઈ જેમ્સ માટે તેમજ ઈશ્વરનાં સઘળા ઉપકારો માટે હું ઈશ્વરનો આભાર માનું છું.

ઈશ્વરના વચનોનો પહેલો ભાગ મારા માટે પૂર્ણ થયો.

“તું ચાલશે ત્યારે તારા પગલાં સંકોચ પામશે નહિ; અને તું દોડશે ત્યારે તને ઠોકર વાગશે નહિ.” ***(નીતિવચન ૪:૧૨)***

ઘણી વાર મને લાગ્યું કે હું પડી જઈશ પણ હું કદી ન પડી.

“રે મારા આત્મા, યહોવાને સ્તુત્ય માન, તેના સર્વ ઉપકારો તું ભૂલી ન જા. તે તારા સઘળાં પાપ માફ કરે છે; અને તારા સર્વ રોગ મટાડે છે. તે તારો જીવ નાશથી બચાવે છે; અને કૃપા તથા રહેમનો મુગટ પહેરાવે છે. તે ઉત્તમ વસ્તુઓથી તારા મોઢાને તૃપ્ત કરે છે, જેથી ગરૂડની પેઠે તારી જુવાની તાજી કરાય છે.” ***(ગી.શા. ૧૦૩:૨-૫)***

પાઠ - ૭
શેતાનને સ્થાન ન આપવું અથવા તેની વસ્તુઓને સ્થાન ન આપવું.

એક વહેલી સવારે મારી બહેનપણી રોઝે મને કેલેફોર્નિયાથી ફોન કર્યો. તેમણે મને કહ્યું આગલી રાતે મારા પતિ રાઉલ સૂવા માટે બેડરૂમમાં ગયા અને હું મુખ્ય રૂમમાં એક લોકપ્રિય રેડિયો પ્રોગ્રામ સાંભળવા બેસી રહી હતી. લાઈટો બંધ હતી અને અંધારૂ હતું. એકાએક મને એમ લાગ્યું કે રૂમમાં કોઈ છે. તેમણે દરવાજા તરફ જોયું ત્યાં એક માણસ ઊભો હતો. તે તેમના પતિ જેવો દેખાતો હતો. તે માણસ વિદ્યુત ગતિએ તેમની પાસે આવ્યો અને તેમને પથારી પર ચત્તા પાડી દીધા. પછી એ 'વસ્તુ' એ હાથ પકડીને મને બેઠી કરી દીધી. એ રીતે કે તેઓ સામસામે આવી ગયા. તે માણસને આંખો ન હતી પણ આંખોની જગ્યાએ ઊંડા કાળા ખાડા હતા. તેના જે હાથોએ તેમને પકડી રાખી હતી તે મુડદા જેવા ફિક્કા રંગના હતા અને ચામડી પરની નસો ઉપસી આવેલી હતી તેમને તરત જ ખબર પડી ગઈ કે તે તેમના પતિ નથી પણ પતિત દુષ્ટાત્મા છે. તમે જાણો છો કે ભૂતો અને પતિત થયેલા દૂતોના લક્ષણો જુદા જુદા હોય છે. પતિત દૂતોને લ્યુસીફરની સાથે ફેંકી દેવામાં આવ્યા છે. તેમના કામો અલગ જ છે. પતિત દૂતો વસ્તુઓને માણસોની જેમ જ ખસેડી શકે પણ ભૂતોને પોતાની યોજનાઓ કરવા માટે માનવ દેહની જરૂર પડે છે. ભૂતો તો તે છે કે જે માણસો ખ્રિસ્ત રહિત અવસ્થામાં મરણ પામ્યા છે. ભૂતો તેઓના આત્માઓ છે અને જે માર્યાદિત કર્યો કરે છે.

વળી આકાશમાં બીજું એક ચિન્હ પણ જોવામાં આવ્યું; જૂઓ, મોટો લાલ અજગર હતો, તેને સાત માથા ને દશ શિંગડા હતા, અને તેના માથા પર સાત મુગટ હતા. તેના પૂંછડાએ આકાશના તારાઓનો ત્રીજો ભાગ ખેંચીને તેઓને પૃથ્વી પર નાખ્યા. અને જે સ્ત્રીને પ્રસવ થવાનો હતો, તેને જ્યારે પ્રસવ થાય ત્યારે તેના બાળકને ખાઈ જવા માટે તે અજગર તેની આગળ ઊભો રહ્યો હતો. ***પ્ર.ક. ૧૨: ૩-૪***

રોઝ તો કાપો તો લોહી ન નીકળે તેવી, મોંમાંથી એક શબ્દ પણ ન નીકળે તેવી, થીજી ગયેલી અવસ્થામાં હતી. તેણે પોતાના પતિ રાઉલને બોલાવવાનો પ્રયત્ન કર્યો પણ તેના મોંમાંથી થોડા તૂટક તૂટક શબ્દો નીકળી શકયા. કોઈ જાણે તેની સ્વરપેટી પર દબાણ કરી રહ્યું હતું. તે હજુ પાછળ રેડિયો પ્રોગ્રામ સાંભળી શકતી હતી તે પરથી તેણે જાણ્યું કે તે ઊંઘમાં નથી. તેની આંખ પૂરેપૂરી ખુલ્લી છે અને તે બંધ ન થઈ જાય તેની તેણે કાળજી રાખી હતી. આ બનાવ બન્યો તે પહેલા તેને યાદ હતું કે તેણે ટૂંકા સમય માટે આંખો મીંચી દીધી હતી અને તેને એવું સ્વપ્ન આવ્યું હતું કે એક મોટો પંજો દિવાલના વોલપેપર ઉપર નખથી ચીરીને નીકળી આવ્યો હતો.

હું રોઝને 30 વર્ષથી ઓળખું છું. રોઝે આશરે ૧૦ વર્ષથી ચર્ચમાં આવવાનું છોડી દીધું હતું અને પછી તે પ્રભુ સાથે ચાલતી ન હતી. અમારી વચ્ચે સંપર્ક ચાલુ હતો અને તે પ્રભુમાં પાછી આવે માટે હું તેને માટે સતત પ્રાર્થના કરતી હતી. રોઝે મને કહ્યું કે સર્વીસ પર થી ઘેર આવતી વખતે કાર હંકારતા તે ઘણીવાર કોઈ કારણ વગર જ ખૂબ જોરશોરથી અન્ય ભાષાઓમાં બોલતી હતી. આ બાબત તેને ઘણી વિચિત્ર લાગતી હતી કારણ કે તે બિલકુલ પ્રાર્થનાનું જીવન જીવતી ન હતી. તેને એ ખાતરી થઈ કે દેવ પવિત્ર આત્મા મારફતે તેની સાથે વ્યવહાર કરતા હતા. તેમનો પ્રેમ તેના સુધી પહોંચતો હતો અને તેનું જીવન દેવના અખત્યારમાં હતું કારણ કે દેવે તેની મુલાકાતનો સમય નક્કી કરેલો હતો. રોઝે કહ્યું કે તેણે પોતાની આંખો અને મન બંધ કર્યા અને બૂમ પાડી. 'ઓ ઈસુ!' એક પલકારામાં તે પતિત દૂત તેના શરીરમાંથી કુદીને નીકળી ગયો અને જમીનને પણ અડકયા વગર ત્યાંથી નાસી ગયો.

રોઝ તો હલનચલન વગરની સૂનમૂન થઈ ગઈ. પછી તે જાગૃત થઈ અને રાઉલને ઉઠાડયા. રાઉલે તેની વાત સાંભળીને કહ્યું કે તે કોઈ ખરાબ સ્વપ્ન હશે. તેમણે તેને પોતાની પથારીમાં

સૂવાડી અને પોતે તરત જ પાછા સૂઈ ગયા. રોઝ રડવા લાગી અને જે ભંયકર બાબત બની હતી તેના વિચારોમાં ચઢી ગઈ. તેને લાગ્યું કે તેનો જીવ જાણે કે નીકળી જશે. પછી એકાએક તેના પર દિવ્ય પવિત્ર આત્માનું પરાક્રમ આવ્યું અને તે અન્ય ભાષાઓમાં બોલવા લાગી.

રોઝ રડવા લાગી અને હમણાં જે કમકમાટી ભર્યો બનાવ બન્યો હતો તેના વિશે તે વિચારતી હતી. ત્યારે તેને ધ્યાન પડયું કે તે એક જીવલેણ સ્થિતિમાં હતી. અચાનક જે રીતે પવિત્ર આત્માની અલૌકિક શક્તિ તેના ઉપર આવી તેમ તે અન્ય ભાષામાં બોલવા લાગી અને અંધારી ઓરડીમાં તેને પાછી દોરી ગઈ. તેને ચોક્કસ ખ્યાલ આવી ગયો કે તેણે શું કરવું જોઈએ અને તેણે તેની પાછળનો દરવાજો બંધ કરી દીધો. તે જ્યાં સુધી થાકીને છતાં મનમાં શાંતિ સાથે જમીન પરના ઢળી પડી ત્યાં સુધી ખૂબ મોટા અવાજ સાથે ઈશ્વરનું ભજન કરવા લાગી અને તેમના નામનો મહિમા કરવા લાગી. જ્યારે તેણે દરવાજો ખોલ્યો, આશ્ચર્યકારક રીતે રાઉલ બધી રોશની ચાલુ કરીને બેઠક ખંડમાં ઊભા હતા. તે સીધી તેઓની પથારીમાં ગઈ અને ખૂબ શાંતિ સહિત સૂઈ ગઈ. ત્યાર પછીની સાંજે રાઉલે રોઝને પૂછયું કે આગલી રાતની પેલી "બાબત"' ફરી આવશે કે કેમ? રોઝ આ પ્રશ્નથી ખૂબ નવાઈ પામતા તેણે પૂછ્યું કે રાઉલે આ પ્રશ્ન પૂછયો પણ શી રીતે કારણ કે તેઓ તો આ બનાવ પર વિશ્વાસ પણ નહોતા કરતાં. રાઉલે રોઝને કહ્યું કે જ્યારે તે ઓરડામાં પ્રાર્થના કરવા ગઈ તે પછી તેમની પાછળ કાંઈક આવ્યું આ કારણથી જ તેઓ રોશની કરીને જાગતા હતા. તે પ્રાર્થના કરીને ઊંઘી ગઈ તે પછી એક ભયાનક વસ્તુએ તેમની ઉપર પ્રહાર કર્યો અને તેના લીધે તેઓ સવારના ૪:00 વાગ્યા સુધી નહોતા ઊંઘી શક્યા. તેઓ રાતના ૧૧ વાગ્યાથી હમમ શબ્દનું મનન કરતાં પરિશ્રમ કરી રહ્યા હતા. રોઝને યાદ આવ્યું કે રાઉલ પાસે એક નાનકડા ખાનગી ખંડમાં એક ક્વિજી (આત્માઓ સાથે વાતો કરવા માટે વપરાતુ બોર્ડ) બોર્ડ હતું. જેને તેઓ કાઢી નાખવા માટે તૈયાર નહોતા. તેણે રાઉલને કહ્યું કે તે નથી જાણતી કે તે બાબત ફરી આવશે કે નહિ પણ તેણે એ ક્વિજી બોર્ડને ઘરમાંથી બહાર કાઢી દેવું જોઈએ. રાઉલે તેને ઝડપથી બહારની કચરા પેટીમાં ફેંકી દીધું. રોઝ કહે છે કે આ બનાવના લીધે જ તે પાટીયું ઘરની બહાર જઈ શક્યું.

જ્યારે રોઝે મને ફોન કર્યો ત્યારે મેં તેને કહ્યું કે અશુધ્ધ આત્મા હજુ પણ ઘરની અંદર હોઈ શકે છે. આથી ફોનમાં જ પ્રાર્થના કરવાની અમને શક્યતા જણાઈ. રોઝ ઘરને અભિષિક્ત કરવા માટે સ્પીકર ફોન ચાલુ રાખીને પવિત્ર ઓલિવ તેલ લાવી. હું જ્યારે તેને "રેડી"'

(તૈયાર) એમ કહું ત્યારે મેં અને તેણે તે પવિત્ર આત્મા દ્વારા પેટી હતી જ્યાં રાઉલે એક દિવસ પહેલાં જ ક્વિજી પાટીયું ફેંકયું હતું ત્યાં પવિત્ર તેલ નાખ્યું. જરાય આનાકાની વગર તેણે ઓલિવ તેલ ક્વિજી પાટીયા પર રેડયું અને જોરથી, પવિત્ર આત્માનાં જોશ સાથે પ્રાર્થના ચાલુ રાખી. પછી તેણે ઢાંકણું બંધ કરી દીધું. પાછી તે બેઠક ઓરડામાં આવી ત્યારે તેને મારો અવાજ સાંભળ્યો જે કહી રહ્યો હતો "તું ગેરેજમાં જા, તે ત્યાં છે.'' રોઝે મને કહ્યું કે તેણે તે બાબતનું ધ્યાન રાખ્યું છે. આથી એ બાબત દૃઢ બની કે જ્યારે અમે પ્રાર્થના કરતા હતા ત્યારે અશુદ્ધ આત્મા ગેરેજમાં હતો. રોઝે કહ્યું કે હવે તેને દરેક બાબતનો ખ્યાલ આવે છે. રોઝ ઈશ્વરની સેવા નહોતી કરતી છતાં પણ ઈશ્વરે તેમની ઉદારતા ભરી દયા અને ભલાઈમાં આ દિવસ માટે તેને તૈયાર કરી રહ્યા હતા. રોઝનાં કહેવા પ્રમાણે આ બનાવ દ્વારા તે પહેલાં કદી ના અનુભવી હોય તેવી જવાબદારી સાથે ઈશ્વરની વધારે નજીક આવી શકી. હવે તે એપોસ્ટોલિક લાઈટ હાઉસ જે નોર્વોક, કેલીફોર્નિયામાં છે, ત્યાં નિયમિત હાજરી આપે છે. તે ઈશ્વરના તેના પરનાં પ્રેમ અને રક્ષણ માટે તેમની ખૂબ જ આભારી હતી. ઈશ્વરે તેને નાકબૂલ કરી ન શકાય એવા પવિત્ર આત્માના આત્મિક સૈન્ય સાથે રાત્રિના અશુદ્ધ આત્માનો સામનો કરવા માટે તૈયાર કરી હતી. રોઝ માટે ઈશ્વરનું પરાક્રમ પ્રભુ ઈસુના નામમાં અલૌકિક રીતે સ્પષ્ટ થયું. આ તો તેમનો પ્રેમ હતો જે રોઝને તેમનાં રસ્તે બોલાવી રહ્યો હતો. વિશ્વાસ કરો કે ઈસુ ખ્રિસ્તનો હાથ બચાવવા અને છૂટકારો આપવા ટૂંકો નથી થયો. જે લોકો પોતાનો વિરોધ કરે છે અને જે તેઓ જોઈ કે મહેસુસ નથી કરી શકતા તેની ઉપર વિશ્વાસ નથી કરતાં એવા લોકો માટે પણ આ બાબત સાચી છે. આપણા છોડવનાર ઈસુ ખ્રિસ્તે આપણા માટે વધસ્તંભ ઉપર પોતાના લોહી દ્વારા કિંમત ચૂકવી. તેઓ તેમને પ્રેમ કરવા માટે કોઈને પણ ક્યારેય બળજબરી નહિ કરે. ઈશ્વરનું વચન કહે છે કે આપણે તેમની પાસે એક નાનકડા બાળકની જેમ જવું જોઈએ અને વચન ખાતરી આપે છે કે જો આપણે પુરા હૃદયથી તેમને શોધીએ તો તે આપણને મળશે અવિશ્વાસીઓ અને નાસ્તિક લોકો, જે છે અને જે આવનાર છે તેને બદલી નહિ શકે. ઈશ્વરના ન્યાયીપણાની તરસ રાખો અને જીવનના જીવતાં પાણીમાંથી પીવો.

"હું આવ્યો, તો કોઈ માણસ નહોતું? પોકર્યું તો કોઈ ઉત્તર આપનાર નહોતો? એનું કારણ શું ? શું મારો હાથ એટલો ટૂંકો થઈ ગયો છે કે, તે તમને છોડાવી શકે નહિ? કે પછી તમને બચાવવાને મારામાં કંઈ શક્તિ નથી? જુઓ, મારી ધમકીથી હું સમુદ્રને સુકવી નાખું છું.

*નદીઓને રણ કરી નાખું છું, પાણીની અછતને લીધે તેઓમાંનાં માછલાં ગંધાઈ ઊઠે છે, ને તરસે મરી જાય છે." **(યશાયા ૫૦:૨)***

*" તે વિરોધીઓને નમ્રતાથી સમજાવનાર હોવો જોઈએ; કદાચ દેવ તેઓને પસ્તાવો (કરવાની બુદ્ધિ) આપે, જેથી તેઓને સત્યનું જ્ઞાન પ્રાપ્ત થાય; અને જેઓ શેતાનના ફાંદામાં ફસાયા છે તેઓની બુદ્ધિ ઠેકાણે આવે, અને તેમાંથી છૂટીને તેઓ પ્રભુની ઈચ્છા પૂરી કરવાને માટે તેના સેવકોને આધીન થાય." **(૨ તિમોથી. ૨:૨૫-૨૬)***

પાઠ- ૮
સ્વપ્ન અને દર્શન દ્વારા 'ચેતવણી'

એક સવારે મને સ્વપ્ન આવ્યું, મારા પર જે જોખમ આવી પડવાનું હતું તેને લગતું તે હતું. તેમાં હું કાર ચલાવતી હતી. તે વખતે તેનું આગલું વ્હીલ ધડાકા સાથે ફાટ્યું. એવો મોટો તેનો અવાજ હતો કે હું ઊંઘમાંથી જાગી ગઈ. સ્વપ્ન એટલું વાસ્તવિક હતું કે જાણે કે મારી જાગૃત અવસ્થામાં અથવા ઊંઘ અને જાગૃત અવસ્થાની વચ્ચેની કોઈ સ્થિતિમાં હું સ્વપ્ન જોતી હતી તેવું મને લાગ્યું. એ આખું અઠવાડિયું મેં આ બાબતે પ્રાર્થના કરી અને મારા ટાયરો ગેરેજમાં ચેક કરાવવાનો નિર્ણય કર્યો. સંજોગો વસાત મારા નિર્ણયમાં ખલેલ પડી અને હું તેમ કરી શકી નહિ. તે જ અઠવાડિયામાં હું અને મારા મિત્રો એક ભારતીય કુટુંબમાં પ્રાર્થના કરાવવા ગયા. તેઓ ખાસ જરૂરિયાતમાં હતા. અમે જતા હતા ત્યારે રસ્તામાં, એક કબ્રસ્તાન પાસે મારી ગાડીનું ટાયર મોટા અવાજ સાથે ફાટ્યું. મને તરત જ મારું સ્વપ્ન યાદ આવ્યું કે તેમાં તેજ પ્રમાણે બન્યું હતું. હવે અહીં રસ્તામાં અમે ફાટેલા ટાયર સાથે સપડાયેલ હતા જ્યારે પેલું કુટુંબ અમારી રાહ જોતું હતું. ટાયર રીપેર કરાવ્યા પછી અમે બીજું વાહન લેવા પાછા ફર્યા અને પછી પાછી અમારી મુસાફરી ચાલુ કરી. તે કુટુંબનો પ્રશ્ન એ હતો કે તેમનો એક નો એક દીકરો કોર્ટ કેસમાં ફસાયો હતો અને તેને જેલની સજા થાય તેમ હતું. તેમને એ બીક પણ હતી કે કદાચ તેને તેઓ વતનમાં પાછો મોકલી દેવામાં આવે. તે જુવાનની માતાએ મને પહેલાં ફોન કર્યો હતો અને રડતા રડતા તેમના છોકરા ઉપરના આરોપો વિશે મને કહ્યું હતું. કેસની ખરાબ પરિસ્થિતિ જોતાં તે માતાને ખાતરી હતી કે તેમનો દીકરો ગુનેગાર ઠરશે અને

તેને દેશમાંથી કાઢી મૂકવામાં આવશે, પછી તે તેને કદી જોઈ શકશે નહિ. તેમણે એમ પણ કહ્યું કે તેઓ સતત રડ્યા કરે છે તેથી તેમનાથી કંઈ કામ પણ થતું નથી. તેમનુ રડવાનું ચાલું હતું. અને મેં ફોન ઉપર તેમની પરિસ્થિત વિશે પ્રાર્થના કરી. પ્રાર્થના દરમ્યાન પવિત્ર આત્મામાં અજાણી એટલે અન્ય ભાષામાં દેવના આત્માની દોરવણીથી હું બોલવા લાગી. જ્યારે તે બાઈએ મને કહ્યું કે મારા હૃદયનો બોજ હળવો થયો છે અને મને દિલાસો મળ્યો છે ત્યાં સુધી મેં પ્રાર્થના કરી.

તે પ્રમાણે પવિત્ર આત્મા પણ આપણી નિર્બળતામાં આપણને સહાય આપે છે. કેમ કે યથાયોગ્ય શી પ્રાર્થના કરવી એ આપણે જાણતા નથી. પણ આત્મા પોતે અવાચ્ય નિસાસાથી આપણે સારુ મધ્યસ્થતા કરે છે અને આત્માની ઈચ્છા શી છે તે અંતર્યામી જાણે છે કેમ કે તે પવિત્રોને સારું દેવની ઈચ્છા પ્રમાણે મધ્યસ્થી કરે છે.'

રોમન. ૮:૨૬,૨૭

તે માતાએ મને પછ્યું કે કાલે સવારે કોર્ટમાં જતા પહેલાં શું હું ફોન કરું? મે તેમને હા પાડી અને કહ્યું કે પ્રભુ તમારા કેસમાં સહાય કરે માટે હું પ્રાર્થના કરીશ. અને મેં તેમને કોર્ટની કાર્યવાહી પૂરી થાય પછી પણ મને ફોન કરવા કહ્યું કે જેથી દેવે કેવો ચમત્કાર કર્યો છે તેની મને ખબર પડે. બીજા દિવસે તે જુવાનની માતાએ મને ખૂબ આનંદ સાથે ફોન કર્યો, 'તમે નહીં માનો શું બન્યું' મેં કહ્યું, 'હું માનીશ કારણ કે આપણે જેમની સેવા કરીએ છીએ તે એવા જ આશ્ચર્યકારક દેવ છે.' તેમણે વારે વારે એ વાત કહ્યા કરી કે મારા દીકરા વિરુધ્ધ તેમની પાસે કોઈ પૂરાવા ન હતા. વકીલે કહ્યું, કે તેમના હાથમાં સાબિત કરતા કાગળો હોવા છતાં કોર્ટને તે છોકરા વિરુધ્ધ કોઈ તહોમત મળ્યું નહિ. દેવે અમારી પ્રાર્થનાઓનો જવાબ આપ્યો હતો. તે બહેનનો વિશ્વાસ તે દિવસથી ઈશ્વર પર એટલો વધી ગયો કે આપણો આટલો બધો પરાક્રમી દેવ જેની આપણે સેવા કરીએ છીએ તેનો તેમણે સ્વીકાર કર્યો. જ્યારે આપણે સંપૂર્ણ હૃદયથી આપણી બાબતો તેની આગળ પ્રાર્થનામાં લાવીએ તો તે આપણી કાળજી લે છે. તે બહેન દેવના ચમત્કારીક કૃત્યોના સાક્ષી બન્યા અને બધે તે વિશે જણાવવા લાગ્યા. પેલું ટાયરનું ફાટવું તે નાની ભૂલ હતી. જે થવી જોઈતી ન હતી જો મેં અગમચેતીને ધ્યાનમાં લીધી હોત તો તે બાબત ના બની હોત તોપણ દેવે આ કુટુંબની કટોકટી જરૂરિયાત કે અમે જઈને તેમની સાથે પ્રાર્થના કરીએ માટે તેમના સુધી પહોંચવાનો અમારો રસ્તો ખુલ્લો કર્યો. દેવની ઈચ્છા પ્રમાણે આપણને રોકનાર પરિબળો ઉપર વળતો હુમલો કરવા આપણે હંમેશા

તૈયાર રહેવું જોઈએ. જ્યારે આપણા માર્ગમાં શેતાન અડચણો લાવે ત્યારે આપણા શત્રુ શેતાનની દરેક યોજનાઓની સામે સતત પ્રયત્ન કરીને મંડયા રહેવું જોઈએ.

જ્યારે અમે તે કુટુંબના ઘેર પહોંચ્યા ત્યારે મને યાદ છે કે અમે પ્રાર્થના કરી અને આખા કુટુંબને સાક્ષી આપી. દેવનું વચન પ્રગટ કરવાનો અને શીખવવાનો અદ્ભૂત સમય અમે ભરપૂરીથી માણ્યો. તે દિવસે પ્રભુનો આનંદ અમારું સામર્થ્ય બન્યો હતો. અને સતત હજુ પણ તે છે. જેઓ તેની ઈચ્છા પૂરી કરે છે તેઓને તે આશીર્વાદ આપશે.

પાઠ - ૯
આખી રાતની પ્રાર્થના મીટીંગ

એક રાતે કેટલાક મિત્રોએ અને મેં આખી રાત પ્રાર્થના કરવાનું નક્કી કર્યું. આ રીતે મહિનામાં એક વખત આખી રાતની પ્રાર્થના મીટીંગ કરવી તેવું અમે બધાએ નક્કી કર્યું. અમારા એકીકૃત ઘરની પ્રાર્થનાનો સમય એટલો શક્તિશાળી બન્યો કે તરત જ જેઓ અમારી સાથે જોડાયા તેઓને તેમની પોતાની પ્રાર્થનામાં તફાવત અનુભવાયો. આ કેવળ ધાર્મિક રૂઢીની પ્રાર્થના નહીં પણ પવિત્ર આત્મામાં થતી પ્રાર્થના હતી, જેમાં પવિત્ર આત્માના દાનો પ્રગટ થતા હતા. અમે આ રીતે પ્રાર્થના શરૂ કરી પછી કેટલાકને શેતાન સાથે કુસ્તી કરવા જેવો અનુભવ થયો. જેમ જેમ અમે અમારી પ્રાર્થનાઓમાં ઊચ્ચ સ્તર પ્રાપ્ત કરતા હતા તેમ તેમ શત્રુના દળો અમારી સામે આવતા હતા અને અમે આત્મિક રણક્ષેત્રમાં લડાઈ કરતા હતા. અમે શેતાન સામેના યુદ્ધમાં હતા અને અમે ઉપવાસના દિવસો ઠરાવતા જતા હતા. અમને કેટલીક મજબૂત જાળપાશમાં ફસાઈ જવાનો અનુભવ થયો જેને કારણે અમને હજુ વધુ દેવનું મુખ શોધવાની ફરજ પડી. આવી એક પ્રાર્થના મીટીંગ દરમ્યાન સવારે સાડા ત્રણ વાગે મારા મિત્ર બેન કેરન ગોર્ડન અભિષેકનું તેલ લેવા ઊભા થયા. તેમણે મારા હાથ અને પગ ઉપર તેલ લગાડયું. અને પ્રબોધ કર્યો કે મારે ઘણી જગાઓમાં દેવનું વચન લઈને જવાનું છે અને દેવ મને તેના હેતુ માટે વાપરશે. પહેલાં તો હું કેરનની વાતથી અસ્વસ્થ થઈ ગઈ કારણે કે આ બાબત અશકય હતી અને આવા પ્રબોધનો કોઈ અર્થ ન હતો. મારા જીવનમાં તે સમયમાં આશરે ૧૦ વર્ષ સુધી હુ ક્યાંય ગઈ ન હતી કારણ કે હું ચાલી શકતી ન હતી.

એલિઝાબેથ દાસ

મારા પગના સ્નાયુઓ હજુ નબળા હતા અને મારી કરોડરજ્જુમાં સખત દુ:ખાવો કરતી ગાંઠો હતી. મેં કેરનના શબ્દો પર ઘણો વિચાર કર્યો પછી દેવે મારી સાથે વાત કરીને કહ્યું કે, 'હું દેવ છું હું તારી સાથે કેરનના મુખ દ્વારા બોલું છું.' પછી મને સમજ પડી કે આ કેવળ કેરનની મારી સાથે વાત કરવાનો ઉત્સાહ જ ન હતો પણ ઈશ્વરની વાણી હતી, હું દુઃખી થઈ ગઈ અને મારા વિચાર માટે મેં દેવની માફી માગી.

થોડા દિવસ પછી શિકાગો, ઈલીનોઈસમાંથી કોઈ વ્યક્તિનો ફોન મારા પર આવ્યો કે જેમને આત્મિક જરૂરીયાત હતી માટે અમે પછીના અઠવાડીયે શિકાગો જવાનો નિર્ણય કર્યો. આ બાબત જ એક મોટો ચમત્કાર હતી કારણે કે આવું સાહસ કરવાનું ભવિષ્ય વાણી વગર મેં વિચાર્યું ન

હોત. પણ પ્રબોધવાણી દ્વારા સંદેશો મળ્યા પછી મેં પુરા વિશ્વાસથી શિકાગોની મુસાફરી કરવાનું નક્કી કર્યું. જો પ્રબોધથી મને ખબર પડી ન હોત તો ચોક્કસપણે હું ગઈ ન હોત. તે અઠવાડિયે મારી શારીરિક સ્થિતિ ખૂબ જ ખરાબ હતી અને હું પથારીમાંથી ઊભી પણ થઈ શકતી ન હતી. એ વખતે મારા સાંભળવા પ્રમાણે શિકાગોમાં ખૂબ જ હિમવર્ષા થઈ હતી. મને ખાતરી થઈ કે દેવ મારા વિશ્વાસની પારખ કરતા હતા. તે દિવસોમાં હરવાફરવા માટે મારે વ્હીલચેર વાપરવી પડતી હતી.

શિકાગોનું જે કુટુંબ હતું તેમનો પ્રશ્ન એ હતો કે અશુદ્ધ આત્માઓ તેમને હેરાન કરતા હતા. તેઓ નવા નવા જ મેલી વિદ્યાઓ ત્યજી દેવ તરફ ફર્યા હતા. તેમના ઘણા કુટુંબીજનો પણ આપણા પ્રભુ ઈસુ તરફ ફર્યા હતા. દેવે તેમને આ અશુદ્ધ આત્માઓ તેના સામર્થ્યમાંથી છૂટકારો અને સાજાપણું આપે તેની ખૂબ જરૂર હતી. શેતાને તેમને પાપના બંધનમાં જકડી રાખ્યા હતા. આવી કઠીન જગાએ જવા માટે પ્રભુ મને શક્તિ આપે તે જરૂરી હતું. પ્રભુએ તે તરત જ પ્રગટ કર્યું કે હું ત્યાં જઉં તેમાં તેમની ઈચ્છા હતી. એ વખતે મને બે સ્વપ્નો આવ્યા જેમાં મને કહેવામાં આવ્યું કે મારે દેવની વાણીને આધિન થવું જ જોઈએ. હું દેવને અનાજ્ઞાંકિત થઈ ન હતી અને મેં કોઈ પ્રશ્ન પણ ઉઠાવ્યો ન હતો. હું તરત જ એ વાત શીખી ગઈ કે તેના માર્ગો વિશે મને સમજ પડવી જ જોઈએ તે જરૂરી નથી. જે દિવસે અમે શિકાગોમાં પહોંચ્યા તે દિવસ ગરમ હતો. તે દિવસે મને દુ:ખાવો જરા પણ ન હતો. પવિત્ર શાસ્ત્ર કહે છે કે આપણે વિશ્વાસથી ચાલીએ છીએ, દૃષ્ટિથી નહીં. જ્યારે આપણને બાબતો

મેં તે તેમની રીતે કર્યું

અશક્ય લાગે ત્યારે આપણે વિશ્વાસ કરવો જોઈએ કે દેવને સર્વ શકય છે. દેવે અમારી સર્વ બાબતોની કાળજી લીધી અને શિકાગો જવાની ઈચ્છા પૂરી કરવા માટે મને બળ આપ્યું. એ વખતે અમને બીજા ઘરોની મુલાકાત લેવાનો અને સેવા કરવાનો સમય પણ મળ્યો.

અમે પાછા વળતા હતા ત્યારે મોટું વાવાઝોડું શરૂ થયું અને વિમાન સેવાઓ બંધ થઈ ગઈ પણ પ્રભુનો આભાર કે અમારું વિમાન મોડું હોવા છતાં અમને કેલીફોર્નિયા પહોંચાડયા. પ્રભુની સ્તુતિ થાઓ ! દેવ સાચે જ મારો ખડક અને ઢાલ છે. આત્મિક અને કુદરતી બંને તોફાનોમાં તે મારો રક્ષક છે. આ મુલાકાત તો સાક્ષીની મુલાકાત હતી. અને અમારા બધા માટે આશીર્વાદ લાવનારી મુલાકાત હતી. જો હું આધિન થઈ ન હોત તો દેવના હાથના કામોનો આશિષ મેં માણ્યો ન હોત. દેવ આજે આપણી સાથે કેવી રીતે વાત કરે છે તે વિશે મને અજાયબી થયા વિના રહેતી નથી. સર્વસમર્થ પ્રભુ આજે પણ મારા જેવી સામાન્ય વ્યક્તિ સાથે બોલે છે. આપણા ઉત્પન્નકર્તાની સેવા કરવાનો અને તેના પરાક્રમી કામો જોવાનો આપણો કેવો હક ! જેઓ તેના પર વિશ્વાસ કરે છે અને તેને પોકારે છે તેના લોકોના જીવનોને સ્પર્શવામાં કેવો આશિષ! મને દેવની ઈચ્છાની પૂરી સમજણ પડે તે માટે દેવને મારે માટે પ્રબોધનો સંદેશો અને બે સ્વપ્નોની જરૂર પડી. મને એ યાદ દેવડાવવામાં આવ્યું કે આપણે દેવના વિચારોને અને બીજાઓ માટેની તેની યોજનાઓને પૂરી રીતે સમજી શકતા નથી. તેવા સમયે આપણને સમજ પડે કે ના પડે, આપણે દેવને આધિન થવું જોઈએ. દેવની વાણી સાંભળતા અને આત્માઓની પારખ કરતા શીખવવામાં સમય લાગે છે. દેવ તમને એવું કદી નહીં કહે જે તેના વચનની વિરુદ્ધમાં હોય. યજ્ઞ કરતાં આજ્ઞાપાલન સારું છે.

'ત્યારે શમૂએલે કહ્યું કે, પોતાની વાણી પળાયાથી યહોવાહ જેટલો રાજી થાય છે તેટલો દહનીયાર્પણો તથા યજ્ઞોથી તે થાય છે શું? જો, યજ્ઞ કરતા આજ્ઞાપાલન સારું છે, અને ઘેટાંની ચરબી કરતાં વચન માનવું સારું છે.' ***૧ શમૂ. ૧૫:૨૨***

કેમ કે મારા વિચારો તે તમારા વિચારો નથી, તેમ તમારા માર્ગો તે મારા માર્ગો નથી, તેમ યહોવાહ કહે છે. જેમ આકાશો પૃથ્વીથી ઊંચા છે, તેમ મારા માર્ગો તમારા માર્ગોથી, ને મારા વિચારો તમારા વિચારોથી ઊંચા છે.' ***યશા. ૫૫ :૮, ૯***

પાઠ - ૧૦
ભવિષ્યવાદી સંદેશા

દેવ પર આપણા જેવો જ વિશ્વાસ અને પ્રેમ કરનાર મિત્રો હોવા તે આશીર્વાદરૂપ બાબત છે. આવા મારા એક મિત્ર બેન કેરન છે. હું અમેરિકામાં પોસ્ટ ઓફિસમાં નોકરી કરતી હતી ત્યારે તેઓ મારા સાથી કાર્યકર હતા. મારી સાક્ષીથી તેમણે પ્રભુ ઈસુ પર વિશ્વાસ કર્યો હતો. ત્યાર પછી તેમણે પ્રારંભની મંડળીના પ્રેરિતોના સત્યના સિદ્ધાંતનો સ્વીકાર કર્યો હતો. કેરન એક ઉદાર હૃદયના સન્નારી છે અને ભારતમાં મુંબઈ ખાતે ચાલતા મીશનરી કાર્ય માટે તેઓ દાન આપે છે તેમને મુંબઈની સેવા માટે સાચા હૃદયનો પ્રેમ છે અને ત્યાંનું ચર્ચ બાંધવા માટે તેમણે દાન કરેલ છે.

હું વેસ્ટ કોવીનામાં રહેતી હતી ત્યારે એક દિવસ કેરન તેમના મિત્ર બેન એન્જેલાને લઈને મારા ઘેર આવ્યા તે બેન ખૂબ ઉત્સાહી અને પવિત્ર આત્માથી સળગતા હતા. તેમણે તેમની સાક્ષી આપી કે તેઓ તેમના જૂના જીવનમાં નૈતિક અધઃપતનના ધંધામાં ગળાડૂબ હતા અને ઘણી વખત પોતાના શરીરના અંગો કાંપીને આપઘાત કરવાનો તેમણે પ્રયાસ કર્યો હતો. તેમના ભાવસભર આત્મા પર મને પ્રેમ થઈ ગયો અને મેં તેમને પૂછ્યું કે તેમને વાંધો ન હોય તો મારા માટે પ્રાર્થના કરાવો. તેમણે મને પૂછ્યું, 'અહીં?' મેં કહ્યું, 'હા, અહીં જ.' તેમણે જેવી પ્રાર્થના કરાવવાની શરૂઆત કરી કે પ્રબોધનો આત્મા તેમના પર આવ્યો અને તેઓ પ્રભુના વચનો બોલવા માંડયા, 'તમે જે પુસ્તક લખવાની શરૂઆત કરી છે તે પૂરું કરો તેમ દેવ કહે છે તે

ઘણાઓ માટે આશીર્વાદરૂપ બનશે. આ પુસ્તક દ્વારા ઘણા તારણ પામશે.' મને આ સાંભળીને ઘણી ખુશી થઈ કારણ કે તેમને કે કેરનને કોઈને, હું વર્ષો પહેલાંની મારી યાદોનું પુસ્તક લખતી હતી તેની જાણ ન હતી. મને એક વરસ પહેલાં ચર્ચના મારા મિત્ર બેન સરોજીની મારફતે આ પુસ્તક લખવાની પ્રેરણા મળી હતી. એક દિવસ મારા સ્થાનિક ચર્ચમાં એક બહેન જેઓ પ્રભુમાં હતા તેઓ હાથમાં પેન લઈને આવ્યા અને મને હૂકમ કર્યો 'હમણાં જ લખો' અને મેં લખવાનું શરુ કર્યું ત્યાં સુધી કે મને લાગ્યું કે મને શારીરિક નબળાઈ રૂકાવટ લાવી. પછી મેં લખવાનું બંધ કર્યું. કારણ કે કામ એટલું મોટું હતુ કે તે પૂરું કરવું શક્ય ન હતું. હવે તે પુસ્તક લખવાની વાત પાછી સ્મરણ પર લાવવામાં આવી હતી. પુસ્તક લખવાના મારા આ પ્રયત્નની કોઈને જાણ ન હતી. મારા અનુભવોને યાદ કરી કરીને લખવામાં આવે તો બીજાઓને પણ પ્રેરણા મળે. મારે આધિન થવાનું હતું પણ કેવી રીતે થવું તે તો મારા માટે એક મોટું રહસ્ય જ હતું. હું ઘણા કારણોને લઈને લખી શકું તેમ ન હતી. પણ ફરીથી તે શક્ય બનાવવા દેવ રસ્તો કરવાના હતાં. દેવની ઈચ્છા સાંભળ્યા પછી મારામાં ઈચ્છા અને ઉત્કંઠા વધી ગઈ કે હું લખું પણ બાકીનું કામ દેવે કરવાનું હતું. મારે સૌ પ્રથમ તો જીવંત દેવની શોધ કરવાની હતી પણ દેવે મને શોધી કાઢી. સાચી હકીકત તો તે કે જો હું મારો ઈશ્વર સાથેનો અનુભવ ના લખું તો મારો દેવ સાથેનો જે અહેવાલ છે તે હંમેશ માટે ખોવાઈ જાય. જો આ પુસ્તક લખાય તો ઘણા લોકોના જીવનોને અદ્ભૂત રીતે અસર થાય. પણ આ પુસ્તકમાં બધા અનુભવો અને ચમત્કારો લખી શકાયા નથી. હું આ દેહ છોડી દઈશ અને પ્રભુ પાસે જઈશ પછી પણ દેવ ચમત્કારો કરવાનું ચાલુ જ રાખશે. વિશ્વાસ ગમે તે તબક્કે શરૂ થાય છે. તેને શરૂઆત છે અને તેની કોઈ સીમા નથી, કેમ કે વિશ્વાસનું અલગ અલગ માપ હોય છે. જ્યારે દેવના વચન રોપવામાં આવે છે ત્યારે વિશ્વાસ રૂપી પાણી તેને પીવડાવવામાં આવે છે અને બીજાઓની સાક્ષીઓ દ્વારા તેનું પોષણ થાય છે.

હું આ વચન પર વિશ્વાસ કરવા લાગી, જેમાં કહેલું છે કે જો આપણામાં રાઈના દાણા જેટલો વિશ્વાસ હશે તો આપણે પર્વતોને પણ ખસેડી શકીશું. મારી અમેરીકાની મુસાફરી જીવન બદલનારી બનશે અને હું એક દિવસ દેવના માર્ગોનો મહિમા કરનારું પુસ્તક લખીશ તેવી મને ક્યાં ખબર હતી ? મેં રોઝને દેવની ઈચ્છા વિશે અને આ પુસ્તક લખવા વિશે વાત કરી. રોઝે મારી વાત ધ્યાન દઈને સાંભળી અને મારા લખેલા લખાણો વાંચ્યા. તે વર્ષોથી મને ઓળખતા હતા અને અમેરીકામાં મારા જીવન વિશે ઘણું જાણતા હતા. મારા લખાણોએ એ રૂપ ધારણ કર્યું જે અમારા બે બિન અનુભવીઓની કલ્પનામાં આવવું મુશ્કેલ હતું. દેવે રસ્તો

ખોલ્યો અને ઘણી મુશ્કેલીઓ અને વિચિત્ર ઘટનાઓનો સામનો કરી આ પુસ્તક પુરું થયું. દેવ બોલ્યા હતા અને હવે તેમનું કાર્ય પૂર્ણ થયું.

કેરનની મિત્ર બેને પ્રબોધ કરવાનું ચાલુ રાખ્યું. તેમણે મને કહ્યું, દેવ તમારા માટે આ મહિનાના અંતમાં કંઈક કાર્ય કરવાના છે. તેમની ભવિષ્યવાણી દ્વારા દેવ બીજી ઘણી બાબતો બોલ્યા. હું યાદ કરવા લાગી કે આ સત્ય માટે મારે કેટલી બધી મુસીબતોમાં થઈને જવું પડયું. આ જુવાન બહેન દ્વારા જે દિવસે પ્રભુ મારી સાથે બોલ્યા, તે દિવસે તેણે મારા હૃદયના પ્રશ્નનો જવાબ આપ્યો. હું તેમની ઈચ્છા પૂરી કરવાની હતી અને મારા મુખમાંથી ઉત્તેજનદાયક વચનો નીકળવાના હતા. મારે વચનો સાંભળવાની જરૂર હતી. તેમણે એટલે દેવે તેમના મુખ દ્વારા પ્રબોધ કર્યો કે હું દેવનું સોનાનું પાત્ર છું. આ દેવની વાણી સાંભળ્યાથી હું ખૂબ જ નમ્ર બની ગઈ. વિશ્વાસથી આપણે દેવની સાથે મિલાપમાં રહીને ઉત્તમ ચાલ ચાલીએ છીએ. તેમાં ઘણી અનિશ્ચિતતાઓ પણ હોય છે. તે દિવસે પ્રભુએ મને જણાવ્યું કે હું તેમને પ્રસન્ન કરું છું અને એ રીતે હું આશીર્વાદિત બની. મારું હૃદય મોટા આનંદથી ઉભરાઈ ગયું. કેટલીક વખત આપણે શું વિનંતી કરી હતી તે ભૂલી જઈએ છીએ પણ જ્યારે આપણી પ્રાર્થનાઓનો જવાબ મળે છે ત્યારે આપણે વિસ્મિત થઈ જઈએ છીએ. બાઈબલમાં જેમ લખેલું છે કે દેવ કોઈના મોંની મુરવત રાખતા નથી તે પર આપણે વિશ્વાસ રાખવો જોઈએ. તમારું ગમે તે સ્થાન હોય કે તમે ગમે તે જ્ઞાતિના હોય, દેવને કશો ફરક પડતો નથી. દેવ આપણા સર્વ પર સરખો જ પ્રેમ રાખે છે અને આપણે તેમની સાથે અંગત સંબંધ રાખીએ તેવું તે ચાહે છે. આપણે પૂર્વજોથી ચાલતી આવતી ધાર્મિક રૂઢીઓ કે જેમાં માણસ મૂર્તિઓની સેવા કરે છે તેમાં રહીએ તેવું તે ચાહતા નથી. મૂર્તિઓ જોઈ શકતી નથી કે સાંભળી શકતી નથી. ધર્મ તમારું જીવન કે હૃદય બદલી શકતા નથી. ધર્મમાં પોતાના સારા તત્વોના બાહ્યચારને લીધે તે થોડો સમય તમારામાં સારી લાગણી ઉત્પન્ન કરી શકે છે. સત્ય દેવ તમને મળવા અને તમને પોતાના કરી લેવાની રાહ જોઈ રહ્યા છે. પ્રભુ ઈસુ જગતના મંડાણ અગાઉથી વધ કરાયેલું હલવાન છે. તે વધસ્તંભ પર મરણ પામ્યા. પાછા ઉઠ્યા અને સદાકાળ જીવતા છે. હવે આપણે આપણા તારનાર પ્રભુ ઈસુ દ્વારા ઈશ્વર સાથે સીધો સંપર્ક કરી શકીએ છીએ. આપણી દેવ સાથેની ચાલના વિવિધ તબક્કા છે. આપણે તેની જ આકંક્ષા રાખવી જોઈએ અને પ્રેમ તથા વિશ્વાસમાં વૃદ્ધિ પામવું જોઈએ. આ અનુભવથી હું પણ ઘણી નમ્ર બની. મારા પૂરા હૃદયની ઈચ્છા અને હેતુ દેવને પ્રસન્ન કરવાનો છે. દેવમાં પરિપકવ થવા માટે આત્મિક

વૃદ્ધિનો તબક્કાઓ છે. તમને પરિપક્વ થતા સમય લાગશે. તેનો આધાર તમે દેવની સાથેના સંબંધમાં કેટલો સમય ગાળો છો અને તેને માટે પ્રયત્ન કરો છો તેના ઉપર છે.

હવે એ મહિનાના અંત સુધીમાં એવા સંજોગો બન્યા કે જેથી જે ચર્ચમાં હું ૨૩ વર્ષથી જતી હતી તે હું દેવની દયાથી છોડી શકી. પણ દેવે એક દ્વાર બંધ કર્યું અને બીજું ખોલ્યું. તે હંમેશા મારે માટે એક દરવાજો બંધ કરે તો સામે બીજા દરવાજો ખોલતા રહ્યા છે. જાણે કે આ પુસ્તકમાં શરૂઆતમાં મેં લખ્યું છે તેમ મારે માટે ચાલવાના પથ્થરો ગોઠવતા રહ્યા છે. દેવ આ કટોકટીના સમય દરમ્યાન મારી કાળજી લેતા હતા. હું વેસ્ટ કોવીનામાં થોડા સમય માટે ચર્ચમાં ગઈ અને પછી મારે માટે બીજું દ્વાર ઉઘડી ગયું.

તેજ બહેને કેટલાક વર્ષો પછી ફરી ભવિષ્યવાણી ઉચ્ચારી. તેમણે મને કહ્યું કે સામાન બાંધ, તારે હવે અહિયાંથી બીજે જવાનું છે. હું ખૂબ જ આશ્ચર્ય પામી કારણે કે મારા મમ્મી ખૂબ જ વયોવૃદ્ધ હતા અને મારી હાલત પણ હજુ એટલી સુધરી ન હતી. તો પણ મેં દેવની વાત પર વિશ્વાસ કર્યો એક વર્ષ પછી તેજ પ્રમાણે બન્યું. હું કેલીફોર્નીયા છોડીને ટેકસાસ આવી ગઈ. આ સ્થળે હું અગાઉ કદી ગઈ ન હતી અને કોઈને ઓળખતી પણ ન હતી. મારા જીવનની મુસાફરીમાં આ એક બીજા સાહસની શરૂઆત હતી. એકલી સ્ત્રી તરીકે હું દેવના અવાજનું પાલન અને આધિન થવાનું હતું. દેવે મારી પાસેથી કશું લઈ લીધું નહીં. તેમણે વસ્તુઓ અને જગ્યાઓ બદલી અને મારા જીવનમાં નવા મિત્રો અને લોકોને લાવતા રહ્યા.

પ્રભુ તમારો આભાર માનું છું!

આજે મારું જીવન આશીર્વાદીત છે.

પાઠ - ૧૧
વિશ્વાસની ચળવળ

એપ્રિલ ૨૦૦૫માં ટેકસાસના લોંગહોર્ન રાજ્યમાં હું રહેવા માટે આવી. દેવ જુદા જુદા માણસોને ભવિષ્યવાણી દ્વારા મારી દોરવણીને માટે સંદેશાઓ દ્વારા વાપરતા હતા. આ કાર્ય-વ્યવસ્થા ખાતરીબંધ હતી અને મારે વિશ્વાસની મોટી છલાંગ ભરવાની હતી. તેની શરૂઆત પહેલાં ૨૦૦૪માં થઈ હતી, જ્યારે બ્ર. જેમ્સ અને એન્જેલા કે જેઓ પ્રભુમાં મિત્રો હતા તેઓ મારી સાથે ટેલીફોન ઉપર વાત કરતા હતા. સીસ્ટર એન્જેલીનાએ ભવિષ્યવચન કહેવાનું શરૂ કર્યું. 'તમે આ વર્ષના અંત સુધીમાં અહીંથી જતા રહેશો' જાન્યુ. થી ઓગષ્ટ સુધી તે વર્ષે કંઈ ન બન્યું. પછી સપ્ટેમ્બરમાં એક બપોરે મારા મમ્મીએ મને તેમના શયનખંડમાં બોલાવી.

તેમણે મને કહ્યું કે તમારી બહેનનું કુટુંબ બીજા રાજ્યમાં રહેવા જાય છે. અને તેઓ કહે છે કે તું પણ તેમની સાથે જાય. હજુ ક્યાં જવું તેનો નિર્ણય લેવાયો ન હતો. પણ ટેકસાસ, એરીઝોના અથવા કેનેડા જવાના વિકલ્પો હતા. પછી મેં સીસ્ટર એન્જેલાને ફોન કર્યો અને આ બાબતની જાણ કરી મેં તેમને એ જણાવ્યું કે મારે ટેકસાસ તો જવું જ નથી. મારે ત્યાં જવાનું કદી થયું ન હતું, અને ત્યાં જઈને રહેવાનો તો પ્રશ્ન જ ન હતો. મારી મોટી નિરાશા વચ્ચે સીસ્ટર એન્જેલાએ મને કહ્યું, 'તમારે ટેકસાસ જ જવાનું છે'. હું આધિન થઈ અને ટેકસાસ જવાનું નક્કી થયા પછી સમય જતા અમે ટેકસાસ આવ્યા.

એ વખતે તો મને ભાગ્યે જ ખબર હતી કે દેવે અગાઉથી મારે માટે પગલાં ગોઠવ્યા હતા. સીસ્ટર એન્જેલા સાથે વાત કર્યા પછી મેં બે અઠવાડિયામાં વિમાનની ટીકીટ મારે માટે બુક કરાવી. હવે મારી જાણ બહાર મારી બહેનનું કુટુંબ ટેકસાસમાં આવી ગયું હતું અને પ્લાનોની આસપાસનો વિસ્તાર તેઓ જોતા હતા. સીસ્ટર એન્જેલા મારે માટે પ્રાર્થના કરતા હતા તેમણે મને કહ્યું, કે ચિંતા ન કરો, પ્રભુ તમને એરપોર્ટ પરથી લઈ જવાની વ્યવસ્થા કરશે. જ્યારે બ્રધર અને સીસ્ટર બ્લેકી જેઓ બહુ ભલા અને સહાનુભૂતિવાળા હતા તેઓ મને મળ્યા તેમણે મને સીસ્ટર એન્જેલાની ભવિષ્યવાણીની પ્રતિતિ કરાવી. તેઓ મને એરપોર્ટ લેવા આવ્યા હતા અને ખૂબ પ્રેમ ને કાળજીથી મારી જરૂરિયાતો પણ તેમણે પૂરી પાડી. બહેન એન્જલાએ મને સતત કહ્યા કર્યું કે, તમે જે પહેલું ઘર જોશો તે તમને ગમી જશે પણ તે તમારે માટે નહિ હોય. ઈન્ટરનેટ દ્વારા મેં તે વિસ્તારના યુનાઈટેડ પેન્ટીકોસ્ટલ ચર્ચના પાળક કોન્કલનો સંપર્ક કર્યો. મેં તે પાળકને સમજાવ્યું કે દેવ મને ટેકસાસમાં મોકલી રહ્યા છે. પછી તેમણે મને નેન્સી કોન્કલનો સંપર્ક કરવાનું કહ્યું, શા માટે તે હું સમજી નહી પણ મને લાગ્યું કે નેન્સી કોન્કલ કદાચ તેમના પત્ની અથવા સેક્રેટરી હશે. પણ પછી ખબર પડી કે નેન્સી તે કુટુંબના બુઝર્ગ નાની છે અને આખા કુટુંબની અને ચર્ચની આત્મિક સંભાળ અને માવજત કરનાર માતા છે. નેન્સી બહેને પોતાના છ બાળકોને અને પોતાના ૧૧ ભાઈઓ અને બહેનોને મોટા કર્યા હતા. સીસ્ટર કોન્કલ સાથે વાત કર્યા પછી મને સમજણ પડી કે પાળક કોન્કલે શા માટે મને આવા દૃઢ મનવાળા અને બુઝર્ગ કાળજી લેનાર વ્યક્તિ પાસે મોકલી હતી. કારણ કે, તેમણે ખૂબ જ નીકટતાથી મારો આવકાર કર્યો અને મને પ્રેમ આપ્યો. પછી સીસ્ટર કોન્કલે બ્ર. જેમ્સ બ્લેકી અને તેમના પત્ની એલીસ બ્લેકી સાથે મારો પરિચય કરાવ્યો. બ્ર. જેમ્સ બ્લેકી મકાન લે - વેચ કરે છે. તેઓ ટેકસાસના નાના શહેર વાઈલીમાં રહે છે. આ શહેર એલન શહેરથી થોડું જ દૂર છે. તે વિસ્તારના પાછળના ભાગના મેદાનોમાં થઈને આ શહેરમાં જવાનો રસ્તો છે.

આ નવા વિસ્તારથી પરિચિત થયા પછી હું તરત વિમાનમાર્ગે કેલીફોર્નીયા પાછી ગઈ અને ત્યાંનું મારું મકાન વેચવા મૂક્યું. મારું મકાન બે મહિનામાં વેચાયું. ત્યાર પછી હું ટેકસાસ પાછી આવી અને અહીં મકાન ખરીદવાનો પ્રયત્ન શરૂ કર્યો. આ વિસ્તારમાં ઘણા નાના મોટા શહેરો હતા માટે મેં પ્રભુને પ્રાર્થના કરી કે કયાં શહેરમાં હું રહું તેવું તેઓ ઈચ્છે છે. દેવે મને વાઈલી શહેર બતાવ્યું. કોઈ પણ અગત્યનો નિર્ણય લેતાં પહેલાં પ્રાર્થના કરીને દેવની ઈચ્છા શોધવી ખૂબ જ જરૂરી છે. કારણ કે તેમાં હંમેશા સલામતી છે.

કેમ કે જો દેવની ઈચ્છા એવી હોય, તો ભૂંડું કરવાને લીધે દુઃખ સહેવું એ કરતા રૂડું કરવાને લીધે દુઃખ સહેવું એ વધારે સારું છે' **૧ પી. ૩:૧૭**

મેં પાછળથી બ્રધર બ્લેકી અને તેમના પત્નીને ભવિષ્યવાણીના મને મળેલા સંદેશાઓ વિશે વાત કરી અને કહ્યું કે હું દેવની ઈચ્છાને આધિન થવા ચાહું છું. તેમણે દેવે મને જે કહ્યું હતું તે દરેકે દરેક બાબત ધ્યાનથી સાંભળી અને મારા માટે જે દેવની યોજના હતી તેનું ખૂબ જ કાળજીથી સન્માન કર્યું. મેં તેમને તે પણ જણાવ્યું કે જ્યારે હું પહેલી વખત ટેકસાસમાં આવી હતી ત્યારે દેવે મને કહ્યું હતું કે "તારે માટે મારો શો ઈરાદો છે તે તું જાણતી નથી." તેઓ મારા પ્રત્યે એટલી સહાનુભૂતિ બતાવતા હતા કે દેવની બાબતો વિશે તેઓની જે સંવેદનશિલતા હતી તે માટે હું હંમેશા તેમની આભારી રહીશ. આ બ્લેકી ફેમીલીએ ભવિષ્યવાણી પૂરી થાય તેમાં અને મારા ટેકસાસના નવા વસવાટમાં મોટો ભાગ ભજવ્યો છે. એમ ત્રણ દિવસ વાઈલીમાં ઘરો જોયા અને ત્રીજા દિવસે સાંજે મારે કેલીફોર્નીયા પાછું વળવાનું હતું. તે જ દિવસે તેઓ મને નવા માર્ગો પર આવેલું એક નવું ઘર જોવા લઈ ગયા. પછી સીસ્ટર એલીસ બ્લેકીએ કહ્યુ, 'આ તામારું ઘર છે.' મેં તરત જ દેવ તરફથી જાણ્યું કે તે સાચું હતું. પછી મેં ખરીદીના કાગળોનું કામ ઝડપથી શરૂ કર્યું. અને હવે બધુ પતી ગયું તેમ મનમાં વિચારીને તરત એરપોર્ટ પર ગઈ. તે જ વખતે દેવે મને ત્રણ મહિના માટે ભારત જવાનું કહ્યું, 'મેં કોઈ પ્રશ્ન કર્યો નહિ અને મે બ્રધર બ્લેકીને ટેકસાસના નવા મકાનની ખરીદી માટે પાવર ઓફ એટર્ની કરી આપ્યા. અને મારા ભત્રીજા સ્ટીવ ક્રિશ્ચિયન કે જે કેલીફોર્નીયામાં મકાનોની લે વેચ કરે છે તેમને મારી નાણાંકીય બાબતો માટે પાવર ઓફ એટર્ની આપ્યા. હું ૧૦ વર્ષ પછી ભારત દેશમાં આવતી હતી. હું સાજાપણાને માટે દેવનો આભાર માનું છું કારણ કે મારા પગ ચાલતા ન હોત તો હું મુસાફરી કરી શકી ન હોત. હવે હું ભારત જવા માટે પ્લેનમાં પણ હતી અને ટેકસાસમાં મકાન પણ ખરીદી રહી હતી. મારા જીવનમાં ઝડપથી સંજોગો બદલાઈ રહ્યા હતા.

ભારતગમન:

હું ભારત આવી ત્યારે મને ખબર પડી કે ખૂબ ટૂંકા ગાળામાં અહીં બધુ બદલાઈ ગયું છે. ૨૫ વર્ષ સુધી આ દેશમાં જાગૃતિ આવે માટે મેં ઉપવાસ અને પ્રાર્થના કર્યા હતા. ભારત ખૂબ ધાર્મિક મૂર્તિપૂજક દેશ છે અને લોકો પથ્થરના, લાકડાના અને લોઢાના બનાવેલી

આકૃતિઓને દેવ દેવીઓ માનીને પૂજે છે. આ મૂર્તિઓ જોઇ, બોલી કે સાંભળી શકતી નથી અને તેમનામાં કોઇ શક્તિ હોતી નથી. આ ધાર્મિક રૂઢીની બાબત છે જે મન કે હૃદયમાં કોઇ ફેરફાર કરી શકતી નથી.

જેઓએ મને છોડીને અન્ય દેવોની આગળ ધૂપ બાળ્યો છે, તથા પોતાને હાથે બનાવેલી મૂર્તિઓની પૂજા કરી છે, તેઓની બધી દુષ્ટતાને લીધે હું તેઓની સામે મારા ન્યાયશાસન પ્રગટ કરીશ.' ***યિર્મે. ૧:૧૬***

ખ્રિસ્તી ધર્મ આ દેશમાં લઘુમતીમાં છે. ધર્મો ધર્મો વચ્ચે દુશ્મનાવટ અને ધિક્કાર પ્રવર્તે છે અને તેમાં પણ ખ્રિસ્તી ધર્મ પ્રત્યે તો ખાસ. ભારતમાં ખ્રિસ્તીઓ પર જે જુલ્મ ગુજારવામાં આવે છે, નિર્દોષ લોહી વહેવડાવવામાં આવે છે, ધર્મ સ્થાનો બાળવામાં આવે છે અને લોકોને માર મારવામાં કે મારી નાખવામાં આવે છે. તેનાથી ખ્રિસ્તીઓ ઉલ્ટાના વધારે મજબૂત બને છે. દુઃખની બાબત તો એ છે કે જ્યારે વ્યક્તિ પોતાના જૂના ધર્મમાંથી ખ્રિસ્ત જીવતા દેવ તરફ ફરે છે ત્યારે માબાપો પોતાના બાળકોનો ઘણીવાર નકાર કરે છે. તેઓને કાઢી મૂકવામાં આવે તો પણ તેઓ બાપ વગરના બનતા નથી કારણ કે દેવ તેઓના સ્વર્ગીય પિતા છે. તે આપણી આંખમાનું પ્રત્યેક આસું લુછી નાખશે એમ તેમણે કહ્યું છે.

'શું તમે ધારો છો કે પૃથ્વી ઉપર શાંતિ કરાવવા હું આવ્યો છું? હું તમને કહું છું કે ના, પણ તેથી ઉલ્ટુ ફુટ પાડવા હું આવ્યો છું. કેમ કે હવે એ પરિવારના પાંચ માણસોમાં ભાગલા પડશે, એટલે ત્રણ બેની સામા, અને બે ત્રણની સામા થશે. બાપ દીકરાની સામો, તથા દીકરો બાપની સામો થશે. મા દીકરીની સામી અને દીકરી માની સામી થશે. સાસુ પોતાની વહુની સામી અને વહુ પોતાની સાસુની સામી થશે એમ તેઓમાં ફુટ પડશે.'

લુક ૧૨ :૫૧-૫૩

મારા આનંદ અને આશ્ચર્ય વચ્ચે જ્યાં ને ત્યાં લોકો હાથમાં બાઇબલો લઇને જતા મેં જોયા. પ્રાર્થના મીટીંગો થતા મેં જોઇ ત્યાં ઘણા ચર્ચોમાં એકત્વવાદનો સિદ્ધાંત એટલે વિશ્વાસીઓ એક ઇશ્વરમાં વિશ્વાસ કરે છે તે જોયું.

ઈશ્વર સદેહ થઈને આપણામાં વસ્યા - ખ્રિસ્તના શરીરરૂપે એક સત્ય ઈશ્વરના ઈશ્વરત્વનો એ મર્મ છે.

બેશક સતધર્મનો મર્મ મોટો છે; દેવ મનુષ્ય સ્વરૂપમાં પ્રગટ થયા, આત્મામાં ન્યાયી ઠરાવાયા, દૂતોના દીઠામાં આવ્યા, તેમની વાત વિદેશીઓમાં પ્રગટ થઈ, તેમના પર જગતમાં વિશ્વાસ કરવામાં આવ્યો, અને તેમને મહિમામાં ઉપર લેવામાં આવ્યા.'
૧ તિ. ૩:૧૬

ફિલિપ તેને કહે છે કે પ્રભુ અમને બાપ દેખાડ, એટલે અમારે બસ છે. ઈસુ તેને કહે છે કે ફિલિપ, આટલી મુદત સુધી હું તમારી સાથે રહ્યો છું તો પણ શું તું મને ઓળખતો નથી? જેણે મને જોયો છે તેણે બાપને જોયો છે; તો તું શા માટે કહે છે કે અમને બાપ દેખાડ? હું બાપમાં છું ને બાપ મારામાં છે, એવો વિશ્વાસ તું કરે છે કે નહિ? જે વાતો હું તમને કહું છું તે હું મારા પોતાના તરફથી નથી કહેતો; પણ બાપ મારામાં રહીને પોતાના કામ કરે છે. હું બાપમાં છું અને બાપ મારામાં છે એવો વિશ્વાસ મારા પર રાખો; નહીં તો કામોને લીધે જ મારા પર વિશ્વાસ રાખો.' ***યો. ૧૪:૮-૧૧***

'તું વિશ્વાસ કરે છે કે દેવ એક છે તો તું સારું કરે છે. ભૂતો પણ વિશ્વાસ કરે છે અને કાંપે છે.'
યાકૂબ ૨:૧૯

દેવને માટે ભૂખ્યા અને તરસ્યા લોકોને જોવા એ કેવો આનંદ છે અને આવા લોકોનું ભજન કેટલું શક્તિશાળી હોય છે! મેં ૨૫ વર્ષ પહેલાં 1980મા ભારત છોડયું તેના કરતાં આ વખતનું ભારત ઘણું જુદું હતું. બાળકો અને વૃદ્ધો બધા યહોવા દેવની બાબતોની જ ઈચ્છા રાખતા હતા. હિન્દુ મેળાઓ અને મહોત્સવોમાં જુવાન લોકો સુવાર્તાના ચોપાનીયાઓ વહેંચતા હોય તે દ્રશ્ય તો સામાન્ય હતુ. સવારે તેઓ ચર્ચમાં જાય અને રાતના ૨:30 વાગે છૂટીને આશરે ૩ વાગે પાછા ફરે. હિન્દુ અને મુસ્લીમો સાજાપણું મેળવવા આપણી પ્રાર્થના સભામાં આવતા હતા અને છૂટકારો મેળવતા હતા. દેવના વચનનો ઉપદેશ અને પવિત્ર આત્માનું શિક્ષણ પ્રાપ્ત કરવા માટે લોકોના હ્રદય ખુલ્લા હતા. મને ભારતીય પ્રાર્થનાસભા વિશેની આ બધી માહિતી મળી હતી અને મે ટેલીફોન કે ઈ-મેઈલ મારફતે તેમના પાસ્ટરોનો સંપર્ક કર્યો હતો. મેં યુનાઈટેડ પેન્ટીકોસ્ટલ ચર્ચો દ્વારા જે અમેરીકન ઉપદેશકો ભારતમાં

મેં તે તેમની રીતે કર્યું

વાર્ષિક કોન્ફરન્સમાં રાજીખુશીથી આવવા રાજી હતા તેઓ સેવા કરે માટે નેટવર્ક (કાર્યક્રમ) ગોઠવ્યું. પ્રભુની સહાયથી અમને ઘણી સફળતા મળી અને એ જાણીને ઘણો આનંદ થયો કે અમેરીકાના ઉપદેશકો ભારત દેશના ઉપદેશકોને આત્મિક સહાય આપવાનો બોજ ધરાવતા હતા. એક ઘણા નાના અને સામાન્ય ચર્ચના પાસ્ટરને હું મળી. અહીં એટલી બધી ગરીબાઈ હતી અને લોકોની જરૂરીયાતો એટલી મોટી હતી કે મેં અંગત રીતે તેમને પૈસા મોકલવાનું વચન આપ્યું. અમને અમેરીકામાં પ્રભુએ ઘણા આશીર્વાદો આપ્યા છે. પ્રભુને કંઈ અશક્ય નથી તેવો વિશ્વાસ કરો. જો તમે આપવા ચાહો છો તો વિશ્વાસથી આનંદ સાથે આપો અને કોઈ ન જાણે તે રીતે આપો. વર્ષો સુધી હું પૈસા મોકલતી હતી તેની કોઈને જાણ પડી ન હતી. તમને અંગત લાભ થાય કે બીજાઓ તમારા વખાણ કરે તેવું વિચારીને આપશો નહિ. શુદ્ધ હ્રદયથી આપો તેમજ દેવ સાથે સોદો કરશો નહિ.

"એ માટે કે તારાં દાનધર્મ ગુપ્તમાં થાય; અને ગુપ્તમાં જોનાર તારો બાપ તને તેનો બદલો આપશે. અને જ્યારે તમે પ્રાર્થના કરો છો ત્યારે ઢોંગીઓના જેવા ન થાઓ; કેમ કે માણસો તેઓને જુએ, માટે સભાસ્થાનોમાં તથા રસ્તાઓમાં નાકાઓ પર ઊભા રહીને પ્રાર્થના કરવાનું તેમને પસંદ છે; હું તમને ખચીત કહું છું કે તેઓ પોતાનો બદલો પામી ચૂક્યા છે. પણ જ્યારે તું પ્રાર્થના કરે, ત્યારે તારી ઓરડીમાં પેસ, ને તારું બારણું બંધ કરીને ગુપ્તમાં તારા બાપની પ્રાર્થના કર, ને ગુપ્તમાં જોનાર તારો બાપ તને બદલો આપશે."

માત્થી ૬: ૪-૬

દેવે મારા જીવનમાં કેટલીક બાબતો બને તે માટે અજાયબ યોજના ઘડી હતી કે જેથી કરીને મારે ઘરમાં જ રહેવું પડે. હું ભૂતકાળનો વિચાર કરીને આશ્ચર્ય પામું છું કે મારી માંદગી કેવી વધી ગઈ કે હું ચાલી, વિચારી કે સાજી થઈશ તેવું ધારી શકતી ન હતી. અંતે જ્યારે બ્રધર જેમ્સે મારે માટે પ્રાર્થના કરી ત્યારે દેવ મને વ્હીલચેરમાંથી બહાર લાવ્યા. મારા શરીરમાં જે ગાંઠો હતી તેને કારણે અને લોહીના રોગને કારણે હું અપંગ થઈ ગઈ હતી, મને અપંગ વળતર તરીકેનો ખૂબ ઓછી રકમનો ચેક મળતો હતો. તેનો તો કોઈ અર્થ જ ન હતો કારણ કે દેવે મારી નોકરી લઈ લીધી પછી મારે બીલો કઈ રીતે ભરવા તેની ચિંતા હતી. પ્રભુ ઈસુએ બે વખત મને કહ્યું, "હું તારી સંભાળ રાખીશ." માટે હું કેલીફોર્નીયામાં રહું કે ટેકસાસમાં રહું પ્રભુ ઈસુ મારી ગરજો પૂરી પાડનાર હતા. દેવે પોતાની સંપતિ અને ભરપૂરીમાંથી તે પૂરી પાડી. મેં મારી રોજબરોજની જરૂરિયાતો માટે દેવ પર ભરોસો રાખ્યો.

પણ પહેલા તમે તેના રાજ્યને અને તેના ન્યાયીપણાને શોધો એટલે એ બધા વાના પણ તમને અપાશે. ***માત્થી ૬:33***

હું ભારત આવી ત્યારે વિશ્વાસુ બહેનોએ કબૂલ કરીને કહ્યું કે હવે અમે અમારે માટે મોજશોખની વસ્તુઓ નહીં ખરીદીએ. તેમની પાસે પહેરવાના જે કપડા હતા તેનાથી તેઓ સંતુષ્ટ હતા કારણ કે ગરીબોને ઉદારતાથી આપવામાં તેમને ઘણો જ સંતોષ મળતો હતો.

'પણ સંતોષ સહિતનો ભક્તિભાવ એ મોટો લાભ છે; કેમ કે આપણે આ જગતમાં કંઈ લાવ્યા નથી. અને તેમાંથી કંઈપણ લઈ જઈ શકતા નથી, પણ આપણને જે અન્નવસ્ત્ર મળે છે તેઓથી આપણે સંતોષી રહીએ. ***૧ તીમ. ૬ :૬-૮***

વૃદ્ધો અને બાળકો પણ આ પ્રેમની યોજનામાં સામેલ હતા. તેઓ ગરીબો માટે ગીફ્ટ પેકેટો બનાવવા ભેગા મળ્યા હતા. આપવાની સેવા કરવાના આશીર્વાદથી તેઓ પૂરા સંતુષ્ટ હતા.

'આપો ને તમને અપાશે; સારું માપ દાબેલું ને હલાવેલું તથા ઉભરાતું તમારા ખોળામાં તેઓ ઠાલવી દેશે. કેમ કે જે માપથી તમે માપી આપો છો તે જ માપથી તમને પાછું માપી આપવામાં આવશે.' ***લુક ૬ :૩૮***

ફકત કલ્પના કરો કે ટૂંકા ગાળામાં કેવું બન્યું? મેં મારું ઘર વેચ્યું અને બીજા રાજ્યમાં મેં નવું ઘર ખરીદ્યું. મેં ભારત દેશની મુલાકાત લીધી કે જેમાં માણસો બદલાઈ ગયા હતા અને પ્રભુ ઈસુ ખ્રિસ્તને માટે તરસ્યા હતા. હવે હું ટેકસાસમાં નવું જીવન શરૂ કરવાની અપેક્ષા રાખતી હતી. જ્યારે આપણે દેવને પ્રથમ સ્થાન આપીશું ત્યારે મહિમાનો પ્રભુ પણ આપણા પ્રત્યે વિશ્વાસયોગ્ય બનશે.

હું ત્રણ મહિના પછી ભારતથી પાછી અમેરીકા આવી. અને વિમાનમાં કેલિફોર્નિયા પહોંચી ત્યારે મારું ઘર તૈયાર હતું. ૨૬ એપ્રીલ, ૨૦૦૫ ના રોજ મારું વિમાન કેલિફોર્નિયાથી ડલાસ એરપોર્ટ પર ઉતર્યું. ત્યારે હું રડી રહી હતી કારણે કે હું આ દેશમાં આવી ત્યારથી લઈને સંપૂર્ણપણે મારા કુટુંબીજનોથી પહેલીવાર વિખૂટી પડી હતી. પછી મને પ્રભુએ નીચેનો શાસ્ત્ર વચન આપ્યું.

"પણ હવે હે યાકૂબ, તારો ઉત્પન્નકર્તા યહોવાહ, ને હે ઈસ્રાએલ, તારો બનાવનાર એવું કહે છે કે તું બીશ નહિ, કેમ કે મેં તારો ઉદ્ધાર કર્યો છે; મેં તારું નામ લઈને તને બોલાવ્યો છે, તું મારો છે. તું પાણીઓમાં થઈને જઈશ ત્યારે હું તારી સાથે હોઈશ; તું નદીઓમાં થઈને જઈશ ત્યારે તેઓ તને ડુબાડશે નહિ; તું અગ્નિમાં ચાલીશ ત્યારે તને આંચ લાગશે નહિ; અને જવાળા તને બાળશે નહિ. કેમ કે હું યહોવા તારો દેવ છું, હું ઈસ્રાએલનો પવિત્ર દેવ તારો ત્રાતા છું. મેં તારા ઉદ્ધારના બદલામાં મિસર આપ્યો છે. તારે બદલે કુશ તથા સબા આપ્યા છે. કેમ કે તું મારી દૃષ્ટિમાં મૂલ્યવાન થયો છે, તું સન્માન પામેલો છે, ને મેં તારા પર પ્રીતિ કરી છે; તે માટે હું તારે બદલે માણસો, અને તારા જીવને બદલે લોકો આપીશ. તું બીશ મા, કેમ કે હું તારી સાથે છું; હું તારા સંતાન પૂર્વથી આણીશ, ને પશ્ચિમથી તને એકઠો કરીશ; હું ઉત્તરને કહીશ કે છોડી દે; અને દક્ષિણને કહીશ કે અટકાવ ન કર; મારા દીકરાઓને વેગળેથી ને મારી દીકરીઓને પૃથ્વી ને છેડેથી લાવ." **યશા. ૪૩:૧-૬**

હું આવી તે દિવસે તે નવા અને વિશાળ મકાનમાં હું એકલી જ હતી. હું મારા રૂમની વચ્ચે ઊભી રહી ત્યારે એકલતા મને ખાઈ જતી હતી અને મારું આખું ઘર ખાલીખમ હતું. હું નીચે બેસી ગઈ અને રડવા લાગી. મને ઘણું એકલું એકલું લાગતું હતું. મને કેલીફોર્નીયા પાછા જવાની ઈચ્છા થઈ ગઈ. કારણ કે મારી વૃદ્ધ માતાને મેં ત્યાં એકલા છોડયા હતા. અમે ઘણો લાંબો સમય સાથે રહ્યા હતા. જ્યારે મારું કોઈ ન હતું ત્યારે બ્રધર જેમ્સ બ્લેકી, મારી બહેન અને તેમનું કુટુંબ હતા અને મારા જીવનમાં તેમણે ઘણો મોટો ભાગ લીધો હતો. તેમને લીધે હવે મને એવું લાગ્યું કે મારે કુટુંબ છે. હું માના વિયોગને લીધે મારું હૃદય એટલું ભરાઈ ગયું કે હું એરપોર્ટ પર જતી રહું અને કેલીફોર્નીયા ચાલી જાઉં એવું મને થઈ ગયું. મારે આ ઘરમાં રહેવું ન હતું. હું ધારું તે કરતાં મારું દુઃખ વધારે હતું. મારી આવી મનોદશામાં દેવે મને બ્રધર જેમ્સ બ્લેકીને બોલાવવાનું યાદ દેવડાવ્યું. તે વખતની મારી લાગણીઓ બ્રધર બ્લેકી નહોતા જાણતા પણ દેવ જાણતા હતા. જ્યારે બ્રધર બ્લેકીએ મને કહ્યું, 'સીસ. દાસ તમે હવે અમારાથી એક ફોન કરો એટલા જ દૂર છો.' તેમના શબ્દો અભિષેકથી ભરપૂર હતા. તેથી મારું દર્દ અને હતાશા તરત ચાલ્યા ગયા. એકલી નથી તેથી બધું સારું થઈ જશે. મારી બેનનું કુટુંબ પાછળથી પ્લાનોમાં રહેવા આવ્યા. પ્લાનો વાઈલીથી થોડા જ માઈલ દૂર છે. બ્લેકી કુટુંબમાં ૧૧ ભાઈઓ અને બહેનો છે. તેમના પુત્રો અને પૌત્રો બધા મારી સાથે કુટુંબીજન તરીકે વર્તતા હતા. તેઓની સંખ્યા ૨૦૦ જેટલી હતી અને બધા લોકો વાઈલીના બ્લેકી ફેમીલીને ઓળખતા હતા. તેમનો મને ઘણો સહારો હતો અને હવે હું પણ મને બ્લેકી તરીકે

માનવા લાગી હતી. એક વાર નવા ઘરમાં ઠરીઠામ થયા પછી મારે કયા સંગતમાં જવું તે પ્રશ્ન હતો. મેં પ્રભુને પૂછ્યું કે તે મને કયા સંગતમાં લઈ જવા માંગે છે. મેં ઘણા ચર્ચોની મુલાકાત લીધી. છેવટે હું ગાર્લેન્ડ શહેરના ચર્ચમાં ગઈ. તે ચર્ચ, ધ નોર્થ સીટીઝ યુનાઈટેડ પેન્ટીકોસ્ટલ ચર્ચ હતું. દેવે સ્પષ્ટપણે કહ્યું, “આ તારું ચર્ચ છે”, ત્યારથી હું ત્યાં જ સંગતમાં જાઉં છું અને મને તે અતિ પ્રિય છે. અમારા પાસ્ટર રેવ. હારગ્રોવ પણ ખૂબ ઉમદા છે. ચર્ચ સેવા પછી બ્લેકી ફેમીલી સાથે ઘણીવાર ખાણું લેતી હતી. તેમના કૌટુંબિક મેળાવડામાં અને રજાઓના દિવસે તેઓ મને ભાગીદાર બનાવતા હતા. આમ દેવે અજાયબ રીતે મારી સર્વ જરૂરીયાત પૂરી પાડી.

હું પાસ્ટર માટે, ચર્ચ માટે અને મને પોતાના કુટુંબનો અંગત હિસ્સો બનાવનાર બ્લેકી ફેમીલી માટે પ્રભુનો આભાર માનું છું. હું મારા નવા ઘરમાં સુખશાંતિથી રહું છું. ‘હું તારી સંભાળ રાખીશ' તે પ્રતિજ્ઞા દેવે પૂરી કરી છે. મારા જીવનની તેની ઈચ્છા પ્રમાણે દેવે આ બધુ મારા માટે પસંદ કર્યું. હવે હું પ્રભુને માટે કામ કરું છું. સવારે હું ૩:૫૦ વાગે પ્રાર્થના માટે ઊઠું છું. મારા મિત્રો તમને કહેશે, ‘હવે સિસ્ટર લીઝને કદી કહેશો નહિ કે તમે બેકાર છો.' મારો જવાબ? હું પ્રભુની સેવા કરું છું. ઘડિયાળ સામે જોયા વગર કલાકો સુધી કામ કરું છું અને મને પગાર મળતો નથી. દેવ મારી સંભાળ લે છે. મારું ઈનામ આકાશમાં છે. હું મારી સેવાથી સંતુષ્ટ છું અને જે હું કરું છું તે મને અતિ પ્રિય છે.’

પાઠ - ૧૨
અશુદ્ધ આત્માથી છૂટકારો અને દેવનું સાજાપણું

એક રવિવારે બપોરે મારા પર એક ભાઈ શ્રીમાન પટેલનો ફોન આવ્યો. તેમની વિનંતી તેવી હતી કે અમે જઈને તેમના પિતા માટે પ્રાર્થના કરીએ. તેમના પિતા ઉપર અશુદ્ધ આત્માઓએ હુમલો કર્યો હતો. મી. પટેલ એન્જીનિયર, કે જેઓ 30 કરતાં વધારે વર્ષથી અમેરિકામાં રહે છે.

તેમણે મારા સાજાપણા વિશે સાંભળ્યું હતું અને પ્રભુ ઈસુ ખ્રિસ્ત વિશે તેઓ જાણવા માંગતા હતા. બીજા દિવસે અમે તેમના ભાઈના ઘેર ગયા જ્યાં શ્રી પટેલ અને તેમનું કુટુંબ પણ હતું. (તે ભાઈ, તેમના પત્ની, બે દીકરા અને તેમના માતાપિતા) જ્યારે બધા અમારું વચન સાંભળતા હતા ત્યારે ઈસુમાં બીજા ભાઈ કે જે ખ્રિસ્તી છે તેમણે કહેવા માંડયું કે તે કેવી રીતે પ્રભુ ઈસુમાં આવ્યા. મી. પટેલના પિતાએ કહ્યું, કે તેઓ મૂર્તિપૂજા કરતા હતા પણ હંમેશા તે પૂજા કરતી વખતે તેમને મનમાં ખરાબ લાગતું હતું. તેમને લાગતું કે જાણે એક સળિયો તેમના પેટમાં ઘુસી જતો હતો અને તેમને ભારે પીડા થતી હતી. અને જ્યારે તેઓ ચાલતા ત્યારે જાણે પગ નીચે પથરા હોય તેમ તેમને લાગતું હતું. અમે તેમની સાથે પ્રભુ ઈસુ ખ્રિસ્તના નામમાં પ્રાર્થના કરવાનું શરૂ કર્યું. તેમનામાંથી અશુદ્ધ આત્મા નીકળ્યા ત્યાં સુધી અમે પ્રાર્થના કરી. અને તેમને ઘણું સારું લાગ્યું. ત્યાંથી નીકળતી વખતે અમે તેમને બાઈબલ અભ્યાસ આપ્યો જેથી તેઓ પ્રભુ ઈસુના નામમાં જે પરાક્રમ છે તે જાણે તેમ જ ફરીથી અશુદ્ધ આત્માઓના

હુમલાઓથી કેવી રીતે મુક્ત રહેવું તે જાણે. પણ અમને એ વાતનો આનંદ થયો કે તેમના દીકરાઓ અને એક પૌત્રએ તેમને 'ઈસુના નામમાં' એવું બોલવાનો આગ્રહ કર્યો. તેઓ બોલ્યા નહિ. જો કે તેમને ભગવાન શબ્દ બોલવામાં કોઈ વાંધો ન હતો. પછી તેમના દીકરાઓ પ્રાર્થના કરાવવા લાઈનમાં ઊભા રહ્યા ત્યારે તેમના પૌત્રોએ આગ્રહ કર્યો કે ના, ફક્ત એમ બોલો, 'ઈસુના નામમાં'. તેમનો એક પૌત્ર જે આશરે વીસેક વર્ષનો હતો તેને પહેલા કાર અકસ્માત થયો હતો, તેને ઘુંટણનો પ્રશ્ન થયો હતો અને ઘણા સર્જનો પાસે તે ગયો હતો. તે દિવસે પ્રભુ ઈસુએ તેને સાજો કર્યો અને શ્રી પટેલના નાના ભાઈને પવિત્ર આત્માએ ભારે સ્પર્શ કર્યો. દરેક જણ માટે પ્રાર્થના કરાવવામાં આવી. તેઓએ સાક્ષી આપી કે પવિત્ર આત્મા દ્વારા સાજાપણા અને છુટકારાના ચમત્કારો દ્વારા તેઓમાં પ્રભુએ કામ કર્યું હતું.

જ્યારે પ્રભુ ઈસુ માણસો મધ્યે હતા ત્યારે તેમણે દેવના રાજ્યના આવવાની સુવાર્તા પ્રગટ કરી અને લોકોને સાજાપણું આપ્યું. જેઓને ભૂતો વળગ્યા હતા અને પીડાતા હતા તેઓને સાજા કર્યા અને છોડાવ્યા અને જેઓને લકવો (પક્ષઘાત) અને ફેફરા જેવા દર્દો હતા તેઓને સાજા કર્યા.

અને ઈસુ તેઓના સભાસ્થાનોમાં ઉપદેશ કરતા ને રાજ્યની સુવાર્તા પ્રગટ કરતા, ને લોકોમાં દરેક પ્રકારના રોગ તથા દુ:ખ મટાડતા, આખા ગાલીલમાં ફર્યા. ત્યારે આખા સિરિયામાં તેમની કીર્તિ ફેલાઈ ગઈ, ને સઘળા માંદાઓને, એટલે અનેક જાતના રોગીઓને તથા પીડાતાઓને તથા ભૂત વળગેલાઓને તથા ફેફરાવાળાઓને તથા પક્ષઘાતીઓને તેઓ તેની પાસે લાવ્યા અને તેમણે તેઓને સાજા કર્યા.' ***માત્થી ૪ : ૨૩,૨૪***

પ્રભુ ઈસુના શિષ્યો તરીકે આજે આપણે તેમનું સોંપેલું કામ ચાલુ રાખવાનું છે અને પ્રભુ ઈસુના નામમાં તારણ છે તે પ્રગટ કરવાનું છે.

બીજા કોઈથી તારણ નથી; કેમ કે જેથી આપણું તારણ થાય એવું બીજું કોઈ નામ આકાશ તળે માણસોમાં આપેલું નથી.' ***પ્રે.કૃ. ૪:૧૨***

જીવતા દેવની સેવા કરવાથી ઘણા લાભ છે. જે દેવો પથ્થર કે માટીના બનેલા હોય અને જોઈ કે સાંભળી ન શકે તેમની નહીં પણ જીવતો અને સાચો દેવ જે માણસો અને સ્ત્રીઓના

હૃદયોને તપાસે છે તેમની સેવા કરવી જોઈએ. તેમની વાણી સાંભળવા માટે તમારા હૃદયો અને મનોને ખોલો. તમે આજ સુધી તેમને નકાર્યો છે માટે તે તમને માફ કરે તેવી પ્રાર્થના કરો. તેમને જાણવા અને તેમના પર પ્રેમ કરવા માટે પ્રાર્થના કરો. બારણું જલ્દીથી બંધ થઈ જવાનું છે.

પાઠ - ૧૩
કબૂલાત અને શુદ્ધ અંતઃકરણ

એક દિવસ એક ભારતીય દંપતી મારી સાથે પ્રાર્થના કરવા માટે આવ્યુ. અમે પ્રાર્થના શરૂ કરી ત્યારે એ ભાઈના પત્નીએ સૌથી પહેલાં જોરશોરથી પ્રાર્થના કરાવવાની શરૂઆત કરી, ત્યાર પછી એ ભાઈએ પ્રાર્થના કરાવી. તેઓ બંનેએ તેમની ધાર્મિક રૂઢિ પ્રમાણે પ્રાર્થના કરાવી પણ તેમના શબ્દોમાં જે પ્રભાવ હતો તેને કારણે મારું મન આનંદિત થયું હતું. મેં નિખાલસ હૃદયથી પ્રભુને પૂછ્યું, "તમે મારા મુખનો ઉપયોગ કરીને પ્રાર્થના કરો. જ્યારે પ્રાર્થના કરવાનો મારો વારો આવ્યો ત્યારે મેં જોરથી પ્રાર્થના શરૂ કરી. પવિત્ર આત્માએ મારો કબજો લીધો અને મેં આત્મામાં પ્રાર્થના કરાવી.

તે પ્રમાણે પવિત્ર આત્મા પણ આપણી નિર્બળતામાં આપણને સહાય આપે છે કેમ કે યથાયોગ્ય શી પ્રાર્થના કરવી એ આપણે જાણતા નથી. પણ આત્મા પોતે અવાચ્ય નિસાસાથી આપણે સારૂ મધ્યસ્થતા કરે છે અને આત્માની ઈચ્છા શી છે તે અંતર્યામી જાણે છે, કેમ કે તે પવિત્રોને સારું દેવની ઈચ્છા પ્રમાણે મધ્યસ્થી કરે છે.'

રોમન ૮ : ૨૬, ૨૭

હું આત્મામાં દેવના સામર્થ્યથી એ પ્રમાણે પ્રાર્થના કરાવતી હતી કે જેથી પાપ પ્રગટ થતા હતા. તે ભાઈ વધુ સહી ન શક્યો અને તેની પત્ની આગળ તેના પાપ કબૂલ કરવા લાગ્યો.

જેનાથી તેની પત્નીને આશ્ચર્ય લાગતું હતું. મેં પછી પાપ કબૂલાત દ્વારા શુદ્ધ થવા વિશે તેમની સાથે વાત કરી.

જો આપણે આપણા પાપ કબૂલ કરીએ, તો આપણાં પાપ માફ કરવાને તથા આપણને સર્વ અન્યાયથી શુદ્ધ કરવાને તે વિશ્વાસુ તથા ન્યાયી છે. આપણે પાપ કર્યું નથી, એવું જો આપણે કહીએ, તો આપણે તેને જૂઠો પાડીએ છીએ, અને તેનું વચન આપણામાં નથી.'
૧ યોહાન ૧: ૯,૧૦.

મેં તે ભાઈને જણાવ્યું કે તેમણે કબૂલાત કરી હતી માટે દેવ તેમને માફ કરી દેશે અને તમે એ પણ યાદ રાખો કે જેઓ તમારા માટે પ્રાર્થના કરે તેમની આગળ જ તમારા પાપ કબૂલ કરવા જોઈએ દરકેની આગળ નહિ.

"તમે નિરોગી થાઓ એ માટે તમારા અપરાધો એકબીજાની આગળ કબૂલ કરો, અને એકબીજાને સારું પ્રાર્થના કરો ન્યાયી માણસની પ્રાર્થના પરિણામે બહુ સાર્થક થાય છે.'
યાકૂબ ૫:૧૬

ને તેને શુદ્ધ સમજાવ્યું કે જો તે બાપ્તિસ્મા પામે, તો દેવ તેના પાપો દૂર કરશે અને તેને શુદ્ધ અંતઃકરણ મળશે.

એ દૃષ્ટાંત પ્રમાણે બાપ્તિસ્માનું પાણી, જે શરીરનો મેલ દૂર કરવાથી નહિ, પણ ઈશ્વર પ્રત્યે શુદ્ધ હૃદયની માંગણીથી ઈસુ ખ્રિસ્તનો પુનરુત્થાન વડે હમણાં તમને પણ તારે છે.'
૧ પીતર 3 : ૨૧

થોડા દિવસ પછી બંને પતિ -પત્નીએ પ્રભુ ઈસુના નામમાં બાપ્તિસ્મા લીધું. પતિ સંપૂર્ણ રીતે પાપના બંધનમાંથી છૂટકારો પામ્યા. તેના પાપ માફ થઈ ગયા. તેઓ બંને દેવના રાજ્યને માટે ખૂબ જ આશીર્વાદરૂપ બન્યા છે.

ત્યારે પિતરે તેઓને કહ્યું કે પસ્તાવો કરો અને ઇસુ ખ્રિસ્તને નામે તમારામાંનો દરેક બાપ્તિસ્મા પામો કે, તમારા પાપનું નિવારણ થાય, અને તમને પવિત્ર

આત્માનું દાન મળશે.' ***પ્રે.કૃ. ૨:૩૮***

જેઓ તેની આગળ નમ્ર બની જાય છે તેવાને દેવ શોધે છે. તમે કેવા સુંદર કે પ્રભાવશાળી શબ્દો પ્રાર્થનામાં બોલો છો તે અગત્યનું નથી, તમારે તમારા પૂરા હૃદયથી પ્રાર્થના કરવી જોઈએ. જ્યારે તમે પ્રાર્થના કરો છો ત્યારે તમારા હૃદયમાં શું છે તે દેવ જાણે છે. પ્રભુ આગળ માફી માંગીને પાપ દૂર કરો નહીંતો પવિત્ર આત્મા તમારી પ્રાર્થના અટકાવશે. વિશ્વાસી તરીકે આપણે રોજ આપણા હૃદયોને તપાસીએ છીએ આપણને માફ કરવા અને આપણને શુદ્ધ કરવા દેવ હંમેશા હાજર હોય છે.

પાઠ ૧૪

મરણ પથારી પર

ભાઈ જેમ્સ વિશે મેં પહેલાં કહ્યું છે. તેમની પાસે દેવના અભિષેક આપનાર સામર્થ્ય દ્વારા સાજાપણાનું દાન છે. તેમને એક કોરીયન બહેન માટે પ્રાર્થના કરવા બોલાવવામાં આવ્યા હતા. તે બહેનને કવીન ઓફ ધ વેલી હોસ્પીટલમાં કટોકટી વોર્ડ (આઈ.સી.યુ. વોર્ડ) માં દાખલ કરવામાં આવ્યા હતા. ડોક્ટરોના કહ્યા પ્રમાણે તે બહેન ૯૯.૯૯૯૯% મૃત હતા. તેમના કુટુંબે તેમની દફનક્રિયાની તૈયારી કરી દીધી હતી. ભાઈ જેમ્સ સાથે જનારામાં હું પણ હતી. તે બહેન લાઈફ સપોર્ટ સીસ્ટમ (કૃત્રિમ શ્વાસોચ્છાવાસ) પર ઊંડી મૂર્છા (કોમા) અવસ્થામાં મૃત્યુની આખરી અવસ્થા પર હતા. જ્યારે મેં પ્રાર્થના શરૂ કરી ત્યારે મને એવું લાગ્યું કે કોઈ મારા પગથી ઊંચકીને મને બહાર ફેંકી દેતું હોય. પણ મારામાં પવિત્ર આત્માનું સામર્થ્ય વધારે બળવાન હતું જેથી તેણે પેલા આત્માને ફાવવા દીધો નહીં.

"બાળકો તમે દેવના છો અને તમે તેઓને જીત્યા છે; કેમ કે જગતમાં જે છે તેના કરતાં તમારામાં જે છે તે મોટો છે.' ***૧ યોહાન ૪:૪***

પ્રાર્થના પછી પ્રભુ મારી મારફતે આ શબ્દો બોલ્યા, 'આ સાધનો જે તેના શરીરની ક્રિયાનું વાંચન કરે છે તે બદલાઈ જશે.' આ શબ્દો તે બહેનના શરીરમાં જે કૃત્રિમ શ્વાસોચ્છવાસના સાધનો લગાવેલા હતા તે દૂર કરવા માટે હતા. મેં પોતે મારા આ શબ્દો સાભળ્યા જે દ્વારા દેવ

આ ગંભીર માંદગીમાં પટકાયેલી સ્ત્રીને સાજી કરવા માંગે છે તે સંદેશો હતો. પછી ભાઈ જેમ્સે પ્રાર્થના કરાવી અને અમે તે બાઈના કુટુંબીજનોને પ્રાર્થનાના અને દેવના વચનના સામર્થ્ય વિશે સમજણ આપી. મેં મારા પોતાના સાજાપણા વિશે અને દેવે મને કેવી રીતે વ્હીલચેરમાંથી બહાર લાવીને ચાલતી કરી તેની સાક્ષી આપી. તે તેઓએ ધ્યાનથી સાંભળી. તેમનો દીકરો પણ ત્યાં હતો જે વિમાનનો પાયલોટ હતો તે કોરીયન ભાષા બોલતો નહોતો. મેં તેની સાથે અંગ્રેજીમાં વાત કરી પણ તેમના બાકીના કુટુંબીજનો તો કોરીયન ભાષા જ બોલતા હતા.

વધુ રસપ્રદ એ હતું કે જે દિવસે તેની માતા આવી ગંભીર માંદગીમાં સપડાયા તે જ દિવસે તેઓ કેનેડા જવા માટે મુસાફરી કરવાના હતા. તે દીકરાએ આગળ જણાવ્યું કે તેમની માતાએ તેમના પિતાને મદદ માટે બૂમ પાડી અને તેઓ તેમને હોસ્પિટલ લઈ ગયા. જો કે તેમણે કવીન ઓફ ધ વેલી હોસ્પિટલ જવા માટે સાફ નકાર કર્યો હતો. તેની માતા કહેતા હતા કે તે હોસ્પિટલમાં તેમને મારી નાખશે. તેમને ખાતરી હતી કે જો હું કવીન ઓફ ધ વેલી હોસ્પિટલમાં જઈશ તો હું મરી જઈશ. તેઓ પહેલા કહેતા કે કેટલાંક લોકો મધરાતે કાળા કપડા પહેરીને તેમના ઘરમાં આવતા હતા. તેની માતા કોઈ કારણ વગર તેની અને તેના પિતા સામે ગુસ્સાથી ચીસો પાડતા અને ડીશો ફેંકતા હતા. વળી તેઓ ન સમજી શકે તેવી અજાણી ભાષામાં ચેકો લખતા હતા. આવુ વિચિત્ર વર્તન તે બહેન ઘણા વખતથી કરતા હતા. મેં તેમને અશુદ્ધ આત્મા આ રીતે માણસનો કબજો લઈને તેને પીડા આપે છે તે સમજાવ્યું. આ વાત સાંભળીને તે ભાઈ અચંબામાં પડી ગયા કારણ કે તેઓ બધા સાથે ચર્ચમાં જતા હતા અને તે બહેન તો પુષ્કળ પૈસા દાનમાં આપતા હતા, તેમણે આવું થશે તેવું કદી ધાર્યું ન હતું. અશુદ્ધ આત્માઓ સાચા વિશ્વાસીઓ કે જેમનામાં પવિત્ર આત્મા વસે છે તેમના અધિકાર નીચે હોય છે કારણ કે તેમના પર પ્રભુ ઈસુનું લોહી છંટાયું હોય છે. અને પ્રભુ ઈસુના નામ અને તેમાં જે પરાક્રમ છે તેના અધિકાર નીચે તેઓ તેની સેવા કરે છે. મેં તે જુવાન ભાઈને જણાવ્યું કે ભાઈ જેમ્સ અને હું આ અશુદ્ધ આત્માને કાઢવા માટે પ્રભુ ઈસુના નામમાં પ્રાર્થના કરીએ છીએ. તે ભાઈ તેમની માતાના છૂટકારા માટે પ્રાર્થના કરાવવા તૈયાર થયા. જ્યારે ડોક્ટર તેમની માતાની સ્થિતિ જોવા તે સવારે આવ્યા ત્યારે તેઓ આશ્ચર્ય પામી ગયા. કારણ કે તે બહેન હવે પ્રતિસાદ આપતા હતા. તેમને ખબર ન પડી કે દર્દીમાં આવું ચમત્કારિક પરિવર્તન કઈ રીતે આવ્યું. ત્યારે તેમના કુટુંબીજાનોએ જણાવ્યું કે રાત્રે તેમને માટે પ્રાર્થના કરાવવા કોઈ આવ્યું હતું અને તેમણે અમને જેમ કહ્યું હતું તેમ હવે તેઓ પ્રતિસાદ આપી રહ્યા છે.

થોડા દિવસ પછી અમને તે બહેન માટે ફરી પ્રાર્થના કરવાની તક મળી જ્યારે હું તેમના વોર્ડમાં પ્રવેશી ત્યારે તેમણે સ્મિત આપ્યું અને મેં તેમના માથા પર મારો હાથ મૂક્યો. મેં પ્રાર્થના શરૂ કરી ત્યારે તે બેને એકદમ મારો હાથ તેમના માથેથી દૂર કરી દીધો અને તેમનું માથું ફેરવીને છત તરફ જોવા લાગ્યા કારણ કે તેઓ બોલી શકતા ન હતા તેમના હાવભાવ બદલાઈ ગયા અને તે બીહામણા લાગવા માંડયા. અમારા ગયા પછી તો તેમની સ્થિતિ ઘણી ખરાબ થઈ ગઈ. તેઓ કંઈક જોઈ રહ્યા છે તેવું કૂતુહલ તેમના છોકરાઓને લાગ્યું હતું. તેમણે તેમને પુછ્યુ કે, કંઈ અશુદ્ધ આત્મા જેવું તમે જોયું તો તેમણે હાથનો ઈશારો કરી હા પાડી. અમે ફરીથી પ્રાર્થના માટે ત્યાં પાછા ગયા કારણ કે જે અશુદ્ધ આત્મા તેમના રૂમમાં હતો, તે પીડાદાયી આત્મા તેમને બીવડાવતો હતો. આ વખતે અમારી પ્રાર્થના પછી તે પીડાદાયક આત્માથી તેમને છૂટકારો મળ્યો.

પ્રાર્થનાના સાંભળનાર આપણા દેવની સ્તુતિ હો! થોડા સમય પછી અમે સાંભળ્યું કે તેમને હેસ્પિટલમાંથી રજા મળી છે અને પુનઃસ્થાપનાના કેન્દ્રમાં તેમને મૂકવામાં આવ્યા છે. પછી તો તેમને ઘેર જવાની રજા મળી. તેમની સ્થિતિ ઉત્તરોત્તર સારી થતી જતી હતી. તેમને મરણની જાળમાંથી છોડાવવામાં આવ્યા હતા.

જાઓ જગતમાં સાક્ષી આપો.

અને તેણે તેઓને તાકીદ કરી કે, તમારે તે કોઇને કહેવું નહિ; પણ જેમ જેમ તેણે વધારે તાકીદ કરી તેમ તેમ તેઓએ તે વધારે પ્રગટ કર્યું.' ***માર્ક ૭:૩૬***

"તારે ઘેર પાછો જા અને દેવે તારે સારું કેવા મોટા કામ કર્યા છે તે કહી જણાવ તેણે જઈને ઈસુએ કેવા મોટા કામ તેને સારું કર્યા હતા, તે આખા શહેરમાં પ્રગટ કર્યું.

લુક ૮:૩૯

બાઈબલ કહે છે, આપણે બહાર જઈને સાક્ષી આપવી જોઈએ. આ કોરીયન કુટુંબ બીજા કુટુંબોમાં જઈને આ ચમત્કાર વિશે સાક્ષી આપતું હતું. એક દિવસ ભાઈ જેમ્સને બીજા કોરીયન બેન તરફથી ફોન આવ્યો. તેમના પતિ હિંસક ધમાલ કરી રહ્યા હતા તેઓ સ્વસ્થ અવસ્થામાં ન હતા. તેમના પત્ની નાની નાજુક અને પ્રેમાળ સ્ત્રી હતી. એક દિવસ તે ભાઈએ

તેમના પત્નીને મારી નાખવાનો પ્રયાસ કર્યો. ઘણી વખત તેમની પત્નીને એવો નિર્દય માર મારતા કે તેમને હોસ્પિટલમાં દાખલ કરવા પડતા હતા. તે બાઈએ આ ચમત્કાર વિશે સાંભળ્યું એટલે તેણે અમને આમંત્રણ આપ્યું અને ખાસ કરીને મને બોલાવી. અમે તે બહેનને અને તેના પતિને મળવા ગયા ભાઈ જેમ્સે મને વચન આપવાનું કહ્યું અને તેમણે પ્રાર્થના કરાવી. અમને ઘણો જ આશિષ મળ્યો. કેટલાક અઠવાડિયા પછી તે પત્નીએ અમને ફરી પ્રાર્થના માટે બોલાવ્યા. કારણ કે તેમના પતિને શું થાય છે તે ખબર પડતી ન હતી. તેમની સ્થિતિ સુધારા પર હતી. અમે ફરી ત્યાં ગયા મેં માફી આપવા વિશે મારી સાક્ષી આપી અને બ્ર. જેમ્સે તેઓ બધા માટે પ્રાર્થના કરાવી.

હું જયારે નોકરી કરતી હતી તે વખતની મેં વાત કરી. મારા સ્ત્રી સુપરવાઈઝર હતા તેઓ દયા લાવ્યા વગર મને હેરાન કરતા હતા અને મને રાતે ઊંઘ પણ આવતી ન હતી. એક દિવસ મેં મારા રૂમમાં જઈને તેમને માટે પ્રાર્થના કરી. પ્રભુ ઈસુએ કહ્યું, 'તારે તેમને માફ કરવા જોઈએ.' મને આ બાબત પ્રથમ તો અઘરી લાગી. મેં વિચાર્યું કે જો હું તેને માફી આપી દઈશ તો તે આવું વર્તન ચાલુ જ રાખશે. પણ મેં પ્રભુ ઈસુની વાણી સાંભળી. મે કહ્યું, પ્રભુ હું તેને સંપૂર્ણપણે માફી આપુ છું. દેવે તે બધું ભૂલી જવા માટે મારી સહાય કરી. મેં તેમને માફ કરી દીધા પછી હું સરસ રીતે ઊંઘી શકી. ત્યાર પછી પણ જ્યારે તે બહેન ખરાબ વર્તાવ કરતા તો મારા મન પર તે વધારે લાગતુ ન હતું.

બાઈબલ કહે છે,

'ચોરી કરવા, મારી નાંખવા તથા નાશ કરવા સિવાય બીજા કોઈ મતલબથી ચોર આવતો નથી તેઓને જીવન મળે અને તે પુષ્કળ મળે માટે હું આવ્યો છું.'

યોહાન ૧૦ :૧૦

એ એક આનંદદાયક બાબત હતી કે બહેનના સાસુ આ સાક્ષી વખતે ત્યાં હાજર હતા, કારણ કે તેમનું હૃદય પણ દુઃખથી ભારે હતું. પણ દેવનો હાથ સહાયમાં આવ્યો અને સમસ્ત પરિસ્થિતિ બદલાઈ ગઈ. માફીએ તેમના હૃદયોનો કબજો લીધો અને ખ્રિસ્તનો પ્રેમ તેમાં પ્રવેશ પામ્યો તે બધું ખૂબ અજાયબ હતું.

મેં તે તેમની રીતે કર્યું

પણ જો તમે તેને માફ નહીં કરો, તો તમારો બાપ જે આકાશમાં છે તે પણ તમારા અપરાધ તમને માફ કરશે નહિ.' ***માર્ક ૧૧:૨૬***

માફી નહીં આપવી એ બહુ ભયંકર બાબત છે. તમે તમારા મન અને શરીરની સ્વસ્થતા ગુમાવી દેશો, માફી કેવળ તમારા દુશ્મન માટે જ નહીં, તમારા લાભ માટે પણ છે. પ્રભુ આપણને માફ કરવાનું એ માટે કહે છે કે આપણે સારું ઊંઘી શકીએ. વેર લેવું તે દેવનું કામ છે, આપણું નહીં.

કોઈનો ઈન્સાફ ન કરો એટલે તમારો ઈન્સાફ નહિ કરાશે; કોઈને દોષિત ન ઠરાવો અને તમને કોઈ દોષિત નહીં ઠરાવે માફી આપો અને તમને માફી અપાશે.'

લુક ૬: ૩૭

તમે નિરોગી થાઓ માટે તમારા અપરાધો એકબીજાની આગળ કબૂલ કરો, અને એકબીજાને સારું પ્રાર્થના કરો. ન્યાયી માણસની પ્રાર્થના પરિણામે બહુ સાર્થક થાય છે એલિયા સ્વભાવે આપણા જેવો માણસ હતો, પણ વરસાદ ન વરસે તેવી તેણે પ્રાર્થના કરીને વિનંતી કરી; અને સાડાત્રણ વરસ સુધી પૃથ્વી પર વરસાદ વરસ્યો નહિ.'

યાકૂબ ૫ : ૧૬, ૧૭

પાછળથી અમે સાભંળ્યુ કે તેમના પતિ માનસિક વ્યાધિમાંથી સંપૂર્ણ સાજાપણું પામ્યા હતા અને પોતાની પત્ની પર ખૂબ જ પ્રેમ કરતા હતા. પ્રભુની સ્તુતિ થાઓ. પ્રભુ ઈસુએ તે ઘરમાં શાંતિ સ્થાપી.

પાઠ-૧૫
ઈશ્વરની સમક્ષતામાં શાંતિ

ઈશ્વરની સમક્ષતા આપણા આત્મામાં શાંતિ લાવે છે. મેં એક વાર એક સજ્જન માટે પ્રાર્થના કરી કે જેઓ કેન્સરના છેલ્લા સ્ટેજમાં હતા. ચર્ચના એક બહેનના તેઓ પતિ હતા. તે બહેન અને તેમનો દીકરો એક વખત મારા ઘરમાં રહ્યા હતા. મારા સંપર્કમાં અને અમારા ચર્ચમાં આવ્યા પહેલા તેમણે એક અંત સમયને લગતો વિડીયો જોયો અને તેમને સત્ય પ્રાપ્ત થયું. તે બંનેને પ્રભુ ઈસુના નામમાં બાપ્તિસ્મા અંગેનું પ્રકટીકરણ પ્રાપ્ત થયું અને તેઓ ઈસુના નામમાં બાપ્તિસ્મા આપી શકે તેવા ચર્ચની શોધ કરવા લાગ્યા. હું જે ચર્ચમાં જતી હતી તે ચર્ચ તેમને મળ્યું. શેતાન નથી ચાહતો કે કોઈપણ માણસને સત્ય પ્રાપ્ત થાય. કારણ કે સત્ય તેમને તારણમાં દોરી જાય છે. તે તો ચાહે છે કે તમે અંધારામાં રહો. ખોટા સિધ્ધાંતો અને માણસોની રૂઢિઓ માનીને તમે બચી જશો તેવું તે ઠસાવે છે. જ્યારે તમે સત્યની શોધ કરશો ત્યારે શેતાન તમારી સામે આવશે. આ કિસ્સામાં આ મા અને દીકરા સામે જે હથિયાર વાપરવામાં આવ્યું તે અવિશ્વાસી પતિ અને પિતાનું હતું. જે સતત દેવ પરના તેમના વિશ્વાસ માટે તેમને હેરાન કરતા હતા અને તેમના વિશ્વાસને હલકો ગણતા હતા. આ કારણે ઘણી વખત તેઓ મારા ઘરે પ્રાર્થના માટે આવતા અને મારી સાથે રહેતા.

એક દિવસ ટેક્સાસ રાજ્યના ડલાસ શહેરના બેઈલર હોસ્પિટલમાં કટોકટી વોર્ડના (આઈ.સી.યુ.) માં આ ભાઈને દાખલ કરવામાં આવ્યા હતા. તેમણે પોતાની પત્ની અને

દીકરાને ખાસ તાકીદ કરી હતી કે તેમની આગળ કોઈ પ્રાર્થના કરાવે નહિ કે ચર્ચના માણસો તેમની આજુબાજુ ઊભા રહીને પ્રાર્થના કરે નહિ. મે પ્રાર્થના કરવાની ઈચ્છા આ બેનને જણાવી, તે બહેને તેમના પતિનું પ્રાર્થના માટેનું વલણ જાણતા હોવાથી મને ના કહ્યું. અમે તે ભાઈના કઠણ હૃદયને પ્રભુ નમ્ર કરે માટે પ્રાર્થના ચાલુ રાખી. એક દિવસે મેં તેમના દીકરા અને માતા સાથે હોસ્પિટલમાં તેમની મુલાકાત લીધી, કે જ્યારે પ્રભુએ તેમના હૃદયનું બદલાણ કર્યું ત્યારે તે છોકરાએ પિતાને પૂછયુ, સીસ. એલીઝાબેથ તમારા માટે પ્રાર્થના કરાવે એવું તમે ઈચ્છો છો? તેઓ પ્રાર્થનાના યોદ્ધા છે. તેના પિતા બોલી શકતા ન હતા માટે તેણે આંખનું મટકુ મારે એમ તેમને સમજાવવામાં આવ્યું અને તેમણે મટકું માર્યું. પછી મેં પ્રાર્થના શરૂ કરી કે તેમના પાપ પ્રભુ ઈસુના લોહીમાં ધોવાઈ જાય. મને તેમનામાં ફેરફાર થયો હોય તેમ લાગ્યું, અને અમને પવિત્ર આત્માની હાજરીનો રૂમમાં અનુભવ થયો ત્યાં સુધી મે પ્રાર્થના કરી. મારી પ્રાર્થના પૂરી થયા પછી અમને કાંઈક કહેવાનો, અને છત પર તેઓ કશું જોઈ રહ્યા હોય તે બતાવવાનો પ્રયત્ન કરતા હતા. તેમણે લખવાનો પ્રયત્ન કર્યો પણ તેમ કરી ન શક્યા. તેમના દીકરાએ તેમને કહ્યું કે તેઓ જે જોઈ રહ્યા છે તે સારી વસ્તુ હોય તો આંખનું મટકુ મારો. તેમણે મટકું માર્યું ! પછી તેણે કહ્યું જો તે 'પ્રકાશ' હોય તો મટકુ મારો, તેમણે મટકુ ન માર્યું. તેણે કહ્યું કે તેઓ જે જૂએ છે તે દૂતો હોય તો મટકુ મારો. પણ તેમણે ન માર્યું. છેવટે તે દીકરાએ પૂછ્યું કે શું તે પ્રભુ ઈસુ છે ? તેના પિતાએ આંખનું મટકું માર્યું. બીજા અઠવાડિયે હું હોસ્પિટલમાં તેમની મુલાકાતે ગઈ. આ વખતે તેઓ ઘણા જુદા હતા અને તેમના મોઢા પર શાંતિ હતી. પછી થોડા દિવસો પસાર થયા, અને તે મરણ પામ્યા. આપણે જાણતા નથી કે ખૂબ બીમાર વ્યક્તિ અને તેના ઉત્પન્નકર્તા વચ્ચે શું થઈ રહ્યું છે. પ્રભુની હાજરી તે રૂમમાં હતી. અહીં એવો માણસ હતો કે જે એક વખત દેવની અને પોતાના કુટુંબની વિરુદ્ધ ઘણો કઠણ હતો પણ હવે મરણના દ્વાર પાસે પ્રભુએ તેને પોતાની ઓળખ આપી હતી અને પોતાની હાજરીનું જ્ઞાન આપ્યું હતું.

યહોવાની સ્તુતિ કરો, કારણ કે તે ઉત્તમ છે. તેમનો સાચો પ્રેમ અનંતકાળ ટકે છે. 2 સર્વ દેવોના દેવની સ્તુતિ કરો. તેમનો સાચો પ્રેમ અનંતકાળ ટકે છે. 3 પ્રભુઓના પ્રભુની સ્તુતિ કરો! તેમનો સાચો પ્રેમ અનંતકાળ ટકે છે. 4 દેવની સ્તુતિ કરો જે એકલા જ મહાન ચમત્કારો સર્જે છે! તેમનો સાચો પ્રેમ અનંતકાળ ટકે છે.

ગીતશાસ્ત્ર ૧૩૬:૧-૪

પાઠ - ૧૬

અલગતા, ઈશ્વર પરાયણતા અને નૈતિક અશુદ્ધતા દ્વારા બલિદાનનું જીવન

આ સમય દરમ્યાન હું વાળ વિશે (કેશકલાપ), કપડાં પહેરવા વિશે, ઘરેણા તેમજ મેકઅપ કરવા વિશે બાઈબલના વચનોમાંથી અભ્યાસ કરતી હતી.

મને લાગ્યું કે આ લોકો જૂનવાણી છે. હું મારા હૃદયમાં જાણતી હતી કે હું દેવ પર પ્રેમ રાખું છું. તેથી કે મારા પહેરવેશથી કોઈ પ્રશ્ન ઊભો થવો ના જોઈએ. સમય પસાર થતો ગયો અને એક દિવસ મેં મારા હૃદયમાં દેવના આત્માનો અવાજ (રેમા, Rhema) સાંભળ્યો, “તારા હૃદયમાં તને લાગે છે તેવું તું કરે છે.” તે જ વખતે મારી આંખો ખુલી ગઈ. મને ખબર પડી કે મારા હૃદયમાં જગત પ્રત્યે પ્રેમ છે અને જગતની ફેશનોનું હું અનુકરણ કરી રહી છું. (રેમા, Rhema એટલે ખાસ સમયે, ચોક્કસ પરિસ્થિતિમાં દેવના પ્રકાશિત અને અભિષિકત અવાજનું આપણા હૃદયમાં પ્રક્ટીકરણ થવું તે.)

"હે યહોવા, તમે મારા હૃદયની પરીક્ષા કરી છે; અને તમે મારા વિષે બધું જાણો છો. 2 મારું બેસવું તથા ઊઠવું તમે જાણો છો; મારા વિચારો પણ તમે વેગળેથી સમજો છો. 3 તમે જાણો છો હું ક્યાં જઇ રહ્યો છું અને હું ક્યારે સુઇ જાઉં છું. હું જે બધું કરું છું તે તમે જાણો છો..' ***ગી.શા. ૧૩૯: ૧-૩***

ઘરેણા

હું ઘરેણાંઓની શોખીન ન હતી માટે મારી પાસે જે થોડા ઘરેણા હતા તેનો ત્યાગ કરવો એ મારે માટે મુશ્કેલન ન હતું.

'એ જ પ્રમાણે સ્ત્રીઓ તમે તમારા પતિઓને આધિન રહો, કે જેથી જો કોઈ પતિ (જો સુવાર્તાના) વચન માનનાર ન હોય તો તેઓ પોતાની સ્ત્રીઓના આચરણથી, એટલે તમારા મર્યાદાયુક્ત નિર્મળ આચરણ જોઈને (સુવાર્તાના) વચન વગર મેળવી લેવાય. તમારો શણગાર બહારનો ન હોય, એટલે ગુંથેલી વેણીનો તથા સોનાના ઘરેણાનો અથવા જાતજાતના વસ્ત્ર પહેરવાનો, એવો ન હોય, પણ અંતઃકરણમાં રહેલા ગુપ્ત મનુષ્યત્વનો. એટલે દીન તથા નમ્ર આત્માનો જે દેવની નજરમાં બહુ મૂલ્યવાન છે, તેના અવિનાશી અલંકારનો થાય. કેમ કે પ્રાચીન સમયમાં જે પવિત્ર સ્ત્રીઓ દેવ પર આશા રાખતી હતી, તેઓ પોતપોતાના પતિને આધિન રહીને તેજ પ્રમાણે પોતાને શણગારતી હતી. જેમ સારા ઈબ્રાહીમને સ્વામી કહીને તેને આધિન રહેતી હતી તેમ. જો તમે રૂડું કરો છો અને કંઈ પણ ભયથી ગભરાતી નથી તો તમે તેની દીકરીઓ છો.'

૧ પીતર ૩ :૧-૬

'એમ જ સ્ત્રીઓ પણ મર્યાદા તથા ગાંભીર્ય રાખીને શોભતા વસ્ત્રથી પોતાને શણગારે, ગુંથેલા વાળથી, તથા સોના કે મોતીના અલંકારથી કે, કિંમતી પોષાકથી નહીં, પણ દેવની ભક્તિમાં નિમગ્ન રહેનારી સ્ત્રીઓને શોભે એવી રીતે એટલે સારા કામથી પોતાને શણગારે.'

૧ તીમોથી ૨:૯-૧૦

વાળ વિશે:

" શું કુદરત પોતે પણ તમને શીખવતી નથી કે જો પુરુષને લાંબા વાળ હોય તો તે તેને અપમાનરૂપ છે? પણ જો સ્ત્રીને લાંબા વાળ હોય તો તે તેની શોભારૂપ છે, કેમ કે તેના વાળ આચ્છાદાન ને સારુ તેને આપેલા છે.' ***૧ કોરથી ૧૧ : ૧૪,૧૫***

હું નાની હતી ત્યારે મારા વાળા લાંબા હતા. વીસ વર્ષની ઉંમરે મેં પહેલી વાર મારા વાળ કપાવ્યા. ત્યાર પછી પણ મેં વાળ કપાવવાનું ચાલુ રાખ્યું, ત્યાં સુધી કે મેં મારા વાળ ખૂબ નાના કરી નાખ્યા. આ સંજોગોમાં વાળ નહીં કપાવવા વિશેનું શિક્ષણ પહેલાં તો મારા માટે અઘરું બન્યુ. મારા વાળ વધવા દેવાનું મને ગમતું ન હતું કારણ કે મને ટૂંકા વાળ ગમતા હતા અને ટૂંકા વાળની કાળજી પણ સહેલાઈથી લઈ શકાતી હતી. મેં પ્રભુને અરજ કરી કે તેઓ મને નાના વાળ રાખવા દે. પણ મારા આશ્ચર્ય વચ્ચે દેવે મારા હૃદયમાં તેમનું વચન મૂકીને મારા વિચારોને બદલી નાંખ્યા. પછી વાળ વધવા દેવામાં મને મુશ્કેલી ન પડી.

એ વખતે મારા મમ્મી મારી સાથે રહેતા હતા. લાંબા વાળને વ્યવસ્થિત રાખવાનું મને આવડતું ન હતું તેથી તેઓ ચાહતા હતા કે હું વાળ કપાવી નાખું. કારણ કે મારા અવ્યવસ્થિત વાળ ખરાબ લાગતા હતા. મેં બાઈબલમાંથી વાળ બાબતે વધારે અભ્યાસ કરવા માંડયો. જેમ મને વધારે સમજણ અને જ્ઞાન મળતું ગયું અને વચન બાબતની ખાતરી મારા હૃદયમાં દ્રઢ બનતી ગઈ.

મેં પ્રાર્થના કરીને પ્રભુને વિનંતી કરી કે, પ્રભુ મારી મમ્મીને મારા લાંબા વાળ પસંદ નથી તો હું શું કરું? પ્રભુએ કહ્યું, “પ્રાર્થના કર કે તેમના વિચાર બદલાઈ જાય.”

તારા ખરા હૃદયથી યહોવાહ પર ભરોસો રાખ, અને તારી પોતાની જ અક્કલ પર આધાર ન રાખ. તારા સર્વ માર્ગોમાં તેની આણ સ્વીકાર એટલે તે તારા રસ્તાઓ પાધરા કરશે.

નીતિ. ૩: ૫-૬

પ્રભુ મને સલાહ આપનાર મંત્રી હતા અને છે. તેથી મેં પ્રાર્થના ચાલુ રાખી કે મારા મમ્મીના વિચારો બદલાઈ જાય. પ્રભુ આપણા સલાહકાર છે.

"કેમ કે આપણે સારું છોકરો અવતર્યો છે, આપણને પુત્ર આપવામાં આવ્યો છે. તેની ખાંધ પર રાજ્યાધિકાર રહેશે, અને તેને અદભૂત મંત્રી, પરાક્રમી દેવ, સનાતન પિતા, ને શાંતિનો સરદાર, એ નામ આપવામાં આવશે.' ***યશા. ૯ :૬***

પછી મેં કદી મારા વાળ કપાવ્યા નહિ મારા વાળ વધતા ગયા અને એક દિવસે મારા મમ્મીએ મને કહ્યું, 'તું લાંબા વાળમાં સરસ દેખાય છે'. આ શબ્દો સાભળીને મને ઘણું જ સારું લાગ્યું. મને ખબર હતી કે પ્રભુએ મને પ્રાર્થના માટે દોરવણી આપી હતી અને તેનો જવાબ પણ આપ્યો હતો. હુ જાણું છું કે મારા લાંબા વાળ એ મારો મહિમા છે અને દૂતોને લીધે મારા માથા પર મને અધિકાર આપવામાં આવ્યો છે. હું જાણું છું કે જ્યારે હું પ્રાર્થના કરું છું ત્યારે સામર્થ્ય હોય છે. પ્રભુની સ્તુતિ થાઓ!

પણ જે કોઈ સ્ત્રી ઉઘાડે માથે પ્રાર્થના કે પ્રબોધ કરે છે તે પોતાના માથાનું અપમાન કરે છે કેમ કે તેમ કરવું તે મૂંડેલી હોવા બરાબર છે. પણ જો સ્ત્રીને લાંબા વાળ હોય તો તે તેની શોભારૂપ છે કેમ કે તેના વાળ આચ્છાદન ને સારું તેને આપેલા છે.'
૧ કોરીંથ ૧૧ :૫,૧૫

આ શાસ્રભાગ સ્પષ્ટપણે કહે છે કે લાંબા વાળ એ સ્ત્રીનું આચ્છાદાન છે સ્કાર્ફ, હેટ કે બુરખો નહીં. લાંબા વાળ તો દેવને તેમજ દેવના ગૌરવને આપણી આધિનતા સૂચવે છે.

આખા બાઈબલમાં તમે જોશો કે દૂતો દેવના ગૌરવનું રક્ષણ કરે છે. જ્યાં જ્યાં દેવનું ગૌરવ છે ત્યાં દૂતો હાજર છે. આપણા લાંબાવાળ તે આપણું ગૌરવ છે અને દૂતો હંમેશા આપણી દેવના વચન પ્રત્યેની આધિનતાને કારણે આપણું રક્ષણ કરવા હાજર હોય છે. દૂતો આપણું અને આપણા કુટુંબનું રક્ષણ કરે છે.

"આ કારણથી સ્ત્રીને ઘટિત છે કે દૂતોને લીધે અધિકારને (આધિનતાની નિશાનીને) તે પોતાના માથે રાખે.' ***૧ કોરીંથ ૧૧ :૧૦***

સ્ત્રી અને પુરુષ વચ્ચે સ્પષ્ટ ભેદ અંગેના નિયમ અને કાર્યનો વિચાર ૧ કોરીંથ ૧૧માં સ્પષ્ટ કરવામાં આવ્યો છે.

નવો કરાર દર્શાવે છે સ્ત્રીઓના કાપ્યા વગરના લાંબા વાળ હતા.

ત્યારે જૂઓ, એ શહેરમાં એક પાપી સ્ત્રી હતી, તેણે જ્યારે જાણ્યું કે ફરોશીના ઘરમાં તે જમવા બેઠો છે, ત્યારે અત્તરની સંગેમરમરની એક ડબ્બી લાવીને, તે તેના પગ પાસે રડતી રડતી પછવાડે ઊભી રહી અને પોતાના આંસુઓથી તેના પગ પલાળવા તથા પોતાના ચોટલાથી લુછવા લાગી. તેણે તેના પગને ચૂમ્યા અને તેમને અત્તર ચોળ્યું'

લુક ૭:૩૭,૩૮

"હે યરૂશાલેમ, તારો અંબોડો કાપીને ફેંદી દે ને બોડી ટેકરીઓ પર વિલાપ કર, કેમ કે યહોવાએ પોતાના ક્રોધપાત્ર વંશનો તિરસ્કાર કરીને તેને તજી દીધો છે.'

યિર્મે. ૭:૨૯.

કાપેલા વાળ તે શરમ, અપમાન અને વિલાપનું ચિન્હ છે. સ્ત્રીઓ વાળ કપાવે તે દ્વારા દેવથી પાછા ખસી ગયેલા લોકનું ઈશ્વર વિરુદ્ધનું શરમજન્ય કૃત્ય પ્રદર્શિત થાય છે. તે એવું બતાવે છે કે દેવે તેમને નકારી કાઢયા છે. આપણે યાદ રાખીએ કે આપણે તેમની કન્યા છીએ. એન્સાયક્લોપીડીયા બ્રીટાનિકા વો. ૧૦33માં WWI પછીજ 'બોય કટ વાળ— ખભાથી ઉપર રહે તે રીતે કપાવેલા વાળ. વાળ કાપવાની આ પદ્ધતિ સ્ત્રીઓએ બધે અપનાવી છે. દેવના વચનો અનંતકાળ સુધી સ્થપાયેલ છે. સ્ત્રીઓ માટે દેવનો નિયમ લાંબા, નહીં કાપેલા વાળનો અને પુરુષો માટે ટૂંકા વાળનો છે.

પહેરવેશ સંબંધી

આપણે કેવો પોષાક પહેરવો તે વિશે પણ દેવનું વચન આપણને શિક્ષણ આપે છે. જયારે હું નવી તારણ પામી હતી અને પ્રભુનો માર્ગ શીખતી હતી ત્યારે મારે કેવા કપડાં પહેરવા તે વિશે મારામાં ખાતરીદાયક સમજણ ન હતી. હું જે કામ કરતી હતી તેને અનુલક્ષીને હું પેન્ટ પહેરતી હતી. હું એમ વિચારતી હતી કે મારા કામને લીધે હું પેન્ટ પહેરવાનું ચાલુ રાખીશ તો વાંધો નથી. મેં કેટલાક નવા પેન્ટ પણ ખરીદ્યા અને તે મને કેવા સરસ લાગે છે તેના વખાણ પણ ઘણાએ કર્યા તે વખતે પણ મને એ ખબર હતી કે સ્ત્રીઓએ પુરુષોના કપડાં પહેરવા જોઈએ નહિ. પેન્ટ એ હંમેશાથી પુરુષનો પોષાક છે, સ્ત્રીનો નહિ. એક વખત દેવનું વચન આ બાબતે તમારા હૃદયમાં આવશે તો યોગ્ય પોષાક પહેરવા વિશેની ખાતરી તમારા હૃદયમાં આવશે.

"કોઈ પણ સ્ત્રીએ પુરુષનાં વસ્ત્રો પહેરવા નહિ, તેમજ કોઈ પણ પુરુષે સ્ત્રીના વસ્ત્રો પહેરવા નહિ; કારણ કે, જે કોઈ એમ કરે છે તે તમારા દેવ યહોવાની દૃષ્ટિએ અમંગળ લાગે છે.' ***પુન. ૨૨:૫***

જયારે પુરુષો અને સ્ત્રીઓએ એવા કપડાં પહેરવા માંડયા જે અંદરોઅંદર બંને જાતિને ચાલી શકે ત્યારથી ગુંચવાડો શરૂ થયો અને પછીના પગથિયામાં દેવે જેમ કહ્યું છે તેવું થયું.

'સ્ત્રીની પેઠે પુરુષની સાથે કુકર્મ ન કર. એ અમંગળ છે.' ***લેવી ૧૮:૨૨***

આપણે જે કપડાં પહેરીએ છીએ તેની આપણા પર આધ્યાત્મિક રીતે અસર થાય છે. આ કલમમાં જે 'અમંગળ' શબ્દ છે તે જે સ્ત્રીઓ પુરુષોના કપડાં પહેરે છે તેમને માટે તેમજ જે પુરુષો સ્ત્રીઓના કપડાં પહેરે છે તેમને માટે વપરાયો છે. જાતિવિષયક આ ગુંચવાડાનું દરેક પગથિયું પ્રભુ જાણે છે. દેવે સ્ત્રી અને પુરુષ બંને જાતિઓને એકબીજાથી ભિન્ન સર્જી છે અને તેમને માટેના તેમના ઈરાદા પણ ભિન્ન છે. સ્ત્રીઓએ પેન્ટ પહેરવાની પ્રથમ શરૂઆત કરી તે તમે ધ્યાનમાં લીધું? જે રીતે આજ્ઞાભંગની શરૂઆત એદનવાડીમાં હવાથી થઈ હતી તે રીતે આ ગુંચવાડો તે આપણે જે સમાજમાં આજે વસીએ છીએ તેનું પ્રમાણ છે. ઘણીવાર તો સ્ત્રી છે કે પુરુષ એ પણ આપણે કહી ન શકીએ એવું જોવા મળે છે.

૭૦ થી વધારે વર્ષ પહેલાં સ્ત્રીઓના પહેરવેશનો પ્રશ્ન ન હતો. તે વખતે સ્ત્રીઓ લાંબા કપડાં કે લાંબા સ્કર્ટ પહેરતી હતી. ત્યારે ગુંચવાડો ન હતો. સ્ત્રીઓએ પુરુષોના પોષાક પહેરવા માંડયા ત્યાર પછી તેઓ પુરુષોની જેમ વર્તવા માંડી અને પુરુષો સ્ત્રીની જેમ વર્તવા માંડયા. આ અવ્યવસ્થા છે.

તેઓએ માથે શણના ફાળિયા બાંધેલા હોય, ને કમરે શણની ઈજારો પહેરેલી હોય; અને પરસેવો થાય એવું કંઈપણ અંગે વીંટાળેલુ ન હોય. ***હઝ. ૪૪ :૧૮***

આજની પતિત અનાજ્ઞાકારી અને મિડિયા (ટી.વી.) દ્વારા ખેંચાતી પેઢી વાયુની સત્તાના અધિકારી શેતાન પાસેથી બધુ શીખે છે અને બાઈબલના શિક્ષણને માનતી નથી. તેમને

શિક્ષણ આપનારા જૂઠા શિક્ષકો છે કે જેઓ માણસોના સિદ્ધાન્તો અને આજ્ઞાઓ શીખવે છે, દેવની નહિ.

'તેં મારા દિવસ મૂઠીભર કર્યા છે, મારું આયુષ્ય તારી આગળ શૂન્ય જેવું છે. ખરેખર ઉચ્ચ સ્થિતિનું માણસ પણ વ્યર્થ છે. નિશ્ચે દરેક માણસ આભાસરૂપે હાલેચાલે છે, નિશ્ચે તે મિથ્યા ગભરાય છે. તે સંગ્રહ કરે છે અને તે કોણ ભોગવશે તે જાણતો નથી.'

ગી.શા. ૩૯ : ૫,૬

જ્યારે આદમ અને હવાએ દેવની આજ્ઞા તોડી અને મના કરેલા વૃક્ષનું ફળ ખાધું કે તરત તેમને ખબર પડી કે તેમણે પાપ કર્યું છે અને તેમની નગ્નતા બાબતે તેમની આંખો ઉઘડી ગઈ.

'ત્યારે તે બંનેની આંખો ઉઘડી ગઈ, અને તેઓએ જાણ્યું કે અમે નાગા છીએ, અને અંજીરીના પાતરાં સીવીને તેઓએ પોતાને સારુ આચ્છાદાન બનાવ્યા.'

ઉત્પ. 3:૭

આદમ અને હવાએ અંજીરીના પાતરા વડે પોતાને ઢાંક્યા. તેમણે અંજીરના પાંદડાના આચ્છાદાન બનાવ્યા જે અપૂરતા હતા. દેવ પાસે આચ્છાદાન માટે નિયમ છે માટે અંજીરના આચ્છાદાનને દેવે માન્ય ન કર્યા અને તેમને ચામડાના વસ્ત્રો પહેરાવ્યા.

અને યહોવા દેવે આદમ તથા તેની પત્નીને સારુ ચામડાના વસ્ત્ર બનાવ્યા ને તેઓને પહેરાવ્યા.' ***ઉત્પ. 3 :૨૧***

આપણા આત્માનો દુશ્મન શેતાન આપણા અંગોના અનૈતિક પ્રદર્શન કરાવવામાં આનંદ માણે છે.

જે થયું તે જોવા સારુ લોક નીકળ્યા અને ઈસુની પાસે આવ્યા. ત્યારે જે માણસમાંથી ભૂતો નીકળ્યા હતા તેને તેઓએ લુગડા પહેરેલો તથા શુદ્ધિમાં આવેલો ઈસુના પગ આગળ બેઠેલો દીઠો; અને તેઓ બીધા.' ***લુક ૮ :૨૬-૩૬***

મેં તે તેમની રીતે કર્યું

જે વ્યક્તિ પોતાનું શરીર ઢાંકતો નથી તે બતાવે છે કે તે જૂઠા આત્માથી દોરવાયેલ છે અને તે ભૂંડા કામો ઉત્પન્ન કરે છે. આપણે વધારે સારી સમજણ મેળવવા માટે અને તેના આત્માથી દોરવણી પામવા માટે હંમેશા દેવનું વચન વાંચવું જોઈએ તેમજ ઉપવાસ અને સતત પ્રાર્થના કરવી જોઈએ. નવીનીકરણ દેવના વચન દ્વારા આવે છે. તે પ્રથમ આપણને આંતરિક રીતે નવા બનાવે છે અને તે ફેરફાર ત્યાર પછી બાહ્ય જીવનમાં દેખાય છે.

"એ નિયમશાસ્ત્ર તારા મોંમાંથી જાય નહિ; પણ દિવસે તથા રાત્રે તેનું મનન કર કે તેમાં જે બધું લખેલું છે તે તું કાળજીથી પાળે; કારણ કે ત્યારે જ તારો માર્ગ આબાદ થશે, અને ત્યારે જ તુ ફતેહ પામશે.' ***યહોશુઆ ૧:૮***

શેતાનનો હુમલો દેવના વચન પર છે. યાદ છે ને હવા? શેતાન બરાબર જાણે છે કે ક્યારે અને કેવી રીતે હુમલો કરવો. કારણ કે તે લુચ્ચો અને કપટી છે.

'સાવચેત થાઓ, જાગતા રહો, કેમ કે તમારા વેરી શેતાન ગાજનાર સિંહની પેઠે કોઇ મળે તેને ગળી જવાને શોધતો ફરે છે.' ***૧ પીતર ૫ :૮***

જેની પાસે મારી આજ્ઞાઓ છે, અને જે તેઓને પાળે છે, તે જ મારા પર પ્રેમ રાખે છે; અને જે મારા પર પ્રેમ રાખે છે, તેના પર મારો બાપ પ્રેમ રાખશે, અને હું તેના પર પ્રેમ રાખીશ, અને તેની આગળ હું પોતાને પ્રગટ કરીશ.' ***યોહાન ૧૪:૨૧***

તે સંધ્યાએ હુ મારા કામ પર હજુ હતી, ત્યારે મારા મનમા એક પ્રશ્ન થયો. મને થતું હતું કે હું દેવની નજરમાં કેવી લાગું છું? એકાએક મારા પર શરમ છવાઈ ગઈ અને હું મોં ઊંચુ કરી ન શકી. મને એવું લાગ્યું કે હું પ્રભુ આપણા દેવ સમક્ષ ઊભી છું. હવે આપણે જાણીએ છીએ કે આપણે કાન વડે અવાજ સાંભળીએ છીએ. પણ તે વખતે મેં મારા શરીરના અણુએ અણુમાંથી બોલતી દેવની વાણી સાંભળી 'હું તમને મારા હૃદયથી નિષ્ઠાપૂર્વક પ્રેમ કરું છું'

જ્યારે મેં પ્રભુના આ સુંદર શબ્દો જે મારા રોમેરોમમાં સાંભળ્યા કે "હું તમને મારા હૃદયથી નિષ્ઠાપૂર્વક પ્રેમ કરું છું" ત્યારે તે મારા માટે ખૂબ અર્થપૂર્ણ બન્યા. મને જલ્દીથી કામ પરથી

છૂટીને ઘેર જવાની તાલાવેલી જાગી કે હું મારા કબાટમાંથી જગતનુ અનુકરણ કરતા કપડાં વહેલી તકે દૂર કરીને કબાટ સાફ કરું.

બે અઠવાડિયા સુધી દેવના શબ્દોની ધ્વનિ મારામાં પડઘા પાડતો રહ્યો- "હું તમને મારા હૃદયથી નિષ્ઠાપૂર્વક પ્રેમ કરું છું." ત્યાર પછી તે શમી ગયો. દેવને અર્થે જીવવું તે ફકત બોલવાની જ વાત નથી. તે જીવનની પદ્ધતિ છે. જ્યારે દેવ મુસા સાથે બોલ્યા ત્યારે તે ખૂબ સ્પષ્ટ રીતે બોલ્યા. મુસાને કોઈપણ શક વગર તે ખબર પડી કે આ દેવની વાણી છે. 'માર્યાદાશીલતા' માટે જે અંગ્રેજી શબ્દ છે તે મૂળ ગ્રીક પરથી ભાષાંતર થઈને આવ્યો છે. તે શરમની લાગણી કે એવો સાચો ભાવ બતાવે છે. આંતરિક ચોખ્ખી ખાતરી બતાવે છે કે અપૂર્ણ પોષાક શરમજનક છે. આપણો બાહ્ય દેખાવ આપણા હૃદયનું પ્રતિબિંબ પાડે છે. કેવળ આપણને જ નહીં બીજાને પણ તે દેખાય છે એજ માટે બાઈબલ કહે છે કે વ્યવસ્થિત પોષાક એ મર્યાદાશીલતા બતાવે છે.

'ત્યારે વેશ્યાના વસ્ત્રોમાં સજ્જ થયેલી, તથા કપટી મનની એક સ્ત્રી તેને મળી.'

નીતિ. ૭:૧૦

'એમ જ સ્ત્રીઓ પણ મર્યાદા તથા ગાંભીર્ય રાખીને શોભતા વસ્ત્રોથી પોતાને શણગારે. ગુંથેલા વાળથી તથા સોનાના કે મોતીના અલંકારથી કે કિંમતી પોષાકથી નહિ.'

૧ તીમોથી ૨:૯

બીજા શબ્દોમાં કહીએ તો પોષાકથી વ્યક્તિની નગ્નતા ઢંકાવી જોઈએ. પ્રભુએ કપડાં નગ્નતા ઢાંકવા બનાવ્યા છે. ગાંભીર્ય સ્ત્રીઓ ઉઘાડા પોશાકો વડે વ્યક્તિ કામુકતા ઉત્પન્ન કરે તેવા અથવા જગતની ફેશન બતાવનારા પોષાકોથી દૂર રહેશે. આજે પોષાકો એટલા ટૂંકા થઈ ગયા છે કે જે આપણને વેશ્યાના વસ્ત્રોની યાદ અપાવે છે. આવા વસ્ત્રો પહેરનારી સ્ત્રી બતાવે છે કે હું કેટલી કામુક છું. ફેશન ડીઝાઈનરો એવી સ્ટાઈલો શોધે છે કે જેથી શરીરના અંગો દેખાય અને અનૈતિક વૃત્તિઓને ઉત્તજેન મળે. પ્રભુનું વચન કે જે તેણે અનંતકાળથી સ્થાપેલુ છે તેને માટે આપણે દેવની સ્તુતિ કરીએ છીએ. દેવે દરેક પેઢીઓને અનુલક્ષીને તે આપેલું છે અને આજની આપણી પેઢી માટે પણ તે અનુરુપ છે. તે વચન આપણને આ જગતનું રૂપ ધારણ કરવાથી બચાવે છે. વ્યવસ્થિત પોષાકની વ્યાખ્યા દેશ, સમય અને પેઢી

પ્રમાણે બદલાય છે. એશીયન સ્ત્રીઓ ખુલતા પાયજામા અને લાંબા કુર્તા પહેરે છે. તેને આપણે પંજાબી ડ્રેસ કહીએ છીએ. તે ખૂબ વ્યવસ્થિત હોય છે. અરબી સ્ત્રીઓ લાંબો બુરખો પહેરે છે. પશ્ચિમની ખ્રિસ્તી સ્ત્રીઓ તેમનો પાષાક ઘુંટણની નીચે સુધીનો પહેરે છે. હજુ આપણામાં દેવનું ભય રાખનારી સ્ત્રીઓ છે જેઓ વ્યવસ્થિત પોષાક પસંદ કરે છે. અને દેવના શિક્ષણ અને ઉપદેશને પાળે છે.

'સઘળાની પારખ કરો; જે સારું છે તે ગ્રહણ કરો.'

૧ થેસ્સા. ૫ :૨૧

આપણે એવા અધમ સમયમાં જીવીએ છીએ કે જેમાં દેવનું ભય નથી.

જો તમે મારા પર પ્રેમ રાખો છો તો મારી આજ્ઞાઓ પાળશો.

યોહાન ૧૪ :૧૫

કેમ કે મૂલ્ય આપીને તમને ખરીદવામાં આવ્યા હતા; તો તમારા શરીર વડે દેવને મહિમા આપો.' ***૧ કોરીંથ ૬:૨૦***

પોષાક ચુસ્ત (કસોકસ) કે ટૂંકો ન હોવો જોઈએ. કેટલાક શર્ટ અને ડ્રેસો ઉપર અયોગ્ય જગ્યાએ છાપો જોવા મળે છે. આપણા પોષાક માટે દેવનો વિચાર શરીર ઢાંકવાનો છે. આદમ અને હવા નગ્ન હતા. આપણે હવે નગ્નતા બાબતે અબુધ નથી. નગ્નતા એ માણસની આંખ માટે લાલચ છે. દાઉદે બાથશેબાને નવસ્ત્રી જોઈ અને તે વ્યભિચારમાં પડયો.

જુવાન સ્ત્રીઓ અને છોકરીઓ માટે કપડાંની ફેશન એ અનૈતિક બાબત છે. તેઓના પેન્ટ ખૂબ જ ચુસ્ત હોય છે. બાઈબલ કહે છે કે બાળકોને દેવના ન્યાયીપણાનું શિક્ષણ આપો. માબાપો છોકરીઓને ન્યાયીપણું શિખવવાને બદલે અયોગ્ય કપડાં દુકાનમાંથી ખરીદી આપે છે. ઈશ્વરી બાબત વિશે સજાગ સ્ત્રી એવા કપડાં પસંદ કરશે જે ખ્રિસ્તને અને તેના પતિને ખુશ કરે. તે ફેશનને ધ્યાનમાં લેશે નહિ. અનૈતિક વસ્ત્રો, ઘરેણા અને મેકઅપ આંખોની લાલસાને, દેહની વાસનાને અને જીવનના અહંકારને તૃપ્ત કરે છે.

જગત પર અથવા જગતમાંના વાના પર પ્રેમ ન રાખો. જો કોઈ જગત પર પ્રેમ રાખે તો તેનામાં પિતા પરનો પ્રેમ નથી. કેમ કે જગતમાં જે સર્વ છે એટલે દૈહિક વાસના, અને આંખોની લાલસા તથા જીવનનો અંહકાર તે પિતાથી નથી પણ જગતથી છે. જગત તથા તેની લાલસા જતા રહે છે, પણ જે દેવની ઈચ્છા પૂર્ણ કરે છે તે સદા રહે છે.'

૧ યોહાન ૨:૧૫-૧૭

શેતાન જાણે છે કે માણસ દૃષ્ટિથી દોરવાય છે. પણ સ્ત્રી તેનો હેતુ સમજતી નથી, પુરુષો માટે અનૈતિકતા એ બહુ જ ભારે પરીક્ષણ અને પ્રલોભન છે. અયોગ્ય પહેરવેશ, ઘરેણા અને મેકઅપ બધુ માણસને ઉત્તેજિત કરે છે. ઘમંડ અને વ્યર્થતા માણસમાં અહમ ઉત્પન્ન કરે છે. સ્ત્રી પોતાને શક્તિશાળી સમજે છે કારણ કે તે પુરુષોની વાસનાયુક્ત વૃત્તિઓને ઉત્તેજી શકે છે. આવી બાબતો સ્ત્રીને પોતાના બાહ્ય દેખાવને કારણે અભિમાની બનાવે છે.

'તેથી ભાઈઓ, હું તમને વિનંતી કરીને કહું છું કે દેવની દયાની ખાતર તમે તમારા શરીરોનું જીવતુ, પવિત્ર તથા દેવને પસંદ પડે તેવું અર્પણ કરો. એ તમારી બુદ્ધિપૂર્વકની સેવા છે. આ જગતનું રૂપ તમે ન ધરો પણ તમારા મનથી નવીનતાને યોગે તમે પૂર્ણ રીતે રૂપાંતર પામો જેથી દેવની સારી અને માન્ય તથા સંપૂર્ણ ઈચ્છા શી છે તે પારખી શકો.

રૂમી. ૧૨ : ૧-૨

મેક અપ

બાઈબલનું વચન મેકઅપની વિરુદ્ધ સ્પષ્ટ શિક્ષણ આપે છે. બાઈબલમાં અધર્મી સ્ત્રીઓ જ મેકઅપ કરતી જોવા મળે છે. ઈઝબેલ દુષ્ટ રાણી હતી તે મોં પર રંગ લગાડતી હતી.

દેવે પોતાના વચનમાં આપણ વિશ્વાસીઓને મેક અપ (મુખ પર રંગના લપેડા) વિશે લેખિત આજ્ઞાઓ આપી છે. દેવે આપણને દરેક ઐતિહાસીક ઉલ્લેખો સાથે એ બાબતે માહિતી આપી છે. બાઈબલમાં આપણને આ જગતનું અજવાળું કહે છે. જો આપણે અજાવાળું છીએ તો એવા લપેડાની આપણે જરૂર નથી. વીજળીના ગોળા ઉપર કોઈ રંગ કરતું નથી. નિર્જીવન વસ્તુને રંગરોગાનની જરૂર પડે છે. તમે દિવાલ, લાકડું વિ. ને રંગી શકો.

મોટાભાગની સ્ત્રીઓ અને છોકરીઓ આ દિવસોમાં મેકઅપ કરે છે તેઓ મેકઅપનો ઈતિહાસ કે તેના વિશે બાઈબલનું શિક્ષણ જાણતી નથી. મેક અપ ફક્ત મોં માટે હતો પણ હવે તો શરીરના જુદા જુદા ભાગો હાથ, હથેળી, પગ વિ. પર પણ કરવામાં આવે છે.

શું મેક અપ કરવું તે પાપ છે? તમે તમારા શરીર સાથે જે કંઈ કરો છો તેની શું દેવ ચિંતા કરે છે? દેવ સ્પષ્ટપણે આવા ચિત્રામણ, છુંદણા, મેક અપ અને ટેટુની વિરુદ્ધમાં આપણને કહે છે.

"મૂએલાને લીધે તમારા શરીરમાં ઘા ન પાડો ને તમારા અંગે કોઈપણ જાતની છાપો ન મરાવો. હું યહોવાહ છું.' ***લેવી ૧૯ :૨૮***

હું કદી મેક અપ કરતી ન હતી પણ લીપસ્ટીક લગાડવું મને ગમતુ હતું માટે હું લગાડતી હતી. જ્યારે મેં મેક અપ બાબતે સંદેશો સાંભળ્યો એટલે મેં લીપસ્ટીક લગાડવાનું એકદમ ઓછું કરી નાખ્યું. અને પછી સદંતર બંધ કરી દીધું. મને થયું કે હું લીપસ્ટીક ખૂબ આછી આછી લગાડું, પણ મેં પછી લગાડી નહિ.

મેં પ્રાર્થના કરીને પ્રભુને પૂછ્યું કે લીપસ્ટીક વિશે તમે શું કહો છો? ત્યારે એક દિવસસે બે સ્ત્રીઓ મને મળવા આવી તેમણે લીપસ્ટીક લગાડયું હતું. તે વખતે મેં પ્રભુની આત્મિક આંખોથી જોયું કે તે કેવું દેખાતું હતું. લિપસ્ટિક જોઈને મને પેટમાં ખૂબ દર્દ થતું હોય તેવું લાગ્યું. મારા હૃદયમાં મને મોટી ખાતરી થઈ અને પછી મને કદી લીપસ્ટીક લગાડવાની ઈચ્છા થઈ નહિ. હું પ્રભુને પ્રસન્ન કરવા અને તેમનું વચન માનવા ચાહતી હતી.

સ્વતંત્રતાના નિયમ પ્રમાણે તમારો ન્યાય થવાનો છે, એવું સમજીને બોલો તથા વર્તો.' ***યાકૂબ ૨:૧૨***

જો કે આપણને સ્વતંત્રતા છે, કે, આપણે ગમે તે પસંદ કરી શકીએ અને ચાહીએ તેવું જીવી શકીએ. પણ આપણું હૃદય કપટી છે અને આપણો દેહ જગતના વાના શોધે છે. આપણો દેહ દેવ સામે અને દેવની વસ્તુઓ સામે દુશ્મનાવટ ધરાવે છે. આપણે હંમેશા આત્મામાં

ચાલવું જોઈએ જેથી દેહની વાસનાઓને આપણે તૃપ્ત ના કરીએ. અહીં શેતાન એ સમસ્યા નથી, આપણે પોતે જ આપણી સમસ્યા છીએ, જો આપણે દેહથી ચાલીએ છીએ તો.

કેમ કે જગતમાં જે સર્વ છે એટલે દૈહિક વાસના, આંખોની લાલસા તથા જીવનનો અહંકાર તે પિતાથી નથી પણ જગતથી છે. જગત તથા તેની લાલસા જતા રહે છે પણ જે દેવની ઈચ્છા પૂર્ણ કરે છે તે સદા રહે છે.' ***૧ યોહાન ૨:૧૬,૧૭***

શેતાન દરેક બાબતના કેન્દ્રમાં રહેવા માંગે છે તે સૌંદર્યમાં સંપૂર્ણ હતો અને ઘમંડી હતો, જે કારણથી તેનું પતન થયું તેને તે જાણે છે અને તેવી જ યુક્તિથી તે તમારું પણ પતન કરવા ચાહે છે.

"હે મનુષ્યપુત્ર, તુરના રાજા સંબંધી એક પરજીયો ગાઈને તેને કહે કે પ્રભુ યહોવાહ કહે છે કે તું જ્ઞાનપૂર્ણ અને સર્વાંગે સુંદર હોઈને માપ પૂરું કરે છે. તું દેવની એદનવાડીમાં હતો; તું સુવર્ણજડિત સર્વ પ્રકારના રત્નો એટલે માણેક, પોખરાજ, હીરા, પિરોજ, ગોમેદ, યાસપિસ, નીલમણિ, લીલમણિ તથા અગ્નિમણિથી આભૂષિત હતો; તારી ખંજરીઓ તથા વાંસળીઓની કારીગરી તારામાં હતી; તારી ઉત્પતિને દિવસે તેઓને તૈયાર કરવામાં આવ્યા.' ***હઝ. ૨૮:૧૨-૧૩***

જ્યારે આપણે દેહમાં ચાલીએ છીએ ત્યારે આપણે પણ લોકોના આકર્ષણનું કેન્દ્ર બનવા ઈચ્છીએ છીએ. આપણા પહેરવેશ, વાતચિત અને કૃત્યો દ્વારા એ દેખાઈ આવે છે. આપણે સહેલાઈથી શેતાનની જાળમાં પડી જઈએ છીએ અને જગત અને તેની ફેશનોનું અનુકરણ કરીએ છીએ.

હવે હું તમને એ કહીશ કે મેક અપ અને ચિત્રામણની શરૂઆત કેવી રીતે અને ક્યાં થઈ. મેકઅપની શરૂઆત મીસરમાંથી થઈ. રાજાઓ અને રાણીઓ તેમની આંખોની આજુબાજુ મેક અપ (કુંડાળા) કરતા હતા. આ મેક અપ શેતાનિક જાદુથી બચવા કરવામાં આવતું હતું. વળી તે માનવીનો પુનઃઅવતાર થાય તે વખતના નવા જન્મના પ્રતિક તરીકે પણ હતું. જેઓ મૃતદેહોમાં સુંગધીઓ ભરતા તેઓ પણ તેનો ઉપયોગ કરતા હતા. તેઓ એવું દર્શાવતા કે આ મૃતદેહો જાણે સૂઈ ગયા છે તેવું લાગે.

મેં તે તેમની રીતે કર્યું

બાઈબલમાં આ વિષયમાં જે સ્પષ્ટ શિક્ષણ છે તે તમારે જાણવું જરૂરી છે. જો મેક અપ દેવની નજરમાં જરૂરી હોત તો વચનમાં તેને માટે કહ્યું હોત. ખાસ રીતે અને સિદ્ધાંતની રીતે એમ બંને રીતે જણાવ્યું હોત.

'યેહૂ ઇઝ્રએલ આવ્યો, ત્યારે ઇઝેબેલે એ સાંભળ્યું; અને તેણે પોતાની આંખોમાં અંજન આંજીને તથા પોતાનું માથું ઓળીને બારીમાંથી ડોકિયું કર્યું. ***૨ રાજા ૯:30***

જુવાન યેહૂ ઈઝેબેલ રાણી પર દેવનું ન્યાયશાસન લાવવા યિઝએલ ગયો. ઈઝેબેલને જ્યારે ખબર પડી કે તેની જાન ખતરામાં છે ત્યારે તેણે યેહૂને ફસાવવા મેક અપ કર્યો. પણ તેનો મેક અપ યેહૂને લલચાવી ન શક્યો. જે ભવિષ્યવચન દેવના પ્રબોધક મારફતે ઈઝેબેલ અને તેના પતિ આહાબ રાજા વિશે કહેવામાં આવ્યું હતું તે પૂરું થયું પ્રબોધકના કહ્યા પ્રમાણે તેના ધિક્કારપાત્ર કામોનો અંત આવ્યો. યેહૂએ તેને બારીમાંથી નીચે ફેંકી દેવડાવી અને કૂતરાઓએ તેનું માંસ ખાધું, દેવે જાહેર કર્યું હતું તે પ્રમાણે થયું મેક અપ એ આપણો પોતાનો નાશ કરનારું હથિયાર છે.

'તારું અંતઃકરણ તેની ખૂબસુરતી પર મોહિત ન થઈ જાય, અને તેની આંખોના પોપચામાંથી તું ફિદા ન થઈ જા.' ***નીતિ. ૬:૨૫***

'હે લૂંટાયેલી, તું હવે શું કરીશ? તું કિરમજી વસ્ત્ર પહેરે, ને સોનાના ઘરેણા પહેરીને પોતાને શણગાર, ને કાજળથી તારી આંખો આંજ, તો પણ તું પોતાને ફોગટ સુશોભુતિ કરે છે; તારા આશકો તને ધિક્કારે છે. તેઓ તને મારી નાંખવા ચાહે છે. ' ***યિર્મે. ૪:30***

ઈતિહાસ કહે છે કે અગાઉના સમયમાં વેશ્યા સ્ત્રીઓ પોતે વેશ્યા છે તેમ બતાવવા મેક અપ કરતી. સમય જતા મેક અપ અને ચિત્રામણ હવે સામાન્ય પ્રથા બની ગઈ છે. તેને હવે અણછાજતું કૃત્ય ગણવામાં આવતું નથી.

વળી તે ઉપરાંત તમે દૂરથી માણસોને તેડી મંગાવ્યા છે; તેમની પાસે ખેપિયો મોકલ્યો, એટલે જૂઓ, તેઓ આવ્યા. તેઓને વાસ્તે તેં સ્નાન કરીને, પોતાની આંખોમાં અંજન આંજીને શૃંગાર સજ્યો.' ***હઝ. ૨૩:૪૦***

એલિઝાબેથ દાસ

એન્સાયકલોપિડિયા બ્રિટાનીયા કોસ્મેટીક્સ (સૌંદર્યપ્રસધનો)ની 'જે માલની કોઈ જરૂર નથી' તેવી વ્યાખ્યા કરે છે. ઘણી સ્ત્રીઓ ઘમંડ અને વ્યર્થતાને કારણે મેક અપ કરે છે. અને એ રીતે જગતમાં એકરૂપ બને છે. આ માનવ સ્વભાવ છે. આપણે બધા આ જગતના પ્રવાહમાં ભળી જવા ઈચ્છીએ છીએ. સ્ત્રીઓમાં પોતાના દેખાવ સંબંધી ના વિચારોમાં અત્યારે જે આઘાતજનક ફેરફાર આવ્યો છે તેને માટે હોલીવુડ અને બોલીવુડના સિતારાઓ જવાબદાર છે. મેક અપ તો ઘમંડી (તોછડી) અને અભિમાની સ્ત્રીઓ દ્વારા કરવામાં આવતો હતો. દરેક જણા સુંદર દેખાવા ઈચ્છે છે. બાળકો પણ મેક અપ કરતા હોય છે. અભિમાન અને વ્યર્થતાએ મેક અપના ઉદ્યોગને વેગ આપ્યો છે હવે તેઓનું ચલણ વધતા તે વ્યર્થતારૂપ બન્યું છે. તમે ગમે ત્યાં જાઓ, તમને મેકઅપ જોવા મળશે. ધનવાનથી માંડીને દરિદ્ર, એ તમામ સુંદર દેખાવા ઈચ્છે છે. આજનો સમાજ બાહ્ય દેખાવ ઉપર વધારે ભાર આપે છે.
આંતિરક રીતે સલામતીનો અભાવ હોવાને કારણે દરેક વયની સ્ત્રીઓએ મેક અપ અપનાવ્યું છે. ઘણી સ્ત્રીઓ પોતાના દેખાવને કારણે હતાશામાં સરી પડે છે. અને આત્મહત્યાનો પ્રયત્ન કરે છે. આજની પેઢી માટે સુંદરતા એક લોકપ્રિય વસ્તુ છે. આ તો એવું છે કે લોકો જાગે અને તેમને મેક અપ જોઈએ. તેમને તેમનો કુદરતી દેખાવ ગમતો નથી. મેક અપે તેમના પર એટલો કબજો જમાવ્યો છે કે તેના વગર તેઓ બેચેન બની જાય છે. આપણી જુવાન પેઢી અને બાળકોમાં માનસિક રોગ (ડીપ્રેશન) નું કારણ તેમનો અસંતૃપ્ત દેખાવ છે. હવે જૂના તથા નવા કરારની સૌથી જાણીતી ન્યાયી સ્ત્રીઓ વિશે વિચારો. તેમાની કોઈ સ્ત્રી મેક અપ કરતી ન હતી. સારાહ, રૂથ, અબીગાઈલ, નાઓમી, મરીયમ, દબોરાહ, એસ્તર, રીબકાહ, ફેબી કે બીજી કોઈપણ ગુણિયલ અને નમ્ર સ્ત્રીઓ કદી મેક અપ કરતી ન હતી.

કેમ કે યહોવાહ પોતાના લોકથી રીઝે છે; તે નમ્ર જનોને તારણથી સુશોભિત કરશે.'

ગી.શા. ૧૪૯:૪

ખરેખર તો દેવના વચનમાં એ જ સ્ત્રીઓ મેક અપ કરતી હતી જેઓ વ્યભિચારી, વેશ્યા, બંડખોર, પતિત કે જૂઠી પ્રબોધિકા હતી. જે સ્ત્રીઓ દેવના વચનને માન આપે છે અને તે પ્રમાણે ચાલવા માટે પ્રયત્ન કરે છે તેઓને માટે આ બાબત ચેતવણીરૂપ છે તેઓએ બંડખોર તથા અન્યાયી સ્ત્રીઓના દાખલા કરતાં બાઈબલમાંની ન્યાયીપણામાં ચાલનાર સ્ત્રીઓ નો દાખલો લેવો જોઈએ.

"એ માટે પવિત્ર તથા વહાલાઓ, દેવના પસંદ કરેલાને ઘટે તેમ, દયાળુ હૃદય, મમતા, નમ્રતા, વિનય તથા સહનશીલતા પહેરો.' ***કોલોસી ૩:૧૨***

પણ અરે માણસ, તું વળી કોણ છે કે દેવને સવાલ પૂછે? જે ઘડેલુ છે તે શું પોતાના ઘડનારને પૂછશે કે તેં મને એવું કેમ બનાવ્યું? ***રોમન ૯:૨૦***

આપણું શરીર દેવનું મંદિર છે. આપણે દેવના ન્યાયી માર્ગોની શોધ કરવાની ઈચ્છા રાખવી જોઈએ. જે સ્ત્રીઓ પોતાના પહેરવેશમાં પવિત્રતા રાખે છે તેઓ પોતાના શુદ્ધ મુખ સાથે તેમના શરીર દ્વારા દેવનું મૂલ્યવાન ગૌરવ પ્રગટ કરે છે.

તમારે જાણવું જોઈએ કે તમારું શરીર તો પવિત્ર આત્માનું મંદિર છે. તમારામાં પવિત્ર આત્માનો વાસ છે. તમને પવિત્ર આત્મા દેવમાંથી પ્રાપ્ત થયેલ છે. તમે પોતે તમારી જાતના ધણી નથી. ***૧ કોરથી ૬ :૧૯***

તમને અને મને મૂલ્ય આપીને ખરીદવામાં આવ્યા છે. વળી આપણને તેની પ્રતિમા પ્રમાણે ઉત્પન્ન કરવામાં આવ્યા છે. દેવના નિયમો આપણુ રક્ષણ કરવા માટે છે અને તે આપણા હૃદયપટ પર લખાવા જોઈએ. જે પ્રમાણે આપણા મા-બાપોને આપણા બાળકો માટે નિયમો હોય છે તે પ્રમાણે આપણી પાસે પણ જીવન જીવવા માટે દોરવણી આપતા નિયમો છે. આપણે જો દેવના નિયમો અને માર્ગદર્શનને આધિન થવાનું પસંદ કરીશું તો આપણે આશીર્વાદ પામીશું અને સજાથી બચીશું.

"આજે હું આકાશ અને પૃથ્વીની સાક્ષીએ તમારી આગળ જીવન અને મરણ, આશીર્વાદ અને શ્રાપ પસંદગી માંટે રજૂ કરું છું. તમે જીવન પસંદ કરો જેથી તમે અને તમાંરાં સંતાનો એ દેશમાં સદાય રહો. ***પુન ૩૦ :૧૯***

અભિમાન અને બંડખોર વૃત્તિ આપણામાં માંદગી, નાણાકીય તંગી, હેરાનગતિ અને અશુદ્ધ આત્મા જેવી વિપતિ લાવશે. આપણે જ્યારે આપણા અભિમાન અને દેવ સામેની બંડખોર વૃત્તિને વશ થઈને આ જગતની વસ્તુઓને પસંદ કરીશું તો અભિમાનનું પાપ કરીને આપણા જીવનોને ભ્રષ્ટ કરીને આપણા જીવન માટે દેવના ઈરાદા નામંજૂર કરીએ છે.

જ્યારે અવિશ્વાસી સ્ત્રી દેવનો અંગીકાર કરે છે ત્યારે મેં તેમના જીવનમાં થતા ફેરફારો જોયા છે. ઉંમર વધી ગઈ હોય તેવી, હતાશ, દબાઈ ગયેલી, હેરાન થયેલી અને અખુશીની દશામાંથી જુવાન સુંદર, ઉજ્જવળ, શાંતિપૂર્ણ અને ચમકદાર દેખાય છે.

આપણી પાસે જીવવા માટે આ એક જ જીવન છે! માટે આપણા શરીરોનું જીવતું, પવિત્ર તથા દેવને પસંદ પડે તેવું અર્પણ કરીને, ઈબ્રાહીમ, ઈસહાક તથા યાકૂબના દેવને આપણા જીવનો દ્વારા પ્રગટ કરીએ. તો આંતરિક અને બાહ્ય રીતે આપણી બુદ્ધિપૂર્વકની સેવા છે અને સર્વ વાતે નિષ્કલંક છે.

જ્યારે આપણે ઘમંડ અને બંડખોરી રાખીને દેવના વચનને આધિન થતા નથી ત્યારે આપણે આપણા પર આપણા બાળકો પર અને બાળકોના બાળકો પર શ્રાપ લાવીએ છીએ. હવાના આજ્ઞાભંગમાં અને પાપમાં તે બાબત જોઈ શકાય છે. તેના આજ્ઞાભંગનું પરિણામ એ આવ્યું કે પૃથ્વી પર જળપ્રલય આવ્યો અને તેનો નાશ થઈ ગયો. સામસૂન અને શાઉલ તેમની અનાજ્ઞાનકીતા દ્વારા તેમના પર અને તેમના કુટુંબો પર પાયમાલી લાવ્યા. એલીના આજ્ઞાભંગથી તેના દીકરાઓના મરણ થયા અને તેઓ યાજકપદમાંથી ભ્રષ્ટ થયા.

પ્રભુના વચનની ઐતિહાસિક માહિતી પ્રમાણે યરૂશાલેમના નાશ પહેલાં માણસોની માનસિકતા ઘમંડી, સ્વાર્થી ને પોતાની જ ખુશી શોધનારી હતી.

16 પ્રભુ કહે છે, "સિયોન એટલે યરુશાલેમની સ્ત્રીઓ કેવી ઘમંડી છે! તેઓ ઊંચી ડોક રાખીને, લોભામણી આંખોથી મિચકારા મારતી ઝાંઝરના ઝમકાર સાથે લટકમટક ચાલે છે. 17 પણ હું તેમને શિક્ષા કરીશ. હું તેમના માથામાં ઘારાં પાડીશ અને તેમને બોડી બનાવી દઈશ." 18તે દિવસે પ્રભુ સિયોનની સ્ત્રીઓ પાસેથી તેમણે સજેલો સઘળો શણગાર આંચકી લેશે; એટલે, કલ્લાં, શિરબંધો, ગળાના હારો; 19 લટકણિયાં, કંકણો, ઘૂમટા, 20 મુગટો, ઝાંઝરો, કંઠીઓ, અત્તરની શીશીઓ, માદળિયાં, 21વીંટીઓ, નાકની વાળીઓ, 22 કીમતી વસ્ત્રો, ઝભ્ભા, શાલો, બટવા. 23દર્પણો, મુલાયમ બારીક વસ્ત્રો, માથે બાંધવાના પટકા અને બુરખા લઈ લેશે.24 ત્યારે સુગંધને બદલે દુર્ગંધ હશે; મુલાયમ કમરપટ્ટાને બદલે દોરડું હશે; ગૂંથેલા કેશને બદલે ટાલ હશે; કીમતી વસ્ત્રોને બદલે ચીંથરાં હશે અને સૌંદર્યને બદલે કલંક હશે! 25 તમારા પુરુષો તલવારની ધારે માર્યા જશે, અને તમારા

યોદ્ધાઓ યુદ્ધમાં ખપી જશે. 26 શહેરના દરવાજા શોકવિલાપ કરશે, બલ્કે તે ઉજ્જડ બની જમીનદોસ્ત થઈ જશે.16 પ્રભુ કહે છે, "સિયોન એટલે યરુશાલેમની સ્ત્રીઓ કેવી ઘમંડી છે! તેઓ ઊંચી ડોક રાખીને, લોભામણી આંખોથી મિચકારા મારતી ઝાંઝરના ઝમકાર સાથે લટકમટક ચાલે છે. 17 પણ હું તેમને શિક્ષા કરીશ. હું તેમના માથામાં ઘારાં પાડીશ અને તેમને બોડી બનાવી દઈશ."18 તે દિવસે પ્રભુ સિયોનની સ્ત્રીઓ પાસેથી તેમણે સજેલો સઘળો શણગાર આંચકી લેશે; એટલે, કલ્લાં, શિરબંધો, ગળાના હારો; 19લટકણિયાં, કંકણો, ઘૂમટા, 20મુગટો, ઝાંઝરો, કંઠીઓ, અત્તરની શીશીઓ, માદળિયાં, 21વીંટીઓ, નાકની વાળીઓ, 22કીમતી વસ્ત્રો, ઝભ્ભા, શાલો, બટવા. 23દર્પણો, મુલાયમ બારીક વસ્ત્રો, માથે બાંધવાના પટકા અને બુરખા લઈ લેશે. 24 ત્યારે સુગંધને બદલે દુર્ગંધ હશે; મુલાયમ કમરપટ્ટાને બદલે દોરડું હશે; ગૂંથેલા કેશને બદલે ટાલ હશે; કીમતી વસ્ત્રોને બદલે ચીંથરાં હશે અને સૌંદર્યને બદલે કલંક હશે! 25 તમારા પુરુષો તલવારની ધારે માર્યા જશે, અને તમારા યોદ્ધાઓ યુદ્ધમાં ખપી જશે. 26 શહેરના દરવાજા શોકવિલાપ કરશે, બલ્કે તે ઉજ્જડ બની જમીનદોસ્ત થઈ જશે. ***યશા 3:16-26***

જીવનમાં આપણી પસંદગીઓ ખૂબ મહત્વની છે. બાઈબલ પ્રમાણે અને આત્માની દોરવણી પ્રમાણે જો આપણે પસંદગી કરીશું તો તે આપણા પર અને આપણા સંતાનો પર આશીર્વાદ લાવશે. જો તમે દેવના વચનની સામે થવાનું પસંદ કરશો અને તમારા સ્વાર્થી આનંદને શોધશો તો તમે નીચેના ઈતિહાસનું પુનરાવર્તન કરશો.

૧) અનાજ્ઞાકારી હવા કે જેના પાપને પરિણામે જળપ્રલય થયો.

અને યહોવાએ જોયું કે માણસની ભૂંડાઇ પૃથ્વી પર ઘણી થઈ તેઓના વિચારની હરેક કલ્પના નિરંતર ભૂંડી જ છે, અને યહોવાએ પૃથ્વી પર માણસને ઉત્પન્ન કર્યું. તેનો તેને પ્રશ્ચાતાપ થયો ને હૃદયમાં તે ખેદિત થયો. અને યહોવાએ કહ્યું, જે માણસને મેં ઉત્પન્ન કર્યું તેનો પૃથ્વી પરથી હું સંહાર કરીશ. હા, માણસ તથા પશુ, પેટે ચાલનારા પ્રાણી તથા આકાશના પક્ષીઓ સુધ્ધાં તે સર્વનો હું સંહાર કરીશ. કેમ કે તેઓને ઉત્પન્ન કર્યાનો મને પ્રશ્ચાતાપ થાય છે.' ***ઉત્પ. ૬ :૫-૭***

૨) સદોમ તથા ગમોરાહનું બંડ –

ત્યારે યહોવાએ સદોમ તથા ગમોરાહ પર ગંધક તથા આગ યહોવા પાસેથી આકાશમાંથી વરસાવ્યા.' **ઉત્ત. ૬ :૫-૭.**

આ તો બાઈબલના થોડા ઉદાહરણો છે. તેમ આ પૃથ્વી પર તમારા કાર્ય દ્વારા આશિષ કે શ્રાપ લાવી શકો છો. પ્રાચિન જગતની તે તવારીખને તમે પુનરાવર્તીત કરવા માગંતા નથી.

આવા બંડખોરો અને અનાજ્ઞાકારીઓને દેવ કહે છે –

'વળી જે ભૂમિ મેં તેઓને તથા તેઓના પૂર્વજોને આપી, તે ભૂમિ પરથી તેઓ નષ્ટ થાય ત્યાં સુધી હું તેઓ પર તરવાર, દુકાળ તથા મરકી મોકલીશ.' **યિર્મે. ૨૪:૧૦**

આજ્ઞાકિતોને ઈશ્વર કહે છે –

'અને તું પાછો આવીને યહોવાની વાણી સાંભળશે, અને તેમની જે સર્વ આજ્ઞાઓ હું આજ તને ફરમાવું છું તે પાળશે. અને તારા હાથના સર્વ કામમાં, તારા પેટના ફળમાં ને તારા પશુઓના ફળમાં, ને તારી ભૂમિના ફળમાં યહોવા તારો દેવ તને હિતાર્થે પુષ્કળતા આપશે. કેમ કે જેમ યહોવા તારા પિતૃઓ પર પ્રસન્ન હતો તેમ તે ફરીથી તારા પર તારા ભલાને માટે પ્રસન્ન થશે. એટલે યહોવા તારા દેવની વાણી સાંભળીને તેની જે આજ્ઞાઓ તથા તેના જે વિધિઓ આ નિયમશાસ્રના પુસ્તકમાં લખેલા છે તે તું પાળશેને તું તારા હૃદયથી ને તારા ખરા જીવથી યહોવા તારા દેવની ભણી ફરશે તો એમ થશે. કેમ કે આ જે આજ્ઞા હું આજે તને ફરમાવું છું તે તારી શક્તિ ઉપરાંતની નથી અને તારાથી ઘણી વેગળી પણ નથી.'

પુન. 30 : ૮-૧૧

પાઠ – ૧૭
પ્રવાસની સેવા: સુવાર્તા શીખવવા અને ફેલાવવાનું તેડું.

હું એવા અર્થમાં કોઈ સેવિકા નથી કે કોઈ મને આદરણીય, પાળક અથવા ઉપદેશક કરીને સંબોધે. જ્યારે આપણે પવિત્ર આત્મા અને અગ્નિથી બાપ્તિસ્મા પામીએ છીએ. ત્યારે આપણે સુવાર્તા પ્રચાર માટે ઈશ્વરનાં વચનના સેવક બની જઈએ છીએ. હું જ્યાં કંઈ પણ જઉં છું ત્યારે ઈશ્વરની પાસે એ માંગુ છું કે તેઓ મને તેમના વચનની સાક્ષી આપવા અને શીખવવાની તક આપે. હું હંમેશા કીંગ જેમ્સ વર્ઝન બાઈબલ નો ઉપયોગ કરું છું. કારણ કે એ એક જ એવો સ્ત્રોત છે કે જે માણસનું હૃદય અને મન સજીવન કરે છે. જ્યારે બીજ વાવવામાં આવે અને જો પ્રાર્થનાથી સતત તેનું સીંચન કરવામાં આવે તો શેતાન માટે એને કાઢવાનું અશક્ય બની જાય છે.

જ્યારે લોકો આ અદ્ભૂત સત્યનો સ્વીકાર કરે છે ત્યારે હું તેઓને નજીકની મંડળી સાથે જોડી દઉં છું. જેથી કરીને તેઓ ઈસુના નામમાં બાપ્તિસ્મા લઈ શકે અને તે પાળકના શિષ્યપણા હેઠળ તેમના સંપર્કમાં રહે. તેમને માટે એક એવા પાળક હોવું જરૂરી છે કે જે ઈશ્વરનું વચન પીરસી (શીખવાડી) શકે અને તેમની સંભાળ રાખી શકે.

*"એ માટે તમે જઈને સર્વ દેશનાઓને શિષ્ય કરો; બાપ તથા દીકરા તથા પવિત્ર આત્માને નામે તેઓને બાપ્તિસ્મા આપતા જાઓ." **(માત્થી ૨૮:૧૯)***

"મારા મનગમતા પાળકો હું તમને આપીશ, ને તેઓ જ્ઞાન અને બુદ્ધિથી તમારું પાલન કરશે." **(યર્મિયા૩:૧૫)**

જ્યારે પ્રભુ તેમની ઈચ્છા પ્રમાણે કાર્ય કરવાની સૂચના આપે ત્યારે એ કોઈપણ જગ્યાએ અને કોઈ પણ સમયે હોઈ શકે. કદાચ એ બાબત ના સમજાઈ શકે એવી હોઈ શકે પરંતુ હું મારા અનુભવથી શીખી છું કે એ બાબતની મને સમજણ પડવાની કોઈ જરૂર નથી. હું ઊઠું તે સમયથી લઈને ઘરની બહાર નીકળું એ સમય સુધી, મને ક્યારેય ખબર નથી હોતી કે ઈશ્વરે મારા માટે શું તૈયાર કર્યું છે. વિશ્વાસીઓ તરીકે આપણે ઈશ્વરના વચનનો અભ્યાસ કરતાં વિશ્વાસમાં આગળ વધવુ જોઈએ કે જેથી કરીને આપણે પરિપકવ શિક્ષકો બની શકીએ. આપણે પરિપકવતાના અલગ અલગ સ્તરો પર પહોંચી શકીએ અને બીજાઓને સાક્ષી આપવાની તક કદીના ગુમાવીએ. ખાસ કરીને જ્યારે ઈશ્વર તકનો દરવાજો ખોલે ત્યારે.

"કેમ કે આટલા વખતમાં તો તમારે ઉપદેશકો થવું જોઈતું હતું. પણ અત્યારે તો દેવના વચનના મૂળતત્વ શાં છે, એ કોઈ તમને ફરી શીખવે એવી અગત્ય છે; અને જેઓને દૂધની અગત્ય હોય, ને ભારે ખોરાકની નહિ, એવા તમે થયા છો. કેમ કે જે કોઈ દૂધ પીએ છે તે ન્યાયીપણા સંબંધી બિનઅનુભવી છે; કેમ કે તે બાળક જ છે. પણ જેઓ પુખ્ત ઉંમરના છે, એટલે જેઓની ઇન્દ્રિઓ ખરું ખોટું પારખવામાં કેળવાયેલી છે, તેઓને સારું યોગ્ય ભારે ખોરાક છે." **(હિબ્રુઓને પત્ર ૫:૧૨-૧૪)**

આ પ્રકરણમાં હું તમારી સાથે મારા પ્રવાસના અમુક અનુભવો હું શેર કરવા માંગું છું. જેની સાથે અમુક મહત્વની ઐતિહાસિક બાબતો ઉમેરવામાં આવી છે. જેથી આપણે શરૂઆતની મંડળી અને તે પછી માનવામાં આવતા સિદ્ધાંતો સમજી શકીએ.

એક અતાર્કિક વિમાની પ્રવાસની યોજના કે જેમાં ઈશ્વરે મને કેલીફોર્નિયા પાછી મુલાકાતે મોકલી. સ્વાસ્થ્યના કારણે હું સીધે સીધી કોઈ પણ જગ્યાએ રોકાયા વગરની મુસાફરી પસંદ કરું છું. આ વખતે મેં ડલાસ - ફોર્ટવર્થ, ટેક્સાસ થી ઑન્ટારીઓ, કેલીફોર્નિયાની ફલાઈટ વચ્ચે ડેનવર, કોલોરાડો થઈને જાય એવી ટિકિટ ખરીદી. હું એ નથી સમજાવી શકતી કે મેં આવું કેમ કર્યું પણ પછી બધો ખ્યાલ આવી ગયો. જ્યારે હું વિમાનમાં હતી ત્યારે

મેં ત્યાની પારિચારિકાને જણાવ્યું કે હું દુ:ખાવાથી પીડાઉ છું અને એટલે આરામ ખંડની નજીક બેઠી છું. મેં પરિચારિકાને પુછ્યું કે જો તે મારા માટે ઉડાનના પાછલા ભાગમાં એવી કોઈ આરામની જગ્યા શોધે કે જ્યાં હું સૂઈ શકું. તે મને વિમાનના પાછલા ભાગમાં લઈ ગઈ કે જ્યાં તેણે મારા માટે એવી એક સૂવાની જગ્યા શોધી હતી. દુ:ખાવો ત્યારબાદ ઓછો થઈ ગયો હતો. અને ત્યાર પછી એ પારિચારીકા પાછી એ જાણવા આવી કે હવે મને કેવું લાગે છે અને તેણે કહ્યું કે તે મારા માટે પ્રાર્થના કરી રહી હતી. આ એક તક હતી કે જ્યારે ઈશ્વરે દરવાજો ખોલ્યો. મેં તેને મારા ઘાવ માંદગી અને સાજાપણાં વિશે કહ્યું. તે એટલી બધી આશ્ચર્યચકિત હતી કે મેં આ બધું કોઈપણ દવા વગર અને ફક્ત ઈશ્વર ઉપર આધાર રાખીને સહન કર્યું હતું. જ્યારે અમે બાઈબલ વિશે વાત કરી રહ્યા હતા ત્યારે તેણે કહ્યું કે તેણે કદી નથી સાંભળ્યુ કે કોઈને પવિત્ર આત્મા મળી શકે. મેં શાસ્ત્ર દ્વારા સમજાવ્યું કે તે આજે પણ આપણા માટે છે. મેં તેને મારા ભારતથી આવવા વિશે, અને તેનું કારણ અને જ્યારે આપણે ઈશ્વરને આપણા પુરા હૃદયથી શોધીએ છીએ ત્યારે એ ઉત્તર આપે છે એના વિશે કહ્યું.

જ્યારે બીજી ઘણી વખત હું વિમાનમાં મુસાફરી કરું છું ત્યારે ઉડાન વખતે કોઈક તો માયાળુ અને ચિંતા રાખનાર વ્યક્તિ મળી જ જાય છે, એમ તે મારા માટે ભલી અને ચિંતા રાખનારી સ્ત્રી હતી. મેં તેને પવિત્ર આત્મા અને અન્ય ભાષાઓથી બોલવાના પુરાવા વિશે કહેવાનું ચાલુ રાખ્યું. તેણે મક્કમ શબ્દોમાં કહ્યું કે તે અન્ય ભાષાઓથી બોલવા ઉપર વિશ્વાસ નથી કરતી. મેં તેને ઈસુ ખ્રિસ્તના નામમાં બાપ્તિસ્મા વિશે કહ્યું અને તેણે કહ્યું કે તેના વિશે પણ તેણે નથી સાંભળ્યું. મોટા ભાગની મંડળીઓમાં પ્રેરિતોનાં કૃત્યો ૨ મુજબ જે પ્રેરિતોએ બાપ્તિસ્મા વિશે કહ્યું છે તે નથી શીખવવામાં આવતું. કારણ કે મોટાભાગના એ બાપ્તિસ્મા વખતે ત્રિએકતાનો સિદ્ધાંત અપનાવ્યો છે જે ત્રણ ઈશ્વર પિતા, પુત્ર અને પવિત્ર આત્મા હોવાનો દાવો કરે છે.

"અને ઈસુએ ત્યાં આવીને તેઓને કહ્યું કે, આકાશમાં તથા પૃથ્વી પર સર્વ અધિકાર મને આપ્યો છે. એ માટે તમે જઈને સર્વ દેશનાઓને શિષ્યો કરો; બાપ તથા દીકરા તથા પવિત્ર આત્માને નામે (એકવચન) તેઓને બાપ્તિસ્મા આપતા જાઓ."

(માત્થી ૨૮:૧૮-૧૯)

જ્યારે શિષ્યો વ્યક્તિને ઈસુના નામમાં પાણીમાં સંપુર્ણપણે ડુબાડીને બાપ્તિસ્મા આપી રહ્યાં હતા ત્યારે તેઓ પિતા તથા પુત્ર તથા પવિત્ર આત્માના બાપ્તિસ્મા નો અમલ કરી રહ્યાં હતા. આ બાબતમાં કોઈ ગુંચવાડો નથી; તેઓ ઈસુની શાસ્ત્રમાં આપેલ આજ્ઞાનો અમલ કરી રહ્યા હતા.

"કેમ કે સ્વર્ગમાં સાક્ષી પૂરનાર ત્રણ છે, પિતા, શબ્દ અને પવિત્ર આત્મા; અને આ ત્રણેય એક છે." ***૧ યોહાન ૫:૭***

(આ કલમ ન્યુ ઈન્ટરેનેશનલ વર્ઝન NIV માંથી તથા અન્ય આધુનિક તર્જુમામાંથી કાઢી નાંખવામાં આવેલ છે.)

"હવે આ સંભળીને તેઓનાં હ્રદય વીંધાઈ ગયાં, અને તેઓએ પીતરને તથા બીજા પ્રેરિતોને કહ્યું કે, ભાઈઓ, અમે શું કરીએ? ત્યારે પીતરે તેઓને (કહ્યું કે) પસ્તાવો કરો, અને ઈસુ ખ્રિસ્તના નામમાં તમારામાંનો દરેક બાપ્તિસ્મા પામો કે, તમારા પાપનું નિવારણ થાય; અને તમને પવિત્ર આત્માનું દાન મળશે."

(પ્રે.કૃ. ૨:૩૭-૩૮)

"એ સાંભળીને તેઓએ પ્રભુ ઈસુને નામે બાપ્તિસ્મા લીધું. જ્યારે પાઉલે તેઓના પર હાથ મૂક્યા ત્યારે તેઓના પર પવિત્ર આત્મા આવ્યો; અને તેઓ (બીજી) ભાષાઓમાં બોલવા તથા પ્રબોધ કરવા લાગ્યા. તેઓ બધા મળીને બારેક પુરુષ હતા."

(પ્રે.કૃ. ૧૯:૫-૭)

"કેમ કે તેઓને (અન્ય) ભાષાઓમાં બોલતા, તથા દેવની સ્તુતિ કરતા તેઓએ સાંભળ્યા. ત્યારે પીતરે ઉત્તર આપ્યો કે આપણી પેઠે તેઓ પણ પવિત્ર આત્મા પામ્યા છે, તો તેઓને બાપ્તિસ્મા આપવાને પાણીની મના કોણ કરી શકે? તેણે ઈસુ ખ્રિસ્તને નામે તેઓને બાપ્તિસ્મા આપવાની આજ્ઞા આપી. પછી તેઓએ કેટલાએક દિવસ (ત્યાં) રહેવાની તેને વિનંતી કરી." ***પ્રે.કૃ. ૧૦ :૪૬-૪૮***

મેં તે તેમની રીતે કર્યું

પ્રેરિતોએ ઈસુની આજ્ઞાનું ઉલ્લંઘન ના કર્યું. ઈસુના મૃત્યુ પછીના પુનરુત્થાન અને આકાશમાં મહિમામાં લઈ લેવાયા પછી પચાસમાનો દિવસ એ મંડળીની શરૂઆતનો યુગ હતો. પ્રભુ ઈસુ શિષ્યો આગળ પ્રગટ થયા હતાં અને તેઓના અવિશ્વાસ માટે ઠપકો આપ્યો હતો અને ચાળીસ દિવસ તેઓની સાથે રહયા હતા. આ સમય દરમ્યાન ઈસુએ તેઓને ઘણું બધુ શીખવાડયું. બાઈબલ કહે છે, વિશ્વાસીઓએ બાપ્તિસ્મા લેવું જ જોઈએ એ પણ તેઓને શીખવાડયું.

"તે પછી અગિયાર (શિષ્યો) જમવા બેઠા હતા, ત્યારે તે તેઓને દેખાયા. તેણે તેઓનો વિશ્વાસ તથા કઠણ હૃદયને લીધે તેઓને ઠપકો દીધો; કેમ કે તેના પાછા ઉઠ્યા પછી જેઓએ તેને જોયો હતો, તેઓનું તેઓએ માન્યું નહોતુ. તેણે તેઓને કહ્યું કે, આખા જગતમાં જઇને આખી સૃષ્ટિને સુવાર્તા પ્રગટ કરો. જે કોઈ વિશ્વાસ કરે તથા બાપ્તિસ્મા લે, તે તારણ પામશે; પણ જે વિશ્વાસ નહીં કરે, તે અપરાધી કરશે."

(માર્ક ૧૬:૧૪-૧૬)

પછી થી માણસે બાપ્તિસ્માની અલગ વ્યાખ્યાઓ અપનાવી અને એમાં સંપૂર્ણ ડુબકીના બદલે છંટકાવની પણ બાબતનો સમાવેશ થાય છે. અમુક દલીલો એમ કહે છે કે બાઈબલ છંટકાવ વિશે મનાઈ નથી કરતું અને રોમનકેથોલિક મંડળી બાળકોનું પણ બાપ્તિસ્મા કરતી હતી.) ઈસુના નામનું બાપ્તિસ્મા રોમનકેથોલિક મંડળીએ બદલ્યું હતું અને ત્રિએકતાનો સિદ્ધાંત અપનાવ્યો હતો.

હું આગળ વધુ એ પહેલા કહેવા માંગુ છું કે ઘણા અદ્ભૂત વિશ્વાસીઓ કે જે ઈશ્વર સાથેના અંગત સબંધને શોધે છે. અને તેઓ ઈશ્વરને પ્રેમ કરે છે અને બાઈબલના શરૂઆતના શિક્ષણ પરના વિશ્વાસ પર અડગ રહે છે તેઓની પ્રમાણિકતા પર હું સંદેહ કરતી નથી. એટલા માટે જાતે જ શાસ્ત્રને વાંચવું અને તેનો અભ્યાસ કરવો ખૂબ મહત્વનું છે, એની સાથે શરૂઆતની ઈશ્વર પ્રેરિત મંડળીના ઐતિહાસીક બાઈબલનાં સિદ્ધાંતોનો પણ અભ્યાસ જરૂરી છે. મંડળીના સિદ્ધાંતો સ્વધર્મના ત્યાગ તરફ જાય છે. (અંગ્રેજીમાં 'એપોસ્ટંસી'). 'એપોસ્ટેસી' એટલે સત્ય થી દુર જવું અથવા ત્યાગ કરવો. 'એપોસ્ટેટ' એવા વ્યક્તિને કહેવાય જે એક વાર ઈશ્વરના સત્ય પર વિશ્વાસ કરતો હતો પણ પછી તેનો નકાર કર્યો છે. ઈ.સ. ૩૧૨માં જ્યારે કોન્સ્ટેટાઈન રોમ નો સમ્રાટ હતો ત્યારે ખ્રિસ્તી ધર્મ ખૂબ જ ચહિતો ધર્મ

તરીકે રોમનોએ અપનાવ્યો હતો. કોન્સ્ટેટાઇને 303માં શરૂ થયેલ ડાયોક્લેશિયનની (લેટીનમાં ગાયસ ઓરેલિયસ વલેરિયસ ડાયોક્લેશિયેનસ અગસ્તસ) સતાવણીની આજ્ઞાઓ નાબૂદ કરી. ડાયોક્લેશિયન તે ઈ.સ. ૨૮૪- ૩૦૫ દરમ્યાન રોમના સમ્રાટ હતા. ખ્રિસ્તીઓ વિરુદ્ધ સતાવણીના કાયદાઓ ના લીધે ખ્રિસ્તીઓના હક્કો છીનવાઈ ગયા અને તેઓને 'પરંપરાગત ધાર્મિક વિધિઓ' જેમાં રોમન દેવતાઓને અર્પણ ચઢાવવામાં આવે એ પાળવાનું જરૂરી થઇ ગયું. એ ખૂબ જ ક્રુર, ભયંકર અને છેલ્લી કક્ષાની સત્તાવાર થતી સતાવણી હતી એવું ઈતિહાસ કહે છે. કોન્સ્ટેટાઇન રોમન સામ્રાજ્યને "ખ્રિસ્તી વાદી " બનાવી દીધું અને ખ્રિસ્તી ધર્મને આખા રાજ્યનો ધર્મ બનાવી દીધો. એટલે કે સત્તાવાર ધર્મ. આ સત્તા અનુસાર તેણે વિધર્મીઓના ધર્મને પણ સમર્થન આપ્યું.

આનાથી કોન્સ્ટેટાઇનને તેના સામ્રાજ્યમાં એકતા અને શાંતિ લાવવાની યોજનાને મજબૂતી મળી, આમ, "ખ્રિસ્તીવાદી રોમ' અને રાજનૈતિક મંડળીની સત્તામાં સુમેળ કરવામાં આવ્યો. આ બધામાં શેતાનની એક ખૂબ શક્તિશાળી યોજના એ હતી કે જેમાં અંદરથી મંડળી ભ્રષ્ટ થાય અને શરૂઆતની મંડળીનું જરાય અસ્તિત્વ ના રહે. ખ્રિસ્તી ધર્મનું પતન થયું અને મંડળી દૂષિત થઇ. અને વિધર્મી તંત્રના ત્યારના વિશ્વ રાજનૈતિક તંત્ર સાથે જોડાવવાથી તે નબળું પણ થયું.

આ તંત્ર મુજબ બાપ્તિસ્મા દ્વારા કોઈપણ ખ્રિસ્તી બની શકે છે અને તેમ કરીને અન્ય ધર્મીઓ મંડળી સાથે સંપર્કમાં આવે. અન્ય ધર્મીઓ પોતાના ધર્મ ગુરુઓ અને પ્રતિમાઓને મંડળીમાં ખ્રિસ્તી નામ હેઠળ લાવ્યા. "ત્રિએકતા" નો સિદ્ધાંત પણ તેઓએ સ્થાપ્યો. આ 'એપોસ્ટેટ'" મંડળી પવિત્ર આત્માનું શિક્ષણ કે જે શરૂઆતની મંડળી આપતી હતી તે અન્ય ભાષા બોલવાના મહત્વને ના ઓળખી શકી, કે ના પ્રચાર કરી શકી કે જરાય વિચાર પણ ના કરી શકી. ઈ.સ. ૪૫૧ માં ચાલસેડોનની સભામાં, પોપની મંજૂરીથી, નાઈસીયન/કોન્સ્ટેટીનોપલ પંથ અધિકારયુક્ત સ્થપાયો. કોઈને પણ ત્રિએકતા વિરુદ્ધ ચર્ચા કરવાની પરવાનગી ન મળે અને ત્રિએકતા વિરુદ્ધ બોલવું એ દુર્ભાષણ કહેવાતું અને જે તેની વિરુદ્ધ બોલતા એવા લોકોને અંગછેદનથી લઈને મૃત્યુ જેવી કડક સજા ફરમાવવામાં આવતી. ખ્રિસ્તીઓ મધ્યે વિશ્વાસને લઈને ભિન્નતા ઊભી થઈ અને એના લીધે હજારો લોકો મારા મારીના લીધે ઘાયલ, અપંગ અને મૃત્યુ પામ્યા. સાચા વિશ્વાસીઓ પાસે,

ખ્રિસ્તી ધર્મના નામમાં કતલ કરતા જુલ્મીઓથી બચવા, ભૂગર્ભમાં જઈને સંતાવવા સિવાય કોઈ રસ્તો નહતો.

મેં તેને કહ્યું કે ત્રિએકતાની માન્યતા વિધર્મી દ્વારા આવી, કે જેઓ ઈશ્વરના હુકમો, નિયમો અને આજ્ઞાઓ વિશે નહોતા જાણતા. અને એ ઈ.સ.૩૨૫માં જ્યારે નાઈસીયાની પ્રથમ સભા સ્થપાઈ ત્યારે આ સભાએ ત્રિએકતાના સિદ્ધાંતને ચુસ્તાથી અપનાવ્યો અને રોમન મંડળીએ નાઈસીયન પંથને અપનાવ્યો. 300 ધર્માધ્યક્ષો ભેગા મળ્યા અને ૬ અઠવાડિયા બાદ ત્રિએકતાનો સિદ્ધાંત સ્થાપન કર્યો.

કોઈપણ ક્યારેય દેવની આજ્ઞા બદલી ના શકે! પ્રેરિતોના કૃત્યોનાં પુસ્તકમાં શરૂઆતની મંડળી જુના કરારની એક જ ઈશ્વરની માન્યતાથી ચાલુ થઈ અને એની સાથે નવા કરારનું ઈસુ ખ્રિસ્તનું એક ઈશ્વર તરીકે સદેહ પ્રગટ થવાનું પ્રકટીકરણ પણ આવ્યું. પહેલી સદીના અંતમાં નવો કરાર સંપૂર્ણ થયો અને છેલ્લા પ્રેરિતનું મૃત્યુ થયું. ચોથી સદીની શરૂઆતથી ખ્રિસ્તી ધર્મ લોકો માટેનો ઈશ્વરનો પ્રાથમિક સિદ્ધાંત બાઈબલમાં બતાવેલ ઈશ્વરને એકત્વવાદથી સ્પષ્ટ ત્રિએકતાના વિશ્વાસમાં જતો રહ્યો.

*મને અચરત થાય છે કે, જેણે તમને ખ્રિસ્તની કૃપાથી બોલાવ્યા, તેને મૂકીને તમે એટલા બધા વહેલા જુદી સુવાર્તા ભણી ફરી જાઓ છો. તે બીજી (સુવાર્તા) નથી; માત્ર કેટલાક તમને વિકૃત કરે છે, અને ખ્રિસ્તની સુવાર્તાને ઉલટાવી નાખવા ચાહે છે. પણ જે સુવાર્તાને અમે તમને પ્રગટ કરી, તે વિના બીજી (સુવાર્તા) જો અમે અથવા આકાશનો કોઈ દૂત પણ તમને પ્રગટ કરે તો તે શાપિત થાઓ. જેમ અમે અગાઉ કહ્યું હતું. તેમ હમણાં હું ફરીથી પણ કહુ છું કે જે સુવાર્તા તમે પામ્યા છો, તે વિના બીજી (સુવાર્તા) જો કોઈ તમને પ્રગટ કરે, તો તે શાપિત થાઓ." **ગલાતી ૧:૬-૯***

પ્રેરિતોના યુગ પછીના લેખકો (ઈ.સ. ૯૦-૧૪૦) બાઈબલ કેવી રીતે વપરાતું અને વિચારાતું એ બાબત માટે વફાદાર હતા. તેઓ ઈસુ ખ્રિસ્તના સંપૂર્ણ દૈવત્વ અને ઈશ્વરના સદેહ પ્રગટ થવાના એકેશ્વરવાદમાં (ઈશ્વરની એકતા) વિશ્વાસ કરતા હતા.

*હે ઈસ્રાએલ, સાંભળ: યહોવા આપણો દેવ તે એકલો જ યહોવા છે." **પુન. ૬ :૪***

"બેશક સતધર્મનો મર્મ મોટો છે; ઈશ્વર મનુષ્યસ્વરૂપમાં પ્રગટ થયો, આત્મામાં ન્યાયી ઠરાવાયો, દૂતોના દીઠામાં આવ્યો, તેની વાત વિદેશીઓમાં પ્રગટ થઈ, તેના પર જગતમાં વિશ્વાસ કરવામાં આવ્યો, અને તેને મહિમામાં ઉપર લેવામાં આવ્યો."

૧ તીમોથી ૩ :૧૬

ઈશ્વરના નામના મહાન મહત્વની સાથે ઈસુના નામમાં બાપ્તિસ્માના વિશ્વાસને તેઓએ જોડ્યું. તેઓએ ત્રિએકતાને લગતી કોઈપણ બાબત તથા પાછળથી રોમન મંડળી દ્વારા અપનાવેલી ત્રિએકતાની ભાષાને ટેકો આપ્યો નહિ. જો કે આજે મોટાભાગની ખ્રિસ્તી મંડળીઓ ત્રિએકતાના સિદ્ધાંતને અનુસરે છે. તેમ છતાં પચાસમાનાં દિવસે સ્થપાયેલી પ્રેરિતોનાં સિદ્ધાંતવાળી શરૂઆતની મંડળી હજી પણ ટકી રહી છે. શરૂઆતની મંડળીના સભ્યો નવો જન્મ પામેલા (કન્વર્ટ) યહુદીઓ હતા અને જાણતા હતા કે ઈસુ "દેવનું હલવાન" હતા. ઈશ્વરે દેહ ધારણ કર્યો કે જેથી તેઓ લોહી વહેવડાવી શકે. દેવ જે આત્મા છે અને આત્મામાં લોહી ના હોય.

"તમે પોતાના સંબંધી તથા જે ટોળા ઉપર પવિત્ર આત્માએ તમને અધ્યક્ષો નીમ્યા છે તે સર્વ સંબંધી સાવધાન રહો, જેથી દેવની જે મંડળી તેણે પોતાના લોહીથી ખરીદી તેનું તમે પાલન કરો." ***પ્રે.કૃ. ૨૦:૨૮***

ઈસુના નામનો અર્થ હિબ્રુ ભાષામાં યહોશુઆ થાય છે જે અંગ્રેજીમાં 'યહોવા મારા તારનાર' એ છે.

એટલે જ ઈસુએ કહ્યું,

"ઈસુ તેને કહે છે કે, ફિલીપ, આટલી મુદત સુધી હું તમારી સાથે રહ્યો છું, તો પણ શું તું મને ઓળખતો નથી? જેણે મને જોયો છે તેણે બાપને જોયો છે; તો તું શા માટે કહે છે કે, અમને બાપ દેખાડ?" ***યોહાન ૧૪ :૯***

તેઓ ત્રિએકતા કે ત્રિએકતા વિશેની ભાષાના વિચાર, જે પછીથી રોમની મંડળીએ અપનાવ્યો, એ બાબતથી સહમત કે વિચાર સરખો પણ કરતા ન હતાં. ઘણી બધી મંડળીઓ

આજે પણ ત્રિએકતાનાં સિધ્ધાંતમાં માનતી હોવા છતાં પચાસમાના દિવસના પ્રેરિતોનાં સિધ્ધાંત વાળી શરૂઆતની મંડળી આજે પણ ચાલુ છે. ઈશ્વરે વિશ્વાસથી પીછેહઠ ના કરવાની ચેતવણી આપી છે. એક જ ઈશ્વર, એક જ વિશ્વાસ અને એક જ બાપ્તિસ્મા છે.

*" એક પ્રભુ, એક વિશ્વાસ, એક બાપ્તિસ્મા, એક દેવ એટલે સર્વનો બાપ, તે સર્વ ઉપર તથા સર્વ મધ્યે તથા આપણા સર્વમાં છે." **એફેસી. ૪ :૫-૬***

*"ઈસુએ ઉત્તર આપ્યો કે, પહેલી આજ્ઞા એ છે કે, ઓ ઈસાએલ, સાંભળ; પ્રભુ આપણો દેવ તે પ્રભુ એક જ છે;" **માર્ક ૧૨ :૨૯***

યહોવા કહે છે: "તમે મિસરમાં હતાં ત્યારથી હું, યહોવા તમારો દેવ છું. મારા સિવાય તમારો કોઇ અન્ય દેવ નથી. અને મારા વિના તમારો કોઇ તારણહાર નથી
હોશિયા ૧૩ : ૪

ખ્રિસ્તી ધર્મનું ઈશ્વરના એકત્વવાદના સિદ્ધાંતથી ગુંચવણ ભર્યા ત્રિએકતાના સિદ્ધાંતમાં વિષયાંતર થયું અને એ બાબત ખ્રિસ્તી ધર્મની મધ્યે વાદવિવાદનાં ઉદ્ગમસ્થાન તરીકે છે. ત્રિએકતાનો સિદ્ધાંત એમ કહે છે કે ઈશ્વર ત્રણ દૈવિય વ્યક્તિઓનો સંગમ છે – પિતા, પુત્ર અને પવિત્ર આત્માનું. એક દિવ્ય વ્યક્તિઓમાં જ્યારે આ ત્રિએકતાના સિદ્ધાંતનો વ્યવહારમાં અમલ શરૂ થયો ત્યારથી ઈસુનું નામ બાપ્તિસ્મા લેતી વખતે અમલમાં મૂકવાનું બંધ થઈ ગયું. ઈસુનું નામ એટલું બધુ શક્તિશાળી છે કે આ નામથી આપણે તારણ પામ્યા છીએ. તારણ ઈસુ સિવાય બીજા કોઈ નામમાં નથી.

*"બીજા કોઈથી તારણ નથી; કેમ કે જેથી આપણું તારણ થાય એવું બીજું કોઈ નામ આકાશ તળે માણસો મધ્યે આપેલું નથી. **પ્રે.કૃ. ૪ :૧૨***

યહુદી અને બિન યહુદી ખ્રિસ્તીઓ હતા જે આ ખિતાબો કે શીર્ષક (પિતા, પુત્ર અને પવિત્ર આત્મા) નું બાપ્તિસ્મા કદી જ ના લે.

મંડળીનો યુગ 'એપોસ્ટેસી' માં જતો રહ્યો. (એનો અર્થ? સત્યથી પીછે હઠ કરવી) 'એપોસ્ટેસી' ઈશ્વર વિરુદ્ધનો બળવો છે કારણ કે એ સત્ય વિરુદ્ધનો બળવો છે. આપણે જોઈએ કે એન.એ.એસ.બી. (NASB) અને કે.જે.વી. (KJV) બાઈબલ આ મહત્વની બાબત વિશે શું કહે છે.

"કોઈપણ તમને કોઈપણ રીતે ભમાવે નહિ, કેમ કે એમ (ઈસુના આગમન) થતાં પહેલા ધર્મત્યાગ થશે. તથા પાપનો માણસ, એટલે વિનાશનો પુત્ર, પ્રગટ થશે." ***૨ થેસ્સા. ૨: 3 (NASB વર્ઝન)***.

"કોઈ માણસ કોઈ પણ પ્રકારે તમને ભમાવે નહિ; કારણ કે તે દિવસ (ઈસુનું આગમન) ત્યાં સુધી નહિ આવે જ્યાં સુધી, પહેલા પતન ના આવે અને પાપનો માણસ એટલે કે વિનાશનો પુત્ર પ્રગટ ના થાય.*"*૨ થેસ્સા. ૨ :3 (KJV) નીચે લીટી દોરેલા વાક્યો NIV, NASB અને ઘણા બીજા તરજૂમાં માંથી દૂર કરવામાં આવેલ છે.

એ વિમાની પરિચારિકાને મારા શિક્ષણમાં ખૂબ રસ હતો. તેમ છતાં, સમયના અભાવે જે થોડો સમય હતો તેમાં મેં એને ઈશ્વરની એકત્વવાદ વિશે સંપૂર્ણ સમજણ આપી.

"સાવધાન રહો, રખેને ફિલસૂફીનો ખાલી આડંબર જે ખ્રિસ્ત પ્રમાણે નહિ, પણ માણસોનાં સંપ્રદાય પ્રમાણે ને જગતના તત્વો પ્રમાણે છે, તેથી કોઈ તમને ફસાવે; કેમ કે (ખ્રિસ્ત) માં દેવત્વની સર્વ પરિપૂર્ણતા મૂર્તિમાન છે." ***કલોસી ૨ :૮-૯***

શેતાનની ગાદી (જે પેર્ગેમોસ, પેર્ગોસ અથવા પેર્ગેમોન પણ કહેવાય છે):

મેં તે વિમાન પારીચારીકાને એ પણ સમજાવ્યું કે તુર્કી નામનો દેશ આજના આધુનિક દિવસ અને અંતના સમયમાં કેવો મહત્વનો ભાગ ભજવે છે. 'હેલીનિસ્ટીક' એટલે કે ગ્રીક ગાળાના સમય દરમ્યાન, એટ્લીડના વશંમાં (ઈ. સ. ૨૮૧-૧૩૩) પર્ગોમન અથવા પર્ગામમ ગ્રીકનું એક પ્રાચીન શહેર હતું જે આજનું તુર્કી છે તે પેર્ગોનન રાજ્યનું પાટનગર બન્યું. આ શહેર એક ટેકરી ઉપર છે. એસ્કલેપીયસ એ એપોલો અને કોરોનીસ કે જે એક મૃત સ્ત્રી હતી તેનો દીકરો મનાતો હતો.

પર્ગેમનમાં આવેલી ખ્રિસ્તી મંડળી, કે જે સાત મંડળીઓમાંની એક હતી. જેનો પ્રકટીકરણનું પુસ્તક "પર્ગેમનની મહાન વેદી" તરીકે ઉલ્લેખ કરે છે, જે બર્લિનના પર્ગેમન સંગ્રહસ્થાનમાં છે. આ વેદીનો પાયો એક્રોપોલીસના ઉપરનાં ભાગ પર રહેલો છે. આ એ વેદી હતી કે જે ઝિયૂસને સમર્પિત કરેલી મનાતી હતી. જ્યાં તમને તેમના મુખ્ય દેવ એસ્કલેપીયસનું મંદિર મળશે. આજે જ્યાં એક એસ્કલેપીયસની મૂર્તિ બેઠેલ છે. જેનાં હાથમાં લાકડી છે અને આસપાસ સર્પ વિંટળાયેલ છે. પ્રક્ટીકરણનું પુસ્તક પર્ગામન વિશે સાત મંડળીઓમાંની એક મંડળી તરીકે વાત કરે છે. જેને પાત્મસનો યોહાન તેની પ્રક્ટીકરણની પુસ્તકમાં "શેતાનની ગાદી" તરીકે ઉલ્લેખે છે.

"પર્ગામનમાંની મંડળીના દૂતને લખ કે, જેની પાસે બેધારી પાણીદાર તરવાર છે તે આ વાતો કહે છે, : હું તારા કાર્યો જાણું છું, અને તું ક્યાં વસે છે, એટલે જ્યાં શેતાનની ગાદી છે ત્યાં, વળી તું મારા નામને વળગી રહે છે, અને જ્યારે મારા વિશ્વાસુ શહીદ અંતિપાસને, તમારામાં, એટલે જ્યાં શેતાન વસે છે ત્યાં, મારી નાંખવામાં આવ્યો તે સમયે પણ તેં મારા પરના વિશ્વાસને નાકબૂલ કર્યો નહિ. તો પણ મારે તારી વિરુદ્ધ થોડીએક વાતો છે, કેમ કે, બલામના બોધને વળગી રહેનારા ત્યાં મારી પાસે છે; એણે બાલાકને ઈસ્રાએલપુત્રોની આગળ ઠોકર મૂકવાને શીખવ્યું કે તેઓ મૂર્તિઓના નૈવેદ ખાય અને વ્યભિચાર કરે."

પ્રક્ટી. ૨:૧૨-૧૪

ઈ.સ.પૂ. ૨૦૪માં "મહાન માતા દેવી" સિબેલેને પર્ગેમાસથી રોમ લઈ જવામાં આવી હતી. આ શહેર આજે કેમ આટલું બધું મહત્વનું છે? કારણ કે જ્યારે ઈ.સ.પૂ. ૪૪૫માં બાબેલ મહાન સાઈરસ રાજા દ્વારા જીતી લેવાયું ત્યારે સાઈરસ રાજાએ બાબેલનું વિધર્મી પુરોહિતપણુ પર્ગામસ તરફ પશ્ચિમ દિશામાં મોકલ્યું જે આજનું તુર્કી છે.

(નોંધ : આપણે ઈસ્રાએલ અને તેની સંપૂર્ણ થતી પ્રબોધવાણી તરફ જોવું જોઈએ. કોઈ અચરજની વાત નથી કે ૬ જુલાઈ, ૨૦૧૦માં મેડિરડ સ્પેઈનમાં, સીરિયાના પ્રમુખ અસાદે ચેતવણી આપી કે ઈસ્રાએલ અને તુર્કી લડાઈની નજીકમાં છે. ઈશ્વરનું ચાહીતું ઈસ્રાએલ અને શેતાનની ગાદીનું સિંહાસન એક સાથે આજના સમાચારમાં આવ્યું)

બાદમાં મેં વિમાનની પરિચારીકા સાથે પર્ગામસની ચર્ચા કર્યા બાદ, મેં તેને નવા જન્મ વિશે શિક્ષણ આપવાનું શરૂ કર્યું. તેણે કદી કોઈને અન્ય ભાષામાં બોલતાં નહોતા સાંભળ્યાં (પવિત્ર આત્મામાં) મેં તેને દરેક માહિતી, શાસ્ત્રની કલમો અને બાઈબલ પર વિશ્વાસ રાખતી મંડળીઓની યાદી આપી. તે આ સત્ય અને પ્રક્ટીકરણ વિશે એટલી બધી ઉત્તેજીત હતી. હવે મને સમજાયું કે મેં કેલીફોર્નિયા જવા માટે સીધી ઉડાન કેમ ના લીધી. ઈશ્વરને હંમેશા ખબર હોય છે કે તે શું કરી રહ્યા છે. અને હું શીખી કે આપણને હંમેશા તેમના ઈરાદાઓની ખબર નથી હોતી પણ પછી પાછળ વળીને જોઈ શકું છું કે તેમની પાસે આ દરમ્યાન યોજના હતી. જેવી હું કેલીફોર્નિયા પહોંચી, ત્યારે દુઃખાવા અને તાવ વગર હું વિમાનમાંથી નીકળી શકી.

પ્રશ્ન : એપોસ્ટોલિક એટલે શું ?

હું એક બીજી ઉડાનમાં હતી જે ડલાસ ફોર્ટ વર્થ થી ઓન્ટારીઓ, કેલીફોર્નિયાની હતી. એક નાનું ઝોકું ખાઈને મેં જોયું તો મારી બાજુમાં બેઠેલી મહિલા વાંચી રહી હતી. તે થોડી મુશ્કેલીથી બહાર જોવાનો પ્રયત્ન કરી રહી હતી. એટલે મેં મારી બાજુની બારીનો પડદો ઊંચો કર્યો અને તે ખુશ થઈ. હું તેની સાથે વાત કરવાની તક શોધતી હતી અને આ સંકેતના લીધે અમારી વાતચીત ચાલુ થઈ અને એ લગભગ એક કલાક ચાલી. હું તેને મારી સાક્ષી આપવા લાગી અને કહ્યું કે તે એ ઈન્ટરનેટ જોઈ શકે છે.

તેણે કહ્યું કે તે એ જ્યારે હોટલ રૂમમાં જશે ત્યારે જોશે. અમે મંડળી વિશે વાત કરવા લાગ્યા અને તેણે કબૂલ કર્યું કે તે કોઈક જ વાર પ્રાર્થના સભામાં જાય છે. તેણે એમ પણ કહ્યુ કે તે પરણિત છે અને બે પુત્રીઓ પણ છે. પછી મે તેને કહ્યું કે હું એક એપોસ્ટોલિક પેન્ટેકોસ્ટલ મંડળીમાં જાઉં છું. ત્યારે મેં તેની આંખો આશ્ચર્યથી એકદમ ખુલ્લી થતા જોઈ. તેણે મને કહ્યું કે તાજેતરમાં તેણે અને તેના પતિએ એપોસ્ટોલિક મંડળી વિશે એક પાટીયું જોયું, તેણે કહ્યું કે તેઓ નહોતા જાણતા કે એ શબ્દ (એપોસ્ટોલિક) નો શું અર્થ થાય. મેં તેને કહ્યું કે આ સિદ્ધાંત યોહાન ૩:૫ માં ઈસુએ સ્થાપ્યો હતો અને પ્રેરિતોનાં કૃત્યોમાં પ્રેરિત યુગની શરૂઆતની મંડળી વિશે વર્ણન કરવામાં આવ્યું છે. હું દ્રઢપણે માનું છું કે ઈશ્વરે મને આ મહિલાની બાજુમાં આ પ્રશ્નનો ઉત્તર આપવા માટે મુકી. આ બનાવ આકસ્મિક હોવા કરતા સંયોગ વધુ હતો.

અપોસ્ટોલિક યુગ:

એવું માનવામાં આવે છે કે ઈસુ ખ્રિસ્તનો જન્મ ઈ.સ.પૂ. ૪ અથવા ઈ.સ. પૂ. ૬માં થયો હતો અને એપ્રિલ ઈ.સ. 30માં 33 વર્ષની ઉંમરે તેમને વધસ્તંભે જડવામાં આવ્યા હતા. આમ ખ્રિસ્તી મંડળીની સ્થાપના પચાસમાની મિજબાનીના દિવસે મે 30 ના રોજ થઈ હતી.

પચાસમાના દિવસથી લઈને પ્રેરિત યોહાનના મૃત્યુ સુધીનો સમય એપોસ્ટોલિક યુગ સિતેર વર્ષના ગાળાનો સમાવેશ કરે છે. **(ઈ.સ. 30 થી ઈ.સ. ૧૦૦)**

યોહાનના પત્રો દ્વારા જણાય છે કે પહેલી સદીની છેલ્લા 30 વર્ષો રહસ્મય અંધકાર માં સંડોવાયેલા હતા. આ મંડળીના ઇતિહાસનો એ તબક્કો છે કે જે વિશે આપણે ઘણું ઓછું જાણીએ છીએ. અને આપણે ઘણું બધું જાણવા માંગીએ છીએ કે આ સમય ગાળામાં મંડળીનો ઈતિહાસ શું હતો. પચાસમાના દિવસે 3000 લોકો યરૂશાલેમમાં નવો જન્મ પામ્યા. અને નીરોના રાજમાં ઘણા બધા લોકો એક સાથે એક દિવસમાં શહીદ થયા એ ઊંચો અંદાજ છે. લોકો જે નવો જન્મ પામ્યા હતા તેઓ મોટા ભાગના મધ્યમ અથવા નીચલા વર્ગના લોકો હતાં. જેમ કે માછીમારો, ખેડૂતો, ગુલામો, વેપારીઓ વિગેરે. એવું અનુમાન કરવામાં આવે છે કે કોંસ્ટેટાઈનના પરિવર્તન વખતે, રોમના ઠરાવ હેઠળ ખ્રિસ્તીઓની સંખ્યા એક કરોડ અથવા એક કરોડ વીસ લાખ સુધી પહોંચી હશે. જે રોમન સામ્રાજ્યની વસ્તીનો દસમો ભાગ હતો. કોન્સ્ટેનટાઈન અને રોમન સામ્રાજ્ય હેઠળ ખ્રિસ્તી ધર્મની આ ઝડપી સફળતા, આના પરિણામે પ્રતિકૂળ દુનિયામાં રહેતા ખ્રિસ્તીઓ સાથે ક્રૂર વર્તન થયું. પ્રભુ ઈસુએ શીખવ્યું છે કે જેવો પ્રેમ આપણે પોતાને કરીએ તેવો આપણે એકબીજા ઉપર કરવો જોઈએ, અને તેમણે એમ પણ કહ્યું કે પાપનો પસ્તાવો અને તારણ તેના નામમાં જ આવશે.

"અને યરૂશાલેમથી માંડીને સઘળી પ્રજાઓને તેના નામમાં પસ્તાવો તથા પાપ નિવારણ પ્રગટ કરવા જોઈએ." ***લૂક ૨૪ :૪૭***

એલિઝાબેથ દાસ

પ્રેરિતોએ પ્રભુ ઈસુના શિક્ષણ પ્રમાણે ચાલીને, પચાસમાના દિવસે તેનો અમલ કર્યો અને પછી બહાર, સૌ પ્રથમ યહુદીઓને અને પછી વિધર્મીઓને પ્રભુ ઈસુનો પ્રચાર કરવા નીકળ્યા.

"તમે પોતાના સંબંધી તથા જે ટોળા ઉપર પવિત્ર આત્માએ તેમને અધ્યક્ષો નીમ્યા છે તે સર્વ સંબંધી સાવધાન રહો જેથી દેવની જે મંડળી તેણે પોતાના લોહીથી ખરીદી તેનું તમે પાલન કરો. હું જાણું છું કે મારા ગયા પછી ટોળા પર દયા નહિ રાખે એવા ક્રુર વરુઓ તમારામાં દાખલ થશે; અને તમારા પોતાનામાંથી પણ કેટલાક માણસો ઊભા થશે. અને શિષ્યોને પોતાની પાછળ ખેંચી લઈ જવા માટે અવળી વાતો બોલશે. માટે જાગતા રહો, અને યાદ રાખો કે ત્રણ વર્ષ સુધી રાત દિવસ આંસુઓ પાડીને દરેકને બોધ કરવાને હું ચૂક્યો નથી." **પ્રે.કૃ. ૨૦ :૨૮- ૩૧**

રોમન સામ્રાજ્યની કોન્સ્ટેનટાઇનના ઠરાવને દરેક વ્યક્તિ આધીન ના થઈ. એવા પણ લોકો હતા કે જે પ્રેરિતોનાં મૂળ શિક્ષણને અનુસરતા અને આ બળજબરીથી થતા પરિવર્તનથી બચી ગયા. જેમાં ધાર્મિક રીત રિવાજ કે જે રોમન મંડળીની સભામાં બનાવવામાં આવેલ હતો, એનો પણ સમાવેશ હતો આવા લોકો સાચા અર્થમાં નવો જન્મ પામેલ લોક નહોતા, પણ રાતો-રાત પરિવર્તન પામેલ અને દૈવીય સાક્ષાત્કારથી અજ્ઞાન હતા. અને દુઃખદાયક વરુઓથી દોરવાતા હતા. આ બાબતે શરૂઆતની મંડળીની સત્યતાને બદલીને ફેરવી કાઢી હતી.

આ કારણે આજે ઘણી મંડળીઓ પ્રેરિતોનાં ઉપદેશોને અનુસરીને પોતાને એપોસ્ટોલિક અથવા પેન્ટેકોસ્ટલ કહે છે.

"માટે ભાઈઓ, તમે તમારા તેડાને લક્ષમાં રાખો કે, જગતમાં ગણાતા ઘણા જ્ઞાનીઓને, ઘણા પરાક્રમીઓને, ઘણા કુલીતોને (તેડવામાં આવ્યાં) નથી; પણ દેવે જ્ઞાનીઓને શરમાવવા સારુ જગતના મૂર્ખાને પસંદ કર્યા છે, અને શક્તિમાનોને શરમાવવા સારુ જગતમાં નિર્બળોને પસંદ કર્યા છે, અને જેઓ (મોટા મહાકાય) છે તેઓને નહિ જેવા કરવા સારુ, દેવે જગતના અકુલીતોને, ધિક્કાર પામેલાઓને તથા જેઓ કંઇ (વિસાતમાં) નથી તેઓને પસંદ કર્યા છે, કે કોઈ મનુષ્ય તેની આગળ અભિમાન કરે નહિ."

મેં તે તેમની રીતે કર્યું

૧ કોરીંથી ૧:૨૬-૨૯

આંતરવિશ્વાસ (Inter faith):

આજે ઈશ્વરના સિદ્ધાંતોની સામે એક નવો પડકાર છે. એને આંતરવિશ્વાસ કહે છે. આંતરવિશ્વાસ પ્રમાણે દરેકે દેવને માન આપવું અગત્યનું છે. વહેંચેલી વફાદારી અને વહેંચેલો આદર આંતરવિશ્વાસીઓ માટે સ્વીકાર્ય છે. આપણે વ્યક્તિગત રીતે એકબીજા સાથે મતભેદમાં હોઈ શકીએ, છતાં પણ એકબીજાને આદર આપી શકીએ અને પ્રેમ કરી શકીએ, તમે છતાં બાઈબલ "ઈશ્વરની ઈર્ષા" વિશે અત્યંત પારદર્શક કાચની જેમ સ્પષ્ટ છે જે ઈશ્વરને સંપુર્ણ સ્વાર્પણ ની માંગણી કરે છે અને બીજા દેવોને માન આપવાને (શેતાને બનાવેલ) ફાંસો કહે છે.

" જોજે, જે દેશમાં તું જાય છે. તેના રહેવાસીઓ સાથે તું કરાર ન કરતો, રખેને તારી મધ્યે તે ફાંદારૂપ થઇ પડે; પણ તમારે તેઓની વેદીઓ તોડી પાડવી, ને તેમના સ્તંભોને ભાંગી નાખવા, ને તેમની અશેરાહ (મૂર્તિઓ)ને કાપી નાખવી, કેમ કે હું યહોવા છું, ને મારું માન કોઈ બીજાને આપવા ન દઉં એવો દેવ છું; રખેને તું દેશના રહેવાસીઓની સાથે કરાર કરે, ને તેઓ તેમના દેવોની પાછળ ભટકી જઈને તેમના દેવોને યજ્ઞ ચઢાવે, અને કોઈના નોતર્યાથી તું તેના નૈવેદમાંથી ખાય;" ***નિર્ગમન ૩૪: ૧૨-૧૫***

શેતાન પસંદ કરાયેલા લોકોને જ મૂર્ખ બનાવવા, છેતરપીંડીની આંતરવિશ્વાસની માન્યતા લઈ આવ્યો છે. તેણે આ બાબતને આધુનિક માણસની રાજનૈતિક સચ્ચાઇ તરીકે ચાલાકીથી વાપરી છે. જ્યારે હકીકતમાં જુદા દેવતાઓને, મૂર્તિઓને અને પ્રતિમાઓને કબૂલ કરતાં અને આદર આપતા એક કરાર બની જાય છે.

પાઠ - ૧૮
મુંબઈ સેવાકાર્ય - મહાન વિશ્વાસનો માણસ

૧૯૮૦ પહેલાંના કોઈ સમયે હું વિદેશ જવા માટેનો વિઝા લેવા માટે મુંબઈ ગઈ હતી. મુંબઈ શેહરમાંથી અમારી ટ્રેન જતી હતી ત્યારે મે ટ્રેનમાંથી ઘણા જ ગરીબ લોકોનો ઝુંપડપટ્ટી વિસ્તાર જોયો. આટલી કરૂણ ગરીબીમાં વસતા માણસોનો આટલો દયાજનક વિસ્તાર મેં પહેલાં કદી જોયો ન હતો.

મેં શરૂઆતમાં જ જણાવ્યું હતું કે મારો ઉછેર ચુસ્ત ધાર્મિક કુટુબમાં થયો હતો. મારા પિતાજી ડોક્ટર હતા અને મારી મમ્મી નર્સ હતા. જો કે અમે ધાર્મિક હતા અને હું ખૂબ જ બાઈબલ વાંચતી હતી તો પણ એ સમયે હું પવિત્ર આત્મા પામી નહતી. જ્યારે પ્રભુનો બોજ મારા ઉપર આવ્યો ત્યારે મારા હૃદયમાં દુઃખ ઉત્પન્ન થયું. તે દિવસથી આ કંગાલ દશામાં જીવતા આશા વગરના લોકો માટેનો બોજ મારા હૃદયમાં આવ્યો. કોઈ મને રડતી જોઈ ન જાય માટે મેં નીચું જોઈને મોં સંતાડી દીધું. હું ઉંઘી જવા ચાહતી હતી પણ આ બોજ મારે માટે દેશ કરતા પણ મોટો હતો. મેં પ્રભુને પ્રાર્થના કરી કે આ લોકોને સુવાર્તા પ્રગટ કરવા માટે કોણ જશે? હું વિચારતી હતી કે આ વિસ્તારમાં આવવા માટે મને બીક લાગશે. એ વખતે હું એ સમજતી ન હતી કે દેવનો હાથ એટલો મોટા છે કે તે કોઈની પણ પાસે ગમે ત્યારે પહોંચી શકે. કેટલાક વર્ષો પછી પ્રભુ આ સ્થળે મને પાછી લાવશે એ પણ મને એ વખતે ખબર ન હતી.

અમેરિકામાં રહેવાના મારા બાર વર્ષ વીતી ગયા પછી પણ મુંબઈની ઝૂંપડપટ્ટીમાં વસતા ગરીબ માણસો માટેનો બોજ હજુ પણ મારા હૃદયમાં હતો.

આપણી ભારતની રીત પ્રમાણે મારા ઘરમાં હંમેશા પ્રભુના સેવકોને સારો આવકાર મળતો હતો. અમે તેમને જમાડતા હતા તેમની જરૂરીયાતો પૂરી પાડતા હતા, અને દાન પણ આપતા હતા. હું મૂળ મેથોડિસ્ટની હતી, સત્ય શોધવાથી હવે મને સત્યનું પ્રક્ટીકરણ મળ્યુ હતું. અને તે બાબતે વિવાદને કોઈ સ્થાન ન હતું. એ વખતે ભારતમાંથી એક સેવક ત્યાં (અમેરીકા) આવવાના હતા અને અમારું કુટુંબ તેમની રાહ જોતું હતું. તેઓ સમયસર આવી શક્યા નહિ. તે દરમ્યાન મારે નોકરીનો સમય થઈ ગયો હતો તેથી હું જતી રહી. મારા ગયા પછી તેઓ આવ્યા એટલે હું તેમને મળી શકી નહિ પણ મારા મમ્મીએ મને જણાવ્યું કે તેઓ પ્રભુના સાચા સેવક હતા.

ત્યાર પછી ૧૯૯૩માં તે જ સેવક મારા કેલીફોર્નીયાના વેસ્ટ કોવીનાવાળા ઘેર આવ્યા. તે વખતે મારા ભાઈએ તેમને જણાવ્યું કે તમારે મારા બહેનને મળવું જોઈએ કારણ કે તેઓ પણ પ્રભુના વચનની સત્યતામાં છે, અને અમારા ઘરમાં તેમના વિશ્વાસ અને પ્રભુ પરના તેમના પ્રેમને કારણે તેઓ ઘણા માનપાત્ર છે. તે દિવસે હું પાસ્ટર ચાકોને મળી. અમે બાપ્તિસ્મા વિશે અને વચન પરની તેમની માન્યતા વિષે ચર્ચા કરી. પાસ્ટર ચાકોએ કહ્યું કે તેઓ પૂરેપૂરા પાણીમાં ડુબાડીને પ્રભુ ઈસુના નામમાં બાપ્તિસ્મા આપતા હતા, અને એ બાબતે બીજી કોઈ પણ દલીલ વિશે સમાધાન કરવા તૈયાર ન હતા. હું ઘણી જ ખુશ થઈ અને ઉત્તેજન પામી કારણ કે આ ઈશ્વરભક્ત માણસ આરંભની પ્રેરિતોની મંડળીના બાઈબલ પ્રમાણેના સિદ્ધાંતોને અનુસરતા હતા. પછી તેમણે મને ભારત આવવા અને મુંબઈ તેમના ઘેર મુલાકાત લેવાનું આમંત્રણ આપ્યું.

મેં અમારા પાસ્ટરને પાસ્ટર ચાકોની અમારા ઘરની મુલાકાત વિશે તથા પ્રભુના વચનમાં તેમની મજબૂત ખાતરી વિશે જણાવ્યું. તે જ સાંજે પાસ્ટર ચાકો અમારા ચર્ચની મુલાકાતે આવ્યા અને અમારા પાસ્ટરે તેમને મંડળી સમક્ષ થોડા શબ્દો બોલવા કહ્યું. પાસ્ટર ચાકો મુંબઈમાં જે કાર્ય કરતા હતા તેમાં અમારા ચર્ચને ખૂબ જ રસ પડયો માટે અમારા ચર્ચે તેમને આર્થિક રીતે અને પ્રાર્થનાઓ દ્વારા સહાય કરવાનું શરૂ કર્યું. કારણ કે અમારું ચર્ચ મીશન

પ્રણાલીઓ પૂરુ પાડનારું હતું. આ તો અજાયબ જેવું હતું કે બધી વસ્તુ બરાબર થઈ રહી હતી અને મુંબઇને અમારા કેલીફોર્નીયાના સ્થાનિક ચર્ચ મારફતે મદદ મળવા લાગી.

બીજા વર્ષે પ્રભુએ મને ભારત મોકલી અને હું પાસ્ટર ચાકોના આમંત્રણને સ્વીકારીને મુંબઈમાં તેમના ચર્ચ અને ઘરની મુલાકાતે ગઈ. પાસ્ટર ચાકો મને એરપોર્ટ પર લેવા આવ્યા. તેઓ મને મારી હોટલ પર લઈ ગયા. તેઓ ભજન સેવા માટે જ્યાં ભેગા મળતા હતા તે એ જ ગરીબ સ્લમ વિસ્તારનું સ્થળ હતું જેને મેં મુંબઈ ટ્રેનમાંથી ૧૯૮૦ માં જોયું હતું. હવે ૧૯૯૭ ની સાલ હતી અને આ સુંદર આત્માઓ માટે મારા હ્રદયની પ્રાર્થનાઓનો પ્રભુનો જવાબ હું જોઈ રહી હતી. પાસ્ટર ચાકોનો આદરસત્કાર ઘણો જ સારો હતો અને તેમણે ત્યાં ચર્ચ બાંધવા માટે તેમના હ્રદયનો બોજ મારી સમક્ષ રજૂ કર્યો. ભારતમાંના મારા સ્થાને, એટલે અમદાવાદમાં હુ પહોંચું તે પહેલાં બીજા ચર્ચોની પણ મુલાકાત લેવા પ્રભુએ મને કૃપા આપી અને દરેક જગાએ થોડા શબ્દો બોલવાનું મને કહેવામાં આવ્યું. મુંબઈની મંડળીના લોકો જે ગરીબ અવસ્થામાં જીવન ગુજારતા હતા તેનાથી મારૂ હ્રદય ઘણું જ હચમચી ગયું. એક કેથોલિક ફાધરે પાસ્ટર ચાકોને રવિવારની ભજનસેવા માટે એક વર્ગખંડ આપ્યો હતો.

લોકો ઘણા જ ગરીબ અવસ્થામાં હતા. ત્યાંના સ્તુતિ કરતા અને દેવની સેવા કરતા નાના બાળકો મધ્યે મારી સાક્ષી આપવાનો આનંદ પ્રભુએ મને આપ્યો. ભાઈઓ ભેગા મળતા ત્યારે રોટલીનો એક નાનો ટુકડો પસાર કરવામાં આવતો તે તેઓ ખાતા અને પાણી પીતા. મને ઘણી જ દયા આવી ગઈ માટે તેમને માટે હું ખોરાક ખરીદી લાવી. અને જરૂરી વસ્તુઓની યાદી મને આપવા જણાવ્યું તે યાદીની વસ્તુઓ માટે મારાથી બની શકી તેટલી મેં મદદ કરી. સામે તેઓએ વિમાનની મારી લાંબી મુસાફરી પછી હું આવી હતી તેને માટે પ્રાર્થના કરીને મને પ્રભુની કૃપા પમાડી. મંડળીના એક ભાઈએ મારા માટે પ્રાર્થના કરી અને તરત મારા નિર્બળ અને ઊંઘી નહીં શકેલા શરીર ઉપર પવિત્ર આત્માના વિદ્યુત જેવા સામર્થ્યનો મને અનુભવ થયો. મને તાજગીનો અનુભવ થયો. મારામાં જોર પાછું આવ્યું અને મારા આખા શરીરમાંથી દર્દ જતું રહ્યું. તેમની પ્રાર્થનાઓ એટલી સામર્થ્યવાન હતી કે હું વર્ણવી શકું તે કરતાં વધારે આશિર્વાદ મને પ્રાપ્ત થયો. મેં તેમને આપ્યું તે કરતાં ઘણું વધારે તેમણે મને આપ્યું.

હવે અમેરીકા પાછા વળતા વખતે, જ્યારે અમદાવાદ છોડીને હું મુંબઈ પાછી આવી ત્યારે ફરી એક વાર પાસ્ટર ચાકોને મળવા ગઈ. મારી પાસે વધ્યા હતા તે બધા પૈસા મે તેમને અને

તેમના કુટુંબને દાન તરીકે આપી દીધા. તેઓ ઘણા આભારી બની ગયા અને કહ્યું કે મારી પત્નીનું મોં કરીયાણાની દુકાન આગળથી નીકળતી વખતે શરમથી નીચું નમી જતું હતુ. કારણ કે અમે તે દુકાનદારના દેવાદાર હતા. ત્યાંથી પસાર થતા કાયમ તેને શરમ લાગતી હતી કારણ કે અમે દેવું ચૂકવી શકતા ન હતા. પાસ્ટર ચાકોએ પોતાના દીકરાના અભ્યાસ વિશે પણ જણાવ્યું. તેની ફી એટલી બધી ચઢી ગઇ હતી કે હવે તે સ્કૂલમાં જઇ શકે તેમ ન હતું. હું જોઈ શકી કે તે કુટુંબની સ્થિતિ હદ બહાર કરુણ હતી. પ્રભુએ મારા હૃદયને સ્પર્શ કર્યો અને મેં તેમને દાન આપ્યું કે જે તેમની બંને બાબતોના દેવા કરતા વધારે હતું. અને તે ઉપરાંત પણ ઘણું વધારે હતું.

પ્રભુની સ્તુતિ થાઓ!

'અબળ તથા અનાથનો ન્યાય કરો. દુ: ખિત તથા લાચારને ઈન્સાફ આપો. અશક્ત અને દરિદ્રીનો છુટકો કરો. દુષ્ટોના હાથમાંથી તેમને છોડાવો.'

ગી.શા. ૮૨ : ૩,૪

કેલીફોર્નીયા પાછા આવ્યા પછી આ નાના ચર્ચ માટે અને તેના લોકો માટે મેં રડીને પ્રભુ પાસે પ્રાર્થના કરી. હું એટલી ભંગિત થઇ ગઇ હતી કે તેઓની દરેક માંગણીઓ માટે બે કે ત્રણ ભેગા થઇને પ્રાર્થના કરી શકે તેવું પ્રભુ થવા દે એવું હું ઇચ્છતી હતી.

'હું તમને ખચીત કહું છું કે જે કંઇ તમે પૃથ્વી પર બાંધશો તે આકાશમાં બંધાશે અને જે કંઇ તમે પૃથ્વી પર છોડશો તે આકાશમાં છોડાશે. વળી હું તમને કહું છું કે જો પૃથ્વી પર તમારામાંના બે કંઇ પણ વાત સંબંધી એક ચિત્તના થઇને માંગશે તો મારા આકાશમાંના બાપથી તમારે સારુ તે કરાશે. કેમ કે જ્યાં બે અથવા ત્રણ મારે નામે એકઠા થયેલા હોય ત્યાં તેઓની મધ્યમાં હું છું.' ***માત્થી ૧૮:૧૮-૨૦***

આ રીતે મુંબઇમાંની દેવની મંડળીને મદદરૂપ થવા મારા મનમાં બોજ અને ચિંતા હતી. મારો આ બોજ મારે બીજી વ્યક્તિઓ સમક્ષ વહેંચવો જરૂરી હતો. એક દિવસ મારા સહકર્મી કેરન પિઅર્સે મને પૂછ્યું, કે તમે આટલો લાંબો સમય પ્રાર્થના કેવી રીતે કરી શકો છો ? મેં કેરનને કહ્યું કે જો તું લાંબો સમય સુધી પ્રાર્થના કરવાનું શીખવા ચાહતી હોય તો મારી સાથે પ્રાર્થના

અને ઉપવાસમાં જોડાઈ જા. તે ઉત્સાહથી મારી સાથે સાથીદાર તરીકે પ્રાર્થનામાં જોડાઈ. મારા મુંબઈ માટેના બોજમાં પણ તે સહભાગી બની. અમે ઉપવાસ અને પ્રાર્થના શરૂ કર્યા પછી તેને વધારે લાંબો સમય પ્રાર્થનાની અને વધારે ઉપવાસ કરવાની તાલાવેલી લાગી. તે વખતે તે કોઈ ચર્ચમાં જતા નહોતા પણ વ્યક્તિ તરીકે તે ગંભીર અને સારી બાઈ હતા અને આત્મિક કામો કરવામાં તત્પર હતા. અમે સાંજે જમવાની રીસેસ વખતે અને નોકરી પરથી છૂટયા પછી કારમાં દોઢ કલાક પ્રાર્થના કરતા. થોડા મહિના પછી કેરને મને કહ્યું તે તેને વીમાના કેટલાક પૈસા મળ્યા છે, કારણ કે તેમના અંકલ મૃત્યુ પામ્યા છે. કેરન દયાળુ હૃદયના અને દાન આપનારા હતા માટે તેમણે મને કહ્યું કે આ પૈસાનું દશાંશ તે મુબઈના ચર્ચને આપવા માંગે છે. આ પૈસા પાસ્ટર ચાકોને મોકલવામાં આવ્યા કે તેઓ ભજનસેવા માટે મકાન ખરીદવા તેનો ઉપયાગ કરી શકે. તેઓએ એક નાની રૂમ ખરીદી કે જે આગઉ શેતાનના ભજન માટે વપરાતી હતી. તેઓએ તેને સાફ કરી અને ભજનસેવાના ઉપયોગ માટે તૈયાર કરી. બીજે વર્ષે હું અને કેરન તે ચર્ચના અર્પણવિધિમાં ભાગ લેવા માટે ગયા. આમ, આ રીતે પ્રભુએ પ્રાર્થનાનો જવાબ આપ્યો. કેરન હવે પ્રભુની સેવામાં છે. અને પ્રભુમાં ઘણા દૃઢ છે.

પ્રભુની સ્તુતિ હો!

મુંબઈના ચર્ચમાં સભ્યોની સંખ્યા વધવા લાગી એટલે પાસ્ટર ચાકોએ દાનની સહાય માટે વિનંતી કરી. જેથી તેઓ ચર્ચની બાજુનો જમીનનો નાનો ટુકડો ખરીદી શકે. પાસ્ટર ચાકોને મંડળીની વૃદ્ધિ માટે અને પ્રભુના કામને માટે મોટો વિશ્વાસ હતો. તે જમીન કેથોલિક ચર્ચની હતી. પાસ્ટર ચાકો અને તે ચર્ચના ફાધર વચ્ચે સુમેળભર્યા સબંધ હતા. અને તે ફાધર પાસ્ટર ચાકોને જમીન વેચવા રાજી હતા. પાસ્ટર ચાકો જેટલી ધારણા રાખતા હતા તેટલું દાન પ્રભુએ તેમને પુરું પાડયું નહિ. દેવ બધુ જાણે છે તેમના પોતાના માર્ગો છે. તે પોતાની યોજના પ્રમાણે કરે છે તે આપણી ધારણા કરતાં વધારે સારુ હોય છે.

થોડા વર્ષો પછી ભારતમાં હિન્દુ અને ખ્રિસ્તીઓ વચ્ચે કોમી તોફાનો થયા. હિન્દુઓ ખ્રિસ્તીઓને દેશમાંથી કાઢી મૂકવા માંગતા હતા. તોફાનીઓ એક સવારે ચર્ચ પર પોલીસને તેમના પક્ષમાં સાથે લઈને આવ્યા. તે લોકોએ ચર્ચને તોડવાનું શરૂ કર્યું. પાસ્ટર ચાકો અને ચર્ચના સભ્યોએ તેમને તેમના પોતાના ભલા ખાતર આવું ન કરવા ખૂબ વિનંતીઓ કરી

કારણ કે આ એક જીવંત સર્વશક્તિમાન પ્રભુનું ઘર હતું. જેમને તોડવું તેમને માટે જોખમનું કામ હતુ. લોકોની વિનંતીઓ અને ચેતવણીઓ ધ્યાનમાં લીધા વગર તેઓએ ચર્ચને સંપૂર્ણ તોડી પાડયું. જે જે જોયું તે બધું તોડી નાખ્યું. તે આખો દિવસ ત્યાંના વિશ્વાસીઓએ બહુ બીકમાં ગુજાર્યો કારણ કે આ તોફાની અને ઘાતકી ટોળાને કારણે તેઓના જીવન પણ જોખમમાં હતા. આટલા લાંબા વર્ષોની પ્રાર્થના પછી તેમને આ ભજન સ્થાન મળ્યું હતું. જે હવે નાશ પામી ચૂક્યું હતું તેને કારણે તેઓના મન દુઃખથી ભરપૂર હતા. આ સ્થળે તેઓએ પ્રભુના ચમત્કારી કાર્યો જોયા હતા. ભૂતો કાઢવામાં આવ્યા હતા અને પાપીઓને તારણની સુવાર્તા આપવામાં આવી હતી. તેજ દિવસે લગભગ મધરાતે, પાસ્ટર ચાકોના ઘરનું બારણું કોઈકે ઠોક્યું. પાસ્ટર ચાકોએ જ્યારે જોયું ત્યારે તેઓ ભય પામી ગયા કારણ કે ચર્ચને તોડનાર તોફાની ટોળાનો આગેવાન જ બારણે ઊભો હતો. પાસ્ટર ચાકોને લાગ્યું કે હવે તે ચોક્કસ તેમને મારી નાખશે તેમનો અંત આવી ગયો છે. બારણું ઉઘાડવાની પ્રભુ હિંમત આપે અને રક્ષણ કરે માટે તેમણે પ્રભુને પ્રાર્થના કરી. જ્યારે તેમણે બારણું ઉઘાડયું ત્યારે તેમના આશ્ચર્ય વચ્ચે તે માણસ આંખમા આંસુ સાથે તેમની માફી માંગવા લાગ્યો, અને સવારે તેમણે ચર્ચને તોડી પાડયું હતુ તેનો પસ્તાવો કરવા લાગ્યો. તેણે પાસ્ટર ચાકોને કહ્યું કે ચર્ચ તોડી નાખ્યા પછી તેની પત્ની અચાનક મરણ પામી હતી. તે ટોળામાંના એકનો હાથ મશીનમાં કપાઈ ગયો હતો. જેઓએ ચર્ચ તોડયું હતું તેમની વિરુદ્ધ ઘટનાઓ બની રહી હતી. પાસ્ટર ચાકો અને તેમના દેવની વિરુદ્ધ જે કરવામાં આવ્યું હતું તેને કારણે તે ટોળામાં ભય છવાઈ ગયો હતો. દેવે વચન આપ્યું છે કે હું તમારી લડાઈ લડીશ અને તેમણે તેમજ કર્યું. ભારતમાં જે સારી વૃત્તિ ધરાવતા હિન્દુઓ અને ખ્રિસ્તીઓ હોય છે તેઓ પરિસ્થિતિને થાળે પાડવા પ્રયત્ન કરતા હોય છે. ચર્ચ તોડવાને કારણે જે ઘટનાઓ બની રહી હતી તેને કારણે તે જ તોફાનીઓ ચર્ચને ફરી બાંધવા લાગ્યા. આ માટે તેમણે કેથોલિક ચર્ચની માલિકીની જમીનનો પણ ઉપયોગ કર્યો. કોઈએ તેમનો વિરોધ ન કર્યો. તોફાનીઓએ પોતે ચર્ચ બાધ્યું, પોતે માલસામાન લાવ્યા અને બાંધકામ પણ તેમણે જ કર્યું. ચર્ચના કોઈપણ સભ્યને તેમાં સામેલ થવું પડયું નહિ. ચર્ચ બની ગયું ત્યારે તે વધારે મોટું, ઉપર માળવાળું બન્યું. પહેલાં તે ભોંયતળિયાનું એક જ રૂમનું હતું.

દેવે પાસ્ટર ચાકોની પ્રાર્થના સાંભળી. તેઓ કહે છે, 'ઈસુ કદી નિષ્ફળ જતા નથી.' અમે મુંબઈ માટે પ્રાર્થના ચાલુ રાખી છે. આજે ત્યાં છપ્પન પ્રાર્થના સ્થાનો છે. એક અનાથાલય છે અને

એલિઝાબેથ દાસ

બે ડે કેર સેન્ટર છે. જેઓએ ભારત માટે બોજ રાખીને પ્રાર્થનાઓ કરી છે તેઓના વિશ્વાસને માટે પ્રભુનો આભાર.

૧૯૮૦માં હું એ ટ્રેનમાં હતી અને મારા હૃદય પર કેવી ભારે અસર થઇ હતી તે હું વિચારવા લાગી. મુંબઈના આ નાના ભાગ પર પ્રભુની આંખ હતી તેની મને તે વખતે ખબર ન હતી. મુંબઈ માટે થતી અવિરત પ્રાર્થનાઓ આ ગરીબ અને કંગાલ લોકો માટે પ્રેમ અને આશા લાવી. પ્રભુ હૃદયની પ્રાર્થનાઓને સાંભળે છે. મેં શરૂઆતમાં કહ્યું છે કે મારો બોજ એક દેશના બોજ જેટલો મોટો હતો. મને આ બોજ આપવા માટે હું પ્રભુનો આભાર માનું છું. પ્રભુ મહાન વ્યુહકાર છે. આ બધુ એકદમ બની ગયુ નથી. પણ ૧૭ વર્ષના ગાળામાં મારી અજાણતામાં પ્રભુ કામ કરતા રહ્યા, પ્રાર્થનાઓના પરિણામ માટે તે પાયાના પથ્થરો ગોઠવતા રહ્યા. અને તે બધો વખત હું અમેરીકામાં હતી. બાઈબલ કહે છે કે જાગતા રહો અને પ્રાર્થના કરો. મેં અવિરત રીતે આખા ભારત માટે ઉપવાસ અને પ્રાર્થનાઓ કરી મારો દેશ ખ્રિસ્તને માટે આત્મિક રીતે રૂપાંતર પામી રહ્યો હતો. પ્રભુનો ખુબ ખુબ આભાર.

પાસ્ટર ચાકોની વેબસાઈટ http://www.cjcindia.org/index.html.

પ્રકરણ ૧૯
ગુજરાતમાં સેવાકાર્ય!

છેલ્લા ૧૯૯૦ ના દાયકાના અંતમાં મેં અમદાવાદ શહેરની મુલાકાત લીધી જે ગુજરાત રાજ્યમાં છે.

તે સમય દરમિયાન મોટાભાગના લોકો ત્રૈયાવાદી ટ્રિનિટેરિઅન) હતા. કોઈપણ જગ્યાએ મુલાકાત લેતા પહેલા હું એક યોજના અને દર્શન તેમજ ઉપવાસ અને પ્રાર્થના સાથે જાઉં છું. ખાસ કરીને ભારતમાં જ્યાં ઘણી બધી દૃષ્ટ આત્માનું યુદ્ધ છે, હું હંમેશાં ત્રણ દિવસ અને રાત ખોરાક અને પાણી વગર ઉપવાસ સાથે પ્રાર્થના કરું છું. અથવા જ્યાં સુધી હું આત્માથી ભરાઈ ન જાઉં ત્યાં સુધી ઉપવાસ સાથે પ્રાર્થના કરું છું. હું ઉપવાસ બાઈબલની કલમોને આધારે ઉમેરો કે ઘટાડો કર્યા વગર કરું છું.

(***એસ્તેર ૪ : ૧૬***) *જા, સૂસામાં જેટલા યહૂદિઓ છે તે સર્વને એકઠા કર, અને તમે સર્વ આજે મારે સારુ ઉપવાસ કરો, ત્રણ દિવસ, રાત્રે કે દિવસે તમારે કંઈ ખાવું કે પીવું નહી; હું તથા મારી દાસીઓ પણ એવી જ રીતે ઉપવાસ કરીશું ; જો કે તે નિયમ વિરુદ્ધ છે તોપણ હું રાજાની હજૂરમાં જઈશ ; જો મારો નાશ થાય, તો ભલે થાય.*

(યૂના ૩ : ૫ - ૭) *તેથી નિનવેહના લોકોએ દેવ ના વચન પર વિશ્વાસ કર્યો, અને તેઓએ ઉપવાસનો ઢંઢેરો પીટાવીને, મોટાથી તે નાના સુધી સર્વએ ટાટ પહેર્યું. નિનવેહના રાજાને એ વાતની ખબર થઈ, અને તે પોતાની ગાદી પરથી ઉઠ્યો, ને પોતાનો ઝભ્ભો પોતાના અંગ પર થી ઉતારી નાખીને, ને પોતાને અંગે ટાટ ઓઢીને રાખમાં બેઠો. અને તેણે તથા અમીરોએ કરેલા ઠરાવ પ્રમાણે નિનવેહમાં સર્વત્ર ઢંઢેરો પિટાવ્યો કે, "માણસ તેમજ ઢોરઢાંક, તથા ઘેટાંબકરાં પણ કંઈ પણ ચાખે નહીં; તેઓ ખાય નહિ, તેમ પાણી પણ પીએ નહિ:*

ભારત દેશ એટલો આધ્યાત્મિક રીતે અંધકારમાં ભરાયેલો છે કે જ્યાં તમે દેવના આત્માથી ભરાયેલા ન હોય તો તમે ત્યાં જશો નહિ. ટ્રિનિટી ડિવીનિટી કોલેજ કેમ્પસમાં કેટલાંક લોકોએ મારા માટે ઘણો વિરોધ કર્યો હતો કે જેમની પાસે ઈસુ ખ્રિસ્ત કોણ છે તેનુ પ્રકટીકરણ નહોતું.

તે સમય દરમિયાન, મેં સત્યની શોધ, એક દેવની એકતા અને સત્યના સૈદ્ધાંતિક સીડી રેકોર્ડ કરીને તેમને ઈશ્વર ના વચનનું સાચુ શિક્ષણ મફતમાં આપ્યું. દેવનો સામર્થ્ય એટલો ભયાવહ છે કે તે અભિષેકને રોકી શકશે નહીં. બાઇબલનું સત્ય જે ખૂબ જ કઠણાઈ સામે લડ્યું હતું તે રેકોર્ડ કરેલી સીડી હવે ઘરોમાં વાગી રહી છે.

પ્રભુની સ્તુતિ થાઓ! તે મારા માટે આનંદ અને આશ્ચર્યની વાત હતી કે ઘણા લોકો બાઈબલના સિદ્ધાંત અને ઈશ્વરની એકતા વિશે જાણતા થયા હતા. મેં ઘણા વર્ષોથી ઉપવાસ સાથે પ્રાર્થના કરી હતી જેથી ભારતને સત્ય પ્રત્યે પ્રેમ થાય અને મફત માં ઈસુની સુવાર્તા ભારતના દરેક રાજ્યમાં પ્રગટ થાય.

મને અંગ્રેજી ભાષામાંથી ગુજરાતી ભાષામાં બાઇબલ અભ્યાસના અનુવાદ દ્વારા વધુ જ્ઞાન લાવવાની તીવ્ર ઇચ્છા હતી.

આ રાજ્યમાં બોલાતી ભાષાના ભારતમાં એવા અનુવાદકો મને મળ્યા જે આ બાઇબલ અધ્યયનના અનુવાદમાં મને મદદ કરવા આતુર હતા. આવા એક અનુવાદક, પોતે પાદરી હોવા છતાં પણ ઈસુના નામને કાઢી નાખવા માગતા હતા. આ પાદરી પ્રારંભિક ચર્ચના

બાઇબલના પ્રેરિતો અને પ્રબોધકો કે જે "ઈસુના નામે" બાપ્તિસ્મા આપતા હતા તે બદલીને એક શીર્ષકો પિતા, પુત્ર અને પવિત્ર આત્મામા બદલી નાખવા માંગતા હતા. દેવના વચનને સચોટ રાખવા માટે મારે રૂઢિ ચુસ્ત અનુવાદક પર વિશ્વાસ કરવો મુશ્કેલ બન્યું. બાઇબલ સ્પષ્ટ રીતે આપણને ચેતવણી આપે છે કે 'પવિત્ર શાસ્ત્ર'માં કંઈ ઉમેરવુ નહિ અથવા કંઈ ઘટાડો કરવો નહિ. જૂના કરારથી નવા કરાર સુધી આપણે માણસના વ્યક્તિગત અર્થઘટન પર દેવ નાં વચનોને બદલવા જોઈએ નહીં. આપણે ઈસુના ઉદાહરણો અને ફક્ત પ્રેરિતો અને પ્રબોધકોના સિદ્ધાંતનું પાલન કરવું જોઈએ.

એફેસી ૨: ૨૦ પ્રમાણે: *અને આપણને પ્રેરિતો અને પ્રબોધકોના પાયા પર બાંધવામાં આવ્યા છે, ઈસુ ખ્રિસ્ત પોતે તો ખૂણાનો મુખ્ય પથ્થર છે;*

શિષ્યો જેઓ ઈસુની સુવાર્તાના પ્રચાર અને શિક્ષણ આપવા આગળ વધ્યા હતા. આપણે પ્રેરિતોનાં શિક્ષણને અનુસરવું જોઈએ અને વિશ્વાસ કરવો જોઈએ કે બાઇબલ એ ખાતરીદાયક અને અધિકારયુક્ત ઈશ્વર વચનો છે.

(પુનર્નિયમ ૪ : ૧ - ૨) *" અને હવે, હે ઇસ્રાએલ, જે વિધિઓ તથા કાનૂનો હું તમને શીખવું છું તે પર લક્ષ દઈને તેમનો અમલ કરો; એ સારુ કે તમે જીવતા રહો; ને જે દેશ યહોવા તમારા પિતૃઓના દેવ યહોવા તમને આપે છે તેમાં પ્રવેશ કરીને તેનું વતન પામો. જે વચન હું તમને ફરમાવું છું તેમાં તમારે કંઈ ઉમેરો કરવો નહીં, અથવા તમારે કંઈ ઘટાડો કરવો નહીં, એ માટે કે યહોવા તમાંરા દેવની જે આજ્ઞાઓ હું તમને ફરમાવું છું તે તમે પાળો."*

હું સ્પષ્ટપણે કહેવા માંગુ છું કે આપણે આજે જે સત્ય માનીએ છીએ અને પ્રારંભિક ચર્ચ જે શીખવતું હતું તેમાં મોટો તફાવત છે. મંડળી ના ઇતિહાસના આ પ્રારંભિક સમયગાળા દરમિયાન પણ, મંડળીઓને પાઉલના પત્રો મુજબ કેટલાક પહેલેથી જ મૂળ સિદ્ધાંતોથી દૂર થયા હતા.

નીચે આપેલા શાસ્ત્રો કાળજીપૂર્વક વાંચો અને પરીક્ષણ કરો:

એલિઝાબેથ દાસ

(૨ પિતર ૨ : ૧ - ૮) *ભૂતકાળમાં દેવના લોકો વચ્ચે ખોટા પ્રબોધકો ઊભા થયા હતા. અત્યારે પણ એવું જ છે. તમારા સમૂહમાં કેટલાએક જૂઠાં ઉપદેશકો છે. તેઓ જે વસ્તુ ખોટી છે તેનો ઉપદેશ આપશે કે જેનાથી લોકો ખોવાઇ જાય. આ ખોટા ઉપદેશકો એ રીતે ઉપદેશ આપશે કે જેથી તેઓ ખોટા છે તે શોધવું તમારા માટે મુશ્કેલ બની જશે. તેઓ સ્વામી (ઈસુ) કે જેના દ્વારા તેઓને સ્વતંત્રતા મળી છે, તેનો પણ સ્વીકાર કરવાનો નકાર કરશે. અને આથી તેઓ પોતાની જાતે ઉતાવળે નાશ વહોરી લેશે. 2 ઘણા લોકો અનિષ્ટ વસ્તુઓમાં તેઓને અનુસરશે. ઘણા લોકો આ ખોટા ઉપદેશકોને કારણે સત્યના માર્ગ વિશે નિંદા કરશે. 3 આ ખોટા ઉપદેશકો માત્ર નાણાની ઈચ્છા રાખે છે. તેથી તેઓ જે વસ્તુ સાચી નથી તે તમને કહીને તેનો દુરુંપયોગ કરશે. પરંતુ ઘણા સમયથી આ ખોટા ઉપદેશકોનો ન્યાય તોળાઇ ચૂક્યો છે. અને તેઓ તે જે એકથી છટકી શકશે નહિ અને તે તેઓનો નાશ કરશે. 4 જ્યારે દૂતોએ પાપ કર્યું ત્યારે, દેવે તેઓને પણ શિક્ષા કર્યા વગર છોડ્યા નહિ. ના! દેવે તેઓને નરકમા ફેંકી દીધા. અને દેવે તે દૂતોને અંધકારના ખાડાઓમાં ન્યાયકરણનો દિવસ આવે ત્યાં સુધી ત્યાં રાખ્યા. 5 જે અનિષ્ટ લોકો બહુ વખત પહેલા જીવતા હતા, દેવે તેઓને પણ શિક્ષા કરી. અધર્મી દુનિયાને પણ દેવે છોડી નહિ. દેવ જગત પર જળપ્રલય લાવ્યો. પરંતુ દેવે નૂહ અને તેની સાથેનાં સાત માણસોને બચાવી લીધા. નૂહ એ વ્યક્તિ હતો કે જેણે લોકોને ન્યાયી જીવન જીવવા કહ્યું હતું. 6 દેવે સદોમ અને ગમોરા જેવાં દુષ્ટ શહેરોને પણ શિક્ષા કરી. ભસ્મ ન થઈ જાય ત્યાં સુધી આ શહેરોને દેવે બળવા દીધા અને જે લોકો દેવની વિરૂદ્ધ છે તેઓનું ભવિષ્યમાં શું થશે તે માટેનુ ઉદાહરણ દેવે આ શહેરો દ્વારા પૂરું પાડ્યું. 7 પરંતુ દેવે તે શહેરોમાંથી લોતને બચાવી લીધો. લોત ન્યાયી માણસ હતો. તે દુષ્ટ લોકોના દુરાચારથી ત્રાસ પામતો હતો. 8 લોત ન્યાયી માણસ હતો, પરંતુ દુષ્ટ લોકો સાથે પ્રતિદિન રહેવાને કારણે તે જે દુષ્કર્મો જોતો તેને કારણે તેના ન્યાયી આત્મામાં તે ખિન્ન થતો હતો.*

પ્રેરિત પિતરને દેવના રાજ્યની ચાવી આપવામાં આવી હતી કારણ કે ઈસુ ખ્રિસ્ત કોણ હતા તેનું પ્રકટીકરણ દેવથી મળ્યાને લીધે તેણે પચાસમાના દિવસે તેનો પ્રથમ ઉપદેશ આપ્યો હતો. આપણને ભમાવનારનારાઓ વિશે ચેતવણી આપવામાં આવી છે જેઓ ભક્તિભાવનું સ્વરૂપ ધારણ કરીને ખ્રિસ્તના બોધને અનુસરતા નથી.

(૨ યોહાન ૧: ૭-૧૧) *" ૭ કેમકે જગતમાં ઘણા ભમાવનારાનારા ઉભા થયા છે, તેઓ ઈસુ*

ખ્રિસ્તનું મનુષ્ય દેહમાં આવવું કબૂલ કરતા નથી, તે જ ભમાવનાર થતા ખ્રિસ્તવિરોધી છે.૮ તમે પોતાના વિષે સાવધ રહો, જેથી અમે જે કંઇક કામ કર્યું છે તેનો તમે નાશ ન કરો, પણ તેનું પૂરેપૂરું પ્રતિફળ આપણે પામીયે.૯ જે કોઇ નિયમ ભંગ કરે છે અને ખ્રિસ્તના બોધને વળગી રહેતો નથી, તેની સાથે દેવ નથી; જે કોઇ ખ્રિસ્તના સિદ્ધાંતમાં રહે છે, તેની સાથે પિતા અને પુત્ર બંને છે. ૧૦ જો કોઇ તમારી પાસે આવે, અને એ જ સિદ્ધાંત લઇને ન આવે તો તેને ઘરમાં પેસવા ન દો, કે તેને ઇશ્વરનો આશીર્વાદ પણ ના આપો, ૧૧ કેમ કે જે તેને ઇશ્વર તને આશિષ આપો એમ કહે છે તે તેનાં દુષ્કર્મોનો ભાગીદાર થાય છે."

ઘણા કલાકોની પ્રાર્થના અને ઉપવાસ સાથે, ભારતીય સેવાની સફળતા ૨000ની સાલથી ચાલુ છે. મને યાદ છે કે એક ધર્મપ્રચારક, પાસ્ટર મિલર, જેમની ઓળખાણ મને યુનાઇટેડ પેન્ટીકોસ્ટલ ચર્ચ ફોરેન મિશન એશિયાના ડાયરેક્ટર, રેવ. શાલ્મ દ્વારા થઈ હતી. જ્યારે મેં તેમના ઘરે ફોન કર્યો, ત્યારે તેમણે મને કહ્યું કે તેઓ પણ મને સામે ફોન કરતા હતા. તેઓએ મને જણાવ્યું કે તેઓ છ મહિના પહેલા કલકત્તા અને પશ્ચિમ બંગાળમાં હતા. તે પણ અમદાવાદ જવા માટે ઇચ્છતા હતા પણ માંદગીને કારણે અમેરિકા પાછા ફર્યા હતા. પાદરી મિલરે કૃપાની રાહે ભારત પાછા જવા માંગે છે પરંતુ તે અંગે પ્રાર્થના કરી હતી અને પ્રભુને પૂછ્યું કે તેમનુ તેડું આ દેશ માટે છે કે નહીં. ઈશ્વરની કૃપાથી તે ભારત પરત આવ્યા અને બે અધિવેશનમાં ઉપદેશ આપ્યો. પ્રભુ આ રાજ્યના ગુજરાતી લોકોમાં સામર્થ્યશાળી કામ કરી રહ્યા હતા, તેથી પાદરી ક્રિશ્ચિયનને કહ્યું કે આ શહેર અથવા રાજ્યમાં સાચી મંડળીઓ સ્થાપિત કરવું ખૂબ મુશ્કેલ હતું. કૃપા કરી ઉપદેશકો માટે પ્રાર્થના કરો કારણ કે તેઓ શેતાન સામે લડતનો સામનો કરી રહ્યા છે. દેવ ગુજરાત રાજ્યમાં મહાન કાર્ય કરી રહ્યા છે. શેતાન અવિશ્વાસીઓ સામે લડતો નથી કારણ કે તે પહેલાથી જ તેમનો માલિક છે! તે એવા લોકો પર હુમલો કરી રહ્યો છે જેની પાસે સત્ય છે, અને જેઓ પ્રભુના પસંદ કરેલાં વિશ્વાસુયોગ્ય છે. ઇસુએ તેના પોતાના લોહીથી કિંમત ચૂકવી કે જેથી આપણા પાપોની માફી મળી શકે. શેતાન સેવા (સેવકો) પર હુમલો કરી બન્ને સ્ત્રી કે પુરુષ વિરુદ્ધ કોઈપણ પાપિત, પાપી અને નિંદાની સ્થિતિમાં લાવવા માટે કોઈપણ વિકૃત માધ્યમ દ્વારા સ્ત્રી અને પુરુષ પર હુમલો કરીને તેમની સામે લડશે. (એકવાર તારણ પામ્યા એટલે હંમેશાં તારણ પામ્યા એ શેતાનનું બીજું જુઠાણું છે).

૧૯૮૦ થી ૨૦૧૫ ની વચ્ચે મેં કેટલીક વાર ભારતની મુલાકાત લીધી હતી. અને ભારતમાં થયેલા ઘણા ફેરફારોનું અવલોકન કર્યું. જ્યારે તમે કોઈ ચર્ચ શરૂ કરો ત્યારે યાદ રાખો કે તમે ઈસુના શિષ્યો બનાવી રહ્યા છો જે ઈસુ અને તેના શિષ્યો દ્વારા શરૂ કરાયેલ કાર્યની ચાલુતા છે. જો આપણે ઈસુ ખ્રિસ્તની સુવાર્તાને અનુસર્યા હોત, તો આપણે વિશ્વ જીત્યાં હોત.

એક રવિવારની સવારની સભામાં ડલ્લાસ ટેક્સાસના મારા પાદરીએ મારી તરફ જોઈને કહ્યું, હું સંદર્શનમા જોઈ રહ્યો છુ કે એક સ્વર્ગદૂત એક મોટો દરવાજો ખોલી રહયો છે અને કોઈ પણ માણસ તે દરવાજો બંધ કરી શકશે નહીં. તેણે મને બેન્ચ પરથી બહાર બોલાવી અને પૂછ્યું કે તમે ફિલિપાઇન્સ જવાના છો? તે પાદરીએ કહ્યું, મેં કાળા અને ગોરા લોકો જોયા નથી. પવિત્ર આત્મા દ્વારા તેમને વધુ માહિતી પ્રાપ્ત થતાં તેમણે પૂછ્યું કે તમે ભારત જવાના છો? અને પવિત્ર આત્માએ તેમને કહ્યું કે હું હિન્દુઓ મધ્યે સેવા કરીશ. તે સમય દરમિયાન ખ્રિસ્તીઓ ઉપર ઘણા હુમલા થયા હતા. હિંદુઓ ખ્રિસ્તીઓ અને તેમના ચર્ચને બાળી તેમજ માર પણ મારતા હતા. મેં આ ભવિષ્યવાણી પર વિશ્વાસ કર્યો તેથી મેં પ્રભુના અવાજનું પાલન કરી ૨૦૧૫માં ભારત ગઈ. હું બદલાપુર કોલેજમાં પહોંચી ત્યારે ૯૮% વિદ્યાર્થીઓ હિન્દુ હતા જેમણે ખ્રિસ્તી ધર્મ અપનાવ્યો હતો. દેવ લોકોને કેવી રીતે અંધકારમાંથી પ્રકાશમાં લાવી રહ્યા છે તેની સાક્ષીઓ સાંભળીને હું આશ્ચર્યચકિત થઈ ગઈ. હું ખરેખર ત્યાંના હિન્દુ ધર્મ વિશે જાગૃત નહોતી પણ તેમની સાક્ષીઓ દ્વારા ઘણું બધુ શીખી. મને એ સાંભળીને આશ્ચર્ય થયુ કે તેઓ ૩૩ કરોડ અને તેથી વધુ દેવી-દેવતાઓમાં વિશ્વાસ કરે છે. હું સમજી શકતી નહોતી કે કોઈ કેવી રીતે એક પર વિશ્વાસ કરી શકે છે કે જ્યા ઘણા દેવ અને દેવીઓ છે.

દક્ષિણ ગુજરાત વ્યારા

મેં સાંભળ્યુ હતું કે દક્ષિણ ગુજારાતમાં એક મહાન આત્મિક જાગૃતિ ચાલી રહી છે અને ઈશ્વરે મારા માટે ત્યાં જવાનો દરવાજો ખોલ્યો. હું ત્યાં હોવા માટે ખૂબ જ ઉત્સાહિત હતી. ત્યાં હું ઘણા મૂર્તિપૂજકોને મળી જે હવે એક સાચા ઈશ્વર તરફ વળ્યા છે.

કારણ કે તેઓએ ઈસુના નામમાં સજાપપણું, છૂટકારો અને તારણનો અનુભવ મેળવ્યો છે. આપણા ઈશ્વર કેટલા મહાન છે! ઘણા લોકો ભારત માટે પ્રાર્થના કરે છે અને ઉપવાસ કરે છે તેથી કૃપા કરીને જાગૃતિ માટે પ્રાર્થના કરો.

તે મુલાકાત દરમિયાન મને ત્યાંના પાદરીના ઘરે આમંત્રણ આપવામાં આવ્યું હતું. મેં તેના માટે પ્રાર્થના કરી અને ઘણી અડચણરૂપી આત્માઓ તૂટી ગઈ. તે પછી તેઓ ચિંતા, શંકા, ભાર અને ભયથી મુક્ત થયા હતા. દેવે એક ચર્ચ બનાવવા માટે મારા દ્વારા ભવિષ્યવાણી કરી પરંતુ પાદરીએ કહ્યું કે અમારી પાસે પૈસા નથી. દેવે મને કહ્યું હતું કે તે પુરા પાડશે. એક વર્ષમાં તેમની પાસે એક મોટું સુંદર ચર્ચ હતું અને તે ચર્ચ માટે પુરતા નાણાં પ્રભુએ પુરા પાડયા હતા. દેવના શબ્દો વ્યર્થ જતા નથી.

૨૦૧૫ માં ભારતની મારી છેલ્લી મુલાકાત દરમિયાન, મેં ઘણા હિન્દુઓ મદયે સેવા કરી, જેમણે જે તે રાજ્યોમાં ખ્રિસ્તી ધર્મ અપનાવ્યો હતો. મેં ઘણા એવા લોકો જેઓ ખ્રિસ્તી નથી તેઓ મદયે પણ સેવા કરી કે જ્યાં ઈસુના નામે થયેલા ચિહ્નો અને ચમત્કારોનો અનુભવ કર્યાથી તેઓ આશ્ચર્યચકિત થઈ ગયા હતા. ઘણા વર્ષોની ભારત માટે ઉપવાસ અને પ્રાર્થનાનો મને ઉત્તર મળ્યો તે મેં જોયું.

પ્રભુની સ્તુતિ થાઓ!

મને આ સત્યતાનો પ્રકટીકરણ મળ્યુ હોવાથી હું સીડી, ઓડિઓ, વિડિઓ, યુ ટ્યુબ ચેનલ અને ભારત દેશ માટેના પુસ્તકો દ્વારા આ માહિતી પ્રદાન કરવા માટે લગાતાર કામ કરી રહી છું.

આપણી મહેનત નિરર્થક નથી!

બોમ્બે, બદલાપુર, મહારાષ્ટ્ર રાજ્ય!

૨૩ વર્ષ પછી હું બદલાપુરની બાઇબલ કોલેજમાં ભણાવવા માટે બોમ્બે પાછી ગઈ, જ્યાં હું બાઇબલ કોલેજના અનુવાદકને સેવા કરી શકી. તે સમયે ભાષાંતર કરનાર સુનીલભાઈ,

એ એવી અવસ્થામાં હતા અને તેઓ જાણતા ન હતા કે પ્રભુ તેમની દિશા બદલી રહ્યા છે. આથી તેઓ નિરાશ થઈ ગયા હતા. તેમની સાથે કામ કરતી વખતે જાણવા મળ્યુ કે તેમની પાસે સત્ય અને સત્ય માટે પ્રેમ છે. બાઇબલના સત્યથી ક્યારેય અલગ થશો નહીં.

પવિત્ર આત્માને ચમત્કારો અને સજાપણાની સાક્ષી આપવા, માર્ગદર્શન આપવા, શીખવવા માટે તેમને શક્તિ આપવા દો.

ભારતને હજી પણ ઘણા મજૂરો, સાચા પ્રબોધકો અને શિક્ષકોની જરૂર છે. કૃપા કરીને પ્રાર્થના કરો કે પ્રભુ ઘણા સાચા મજૂરોને ભારત મોકલે. હાલમાં સુનિલભાઈએ બોમ્બે અને આસપાસના શહેરોમાં પાદરી તરીકેનું તેમનું તેડું સ્વીકારી લીધું છે. તે સાંભળીને મને આનંદ થયો. ૨૦૧૫ પછી મહારાષ્ટ્ર અને ગુજરાતમાં ઘણી બધી પ્રભુની મંડળીઓ સત્યના પાયા પર સ્થાપવામાં આવી છે.

આજે પણ હું તે રાજ્યોમાં નવા વિશ્વાસુઓને બાઈબલના શિષ્ય બનાવવાનું ચાલુ રાખ્યું છે. હું પ્રાર્થના અને શિક્ષણ દ્વારા, તેમને આર્થિક ટેકો આપું છું. આમાંના ઘણાં લોકો બીમાર હોય ત્યારે તેઓ જાદુગર અને ભુતો સાંધનાર પાસે જાય છે પરંતુ તેઓ સાજા થતા નથી. તેથી તેઓ દરરોજ સવારે મારી પાસે ફોન ઉપર પ્રાર્થના કરાવે છે. તેથી હું પ્રાર્થનાથી દુષ્ટઆત્માઓને ધમકાવતી, અને તેઓ ઈસુના નામમાં સાજાપણું અને છુટકારો મેળવીને વિશ્વાસ કરે છે.

જ્યારે તેઓને સજાપણું અને છુટકારો મળ્યા પછી તેઓ બીજાઓને ખ્રિસ્ત પાસે લાવવા તેમના પરિવારો, મિત્રો અને તેમના ગામડાઓમાં સાક્ષી આપવા માટે જાય છે. તેમાંથી ઘણા લોકો મન ઈસુનું ચિત્ર મોકલવાનું કહે છે. પ્રભુ જ ફક્ત સાજા કરે છે, મુક્તિ અને તારણ આપે છે.

જો આપણી પાસે દેવના કાર્ય કરનારા મજૂર હોય તો દેવનું કાર્ય ચાલુ રાખી શકાય. નવા તારણ પામેલાઓમાંના ઘણા ખેતરોમાં કામ કરે છે અને તેમાં ઘણા અભણ છે તેથી તેઓ નવો કરાર અને બાઇબલ અધ્યયનની રેકોર્ડિંગ્સ સાંભળી શકે છે. આ તેમને ઈસુ વિશે જાણવા અને શીખવામાં મદદ કરે છે.

૨૦૧૫ ભારતમાં મારો આ છેલ્લો શનિવાર હતો. હું સેવા કરવા ગઈ ત્યાંથી મોડી રાત્રે આવી તેથી રવિવાર થી સોમવાર સુધી ઘરે રોકાવાનું નક્કી કર્યું અને યુ. એ. ની મારી આગળની મુસાફરીની તૈયારી કરવા વિચાર્યું. જેમ ડલાસમાં પાદરીએ મારે માટે ભવિષ્યવાણી કરી હતી તે પ્રમાણે, દૂતે જે મોટો દરવાજો ખોલ્યો હતો અને કોઈ તેને બંધ કરી શકે નહિ તે સાબિત થયું કે હું પણ બંધ ન કરી શકી. તે શનિવારે મોડી રાત્રે મને એક ફોન આવ્યો અને તેઓએ મન તેમના ચર્ચમાં હાજર રહેવા આમંત્રણ આપ્યું, પરંતુ તે મારા સમયપત્રકમાં બંધ બેસતુ નહોતું તેથી મેં તેમને આ વાત સમજાવવાનો પ્રયત્ન કર્યો પરંતુ તેઓ કોઈ ના જવાબ માટે તૈયાર નહોતા. બીજી સવારે મને ત્યાંના લોકલ ચર્ચમાં ૯ વાગ્યે ઉતારી દેવામાં આવી હતી પરંતુ ચર્ચ સવારે ૧૦ વાગ્યે શરૂ થયું.

હું એકલી અને ત્યાં એક સંગીતકાર હતા જે તેમના ગીતોની પ્રેક્ટિસ કરતા હતા. જ્યારે હું પ્રાર્થના કરતી હતી ત્યારે મેં ઘણાં હિન્દુ દેવી - દેવતાઓના આત્મા જોયા અને આશ્ચર્ય થયું કે આ ચર્ચમાં કેમ એટલા બધા આત્માઓ છે. લગભગ ૧૦ વાગ્યે પાદરી અને સભ્યો એ આવવાનું શરૂ કર્યું અને મારો હાથ મિલાવીને મને શુભેચ્છા પાઠવી.

જ્યારે પાદરીએ મારી સાથે હાથ મિલાવ્યો ત્યારે મને મારા હૃદયમાં કંઈક થયું અને એવું લાગ્યું કે હું પડી જઈશ. પછીથી પવિત્ર આત્માએ મને કહ્યું કે પાદરી પર દૃષ્ટઆત્માઓ દ્વારા હુમલો કરવામાં આવ્યો હતો જે તમે પહેલાંની મંડળીમાં જોયું હતું તે પ્રમાણે.

સભા ચાલુ હતી અને વચ્ચે તેઓએ મને વ્યાસપીઠ પર આગળ આવીને બોલવાનું કહ્યું. મેં મનમાં પ્રાર્થના સાથે પ્રભુ પાસે માંગવાનું શરૂ કર્યું કે મને આ પાદરીની પ્રાર્થના દ્વારા સાજાપણું અને છુટકારો મળે એવું થવા દો. જ્યારે હું પુલપીઠ તરફ જઈ રહી હતી તે વખતે મેં પ્રાર્થના કરી અને પ્રભુને મારા દ્વારા બોલવાનું કહ્યું.

મેં તેમની સભાના સેવકોને સમજાવ્યું કે દેવે મને શું બતાવ્યું અને પાદરીને શું થઈ રહ્યું છે. અને પાદરી ઘુંટણે પડ્યાં અને મેં એકત્રિત લોકોને પણ પ્રાર્થના કરવા માટે તેમની તરફ પોતાનો હાથ લંબાવવાનું કહ્યું તે દરમિયાન મેં તેમના પર મારો હાથ મૂક્યો અને પ્રાર્થના કરી અને બધા દૃષ્ટઆત્મા તેમાંથી નીકળી ગયા. તે પાદરીએ સાક્ષી આપી કે

આગલી રાતે તેઓ હોસ્પિટલમાં ઈમરજંસી રૂમમાં હતા તે યુવા લોકો માટે ઉપવાસ અને પ્રાર્થના કરી રહ્યા હોવાને કારણે જ તેઓના ઉપર આ હુમલો હતો.

ત્યાંથી હું દુબઇ અને આબુધાબી ગઈ અને હિન્દુ લોકો મદયે સેવા કરી અને તેઓએ પણ પ્રભુનાં સામર્થ્યનો અનુભવ કર્યો. પછી હું ડલ્લાસ ટેક્સાસમાં મારા ઘરે પાછી આવી.

પ્રભુની સ્તુતિ થાઓ!

પાઠ - ૨૦
આપણા આત્માઓના પાળક – રણશિંગડાઓનો નાદ

ઉત્તમ ઘેટાંપાળક હું છું અને પોતાનાં ઘેટાંને ઓળખું છું અને મારા પોતાનાં ઘેટાં મને ઓળખે છે ***યોહાન. ૧૦:૧૪***

પ્રભુ ઈસુ આપણા આત્માઓના રખેવાળ છે. આપણે લોહી અને માંસના બનેલા જીવતા માણસો છીએ. આપણે આ જગતમાં છીએ પણ દેવના સમયમાં છીએ અને ક્ષણભર માટે જ છીએ. છેલ્લુ રણશીંગડું વાગતા જ, આખના પલકારામાં આપણું રૂપાંતર થઈ જશે.

પણ ભાઈઓ, ઊંઘી ગયેલા વિશે તમે અજાણ્યા રહો એવી અમારી ઈચ્છા નથી. જેથી બીજા માણસો જેઓને આશા નથી એવાની પેઠે તમે ખેદ ન કરો. કેમ કે ઈસુ મરણ પામ્યા અને પાછા ઉઠયા એવો જો આપણે વિશ્વાસ કરીએ છીએ તો તે જ પ્રમાણે ઈસુમાં જેઓ ઊંઘી ગયેલા છે તેઓને પણ દેવ તેઓની સાથે લાવશે. કેમ કે અમે, પ્રભુના વચનથી તમને કહીએ છીએ કે પ્રભુના આવતા સુધી આપણમાંના જેઓ જીવતા રહેનારા છે તેઓ ઊંઘેલાઓની પહેલાં જવાના નથી. કેમ કે પ્રભુ પોતે ગર્જના સહિત, પ્રમુખ દૂતની વાણી સહિત તથા દેવના રણશીંગડા સહિત આકાશમાંથી ઉતરશે. અને ખ્રિસ્તમાં જેઓ મુએલા છે તેઓ પ્રથમ ઉઠશે. પછી આપણામાંના જેઓ જીવતા રહેનારા છે તેઓ ગગનમાં પ્રભુને

મળવા તેઓની સાથે વાદળમાં તણાઈ જઈશું અને એમ સદા પ્રભુની સાથે રહીશું. તો એ વચનોથી એકબીજાને ઉત્તેજન આપો.'

૧ થેસ્સા. ૪: ૧૩-૧૭

કેવળ જેઓની પાસે દેવનો પવિત્ર આત્મા છે તેઓને જ સાર્વકાલિક જીવન માટે ઉઠાડવામાં આવશે. અને તેઓ સદા પ્રભુની સાથે રહેશે. ખ્રિસ્તમાં જેઓ મૂએલા છે તેઓને પ્રથમ ઊઠાડવામાં આવશે અને પછી જેઓ જીવતા રહેનારા છે તેઓ પ્રભુને મળવા વાદળમાં તણાઈ જઈશું. આપણા મર્ત્ય શરીરોનું રૂપાંતર થઈ જશે અને આપણે સદા પ્રભુની સાથે રહીશું જ્યારે વિદેશીઓનો સમય પૂરો થશે ત્યારે જેઓની પાસે પવિત્ર આત્મા નથી તેઓ મહા વિપત્તિકાળ નો સામનો કરવા પાછળ રહી જશે.

પણ તે દહાડાઓમાં એ વિપત્તિ પછી સુરજ અંધકારરૂપ થઈ જશે અને ચંદ્ર પોતાનું અજવાળું નહીં આપે ને આકાશના તારાઓ હલવા લાગશે ને આકાશના પરાક્રમો હલાવાશે. ત્યારે તેઓ માણસના દીકરાને બહુ પરાક્રમ તથા મહિમાસહિત વાદળમાં આવતા જોશે. અને ત્યારે તે પોતાના દૂતોને મોકલીને પૃથ્વીના છેડાથી આકાશના છેડા સુધી ચારે દિશાથી પોતાના પસંદ કરેલાઓને એકઠા કરશે. '

માર્ક ૧૩: ૨૪-૨૭

ઘણા જેઓએ દેવનું ભય રાખ્યુ નહિ અને પોતાના તારણ માટે દેવના વચન પર વિશ્વાસ કર્યો નહિ. તેઓ નાશ પામશે. યહોવાહનું ભય એ જ્ઞાનનો આરંભ છે. દાઉદે લખ્યું છે 'યહોવા મારું અજવાળું તથા મારું તારણ છે; હું કોનાથી બીઉં? યહોવા મારા જીવનનું સામર્થ્ય છે; મને કોનું ભય લાગે? દાઉદ દેવનો મન ગમતો માણસ હતો. જ્યારે દેવે ભૂમિની ધૂળનું માણસ બનાવ્યું ત્યારે તેણે તેના નસકોરામાં જીવનનો શ્વાસ ફૂંક્યો, અને માણસ સજીવ પ્રાણી બન્યું. આ જે યુદ્ધ છે તે આપણા આત્માની વિરુદ્ધનું છે. વ્યક્તિનો આત્મા ઈશ્વર તરફ અથવા નરક તરફ જઈ શકે છે.

અને શરીરને જેઓ મારી નાખે છે પણ આત્માને મારી નાખી શકતા નથી તેઓથી બીશો નહિ પણ એના કરતા આત્મા તથા શરીર એ બંનેનો નાશ જે નરકમાં કરી શકે છે તેનાથી બીહો. ***માત્થી ૧૦:૨૮***

ઘણાને તે દિવસે ખબર પડશે કે આજે તેમને સ્વીકારવું જે અતિ કપરૂ લાગે છે તેનું મહત્વ શુ હતું. દેવની સમક્ષ પોતાનો હિસાબ આપવા જ્યારે તેઓ ઊભા રહેશે ત્યારે જીવનના પુસ્તકના પાનાઓ પગે ફેરવવામાં આવે ત્યારે ઘણું મોડું થઈ ગયું હશે.

'હવે ભાઈઓ, હું એ કહું છું કે માંસ તથા રક્ત દેવના રાજ્યનો વારસો પામી શકતા નથી તેમજ વિનાશીપણું અવિનાશીપણાનો વારસો પામનાર નથી. જૂઓ, હું તમને એક રહસ્ય કહું છું. આપણે સર્વ ઊંઘીશું નહિ, પણ છેલ્લુ રણશિંગડુ વાગતા જ, એક ક્ષણમાં આંખના પલકારામાં આપણા સર્વનું રૂપાંતર થઈ જશે. કેમ કે રણશીંગડું વાગશે અને મૂએલા અવિનાશી થઈને ઊઠશે અને આપણું મર્ત્ય અમરપણું ધારણ કરવું પડશે. જ્યારે આ વિનાશી અવિનાશીપણું ધારણ કરશે અને મર્ત્ય અમરણપણું ધારણ કરશે ત્યારે" મરણ જયમાં ગરક થઈ! એ લખેલી વાત પૂર્ણ થશે. અરે મરણ તારો જય કયાં ? અરે મરણ તારો ડંખ ક્યા? મરણનો ડંખ તો પાપ છે અને પાપનું સામર્થ્ય નિયમશાસ્ત્ર છે. પણ દેવ જે આપણા પ્રભુ ઈસુ ખ્રિસ્ત દ્વારા આપણને દ્વારા વિજય આપે છે તેને ધન્યવાદ હો'

૧ કોરીંથ ૧૫: ૫૦-૫૭

આપણે શેનાથી "બચાવીશું"? એક સરોવરમાં શાશ્વત નરક જે આગથી બળે છે. આપણે આત્માઓને શેતાનની પકડમાંથી દૂર લઈ જઈ રહ્યા છીએ. આ એક આધ્યાત્મિક યુદ્ધ છે જે આપણે આ પૃથ્વી પર લડી રહ્યા છીએ. દેવના શબ્દ, (બાઇબલના 66 પુસ્તકો) દ્વારા આપણો ન્યાય કરવામાં આવશે, અને જીવનનું પુસ્તક ખોલવામાં આવશે.

પછી મેં માટું શ્વેત રાજ્યાસન જોયું અને તેના પર બેઠેલા પુરુષને જોયો. તેની સંમુખથી પૃથ્વી તથા આકાશ જતા રહ્યા અને તેઓને સારુ કોઈ સ્થાન મળ્યું નહિ. પછી મેં મૂએલાને, મોટા તથા નાના સર્વને દેવની સમક્ષ રાજ્યાસન આગળ ઊભા રહેલા જોયા. અને પુસ્તકો ઉઘાડવામાં આવ્યા અને બીજું એક પુસ્તક જે જીવનનું પુસ્તક છે તે પણ ઉઘાડવામાં આવ્યું, તે પુસ્તકોમાં જે જે લખેલું હતું તે પરથી મૂએલાઓનો તેઓની કરણીઓ પ્રમાણે ન્યાય કરવામાં આવ્યો. સમુદ્રે પોતાનામાં જેઓ મૂએલા હતા તેમને પાછા આપ્યા. મરણ તથા નરકે પણ પોતાનામાં જે મૂએલા હતા તેઓને પાછા આપ્યા. અને દરેકનો ન્યાય તેની કરણીઓ પ્રમાણે કરવામાં આવ્યો. મરણ તથા નર્કને અગ્નિની ખાઈમાં નાખવામાં આવ્યા.

એલિઝાબેથ દાસ

અગ્નિની ખાઈ એ જ બીજું મરણ છે. જો કોઇ જીવનપુસ્તકમાં નોંધેલો માલૂમ પડયો નહિ, તો તેને અગ્નિની ખાઈમાં નાખી દેવામાં આવ્યો.' ***પ્રકટી. ૨૦:૧૧-૧૫***

'હું આ માણસો મુસા, દાઉદ રાજા, યુસફ, અયુબ અને એમ તે યાદી આગળ વધતી જાય છે તેમને વિશે વિચાર કરવા લાગી. મને જે દર્દનો અનુભવ થયો તેથી હું ખેદિત થઈ, હું સમજી ન શકી કે ખ્રિસ્તી માર્ગમાં આટલા દુઃખો શા માટે છે? હું આ માણસોના જેવા જીવનથી ઘણી દૂર છું તેઓ આપણે માટે નમૂનારૂપ છે. અને વિશ્વાસના માર્ગની ચાલ ચાલવા માટે આપણને પ્રેરણારૂપ છે. દુઃખો અને પીડામાં પણ દેવનું વચન દિલાસરૂપ છે. કસોટી, માંદગી અને હતાશામાં આપણે પરાત્પર દેવને હાંક મારીએ છીએ. આ આશ્ચર્યજનક અને અજાયબ જેવો વિશ્વાસ છે અને કેવળ દેવ જ જાણે છે કે તેણે એ માર્ગ શા માટે રાખ્યો છે. તે આપણા પર અત્યંત પ્રેમ રાખે છે અને છતાં પણ તેમણે આપણને પસંદગીની તક આપી છે કે આપણે તેમની સેવા કે પ્રેમ કરવાનું પસંદ કરીએ છીએ કે નહિ. તે એવી કન્યા ચાહે છે જે તેના પર ખૂબ પ્રેમ કરે. તમારા પ્રત્યે જેને લાગણી ન હોય તેવી કન્યા સાથે શું તમે કદી લગ્ન કરો ? આ પ્રકરણ તે બાબતોને દૂર કરવા માટે પ્રોત્સાહન તરીકે લખવામાં આવ્યું છે જે તમને શાશ્વત જીવન પ્રાપ્ત કરવામાં અવરોધ કરશે. દયા, કૃપા અને પ્રેમનો પ્રભુ એક દિવસ ન્યાયાધીશ તરીકે હશે. અહીં અત્યારે જે સમય છે કે જ્યારે તમે તમારું તારણ પાકું કરી લો અને નરકના અગ્નિથી બચી જાવ. યહોશુઆએ જેવી પસંદગી કરી તેવી પસંદગી આપણે પણ કરવી જ જોઈએ.

'અને જો યહોવાની સેવા કરવી એ તેમને માઠું દીસતું હોય તો તમે કોની સેવા કરશો તે આજે જ પસંદ કરો. એટલે નદીની પેલી ગમ તમારા પિતૃઓ જે દેવોની સેવા કરતા હતા તેઓની અથવા જે અમોરીઓના દેશમા તમે વસો છો તેઓના દેવોની; પણ હું ને મારા ઘરના તો યહોવાની જ સેવા કરીશું.' ***યહો. ૨૪ :૧૫***

'જૂઓ હું થોડી વારમાં આવું છું અને દરેક માણસને તેની કરણીઓ પ્રમાણે ભરી આપવાનો બદલો મારી પાસે છે. હું આલ્ફા તથા ઓમેગા, પ્રથમ તથા છેલ્લો, આદિ તથા અંત છું. ધન્ય છે તેઓ જેઓ તેમની આજ્ઞાઓનું પાલન કરે છે, જીવનના ઝાડ પર તેઓને હક મળે અને તેઓ દરવાજામાં થઈને નગરમાં પ્રવેશી શકે. ***પ્રગટીકરણ ૨૨ :૧૨-૧૪***

દેવે જે નગર આપણે માટે તૈયાર કર્યું છે તે દરવાજે થી પ્રવેશ કરવા દરેક જણ ચાહે છે. પણ પ્રવેશ કરતા પહેલાં આપણા વસ્ત્ર પાપ થી શુદ્ધ અને ડાઘ વગરના હોવા જોઈએ. આ આત્મિક યુદ્ધ છે કે જે પ્રાર્થનામાં નમેલા ઘુંટણો પર જ લડાય છે અને જીતાય છે. આપણી પાસે આ પૃથ્વી પર એક જ જીવન છે અને એક જ સારી લડાઈ છે! આપણે એક જ વસ્તુ આપણી સાથે ત્યાં લઈ જઈ શકીએ છીએ, તે એ કે જેઓ આપણી સાક્ષીને કારણે બચી ગયા, જેઓએ આપણા પ્રભુ અને તારનારની સુવાર્તાનો સ્વીકાર કર્યો અને જેઓ ખ્રિસ્ત ના સિદ્ધાંતોને આધિન થયા તેવા આત્માઓ આપણી સાથે તે શહેરમાં પ્રવેશ કરશે. દેવના વચનને જાણવા માટે તેને વાંચવું જ જોઈએ અને તેને વાંચવા માટે આપણાં તારણના લેખક સાથે પ્રેમમાં પડવું પડે. હું મારા તારનાર અને પ્રભુનો આભાર માનું છું કે તેણે મારા પગલાં ભારતથી અમેરિકા તરફ દોર્યા અને તેના માર્ગો મને બતાવ્યા તેના માર્ગો સંપૂર્ણ છે.

'મારા પગોને સારુ તારું વચન દીવારૂપ છે, ને મારા માર્ગોને સારું અજવાળારૂપ છે'

ગી.શા. ૧૧૯ : ૧૦૫

પાઠ ૨૧
નોકરી પર સેવાકાર્ય

જ્યારથી હું પવિત્ર આત્મા પામી ત્યારથી મારામાં મોટો ફેરફાર આવ્યો.

'પણ પવિત્ર આત્મા તમારા પર આવશે ત્યારે તમે સામર્થ્ય પામશો. અને યરૂશાલેમમાં, આખા યહુદાહમાં, સમરૂનમાં તથા પૃથ્વીના છેડા સુધી તમે મારા સાક્ષીઓ થશો.'
પ્રે.કૃ. ૧:૮

હું જ્યાં નોકરી કરતી હતી ત્યાંના મારા સાથી કર્મચારીઓ મધ્યે સેવાકાર્ય કરવાનો મેં પ્રયત્ન કર્યો. હું મારી સાક્ષી આપતી અને કોઈને કંઈ સમસ્યા થાય તો તેમને માટે પ્રાર્થના કરતી. ઘણી વખત તેઓ મારી પાસે આવતા અને તેમની પરિસ્થિતિ મને જણાવતા, અને હું તેમને માટે પ્રાર્થના કરતી અથવા જો તેઓ માંદા પડે તો હું મારા હાથ તેમના પર મૂકીને પ્રાર્થના કરતી. ઘણા વર્ષો સુધી મેં પ્રભુ વિશે સાક્ષી આપી તેથી મારૂ જીવન પણ પ્રભુ માટે મોટું સાક્ષીરૂપ બન્યું અને દેવ પણ મારી સાથે કામ કરતા. તેની સાબિતિરૂપે લોકો સાજાપણું પામતા, છૂટકારો પામતા અને તેમને સલાહ અને દિલાસો પણ મળતા હતા.

'તેણે તેઓને કહ્યું કે આખા જગતમાં જઇને આખી સૃષ્ટિને સુવાર્તા પ્રગટ કરો. જે કોઈ વિશ્વાસ કરે તથા બાપ્તિસ્મા લે, તે તારણ પામશે; પણ જે વિશ્વાસ નહિ કરે, તે અપરાધી

ઠરશે. વિશ્વાસ કરનારાઓને હાથે આવા ચમત્કારો થશે; મારે નામે તેઓ ભૂતો કાઢશે, નવી ભાષાઓમાં બોલશે; સર્પોને ઉઠાવી લેશે; અને જો તેઓ કંઈ પ્રાણઘાતક વસ્તુ પીએ, તો તેઓને કંઈપણ ઈજા થશે નહિ, તેઓ માંદાઓ પર હાથ મૂકશે એટલે તેઓ સાજા થશે. પ્રભુ ઈસુ તેઓની સાથે બોલી રહ્યા પછી આકાશમાં લઈ લેવાયા, તે દેવને જમણે હાથે બેઠા. તેઓએ ત્યાથી જઈને બધે ઠેકાણે સુવાર્તા પ્રગટ કરી; પ્રભુ તેમની સાથે કામ કરે છે, ને તેઓને હાથે થયેલા ચમત્કારોથી સુવાર્તા (ની સત્યતા) સાબિત કરતા. આમીન.'

માર્ક ૧૬: ૧૫ – ૨૦

જ્યાં જ્યાં હું પ્રાર્થના કરતી ત્યાં જો તેઓ સાજાપણું કે છૂટકારો પામતા તો હું તેમને સુવાર્તા આપતી. એટલે પ્રભુ ઈસુના મરણ, દફન અને પુનરુત્થાનની સુવાર્તા. તેનો સરળ અર્થ એ છે કે આપણે આપણા તમામ પાપ સંબંધી પસ્તાવો કરીએ, પસ્તાવા દ્વારા આપણા પાપો સંબંધી મૃત્યુ પામીએ અને પછીના બીજા પગલા તરીકે બાપ્તિસ્માના પાણીમાં પ્રભુ ઈસુના નામમાં, દેહ સંબંધી દટાઈ જઈએ જેથી પાપોની માફી અને પાપોથી છૂટકારો પામીએ. જ્યારે આપણે પાણીમાંથી બહાર આવીએ છીએ ત્યારે તેનો આત્મા પામીને નવી ભાષાઓ બોલીએ છીએ. તેને પવિત્ર આત્માનું બાપ્તિસ્મા કહે છે.

ઘણાએ આ સુવાર્તા સાંભળી અને આધિન પણ થયા.

ઈસુએ મારા કામ કરવાના સ્થળ પર કેવા પરાક્રમી કામો કર્યા તેની સાક્ષી આપીને હું તમને ઉત્તેજન આપવા માંગું છું. આપણું કામ કરવાનું સ્થળ, જ્યાં આપણે રહીએ છીએ તે વિસ્તાર કે બીજી કોઈ પણ જગા એ આપણું ક્ષેત્ર છે જ્યાં આપણે દેવનું વચન વાવી શકીએ છીએ.

મિત્રને કેન્સરમાંથી સાજાપણું મળ્યું અને તેણીના મમ્મી મરણપથારી પર પ્રભુ પાસે આવ્યા

મારા કામના સ્થળે મારી એક ઘણી પ્રિય મિત્ર હતી તેનું નામ લીન્ડા હતું. ઈ.સ. ૨000ની સાલમાં હું ઘણી માંદી પડી હતી. એક દિવસ મારી તે મિત્રએ મને ફોન કર્યો કે હું બહુ જ માંદી છું અને મારું ઓપરેશન કરેલું છે. અમારી મિત્રતા જે વર્ષથી થઈ ત્યારથી હું તેને સુવાર્તા આપતી હતી, પણ તે હંમેશા નકાર કરતી હતી. તેણે મને કહ્યું હતુ કે મને તમારા બાઈબલની કે પ્રાર્થનાની જરૂર નથી મારી પાસે મારો પોતાનો દેવ છે. મને તેથી ખોટું નહોતું લાગ્યું પણ

જ્યારે- જ્યારે તે માંદી પડે અને મને કહે ત્યારે હું તેને માટે પ્રાર્થના કરવા કહેતી પણ દર વખતે તે મને ના જ પાડતી.

એક વખતે તેને કમરમાં અસહ્ય દુઃખાવો ઉપડયો અને પછી એકાએક ઘુંટણમાં પણ કમર કરતા વધારે દુ: ખાવો થવા માંડયો. તેણે મને જણાવ્યું અને મેં કહ્યું કે હું પ્રાર્થના કરી શકું. તેણે મને કહ્યું ગમે તે કરો પણ મને મદદ કરો. મેં આ તકનો ઉપયોગ કર્યો કે તે શીખી શકે કે કઇ રીતે પીડાને પ્રભુ ઈસુના નામમાં ધમકાવી શકાય. તેની પીડા અતિશય હતી માટે હું તેની પીડાને પ્રભુ ઈસુના નામમાં ધમકાવતી હતી. દુ:ખાવો એટલો અસહ્ય હતો કે તે પણ તરત જ પ્રભુ ઈસુના નામમાં દુ:ખાવાને ધમકાવવા લાગી પછી તેનો દુખાવો તરત જ જતો રહ્યો.

આમ છતાં આ સાજાપણાથી તેનું હૃદય બદલાયું નહિ. પ્રભુ આપણા હૃદયને નમ્ર બનાવવા દુઃખો અને સમસ્યાઓ મોકલે છે. તેના બાળકોને સુધારવા માટેની તે પ્રભુની લાકડી છે.

તે દિવસે લીન્ડાએ રડતા રડતા મને ફોન કર્યો કે તેને ગળા પર મોટો ચીરો મૂક્યો છે. અને તેને બહુ જ પીડા થાય છે તેણે મને પ્રાર્થના કરવા વિનંતી કરી. મારી વહાલી મિત્ર માટે પ્રાર્થના કરવાનો મને ઘણો જ આનંદ થયો. તે દિવસે તે મને દર કલાકે દિલાસા માટે ફોન કરતી અને કહેતી કે મારા ઘરે આવીને પ્રાર્થના કરો. તે દિવસે બપોરે તેના પર ડૉક્ટરનો ફોન આવ્યો અને તેને જણાવવામાં આવ્યું કે તેને થાઈરોડનું કેન્સર છે. તે ભારે રૂદન કરવા લાગી અને જ્યારે તેની માએ સાંભળ્યું કે તેની દીકરીને કેન્સર છે ત્યારે તે બેભાન થઈને પડી ગયા. લીન્ડાના છૂટાછેડા થઈ ગયા હતા અને તેને એક સગીર વયનો દીકરો હતો.

તેણે મને આગ્રહ કરીને કહ્યું કે લીઝ કૃપા કરીને મારા ઘેર આવો. તેના વિશે સાંભળીને મને પણ ઘણો આઘાત લાગ્યો હતો માટે મેં આતુરતાથી તપાસ કરી કે મને કોઈ તેના ઘરે લઈ જાય, જેથી હું તેને માટે પ્રાર્થના કરી શકું. પ્રભુની સ્તુતિ થાઓ કે જ્યારે આપણે ચાહના રાખીએ છીએ ત્યારે રસ્તો થાય છે જ.

મારા પ્રાર્થનાના સાથીદાર એ વખતે નોકરી પરથી આવ્યા અને મને તેને ત્યાં વરસાદ હોવા છતાં પણ લઇ ગયા. લીન્ડા તેની મમ્મી અને તેનો દીકરો રડી રહ્યા હતા. અમે પ્રાર્થના શરૂ કરી. પણ મને કંઈ ફેરફાર લાગતો ન હતો. પણ મે વિશ્વાસ કર્યો કે પ્રભુ કંઈ કરી રહ્યા છે. મેં

મેં તે તેમની રીતે કર્યું

ફરીથી તેને પૂછી જોયું કે અમે ફરી પ્રાર્થના કરીએ? તેણે કહ્યું, 'હા, આખી રાત પ્રાર્થના કરો, મને વાંધો નથી.' બીજી વખતે પ્રાર્થના કરતાં મેં જોયું કે એક સફેદ પ્રકાશ બારણામાંથી અંદર આવી રહ્યો હતો જો કે તે વખતે બારણું બંધ હતું. મારી બંધ આંખે હું આ જોઈ રહી હતી. અને તરત જ તે પ્રકાશ સાથે, મેં પ્રભુ ઈસુને બારણામાંથી અંદર આવતા જોયા. મારે આંખો ખોલવી હતી પણ પવિત્ર આત્માએ કહ્યું પ્રાર્થના ચાલુ રાખો. અમે પ્રાર્થના પૂરી કરી ત્યારે લીન્ડા હસી રહી હતી. હું સમજી નહીં કે તેનો ચહેરો કેમ બદલાઈ ગયો એટલે મેં એને પૂછ્યું કે "શું થયું ?" તે બોલી, 'લીઝ, પ્રભુ ઈસુ સાચા ઈશ્વર છે.' મેં કહ્યું 'હા, હું દસ વર્ષથી તને તે કહું છું પણ મારે જાણવું છે કે શું થયું.' તેણે કહ્યું કે 'મારું દર્દ પૂરેપૂરું જતું રહ્યું છે. મને ચર્ચનું સરનામું આપો, મારે બાપ્તિસ્મા પામવું છે.' મેં તેને કહ્યું કે 'તું બાપ્તિસ્મા લે એ પહેલા મારે તને બાઈબલ અભ્યાસ આપવો છે.' તે સહમત થઈ અને તેનું બાપ્તિસ્મા પણ થયું. આ દુઃખ દ્વારા ઈસુએ તેનામાં કામ કર્યું.

'મારા દુ:ખ તથા વેદના ભણી જોઈને મારા સર્વ પાપની ક્ષમા કર."

ગી.શા. ૨૫ :૧૮

પ્રભુની સ્તુતિ થાઓ કૃપા કરીને તમારા નીકટના સ્નેહીજનો માટે પ્રાર્થના કરવાનું બંધ કરી દેશો નહિ. રાત અને દિવસ પ્રાર્થના કરો જો આપણે કંટાળીશું નહિ તો એક દિવસ પ્રભુ જરૂર જવાબ આપશે.

"તો સારું કરતાં આપણે થાકવું નહિ, કેમ કે જો કાયર ન થઈએ તો યોગ્ય સમયે લણીશું.'

ગલાતી ૬ :૯

હવે એક વખત જ્યારે તેના મમ્મી મરણપથારીએ હતા ત્યારે તેમની મુલાકાત લેવાનું લીન્ડાએ મને કહ્યું, તેણે મારી વ્હીલચેરને ધક્કો મારીને હોસ્પિટલના તેમના રૂમમાં મને મોકલી અમે તેમને પ્રભુનું વચન આપ્યું અને તેમણે પસ્તાવો કર્યો અને રડતા હૃદયે પ્રભુ ઈસુને પાપ માફ કરવા માટે વિનંતી કરી. બીજા દિવસે તેમનો અવાજ જતો રહ્યો અને ત્રીજા દિવસે તેઓ પ્રભુમાં ઊંઘી ગયા. મારી મિત્ર લીન્ડા હાલમાં સારી વિશ્વાસી છે.

પ્રભુની સ્તુતિ થાઓ!

એલિઝાબેથ દાસ

મારા સહકર્મચારી જેઓ વિએટનામી હતા:

તે બહુ જ મજાની સ્ત્રી હતી અને તેનો સ્વભાવ ખૂબ જ સારો હતો. એક દિવસે તે માંદી પડી અને મેં તેને પૂછ્યું કે પ્રાર્થના કરાવું ? તેણે હા પાડી. મેં પ્રાર્થના કરાવી અને તે સાજી થઈ. થોડા દિવસો પછી તેણે કહ્યું કે જો તમને મુશ્કેલી ન હોય તો મારા પપ્પા માટે પ્રાર્થના કરાવો. તેમના પિતા પાછલા કેટલાક મહિનાઓથી માંદા હતા. મેં તેને કહ્યું કે તારા પપ્પા માટે પ્રાર્થના કરાવવાથી મને અત્યંત ખુશી થઈ છે. પ્રભુ ઈસુએ પોતાની દયાથી તેમને સ્પર્શ કર્યો અને તેમને પૂરેપૂરા સાજા કર્યા.

ત્યાર પછી એકવાર મેં તેને ફરી માંદી જોઈ અને મેં ફરી પ્રાર્થના કરાવવા માટે તેને પૂછ્યું. તેણે કહ્યું હવે બહુ તસ્દી ન લેશો. તેણે કહ્યું પરંતુ મારો એક મિત્ર મિકેનીક તરીકે બીજી પાળીમાં કામ કરે છે તેને પ્રાર્થનાની જરૂર છે કારણ કે તે રાતદિવસ ઊંઘી શકતો નથી. તેને જીવલેણ અનિંદ્રાનો રોગ છે. તેણીએ મને સતત તેના મિત્ર વિશે માહિતી આપ્યા કરી તેથી મને તે સજ્જન માટે ઘણી ચિંતા થઈ. ડોક્ટરે તેને દવાના ઘણા ઊંચા ડોઝ આપ્યા હતા જેની કોઈ અસર જણાતી ન હતી. મેં તેને કહ્યું કે પ્રાર્થના કરાવવા બાબતે હું ઘણી જ આનંદિત છું. રાત્રે મારા કામ પત્યા પછી રોજ દોઢ કલાક માટે આવી પ્રાર્થનાની વિનંતીઓ માટે અને મારા માટે પ્રાર્થના કરવામાં ગાળતી હતી. મેં તે સજ્જન માણસ માટે પ્રાર્થના શરૂ કરી ત્યારે મને પણ ઊંઘવામાં ખલેલ લાગવા માંડયો. મને કોઈ એકદમ મારા કાનમાં તાળી પાડે છે અથવા કાનમાં મોટો અવાજ સાંભળાય જેથી હું લગભગ રોજ જાગી જતી. પેલા ભાઈ માટે પ્રાર્થના શરૂ કરી ત્યારથી આવું થતું હતું.

હું થોડા દિવસ પછી જ્યારે ઉપવાસ રાખ્યો હતો અને હું ચર્ચમાંથી ઘરે આવી અને બેડરૂમમાં મારી પથારીમાં ગઈ. મારા આશ્ચર્ય વચ્ચે દિવાલમાંથી કશુંક નીકળીને મારા માથા ઉપર થઈ અને મારા રૂમમાં ચાલવા લાગ્યું. પવિત્ર આત્માને માટે દેવનો આભાર! પવિત્ર આત્મા તરત જ મારા મોં મારફતે બોલ્યા. 'હું ઈસુના નામમાં તને બાંધુ છું અને તારા સામર્થ્યને તોડી પાડું છું.' એમ તેના સામર્થ્યને તોડી નાખ્યું. મેં આત્મામાં જાણ્યું કે પ્રભુ ઈસુના નામમાં કશુંક બાંધવામાં આવ્યું અને તેના સામર્થ્યને તોડી પાડવામાં આવ્યું.

'હું તમને ખચીત કહું છું કે જે કંઈ તમે પૃથ્વી પર બાંધશો તે આકાશમાં બંધાશે અને જે કંઈ તમે પૃથ્વી પર છોડશો તે આકાશમાં છોડાશે."

માત્થી ૧૮ : ૧૮

તે શું હતું તે મેં જાણ્યું નહિ અને પછીથી કામ કરતી વખતે પવિત્ર આત્માએ શું થયું હતુ તે પ્રગટ

કર્યું. એ વખતે મને ખબર પડી કે તેજ અશુદ્ધ આત્મા તે સજ્જન માણસ ઉપર અંકુશ ધરાવતો હતો અને તેને ઊંઘવા દેતા ન હતો. હું તે સ્ત્રીને મારા કામ પર મળી અને તેના મિત્રની ઊંઘની શી સ્થિતિ છે તે તેની તાપસ કરવા કહ્યું. ત્યાર પછી તે પોતાના મિત્રને લઈને મારી પાસે આવી અને તે ભાઈએ મને કહ્યું કે હવે તે ઘણી સરસ રીતે ઊંઘી શકે છે અને તેમણે મારો આભાર માન્યો. મેં કહ્યું કૃપા કરીને પ્રભુ ઈસુનો આભાર માનો. તેમણે જ તમને છૂટકારો આપ્યો છે. પછી મેં તેમને બાઈબલ આપ્યું અને રોજ તે વાંચવાનું અને પ્રાર્થના કરવાનું તેમને કહ્યું તેમના કુટુંબમાં બીજા પણ ઘણા હતા જેઓ મારી સેવાથી પ્રભુ તરફ ફર્યા. જુદા જુદા દેશના લોકો માટે સાક્ષીરૂપ બનવાનો તે મારો અદ્‌ભૂત સમય હતો.

'હું મહામંડળીમાં તારી આભારસ્તુતિ કરીશ. ઘણા લોકોમાં હું તારી પ્રસંશા કરીશ.'

ગી.શા. ૩૫ : ૧૮

'હે મારા દેવ, મારા રાજા, હું તમને મોટો માનીશ સદા હું તમારા નામને સ્તુત્ય માનીશ.'

ગી.શા. ૧૪૫ : ૧

પાઠ - ૨૨
તેની વાણીને આધિન થવા દ્વારા તેના માર્ગનું શિક્ષણ

મને આ સુંદર સત્યની પ્રાપ્તિ ૧૯૮૨માં થઈ તેના બે વર્ષ પછી ભારત જવાનો નિર્ણય કર્યો હતો. હું ભારત ગઈ હતી અને મેં તથા મારી મિત્ર દીનીએ ફરવા માટે ઉદેપુર જવાનું નક્કી કર્યું અને ગયા. દિવસ પૂરો થાય ત્યારે અમે અમારા હોટલના રૂમ પર આવી જતા અમારી હોટલની રૂમની દિવાલ પર જૂઠા દેવનું ચિત્ર હતું. તમે જાણો છો કે ભારતમાં ઘણા દેવો તથા દેવીઓ છે. બાઈબલ એક સાચા દેવ વિશે કહે છે અને તે પ્રભુ ઈસુ છે.

ત્યારે ઈસુ તેને કહે છે કે, માર્ગ, સત્ય તથા જીવન હું છું. મારા આશ્રય વિના બાપની પાસે કોઈ આવતું નથી.' ***યોહાન ૧૪:૬***

એકાએક એક અવાજ આવ્યો જેમાં મને કહેવામાં આવ્યું કે દિવાલ પરથી તે ચિત્ર દૂર કર. મારી પાસે પવિત્ર આત્મા હોવાથી હું કશાથી ડરતી ન હતી અને કોઈપણ બાબત મને હાનિ કરી શકે તેમ ન હતી. આ વિચારને લીધે હું આ અવાજને આધિન ન થઈ. અને તે ચિત્ર દિવાલ પરથી ઉતાર્યું નહિ. જ્યારે અમે સૂઈ ગયા ત્યારે અકલ્પનિય રીતે હું મારી પથારી પર બેઠી હતી. મને ખબર પડી કે દૂતે મને તે પ્રમાણે બેઠી કરી હતી. દેવે મારી આત્મિક આંખો ઉઘાડી મેં એક મોટા કાળા કરોળિયાને નક્કર લાકડાના બારણામાંથી અંદર આવતા જોયો. તે મારા પર, મારી બહેનપણી પર અને તેના દીકરા પર ચાલવા લાગ્યો. પછી તે કરોળિયો દિવાલે

મારો ડ્રેસ લટકતો હતો ત્યાં ગયો અને મારી નજર આગળ અદશ્ય થઈ ગયો. તે જ વખતે પ્રભુએ મને આ વચન યાદ દેવડાવ્યું કે શેતાનને સ્થાન ન આપો હું તરત જ ઊભી થઈ ગઈ અને તે ચિત્રને નીચે ઉતાર્યું અને ઉંધું મૂકી દીધું. તે દિવસથી મને જ્ઞાનજ્યોત થયું કે દેવ તે પવિત્ર દેવ છે. તેમણે જે આજ્ઞાઓ આપણને આપી છે તે જો આપણે હંમેશા પાળીએ તો તે આપણું રક્ષણ કરશે અને આપણને આશીર્વાદ આપશે.

અને શેતાનને સ્થાન ન આપો.' ***એફેસી ૪:૨૭***

હું નોકરી કરતી હતી ત્યારની વાત છે; સેતાનનો હુમલો નોકરી ઉપર ઘણો હતો. જ્યારે હું ઘરે આવતી ત્યારે આત્મિક રીતે દૂર ચાલી ગઈ હોઉ તેવું મને લાગ્યા કરતું. એક દિવસે પ્રભુ ઈસુ મારી સાથે બોલ્યા અને મને કહ્યું, અડધો કલાક અન્ય ભાષાઓમાં પ્રાર્થના કર, અડધો કલાક સ્તુતિ અને આરાધના કર અને હાથ માથા પર મૂકીને અડધો કલાક અન્ય ભાષાઓમાં પ્રાર્થના કર. તેથી આ મારું દૈનિક પ્રાર્થનાનું જીવન બન્યું.

એક દિવસ મધ્યરાત્રિ પછી હું મારા કામ પરથી આવી. હું મારા ઘરની અંદર આંટા મારીને પ્રાર્થના કરવા લાગી. મારા ઘરના એક ખૂણા પાસે હું આવી ત્યારે મારી આત્મિક આંખે મેં એક અશુદ્ધ આત્માને જોયો. મેં લાઈટ કરી અને ચશ્મા પહેરીને જોવા લાગી કે આ અશુદ્ધ આત્મા અહીં કેમ છે? એકદમ મને યાદ આવ્યું કે દિવસના આગળના ભાગમાં મકાઈના તેલના બોકસને મેં ત્યાં મૂક્યું હતું. તેના પર અન્ય દેવોની છાપ અને નામ હતા. અમુક ભાગમાં આ જૂઠા દેવોની છાપો હું બોક્સ પરથી દૂર કરવાનું ભૂલી ગઇ હતી. મેં તરત જ માર્કર પેન લઈને તે વડે છાપો અને નામ દૂર કર્યા. બાઈબલ કહે છે, પ્રભુ ઈસુએ આપણને અશુદ્ધ આત્માઓને બાંધવાનો અને કાઢવાનો અધિકાર આપ્યો છે. તે રાત્રે મેં તે અધિકારનો ઉપયોગ કર્યો. મેં બારણું ઉઘાડયું અને તે અશુદ્ધ આત્માને કહ્યું, “પ્રભુ ઈસુના નામમાં હું તને હુકમ કરું છું કે તું મારા ઘરમાંથી નીકળી જા અને ફરી કદી પાછો ન આવીશ.” અને તરત જ તે અશુદ્ધ આત્મા નાસી ગયો. પ્રભુની સ્તુતિ હો. જો આપણે દેવના વચનને જાણતા નથી તો આપણે અશુદ્ધ આત્માનો આપણા ઘરમાં મેગેઝીન, વર્તમાનપત્ર, ટી.વી. અથવા રમકડા જેવી વસ્તુ મારફતે પણ આવવાની રજા આપીએ છીએ. આપણે આપણા ઘરમાં શું લાવીએ છીએ તે વિશે ધ્યાન આપવું જરૂરી છે.

હવે બીજો દાખલો હું આપું; હું માંદી હતી અને ચાલી શકતી ન હતી. મારે કરિયાણું ખરીદવા અને તેને ઘરમાં ગોઠવવા માટે કુટુંબના સભ્યો અને મિત્રોની જરૂર પડતી હતી. એક દિવસે હું જાગી તો કોઈએ મારુ મોં બાંધી દીધી હોય તેમ લાગ્યુ. મારુ મોં બંધાઈ ગયું હતું. મેં પ્રભુને પૂછયું કે મને કેમ આવું લાગે છે ? પ્રભુએ મને સાથિયાનું ચિન્હ બતાવ્યું. મને નવાઈ લાગી. હવે તે છાપ મારે મારા ઘરમાં ક્યાં શોધવી? હું ચાલતી ચાલતી રેફ્રિજરેટર પાસે ગઈ અને તેને ખોલ્યું તેમાં કરિયાણાની એક વસ્તુ જે મારી બેન ગઈ કાલે લાવી હતી તેના ઉપર તે ચિન્હ હતું. મેં પ્રભુની દોરવણીને માટે આભાર માન્યો અને તે ચિન્હને તરત જ દૂર કર્યું.

તારા ખરા હૃદયથી યહોવાહ પર ભરોસો રાખ, અને તારી પોતાની જ અક્કલ પર અધારા ન રાખ. તારા સર્વ માર્ગોમાં તેની આણ સ્વીકાર એટલે તે તારા રસ્તાઓ પાધરા કરશે.

નીતિ. ૩: ૫-૬

હું ફરી એકવાર ભારતની મુલાકાતે ગઈ હતી ત્યાંનો એક પ્રસંગ તમને જણાવવાનું મને ગમશે. એક રાત્રે હું મારી એક મિત્ર બહેન સાથે હતી કે જે એક મૂર્તિપૂજક હતી. વર્ષો સુધી મે તેને પ્રભુ ઈસુ અને તેના સામર્થ્ય વિશે સાક્ષી આપી હતી. તેણે પોતે પણ પ્રાર્થનાના પ્રરાક્રમનો અનુભવ કર્યો હતો અને તેના ઘરમાં ઘણા ચમત્કારો થયા હતા. હું જ્યારે પ્રભુ ઈસુના નામમાં પ્રાર્થના કરતી ત્યારે કેવા ચમત્કારો થતા તેની સાક્ષી તેને આપતી હતી. એ વખતે હું ઊંઘતી હતી ત્યારે કોઈ ગરબડના અવાજને કારણે હું જાગી ગઈ. અને મારા રૂમમાં મારી મિત્ર જેવી કોઈ આકૃતિ મારી સામે ગુસ્સાથી જોઈ રહી હતી. તેનો હાથ તેણે મારી સામે લાંબો કર્યો અને ચમત્કારીક રીતે તેનો હાથ વધ્યો અને મારી નજીક આવ્યો. મારાથી લગભગ તેનો હાથ એક ફૂટ જેટલો દૂર હતો ત્યારે તે અદ્રશ્ય થઈ ગઈ. તે આકૃતિ ફરી દેખાઈ પણ આ વખતે તે મોં તેના નાના છોકરા જેવુ હતું. ફરીથી તેણે તેનો હાથ મારા તરફ નિશાન સાધીને ગુસ્સાથી લંબાવ્યો. તે હાથ મારી પાસે આવ્યો પણ એક ફૂટ દૂર હતો એટલામાં તે અદૃશ્ય થઈ ગયો. બાઈબલમાં લખ્યું છે કે આપણી આસપાસ દૂતો હોય છે તે મને યાદ આવ્યું.

“પરાત્પરના ગુપ્ત સ્થાનમાં જે વસે છે તે સર્વ સમર્થની છાયામાં રહેશે. હું યહોવાહ વિશે કહીશ કે તે મારો આશ્રય તથા કિલ્લો છે. એ જ મારો દેવ છે તેના પર હું ભરોસો રાખું છું. કેમ કે તે પારધીના પાશથી અને નાશકારક મરકીથી તને બચાવશે. તે પોતાના પીંછાથી તને ઢાંકશે અને તેની પાંખો તળે તને આશ્રય મળશે. તેની સત્યતા ઢાલ તથા બખતર છે.

*રાત્રે જે ધાસ્તી લાગે છે તેથી અથવા દહાડે ઉડનાર તીરથી, અંધારામાં ચાલનાર મરકીથી કે બપોરે મહામારીથી તું બીશ નહિ. તારી બાજુએ હજાર અને તારે જમણે હાથે દસ હજાર માણસો પડશે. તું માત્ર નજરે જોઈશ. દુષ્ટોને મળેલો બદલો તું જોઈશ. કેમ કે હે યહોવાહ, તું મારો આધાર છે તેં પરાત્પરને તારો આશ્રય કર્યો છે તારા પર કંઈ દુઃખ આવી પડશે નહિ, મરકી તારા તંબુની પાસે આવશે નહિ. તને તમારા સર્વ માર્ગમાં સંભાળવાને માટે તે પોતાના દૂતોને આજ્ઞા આપશે." **ગી.શા. ૯૧ :૧ – ૧૧***

સવારે હું જાગી તો મેં જોયું કે મારી મિત્ર અને તેનો દીકરો મૂર્તિને નમતા હતા. ત્યારે મને યાદ આવ્યું કે દેવે મને રાત્રે શું બતાવ્યું હતું. મેં મારી મિત્રને રાતના મારા સંદર્શન વિશે વાત કરી. તે મિત્ર બેને કહ્યું કે, તેના ઘરમાં કોઈ અશુદ્ધ વસ્તુ છે તેનો અનુભવ તેને પણ થાય છે. તેણે મને પૂછયું કે તે અશુદ્ધ આત્મા કેવો દેખાતો હતો ? મેં તેને કહ્યું કે એક તારા જેવો દેખાતો હતો અને બીજો તારા દીકરા જેવો દેખાતો હતો. તેણે કહ્યું કે હું અને મારો દીકરો સાથે રહી શકતા નથી અમારા વચ્ચે ખૂબ વિખવાદ થાય છે. તેણે મને પૂછ્યું કે આ અશુદ્ધ આત્માઓ મને અને મારા કુટુંબને હેરાન કરે છે તેઓનાથી છૂટવા મારે શું કરવું જોઈએ? મેં તેને સમજાવ્યું,

'ચોરી કરવા, મારી નાંખવા તથા નાશ કરવા સિવાય બીજા કોઈ મતલબથી ચોર આવતો નથી. તેઓને જીવન મળે અને તે પુષ્કળ મળે માટે હું આવ્યો છું.'
યોહાન ૧૦ :૧૦

મેં તેને બાઈબલ આપ્યું અને તેને કહ્યું કે રોજ તારે ઘરમાં જોરથી યોહાન ૩: ૨૦-૨૧ કલમો વાંચવી.

*"કેમ કે જે કોઈ ભુંડુ કરે છે તે અજવાળાનો દ્વેષ કરે છે, અને પોતાનાં કામ ન વખોડાય માટે અજવાળા પાસે આવતો નથી. પણ જે સત્ય કરે છે તે પોતાનાં કામ દેવથી કરાયાં છે એ પ્રગટ થાય માટે અજવાળા પાસે આવે છે." **યોહાન 3 :૨૦-૨૧***

એલિઝાબેથ દાસ

મેં તેને આત્મિક યુદ્ધની પ્રાર્થના શીખવી જેમાં તમામ અશુદ્ધ આત્માઓને તેઓ પ્રભુ ઈસુના નામમાં બાંધી શકે. પવિત્ર આત્મા એને દેવના દૂતો ને માંગવા અને મેં તેને પ્રભુ ઈસુનું નામ સતત બોલવા તથા તેના ઘર પર સતત પ્રભુ ઈસુના લોહીનો છંટકાવ કરવા જણાવ્યું.

આ મુલાકાતના કેટલાક મહિના પછી તે બહેન તરફથી મને પત્ર મળ્યો જેમાં સાક્ષી આપવામાં આવી હતી કે અશુદ્ધ આત્માઓએ તેનું ઘર છોડી દીધું હતું. હવે તે અને તેનો દીકરો શાંતિથી રહેતા હતા અને તેમના ઘરમાં સંપૂર્ણ શાંતિ હતી.

તેણે પોતાના બાર શિષ્યોને બોલાવીને તેણે તેઓને સઘળા ભૂતો પર તથા રોગો મટાડવાનો પરાક્રમ તથા અધિકાર આપ્યા. વળી દેવનું રાજ્ય પ્રગટ કરવા તથા માંદાઓને સાજા કરવા તેણે તેઓને મોકલ્યા." **લુક ૯:૧,૨**

જ્યારે તેણે તેના સગા સંબંધીઓને આ વાતની સાક્ષી આપી ત્યારે તેઓને બાઈબલ વિશે અને પ્રભુ ઈસુ વિશે જાણવાનો ઘણો જ રસ જાગ્યો.

મારી ભારતની બીજી મુલાકાત વખતે હું તેમના આખા કુટુંબને મળી, તેમના પ્રશ્નોના ઉત્તર આપ્યા, તેમને પ્રાર્થના કરતા શીખવ્યું અને થોડા બાઈબલો આપ્યા. આ કુટુંબમાં જે પરિણામ આવ્યું તેને માટે હું દેવને મહિમા આપું છું. મારા હૃદયની ઈચ્છા એ છે કે લોકો પ્રભુ ઈસુના નામનો અને તેના વચનનો શત્રુ સામે તલવારની જેમ ઉપયોગ કરતા શીખે. આપણે વિશ્વાસી ખ્રિસ્તી હોવાને કારણે આપણને આ અધિકાર મળેલો છે.

"પ્રભુ પરમેશ્વરનો આત્મા મારા પર છે; કારણ, દીનજનોને શુભ સમાચાર જણાવવાને તેમણે મારો અભિષેક કર્યો છે. તેમણે મને ભગ્ન હૃદયવાળાઓને સાજા કરવા માટે, બંદીવાનોને છુટકારાની તથા કેદીઓને અંધારી કોટડીમાંથી મુક્તિની જાહેરાત કરવા માટે,." **યશાયા. ૬૧:૧**

પાઠ ૨૩
મિડિયા પર સેવા

૧૯૯૯માં મને નોકરી દરમ્યાન ઈજા થઈ અને તેણે ઘણું ખરાબ સ્વરૂપ ધારણ કર્યું. આ ઈજા એટલી ભારે હતી કે તેને કારણે મેં યાદશક્તિ ગુમાવી દીધી. હું વાંચી શકતી ન હતી અથવા વાંચું તો મને યાદ રહેતું ન હતું. હું ૪૮ કલાક તો ઊંઘી શકતી નહીં અને ઊંઘી ગઈ તો મારા હાથમાં બહેરાશ આવી જવાને કારણે તેમજ મારી પીઠમાં, ડોકમાં અને પગમાં થતા દુ:ખાવાને કારણે થોડા કલાકમાં જ ઊઠી જતી. તે મારા વિશ્વાસની અગ્નિપરીક્ષા હતી. હું શું વિચારતી હતી તે હું જાણતી ન હતી. ઘણીવાર હું હોશ ગુમાવી દેતી અને ગાઢ નિંદ્રામાં પોઢી જતી. જો મારાથી ઊંઘ લેવાતી તો તે જ રીતે લેવાતી હતી. હું મારો સમય બરબાદ કરવા માંગતી ન હતી માટે મેં વિચાર્યું કે હું કંઈક કરું. મેં મારા તમામ પુસ્તકો કે જેમનું ભાષાંતર થઈ ગયું હતું તેમની સીડી બનાવવાનું વિચાર્યું. જો હું ઓડિયો પર આખું પુસ્તક મૂકું તો વર્તમાન જમાના પ્રમાણે તે સારું કામ કરશે.

જેથી તમારા વિશ્વાસની પરીક્ષા જે અગ્નિથી પરખાયેલા નાશવંત સોના કરતાં બહુ મૂલ્યવાન છે તે ઈસુ ખ્રિસ્તના પ્રગટ થવાની વેળાએ સ્તુતિ, માન અને મહિમા યોગ્ય થાય.'
૧ પીતર ૧ : ૭

મને મળેલા સત્યના ફેલાવા માટે હું કંઈ પણ કરવા રાજી હતી. પ્રભુ ઈસુએ જે કિંમત ચૂકવી છે તેનાથી મોટી કિંમત કશાની નથી. દેવે પોતાની પુષ્કળ દયાથી મારા લક્ષ્ય સુધી પહોંચવામાં મારી સહાય કરી. જો કે તે કામ પૂરું થવામાં એક વરસ કરતા પણ વધારે સમય થયો. મારી પાસે તમામ સાધનો ખરીદવાના પૈસા ન હતા. અને આ બધુ કઈ રીતે રેકોર્ડ કરવું તેનું જ્ઞાન પણ મને ન હતું. આ નવા પ્રોજેક્ટ માટે જે જરૂરી હતું તે ખરીદવા માટે મેં મારા ક્રેડીટ કાર્ડનો ઉપયોગ કરવાનું શરૂ કર્યું. મેં વિચાર્યું કે હું વાંચેલુ યાદ રાખી શકતી નથી માટે હું આ પુસ્તક જોરથી વાંચીને તેની ઓડિયો સી.ડી. બનાવું. આમ મારે વાંચવા માટે યાદશક્તિની જરૂર નહીં પડે. હું અંગ્રેજી ચર્ચમાં જતી હતી માટે ગુજરાતી ભૂલ વગર વાંચવાનું હું ભૂલી ગઈ હતી. પણ હું પ્રયત્ન મૂકી દેવા માંગતી ન હતી. ઘણીવાર એવું બનતું કે જેમ તમે જાણો છો તેમ મારી તબિયત ખરાબ હોવાને કરાણે હું દિવસો કે અઠવાડિયાઓ સુધી રેકોર્ડીંગ કરવા બેસી શકતી ન હતી. અને તેથી આ રેકોર્ડીંગની રીત અને સાધનો વાપરવાની રીત હું ભૂલી જતી. તે વખતે હું મારી નોંધો જોઈ લેતી અને ફરી પ્રયત્ન કરતી. પણ હું છોડવા તો નહોતી જ માંગતી. જ્યારે મેં મારી ૬ પાનાની પુસ્તિકા પૂરી કરી ત્યારે મારા આશ્ચર્ય વચ્ચે તે પૂર્ણ થતાં એક વર્ષ લાગ્યું હતું. પણ હું ખૂબ ખુશ થઈ. મેં મારી સીડી ચાલુ કરી અને ધીરેથી મારી વ્હીલચેર ફેરવીને સી.ડી. સાંભળવા લાગી. તે વખતે મેં જોયું તો મારી આંખે દેખાતું ન હતું. હું ઘણી થાકેલી હતી. મારી નબળી તબિયતમાં મારાથી વધારે પરિશ્રમ થયો હતો. મને થયું કે મેં મારી સારી કાળજી લીધી હોત તો કેવું સારું. અત્યારે મને દેખાતું નથી. મને મારું રસોડું, મારો સ્ટીરીયો, ઘરની ભીંતો, ફર્નીચર કશું જ દેખાતુ ન હતું. એક ગાઢા સફેદ વાદળ જ દેખાતું હતું. મેં કહ્યું, હું બહુ કઠણ છું. હવે હું અંધ છું. એકાએક તે સફેદ વાદળમાં મારા રૂમમાં પ્રભુ ઈસુ સફેદ ઝભ્ભો પહેરીને ઊભા હતા અને મારી સામે હસતા હતા. થોડી જ વારમાં તે બધું અદશ્ય થઈ ગયું અને મને ખબર પડી કે આ સંદર્શન હતું. મેં જાણ્યું કે પ્રભુ તેના શીકાના મહિમામાં નીચે ઉતરી આવ્યા હતા. હું આનંદિત થઈ કે તે મારા પ્રયત્નોથી પ્રસન્ન થયા હતા. હું હંમેશા દોરવણી માટે દેવની તરફ જોઉં છું. જેથી મારા સમયનો દેવના મહિમા અર્થે હું શ્રેષ્ઠ ઉપયોગ કરી શકું. તેનું કાર્ય કરતા આપણને કોઈ પરિસ્થિતિ રોકી શકે તેમ નથી. આ સીડી હું લોકોને મફત આપું છું અને મારા www.gujubible.org પર તે અપલોડ કરવામાં આવી છે.

ખ્રિસ્તના પ્રેમથી આપણને કોણ જુદા પાડશે ? શું વિપત્તિ કે વેદના કે સતાવણી કે દુકાળ કે નગ્નતા કે જોખમ કે તરવાર? લખેલું છે કે, તારે લીધે અમે આખો દિવસ માર્યા જઈએ

છીએ; કપાવાના ઘેટાના જેવા અમે ગણાયેલા છીએ. "તોપણ જેણે આપણા ઉપર પ્રેમ રાખ્યો છે, તેને આશરે આપણે એ બધી બાબતોમાં વિશેષ જય પામીએ છીએ. કેમ કે મને ખાતરી છે કે મરણ કે જીવન, દૂતો કે અધિકારીઓ વર્તમાનનું કે ભવિષ્યનું કે પરાક્રમીઓ, ઊંચાણ કે ઊંડાણ, કે કોઈ પણ બીજી સૃષ્ટ વસ્તુ, દેવની જે પ્રીતિ ખ્રિસ્ત ઈસુ આપણા પ્રભુમાં છે, તેનાથી આપણને જુદા પાડી શકશે નહિ."
રોમન ૮:૩૫-૩૯

પાઠ - ૨૪
સંશોધાત્મક અભ્યાસ

ઘણી બધી વાર મને અંગ્રેજી સિવાયની ભાષામાં બાઈબલ સ્ટડી આપવાની તક મળી હતી. જ્યારે હું તેઓને ઈશ્વરનું વચન શીખવતી હતી ત્યારે તેઓને યોગ્ય વચન મળવું અશક્ય બની જતું. હું હંમેશા કીંગ જેમ્સ વર્ઝનનું બાઈબલ વાપરતી. પણ ઘણી વખત લોકો પાસે એના કરતાં અલગ વર્ઝન અને ભાષાના બાઈબલ હતા.

એક રાત્રે હું તેઓને એક ઈશ્વર, એકેશ્વરવાદ અથવા 'મોનથીઈઝમ' ('મોનો' એટલે 'એક' શબ્દ ગ્રીક ભાષાનાં શબ્દ મોનોસ માંથી આવે છે અને 'થીઓસ' એટલે 'ઈશ્વર') વિશે શીખવતી હતી અને યોહાનનો પહેલો પત્ર ૫:૭ વાંચી રહી હતી. પણ જ્યારે તેઓએ આ શાસ્ત્ર તેઓના બાઈબલમાં શોધ્યું તો તેઓ તેને શોધી શક્યા નહિ. હવે મધ્યરાત્રિ પછીનો સમય હોવાથી હું વિચારતી હતી કે તેઓ જે વાંચે છે તે તેઓ સમજતા નથી. પણ જેવી આ કલમ અમે અંગ્રેજીમાંથી તેઓની ભાષામાં ભાષાંતર કરી ત્યારે તેઓએ કહ્યું કે એ કલમ તેઓનાં બાઈબલમાં છે જ નહિ.

કારણ કે આકાશમાં સાક્ષી પુરનાર ત્રણ છે. પિતા, શબ્દ અને પવિત્ર આત્મા અને આ ત્રણ એક જ છે." (૧ યોહાન ૫:૭)

હું આશ્ચર્ય ચકિત થઈ ગઈ. તેથી અમે બીજી કલમ તપાસી. ૧ તીમોથી ૩:૧૬,"***<u>ઈશ્વર સદેહ પ્રગટ થયો.</u>***"

તેઓના બાઈબલ પ્રમાણે, "તે શરીરના રૂપમાં પ્રગટ થયા.' (ગુજરાતી બાઈબલ, સ્પેનીશ, NIV, તથા અન્ય ભાષાંતરમાં આ કલમ બદલી નાખેલી જોવા મળે છે)

કોઈપણ શંકા વગર, બાઈબલ કહે છે "ઈશ્વર મનુષ્યસ્વરૂપમાં પ્રગટ થયા." ઈતિહાસની વિશાળ સાક્ષી સ્પષ્ટપણે આપણને બતાવે છે પ્રશ્નમાં રહેલો શબ્દ તે 'ઈશ્વર 'છે કે નહિ 'તે 'કોણ'. ભ્રષ્ટ એલેકઝાન્ડ્રિયાની હસ્તલિપીમાંથી ભાષાંતર કરાયેલી સર્વ બાઈબલમાં આ જુઠાણું છે. રોમન કેથોલિકનું ચોથા સૈકાનું લેટીન બાઈબલ તથા અન્ય આધુનિક ભાષાંતરોમાં આ જોવા મળે છે.

ગ્રીક ભાષામાં 'ઈશ્વર' શબ્દ સંક્ષેપમાં આ પ્રમાણે લખાતો હતો

{ΘC = ઈશ્વર પરંતુ "કોણ" શબ્દ (જે NIV માં 'તે ' છે) તે આ પ્રમાણે લખાતો હતો "OC". ગ્રીક ભાષામાં "ઈશ્વર" અને "તે" શબ્દ વચ્ચે એક નાની લીટીનો જ તફાવત છે. આશ્ચર્યની વાત એ છે કે એલેકઝાન્ડ્રિયાના લોકોએ એક અક્ષરમાંથી લીટી દૂર કરીને ખ્રિસ્તનું દેવત્વ લઈ લીધું!

પ્રકટીકરણ ૧ : ૮

*KJV "હું આલ્ફા તથા ઓમેગા છું, **<u>આદી તથા અંત છું</u>** એવું પ્રભુ દેવ જે છે, જે હતો ને જે આવનાર છે, જે સર્વશક્તિમાન છે, તે કહે છે.*

*NIV "હું આલ્ફા તથા ઓમેગા છું. એવું પ્રભુ દેવ, જે છે, જે હતો ને જે આવનાર છે, જે સર્વશક્તિમાન છે, તે કહે છે." (ગુજરાતી બાઈબલ, NIV, અને અન્ય ભાષાંતરોમાંથી '**<u>આદી અને અંત</u>**' કાઢી નાંખવામાં આવ્યું છે.)*

પ્રકટકીરણ ૧ : ૧૧

*KJV"**<u>હું આલ્ફા અને ઓમેગા છું.</u>** આદિ તથા અંત છું, તું જે જુએ છે તે પુસ્તકમાં લખ; અને એફેસસમાં, સ્મુર્નામાં, પર્ગામનમાં, થુવાતિરામાં, સાર્દિસમાં, ફિલાદેલ્ફિયામાં તથા લાદિકિયામાં જે સાત મંડળી, એશિયામાં છે તેઓના ઉપર તે મોકલ."*

*NIV" તું જે જુએ છે તે પુસ્તકમાં લખ; અને એફેસસમાં, સ્મુર્નામાં, પર્ગામનમાં, થુવાતિરામાં, સાર્દિસમાં, ફિલાદેલ્ફિયામાં તથા લાવાદિકિયામાં જે સાત મંડળી છે. તેઓના ઉપર તે મોકલ." (બાઈબલનાં નવા ભાષાંતરોમાંથી, ગુજરાતી અને NIV બાઈબલમાંથી હું આલ્ફા તથા ઓમેગા, **<u>આદિ તથા અંત</u>** એ વાક્ય કાઢી નાંખવામાં આવ્યું છે.*

તેઓના બાઈબલમાંથી તમે એ સાબિત ના કરી શકો કે ઈશ્વર એક જ છે.

તેઓને સમજાવવામાં મને ઘણો સમય લાગી રહ્યો હતો અને તેઓનાં આશ્ચર્યની વચ્ચે હું તેઓને શાસ્ત્રમાંથી તેઓના બાઈબલ દ્વારા એક ઈશ્વર વિશે યોગ્ય પુરાવા નહોતી આપી શકતી. આથી મને ઊંડાણમાં જઈ અભ્યાસ કરવાની જરૂરીયાત લાગી.

મને યાદ આવ્યું કે પાઉલે કહ્યું હતું, " હું જાણું છું કે મારા ગયા પછી ટોળા પર દયા નહિ રાખે એવા ક્રૂર વરુઓ તમારામાં દાખલ થશે."
(પ્રે.કૃ. ૨૦:૨૯)

પ્રેરિત યોહાન કે જે બધા શિષ્યોમાં સૌથી છેલ્લે સુધી જીવિત રહેનાર શિષ્ય હતા તેણે આપણને એક પત્રમાં ચેતવણી આપી હતી.

" વહાલાઓ, દરેક આત્મા પર વિશ્વાસ ન રાખો, પણ આત્માઓ દેવ પાસેથી છે કે નહિ એ વિશે તેઓને પારખી જુઓ; કેમ કે જગતમાં જૂઠા પ્રબોધકો ઘણાં નીકળ્યા છે. ઈસુ ખ્રિસ્ત મનુષ્ય દેહમાં આવ્યો છે, એવું જે દરેક આત્મા કબૂલ કરે છે તે દેવ પાસેથી છે; એથી તમે દેવનો આત્મા ઓળખી શકો છો ; જે દરેક આત્મા ઈસુને કબૂલ કરતો નથી તે દેવ પાસેથી નથી; અને ખ્રિસ્ત વિરોધીના જે આત્મા વિશે તમે સાંભળ્યું કે તે આવે છે, તે એ જ છે; અને તે હમણાં પણ જગતમાં છે." ***(૧ યોહાન ૪ :૧-૩)***

હવે પ્રરિત યોહાન આ સમયે ઘણા જ વૃધ્ધ થઇ ગયા હતા. હું જાણવા આતુર હતી કે શું અને કેવી રીતે આ ભ્રષ્ટતા દાખલ થઈ. ઈશ્વરના વચનની ભ્રષ્ટતાંના સત્યને શોધતાં જે હકીકત મને જાણવા મળી તે તમારી સાથે વહેંચવા માંગુ છું.

એલેકઝાન્ડ્રિયાની હસ્તલિપિ બાઈબલની મૂળ હસ્તલિપિમાંથી ભ્રષ્ટ કરાયેલ હતી. તેઓએ પુંમૈથુનીઓ (અંગ્રેજી માં 'સોડોમાઈટર'), નરક, લોહી, ઈસુ ખ્રિસ્ત દ્વારા ઉત્પન્ન થયેલુ, પ્રભુ ઈસુ ખ્રિસ્ત, હાલેલુયા અને યહોવા અને એવા બીજા ઘણાં શબ્દો જે મૂળ લિપીમાં હતા તે કાઢી નાંખ્યા હતા.

મીસરના એલેકઝાન્ડ્રિયામાં જે ભાષાંતર કર્તાઓ કે જેઓ ખ્રિસ્તી વિરોધી હતા અને યોગ્ય ન હતા અને એક ઈશ્વર વિશે તેઓને પ્રક્ટીકરણ નહોતું કારણ કે બાઈબલ ને મૂળ હસ્તલિપિમાંથી બદલી નાંખવામાં આવ્યું હતું. આ ભ્રષ્ટતા પહેલી સદીથી ચાલુ થઈ.

સૌ પ્રથમ ગ્રીક અને હિબ્રુ બાઈબલ જળવનસ્પતિમાંથી (Papyrus' Scrolls) બનતા કાગળ પર લખવામાં આવ્યું હતું. આથી દર ૨૦૦ વર્ષે અલગ અલગ દેશોમાં ૫૦ નકલો લખવામાં આવતી તેથી ૨૦૦ વર્ષ સુધી તે સુરક્ષિત રહેતી. આ નિયમ આપણા પૂર્વજોએ અમલમાં રાખ્યો કારણ કે તેઓ પાસે બાઈબલની મૂળ સાચી હસ્તલિપિ હતી. આ જ પદ્ધતિ એલેકઝાન્ડ્રિયાએ પણ ભ્રષ્ટ હસ્તલિપિ સુરક્ષિત રાખવા માટે અપનાવી.

ઈ.સ.ની શરૂઆતમાં જુદા જુદા ધર્માધિકારીઓએ પોતાનું પદ લીધું અને વધુને વધુ ભ્રષ્ટાચાર ઈ.સ. ૧૩૦ થી ૪૪૪ની સાલ સુધી લાવતા ગયા. તેઓ મૂળ હિબ્રુ અને ગ્રીક હસ્તલિપિમાં ઉમેરો અને બાદબાકી કરતાં ગયા.

નીચે દર્શાવેલ દરેક ધર્માધિકારીઓ એવું કહેતાં કે તેઓને ઈસુ તરફથી સીધો સંદેશો મળે છે અને એટલે તેઓને પ્રેરિતો શિષ્યો, પ્રબોધકો કે ગુરુઓની તરફ ધ્યાન આપવાની કોઈ જરૂર નહોતી. અને દરેક ધર્માધિકારીઓ એવો દાવો કરતા કે તેઓ જ એકલા પ્રકાશિત લોક છે.

એલેકઝાન્ડ્રિયાના બિશપ ઓરીજેન (ઈ.સ. ૧૮૫ થી ૨૫૪):

એલેકઝાન્ડ્રિયાના બિશપ ઓરીજેન (ઈ.સ. ૧૮૫ થી ૨૫૪) ત્યારબાદ તરતુલીયન એક ભ્રષ્ટ ધર્માધિકારી હતા જે વધુ અંધકાર લાવ્યા. તેઓ લગભગ ઈ.સ. ૨૧૬માં મૃત્યુ પામ્યા. ત્યાર બાદ એલેકઝાન્ડ્રિયાના ધર્માધિકારી તરીકે કલેમેન્ટ આવ્યા અને તેઓ એલેકઝાન્ડ્રિયાના ધર્માધિકારી હતા. યરૂશાલેમના ધર્માધિકારી સિરિલનો જન્મ ૩૧૫માં થયો અને ઈ.સ. ૩૮૭માં મૃત્યુ પામ્યા. હિપ્પોના ધર્માધિકારી અને કેથોલિક સંપ્રદાયના સ્થાપક ઓગસ્ટીન નો જન્મ ઈ.સ. ૩૪૭માં અને મૃત્યુ ઈ.સ. ૪૩૦માં થયું હતું. તેમણે ઈશ્વરના વચન પર સચ્ચાઈથી વિશ્વાસ કરતાં લોકોને તેમના સાંપ્રદાયમાંથી કાઢી નાંખ્યા.

આ ધર્માધિકારીઓએ સાચી હસ્તપ્રતોના લખાણને બદલીને ભ્રષ્ટાચાર દાખલ કર્યો. આપણાં પૂર્વજો કે જેઓ બાઈબલ જાણતા હતા અને ક્યાં અને કેવી રીતે તે પ્રતો ભ્રષ્ટ થઈ હતી તેની જાણકારીથી હોવાને કારણે તેઓએ આ ભ્રષ્ટ હસ્તપ્રતોનો નકાર કર્યો હતો.

ધર્માધિકારી કોંસ્ટેટીનોપલના ક્રીસોસ્ટમ દ્વારા પણ એક બીજું ભ્રષ્ટ અનુવાદ ચાલુ થયું હતું. તે ઈ.સ. ૩૫૪માં જન્મ્યા ને ઈ.સ. ૪૧૭માં તેમનું મૃત્યુ થયું. એલેકઝાન્ડ્રિયાના સંત સિરિલને ઈસ. ૪૧૨માં ધર્માધિકારી બનાવવામાં આવ્યા અને ઈ.સ. ૪૪૪માં તેમનું મૃત્યુ થયુ.

આ ધર્માધિકારીઓએ સાચી હસ્તલિપિને દુષિત કરી અને આપણાં પૂર્વજોથી તેઓ તરછોડાયેલા હતાં. કારણ કે મૂળ હસ્તલિપિ ક્યાંથી અને કેવી રીતે ભ્રષ્ટ થઈ હતી તેના વિશે તેઓ જાણતા હતા.

જ્યારે પાઉલ અને યોહાન હજુ જીવતાં હતા ત્યારથી જ આ ભ્રષ્ટાચાર ચાલુ થયો હતો. એલેકઝાન્ડ્રિયાના ધાર્મિક નેતાઓએ (આધ્યાત્મિક નહીં) ઈશ્વરના વચન પ્રત્યે દુલક્ષ સેવ્યું અને નાઈસિયામાં ઈ.સ. 325ની સાલમાં ત્રિએકતાનાં સિદ્ધાંતની સ્થાપના કરી.

નાઈસિયા એ આજના જમાનાનું તુર્કી છે અને બાઈબલમાં તેને પર્ગામિન નામ આપવામાં આવ્યું છે.

" 12 પેર્ગામમમાંની મંડળીના દૂતને લખ: જેની પાસે બેધારી પાણીદાર તરવાર છે તે આ વાતો કહે છે: 13 તું ક્યાં વસે છે તે હું જાણું છું, એટલે જ્યાં શેતાનની ગાદી છે ત્યાં. વળી તું મારા નામને વળગી રહે છે, અને જયારે મારા વિશ્વાસુ શાહેદ અંતિપાસને, તમારામાં, એટલે જ્યાં શેતાન વસે છે ત્યાં, મારી નાખવામાં આવ્યો, તે સમયે પણ તેં મારા પરના વિશ્વાસને નાકબૂલ કર્યો નહિ.." ***(પ્રકટી. ૨ : ૧૨-૧૩)***

નાઈસિયા:

ઈ.સ. ૩૨૫માં શેતાન દ્વારા ઈશ્વરની એકત્વવાદના સિદ્ધાંતની બાબત કાઢી નાંખવામાં આવી અને ત્રિએકતાનો સિદ્ધાંત ઉમેરવામાં આવ્યો. ઈશ્વરને વિભાગી નાખવામાં આવ્યા. બાપ્તિસ્મા માંથી ઈસુનું નામ કાઢી નાંખી તેના બદલે પિતા, પુત્ર અને પવિત્ર આત્મા ઉમેરવામાં આવ્યું.

" ચોરી કરવા, મારી નાંખવા તથા નાશ કરવા સિવાય બીજા કોઈ મતલબથી ચોર આવતો નથી. તેઓને જીવન મળે, અને તે પુષ્કળ મળે, તે માટે હું આવ્યો છું." ***(યોહાન ૧૦:૧૦)***

પર્ગામમ (જે પછીથી નાઈસિયા કહેવાયું અને હવે તુર્કી) દરિયાઈ સપાટીથી ૧000 ફૂટ ઉપર બંધાયેલ શહેર છે. આ જગ્યાની આસપાસ ચાર અલગ દેવોનું ભજન કરવામાં આવે છે. મુખ્ય દેવ એસ્કલેપિયસ છે જેનું ચિન્હ સર્પ છે.

પ્રકટીકરણ કહે છે:

" તે મોટા અજગરને બહાર નાખી દેવામાં આવ્યો, એટલે તે જૂનો સર્પ જે દુષ્ટાત્મા તથા શેતાન કહેવાય છે, જે આખા જગતને ભમાવે છે, તેને પૃથ્વી પર નાખી દેવામાં આવ્યો; અને તેની સાથે તેના દૂતોને પણ નાખી દેવામાં આવ્યા." ***(પ્રકટી ૧૨: ૯)***

" તેણે પેલા અજગરને, એટલે ઘરડો સર્પ, જે દોષ મૂકનાર તથા શેતાન છે, તેને પકડયો, અને હજાર વર્ષ સુધી તેને બાંધી રાખ્યો." ***પ્રકટી. ૨૦ :૨***

આ મંદિરમાં ઘણા મોટા સર્પો છે, અને આ જગ્યાની આસપાસનાં વિસ્તારમાં પણ હજારો સર્પો છે. પર્ગામનના મંદિરમાં લોકો સાજાપણાની શોધમાં આવતાં હતા. એસ્કલેપિયસને તેઓ સાજાપણું આપનાર દેવ તરીકે ઓળખતાં અને એ ચાર દેવોમાં મુખ્ય દેવ હતો. કેમ કે તે સાજાપણાનો દેવ હતો, તેણે વનસ્પતિનો અને દવાઓને અંદર ઉમેરો કર્યો. આથી તે ઈસુનાં કોરડાના મારને અને સાજાપણું આપનાર ઈસુના નામને કાઢી શકે. તેની યોજના ઈસુની જગ્યા લેવાની અને ખ્રિસ્તને તારનાર તરીકે કાઢી નાખવાની છે. આજનાં વૈદકીય વિજ્ઞાને સર્પનું ચિહ્ન એસ્કલેપિયસ પાસેથી લીધું છે. (જેનો અર્થ સર્પ છે.) જે પોતે તારનાર હોવાનો દાવો કરે છે.

*યહોવા કહે છે, તમે મારા સાક્ષી છો, ને **મારા સેવકને** મેં પસંદ કર્યો છે કે જેથી તમે મને જાણો, ને મારો ભરોસો કરો, ને સમજો કે **હું તે છું**; મારા પહેલાં કોઈ દેવ થયો નથી, ને મારી પાછળ કોઈ થવાનો નથી હું. હું જ યહોવા છું; મારા વિના બીજો કોઈ તારનાર નથી."*

યશાયા ૪૩:૧૦-૧૧

આજ જગ્યા છે જ્યાં શેતાને ત્રિએકતા સ્થાપી.

આજે તેઓને એલેકઝાન્ડ્રિયાની મૂળ હસ્તલિપિ મળી કે જેમાં મૂળ હિબ્રુ અને ગ્રીક હસ્તલિપિમાંથી કાઢી નાખવાનાં શબ્દોની નીચે રેખા દોરવામાં આવી છે, તે મળી આવી છે. આ એ બાબતની સાબિતી છે કે તેઓએ જ ઈશ્વરના સત્ય વચનને ભ્રષ્ટ કર્યું હતું.

ફક્ત સત્યને કાઢી નંખાવી અને સાચા દસ્તાવેજને બદલી નાખવાથી અંધકારનો યુગ આવ્યો.

ઈશ્વરનું વચન તરવાર, પ્રકાશ અને સત્ય છે. ઈશ્વરનું વચન સદાકાળને માટે સ્થપાયેલ છે. NIV બાઈબલ, મોર્ડન તર્જુમાના બાઈબલ અને બીજી અન્ય ભાષાઓનાં બાઈબલ એલેક્ઝાન્ડ્રિયાની ભ્રષ્ટ નકલમાંથી ભાષાંતર કરાયેલ છે. અને હવેની ઘણી બધી બાઈબલની નકલો NIV માંથી આવેલ છે અને અન્ય ભાષાઓમાં તેનું ભાષાંતર કરવામાં આવેલ છે.

શેતાનનુ બાઈબલ અને NIV બાઈબલનું સ્વામિત્વ (copyright) રુપર્ટ મોડ્રક નામનાં વ્યક્તિ પાસે છે. હવે ખ્યાલ આવ્યો કે આ દેવના શબ્દ નથી. તો કોના છે? વિચારો...

કુંવારી રાણી એલીઝાબેથના મૃત્યુ પછી ઈ.સ. ૧૬૦૩માં જયારે કીંગ જેમ્સ આવ્યા ત્યારે તેમણે બાઈબલને મૂળ હિબ્રુ અને ગ્રીકમાંથી ભાષાંતર કરવાનું કાર્ય હાથમાં લીધું. આ કાર્ય ઘણાં હિબ્રૂ, ગ્રીક અને લેટીન ધર્મશાસ્ત્રીઓ, વિદ્વાનો અને લોકોની દ્રષ્ટિમાં આદરણિય વ્યક્તિઓ દ્વારા કરવામાં આવ્યું. પુરાતત્વવાદિઓને જુની મૂળ હિબ્રુ અને ગ્રીક હસ્તલિપિ મળી છે જે KJV બાઈબલને 99.99% તેના જેવું છે. એક ટકો ગૌણ ભૂલો છે જેવી કે વિરામચિન્હો મૂકવા.

ઈશ્વરની સ્તુતિ થાઓ !

KJV બાઈબલ સાર્વજનિક સત્તામાં (Public Domain) છે અને કોઈપણ તેનો ઉપયોગ પોતાના વતનની ભાષામાં તરજૂમો કરવા કરી શકે છે. મારો પ્રસ્તાવ એ છે કે આપણે KJV માંથી ભાષાંતર કરવું જોઈએ. કારણ કે એ સાર્વજનિક સત્તામાં છે (Public Domain) અને સૌથી ચોક્કસ પણ છે. મૂળ બાઈબલમાંથી સત્ય કાઢી નાખવાથી, “ઈસુ ખ્રિસ્તનું” નામ જે લોકોને છુટકારો આપવા માટેનું સામર્થ્ય છે, એ જતું રહ્યું, આના લીધે ઘણા બધા સિદ્ધાંતોનો જન્મ થયો. હવે તમને સમજાશે કે બાઈબલ કેમ કહે છે કે તું તેમાં વધારો કે ઘટાડો ન કર. આ હુમલો તે દેવ એકજ છે તેના પર છે.
બાઈબલ કહે છે

“યહોવા આખી પૃથ્વી ઉપર રાજા થશે; તે દિવસે યહોવા એક જ મનાશે, ને તેનું નામ એક જ હશે.” ***(ઝખાર્યા ૧૪ :૯)***

તેમનું નામ ઈસુ છે!

પાઠ - ૨૫

જીવન બદલનાર સાક્ષીઓ

પ્રભુ ઈસુના નામમાં પ્રેમી સલામ.

આપણા સર્વશક્તિમાન ઈશ્વરના સામર્થ્યનું જે કાર્ય જુદા જુદા જીવનોમાં થયું તેના ઉત્તેજનરૂપે આ સાક્ષીઓ આ પુસ્તકમાં સમાવવામાં આવી છે. ઈશ્વર પ્રત્યેની અનુકંપા અને તેડું જે નમ્ર વિશ્વાસીઓ અને પાળકોને છે તેઓની ઉત્તેજનદાયક સાક્ષી વાંચીને ખરેખર તમે પણ તમારા વિશ્વાસમાં વૃદ્ધિ પામશો. "પ્રભુને તેમના પ્રેમ, વિશ્વાસ અને વચન દ્વારા જાણો." વિજ્ઞાન અને દવાઓ આવા ચમત્કારો સમજી શકતા નથી. તેમજ જેઓ પોતે એવું કહે છે કે જે તેઓ સમજદાર છે તેઓ પણ દેવની વાતો સમજી શકતો નથી.

"હું તને અંધકારમાં રાખેલા ખજાના તથા ગુપ્ત ઠેકાણામાં છુપાવેલું દ્રવ્ય આપીશ, જેથી તું જાણે કે હું તારું નામ લઈને તને બોલાવનાર ઈસાએલનો દેવ યહોવા છું." ***યશાયા ૪૫:૩***

"આ વિશ્વાસની ચાલ છે જેને કદી જુદા ના પાડી શકાય."

જ્ઞાનીઓ લજ્જિત થયા છે, તેઓ ભયભીત થયા છે, તથા પકડાઈ ગયા છે; જુઓ, યહોવાના વચનને તેઓએ ઈનકાર કર્યો છે; તો તેઓમાં કેવા પ્રકારનું જ્ઞાન છે?"

યર્મિયા ૮:૯

"જેઓ પોતાની દૃષ્ટિમાં બુદ્ધિમાન, તે પોતાની નજરમાં ડાહ્યા છે, તેઓને અફસોસ!"
યશાયા ૫ :૨૧

"માટે, ભાઈઓ, તમે તમારા તેડાને લક્ષમાં રાખો કે, જગતમાં ગણાતા ઘણા જ્ઞાનીઓને, ઘણા પરાક્રમીઓને, ઘણા કુલીતોને (તેડવામાં આવ્યા) નથી; પણ દેવે જ્ઞાનીઓને શરમાવવા સારુ જગતના મૂર્ખાને પસંદ કર્યા છે, અને શક્તિમાનોને શરમાવવા સારુ જગતના નિર્બળોને પસંદ કર્યા છે." ***૧ કરિંથ ૧: ૨૬-૨૭***

"મને હાંક માર, એટલે હું તને ઉત્તર આપીશ, ને જે મોટી તથા ગૂઢ વાતો તું જાણતો નથી તે હું તને પ્રગટ કરીશ." ***યર્મિયા 33:3***

આ પુસ્તક લખવામાં જેઓએ મને પોતાની સાક્ષીઓ આપી તથા પોતાનો સમય આપી મદદ કરી માટે તેઓનો આભાર માનું છું.

ઈશ્વર તમને આશીષ આપે.

એલિઝાબેથ દાસ, ટેક્સાસ

એલિઝાબેથ દાસ

લોકોની જુબાની

"ઈશ્વરને મહિમા આપવા માટે સ્વેચ્છાએ આપવામાં આવેલી દરેક જુબાની માત્ર ઈશ્વરને જ મહિમા આપે છે"

ટેરી બૉગમેન,
પાળક ગીલબર્ટ, એરીઝોના, યુ.એસ.એ.

પ્રભુનો સેવક પ્રેરિત પાઉલ અને ખ્રિસ્તમાં તેનો સાથી સેવક સિલાસ દૈવયોગે થુઆતેરા શહેરની પાસેની નદી કાંઠે એક પ્રાર્થનાવાદી મહિલા મંડળની પાસે જઈ પહોંચે છે. આ સમયની એ પ્રાર્થના સભામાં (ભક્તિસભામાં) પાઉલ અને સિલાસના બોધના પરાક્રમે પ્રભુની સેવિકા લુદીઆનું અંતઃકણ એવી રીતે ઉઘાડયું કે તેણે તેઓને, તે પ્રદેશમાં તેઓની સેવાઓના રોકાણ દરમ્યાન પોતાના ઘેર આવી રહેવા માટે ખરા અંતઃકરણથી આગ્રહ અને કાલાવાલા કર્યા. પવિત્રશાસ્ત્ર ગ્રંથસ્થ આ સેવિકાની પરોણાગત અને સેવાઓ કાયમ સંભારણા બની ગયા છે. (પ્રે.કૃ. ૧૬:૧૩ -૧૫)

પ્રભુની સેવિકા એલીઝાબેથ દાસ પણ પ્રેરિતોના કૃત્યો ગ્રંથસ્થ નૈતિકપ્રભાવની પ્રતિભા ધરાવતી પ્રભુની સેવિકા લુદીઆ જેવી જ એક પ્રતિમા છે.

પોતાના અવિરત પ્રયત્નો અને ધર્માવેશની રૂએ તેમણે બીજાઓને સત્યના જ્ઞાનનું માર્ગદર્શન પુરું પાડયું છે, પ્રાર્થના મંડળીનું સંયોજન કર્યું છે, અને પોતાની માતૃભૂમિ ગુજરાત, ભારતમાં સુવાર્તાના સેવકોને મોકલવામાં તેઓ કાર્યસાધર રહ્યા છે. સ્ટાક્ટન કેલીફોર્નીયાની ઈશ્વર વિદ્યાશાળા (ક્રિશ્ચિયન લાઈફ કોલેજ) માં જ્યારે હું અધ્યાપક અને શૈક્ષણિક મંડળના અધ્યક્ષ તરીકેની મારી જવાબદારીઓ સંભાળતો હતો ત્યારે એલીઝાબેથ દાસનું નામ પ્રથમ વાર મારા સાંભળવામાં આવ્યું. ગુજરાત રાજ્ય, ભારતમાં કેટલીક મંડળીઓનું અસ્તિત્વ ધરાવતા ફેઈથ ચર્ચ અને પાળક ક્રિશ્ચિયન દ્વારા અમદાવાદ, ભારત ખાતે આયોજીત અધિવેશનમાં ધર્મોપદેશ અને બોધ પૂરો પાડવા ધર્મ સેવકો મોકલવા માટેની તેઓ યોજનાના યથાર્થ કર્તવ્યની જાણ મને અમારા મિશન ડાયેક્ટર શ્રી ડેરીલ રેશે કરી. નજીકના ભવિષ્યમાં ભરાનાર ભારતની આ મંડળીઓના ધાર્મિક અધિવેશન માટે વક્તાઓની માંગણી તેઓએ ક્રિશ્ચિયન લાઈફ કોલેજને ફોન દ્વારા જણાવી. અમે અમારા બે અધ્યાપકોને ધર્મોપદેશ અને બોધની સેવાઓ પૂરી પાડવા મોકલી આપ્યા. જ્યારે બીજી વખતે ઈલીઝાબેથ દાસે ફોન કર્યો ત્યારે ડેરીલ રેશે આ અધિવેશનમાંથી એકમાં ધર્મોપદેશ કરવા માટે મારી ઈચ્છા પૂછી. હું જવા માટે ઉત્સુક હતો અને મેં તાત્કાલિક જ સફર માટેની તૈયારીઓ શરૂ કરી દીધી. અમારા બીજા અધ્યાપકશ્રી બ્રાયન હેનરી પણ મારી સાથે

જોડાયા હતા અને તેમણે આ અધિવેશનની રાત્રિ સભાઓમાં વચનની સેવાઓની જવાબદારી સંભાળી લીધી. ક્રિશ્ચિયન લાઈફ કોલેજની મારી તે વખતની કાર્યપાલક ઉપપ્રમુખ અને પુરા સમયના અધ્યાપકપદની શૈક્ષિક અને અન્ય જવાબદારીઓ અદા કરવા અમે ગોઠવણ કરી અને દુનિયાના અર્ધભાગની મુસાફરી કરી પૃથ્વીના ગોળાની બીજી બાજુએ વસતા પશ્ચિમ ભારત, ગુજરાતના વિશ્વાસના કુટુંબના અલૌકિક સત્યોને અમારી સેવાઓ ફાળવવા પહોંચી ગયા. ઈ.સ. ૨૦૦૮માં ગુજરાતની મારી બીજી મુલાકાત દરમ્યાન મારો દીકરો પણ મારી સાથે આવ્યો હતો અને આણંદ ખાતેના આધ્યાત્મિક અધિવેશનમાં તેને તેના જીવનના બદલાણનો અનુભવ થયો. જો કે દુનિયાની પ્રદક્ષિણા કરી સેવાઓ માટેની આ મુસાફરી અને અધિવેશનમાં હિસ્સો લેવો તે તો ઘણી ખર્ચાળ બાબત છે પરંતુ તેમાંથી પ્રાપ્ત થતો આશીર્વાદ તે દુનિયાના કોઈ જ દ્રવ્યની તોલે આવી શકતો નથી. મારો દીકરો ભારતની આ મુસાફરી દરમ્યાન ખ્રિસ્તને સોંપાયો. તેના આ નવા જન્મએ તેના જીવનના આદેશોને એક નવું જ પરિવર્તન પમાડયું. હાલ એરીઝોના રાજ્યના ગીલબર્ટ શહેરમાં જ્યાં હું પાળક તરીકે સેવાઓ આપું છું તે જ મંડળીમાં તે ભજનસેવાઓનું આયોજન કરે છે અને મ્યુઝીક ડાયરેક્ટરની સેવાઓ પણ આપે છે. અમારી સેવાઓથી ફક્ત ભારતના જ લોકો આશીર્વાદ પ્રાપ્ત કરે છે એટલું જ નહિ પણ અહીંથી ત્યાં જનારને પણ એવો જ આશીર્વાદ પ્રાપ્ત થાય છે અને ઘણીવાર આશ્ચર્યકારક રીતે!

એલીઝાબેથ દાસની આ પ્રભાવશાળી સેવાઓની અસરો અક્ષરશઃ આખી દુનિયામાં જોઈ શકાય છે. અમેરિકાથી, ભારતમાં પ્રભુના સેવકો મોકલવા તેઓ કાર્યશીલ છે એટલું જ નહિ પરંતુ ધાર્મિક સાહિત્ય પોતાની માતૃભાષા ગુજરાતીમાં ભાષાંતર કરવાનો તેઓને બોજ પણ છે. જ્યારે હું તેઓ સાથે ફોનથી વાત કરુ છું ત્યારે હું અનુભવી શકું છું કે તેઓ સુવાર્તાની સત્યતા ફેલાવવા માટેની નવી દિશાઓની શોધમાં જ હોય છે. પ્રાર્થનાની સેવાઓ પૂરી પાડવામાં તેઓ સક્રિય રીતે નવા માધ્યમોની શોધમાં જ રહે છે જે દ્વારા તેઓ પવિત્ર વચનોના બોધમાંથી પ્રાપ્ત થતું માર્ગદર્શન લેખિત રીતે અને ઈન્ટરનેટ પરના તેઓના યુ-ટ્યુબના સંદેશાઓ દ્વારા પુરું પાડી શકે. એક વ્યક્તિ પોતાની ઈચ્છા, દ્રઢતા અને પ્રાર્થનાઓ દ્વારા જગતમાં કેવુ પરિવર્તન લાવી શકે છે તેનું જીવતું ઉદાહરણ પ્રભુની સેવિકા એલીઝાબેથ દાસ છે.

ડાયના ગીવારા
એલ મોન્ટે. કેલીફોર્નીયા, યુ.એસ.એ.

મારો જન્મ અને ઉછેર કેથોલિક પરિવારમાં થયો હતો પણ ઉંમર વધતા મેં મારા ધર્મને પાળવાનું છોડી દીધું હતું. મારું નામ ડાયના ગીવારા છે અને બાળવયે હું માનતી હતી કે હું ચર્ચમા જાઉં તો મને કંઈક અનુભવ થવો જોઈએ. પણ એવું કંઈ બન્યુ નહીં નાના બાળક તરીકે અમને ‘ઓ આકાશમાંના અમારા બાપ’ અથવા ‘ઓ મેરી’ એ રીતની પ્રાર્થના કરતા શીખવવામાં આવ્યું હતું. પણ હકીકત એ હતી કે હું ઈશ્વરને ઓળખતી ન હતી. ઈ.સ. ૨૦૦૭માં મારો બોયફ્રેન્ડ કે જે મારી સાથે પંદર વર્ષથી હતો તેને કોઈની સાથે પ્રેમ સંબંધ છે તેવી મને જાણ થઈ. તે ઈન્ટરનેટ ની સાઈટો પર પ્રેમગોષ્ટિ કરતો હતો. આ વાતે મારા મનને ઘાયલ કરી નાખ્યું અને હું એટલો બધો આઘાત પામી કે હું હતાશાના અંધકારમાં સરી પડી અને પથારીમા બસ રડયા જ કરવા લાગી. મારી આ ભગ્ન હાલતમાં મેં ૨૧ દિવસમાં ૨૫ પાઉન્ડ વજન ગુમાવી દીધું. મારી દુનિયા લુટાઈ ગઈ હતી. એવી હાલતમાં એક દિવસે મારા પર સીસ્ટર એલીઝાબેથ દાસનો ફોન આવ્યો. તેમને હું ક્યારેય મળી ન હતી. તેમણે મારી સાથે ખૂબ જ સરસ રીતે વાત કરી અને પ્રાર્થના કરાવી તેમજ બાઈબલના વચનોથી મને ઉત્તેજન આપ્યુ. આ રીતે સતત બે મહિના સુધી મારી સાથે વાત કરી અને પ્રાર્થના કરાવી. દર વખતે મને પ્રભુ ઈસુની શાંતિ અને પ્રભુ ઈસુના પ્રેમનો અનુભવ થતો હતો. એપ્રીલ ૨૦૦૭માં પવિત્ર આત્માએ મને ટેક્સાસમાં સીસ. એલીઝાબેથના ઘેર જવા માટે કહ્યું. તેથી હું રીઝર્વેશન કરાવીને ટેક્સાસ તેમના ઘેર પાંચ દિવસ માટે ગઈ. આ બધો સમય અમે બાઈબલ અભ્યાસ અને પ્રાર્થનામાં ગાળ્યો. તેમણે મને બાઈબલમાંથી પ્રભુ ઈસુના નામમાં બાપ્તિસ્મા પામવા માટેના વચનો બતાવ્યા. મેં દેવ વિશે તેમને ઘણા સવાલો પૂછયા અને પછી મને ખાતરી થઈ કે જેમ બને તેમ જલ્દીથી મારે ઈસુના નામમાં બાપ્તિસ્મા લેવું જોઈએ. બાપ્તિસ્મા પામ્યા પછી મને ખબર પડી કે ટેક્સાસ જવા શા માટે હું આટલી ઉતાવળી બની હતી.

અને એ પણ જાણી શકી કે બાળપણથી મને શેની ખોટ વર્તાતી હતી, સર્વશક્તિમાન ઈશ્વરની હાજરીની. કેલીફોર્નિયા પાછા ફર્યા પછી પેસેડીના લાઈફ ચર્ચમાં કે જે પાસ્ટર રીચાર્ડ બ્રાઉનની આગેવાની હેઠળ છે તેમાં હું જવા લાગી. જેવો મેં ચર્ચમાં પગ મૂક્યો કે તરત જ મને દેવના આત્માની હાજરીનો અનુભવ થયો અને મેં નિર્ણય કર્યો કે હવે આ જ મારું ચર્ચ

છે. એ જ ચર્ચમાં મને અન્ય ભાષામાં બોલવાનું પવિત્ર આત્માનું બાપ્તિસ્મા મળ્યું. દેવના ઘરમાં આવીને હું ખૂબ જ આનંદીત છું. અઠવાડિયામાં ત્રણ વખત હું દેવની હાજરીને અનુભવું છું. તે કોઈ ચીલાચાલુ રીતની પ્રાર્થના નથી કારણ કે અમારા પાસ્ટર પ્રભુના સાચા સેવક છે. તેમના દ્વારા હું દેવનું વચન સાંભળુ છું અને દેવના ઘરને પ્રેમ કરું છુ. હું સત્યતાથી કહી શકું છું કે ધર્મ અને સત્ય વચ્ચે તફાવત છે. એ તો દેવનો પ્રેમ જ હતો કે દેવે સીસ. એલીઝાબેથ દાસનો ઉપયોગ મને બાઈબલ અભ્યાસ કરાવવા માટે કર્યો અને દેવના વચન પ્રમાણે તારણની યોજનાની મને જાણ થઈ. હું તો ધર્મમાં જન્મ પામી હતી અને બાઈબલ મારા વિશે શું કહે છે તે સંશોધન કર્યા વગર હુ બધું જાણતી હતી. અગાઉ હું તો મોઢે કરેલી પ્રાર્થનાઓનું રટણ કરતી હતી પણ હવે તે કંટાળાજનક પ્રાર્થનાઓ જતી રહી છે. હવે મને દેવ સાથે વાત કરવામાં આનંદ આવે છે. દેવ છે તે તો હું પહેલેથી જ જાણતી હતી પણ અત્યારે તેની હાજરી અને તેનો પ્રેમ જે હું માણી શકું છું તેવી રીતે ઈશ્વરને ત્યારે ઓળખતી ન હતી. તેની હાજરી મારા જીવનમાં છે તેટલેથી બસ નથી, તેણે મને શાંતિ આપી છે અને જ્યારે મારું જીવન અંત પામ્યું હતું ત્યારે તેમણે મારા હૃદયને સાજું કર્યું. મારા હૃદયમાં જે પ્રેમ હંમેશા ખૂટતો હતો તે પ્રભુ ઈસુએ મને આપ્યો છે. હવે ખ્રિસ્ત વિનાનું જીવન હું કલ્પી શકતી નથી. કારણ કે તેના વિના કઈ જ નથી. તેમણે મારા હૃદયની ખાલી જગા તેમના પ્રેમ વડે ભરી દીધી છે માટે હવે હું કેવળ તેમના માટે જ જીવું છું. પ્રભુ ઈસુ આપણું સર્વસ્વ છે તે તમારા હૃદયને પણ સાજું કરી શકે છે. મારા જીવનને માટે સર્વ મહિમા અને માન હું આપણા પ્રભુ ઈસુને આપું છું.

મેડેલીન એસેન્સિયો,
એલ મોન્ટે, કેલીફોર્નીયા, યુ.એસ.એ.

હું માનતી હતી કે કોઈ માણસ મારા જીવનમાં સંપૂર્ણતા લાવશે. જ્યારે હું પ્રભુ ઈસુ ના પ્રેમમાં પડી ત્યારે જ મેં જાણ્યું કે કેવળ તે અને તે જ એકલા છે જે મારા જીવને સંપૂર્ણ કરે છે. મને તેમનું ભજન કરવા અને તેમનો મહિમા કરવા માટે ઉત્પન્ન કરવામાં આવી છે. મારું નામ મેડેલીન એસેન્સિયો છે અને આ મારી સાક્ષી છે.

માર્ચ ૨૦૦૫થી ચિંતા, અસ્વસ્થતા અને ડીપ્રેશનના હુમલાઓનો હું ત્રણ વર્ષ સુધી ભોગ બની. હું ઘણી વખત હોસ્પિટલમાં જતી અને ત્યાં મને ડીપ્રેશન (હતાશા) માટેની દવા અને

વેલીયમ નામની દવા આપવામાં આવતી હતી. પણ તેના પર આધારિત રહેવાનું હું નકારતી હતી. હું પ્રભુને પ્રાર્થના કરતી હતી કે તે મારી સહાય કરે. ઓક્ટોબર ૨૦૦૮ના એક શનિવારની સવારે મને ભારે ડીપ્રેશનનો હુમલો (માનસિક રોગ) આવ્યો. અને મેં સીસ. એલીઝાબેથ દાસને પ્રાર્થના માટે ફોન કર્યો. મને શું થાય છે તે તેમણે પૂછયું અને તેમણે મારા માટે પ્રાર્થના કરાવી. હું થોડી સાજી થઈ પછી તેમણે મને બાઈબલના કેટલાક શાસ્ત્રભાગો વાંચવા માટે આપ્યા. પ્રભુ મને જ્ઞાન અને સમજણ આપે માટે મેં પ્રાર્થના કરી મેં તે શાસ્ત્રભાગો વાંચ્યા.

'ઈસુએ ઉત્તર આપ્યો કે હું તને ખચીત કહું છું કે જો કોઈ માણસ પાણીથી કે આત્માથી જન્મ્યું ન હોય, તો દેવના રાજ્યમાં તે જઈ શકતું નથી. જે દેહથી જન્મેલું છે તે દેહ છે; અને જે આત્માથી જન્મેલું છે તે આત્મા છે. મેં તને કહ્યું કે તમારે નવો જન્મ પામવો જોઈએ તેથી આશ્ચર્ય પામશો નહિ.' યોહાન ૩ :૫-૭

“ અને તમે સત્યને જાણશો અને સત્ય તમને મુક્ત કરશે.' યોહાન ૮ :૩૨

'ચોરી કરવા, મારી નાખવા તથા નાશ કરવા સિવાય બીજા કોઇ મતલબથી ચોર આવતો નથી. તેઓને જીવન મળે અને તે પુષ્કળ મળે માટે હું આવ્યો છું.' યોહાન ૧૦ :૧૦

હું જાણતી હતી કે દેવ મારી સાથે વાત કરતા હતા. જેમ જેમ હું વધારે પ્રાર્થના કરતી ગઈ અને સિસ્ટર એલીઝાબેથ સાથે વચન વિશે વાતચિત કરતી ગઈ તેમ તેમ મને ખબર પડવા માંડી કે મારે ફરીથી બાપ્તિસ્મા લેવાની જરૂર છે. હું ખૂબ જ પ્રાર્થના કરતી હતી અને દેવ મને તેમની નીકટ ખેંચતા હતા. ૨૦૦૧ થી ૨૦૦૮ સુધી હું કોઈ પણ મીશન તરીકે ગણાતું ન હોય તેવા ચર્ચમાં જતી હતી અને ૨૦૦૭માં મેં બાપ્તિસ્મા લીધું. હું જ્યારે મેં બાપ્તિસ્મા લીધુ ત્યારે સીસ. એલીઝાબેથે મને પૂછ્યું કે મને કેવું લાગ્યું ? ત્યારે મેં તેમને કહ્યું કે 'મને સારું લાગ્યું છે. તેમણે તરત જ મને પૂછ્યું, બસ, એટલું જ ? પછી તેમણે મને પૂછ્યું કે શું તું ઈસુના નામમાં બાપ્તિસ્મા પામી છે ? મેં તેમને કહ્યું કે હું બાપ, પુત્ર તથા પવિત્ર આત્માના નામમાં બાપ્તિસ્મા પામી છું. તેમણે મને પ્રે.કૃ. ૨:૩૮ ધ્યાનપૂર્વક વાંચવાનું કહ્યું,

ત્યારે પીતરે તેઓને કહ્યું કે પસ્તાવો કરો અને ઈસુ ખ્રિસ્તને નામે તમારામાંનો દરેક બાપ્તિસ્મા પામો કે તમારા પાપનું નિવારણ થાય. અને તમને પવિત્ર આત્માનું દાન મળશે.' પ્રે.કૃ. ૨ :૩૮

'પણ ફિલીપ દેવના રાજ્ય તથા ઈસુ ખ્રિસ્તના નામ વિશે સુવાર્તા પ્રગટ કરતો હતો. તેવામાં તેઓનો વિશ્વાસ તેના પર બેઠો અને પુરુષોએ તેમજ સ્ત્રીઓએ પણ બાપ્તિસ્મા લીધું. સિમોને પોતે પણ વિશ્વાસ કર્યો, અને બાપ્તિસ્મા પામીને ફિલીપની સાથે રહ્યો; અને ચમત્કારો તથા મોટા પરાક્રમી કામો બનતા જોઈને તે આશ્ચર્ય પામ્યા. હવે સમરૂનીઓએ દેવની વાત સ્વીકારી છે એવું યરૂશાલેમમાં પ્રેરિતોના સાંભળવામાં આવ્યું, એટલે તેઓએ પીતર તથા યોહાનને તેઓની પાસે મોકલ્યા. ત્યાં પહોંચ્યા પછી તેઓ પવિત્ર આત્મા પામે માટે તેઓએ તેઓને સારું પ્રાર્થના કરી. કેમ કે ત્યાર સુધી તેઓમાંના કોઈના પર તે ઉતર્યો ન હતો; પણ તેઓ માત્ર પ્રભુ ઈસુને નામે બાપ્તિસ્મા પામ્યા હતા પછી તેઓએ તેઓના પર હાથ મૂકયા એટલે તેઓ પવિત્ર આત્મા પામ્યા.' પ્રે.કૃ. ૮ :૧૨-૧૭

'તેના વિશે સઘળા પ્રબોધકો સાક્ષી આપે છે કે જે કોઈ તેના પર વિશ્વાસ કરે છે તે તેના નામથી પાપની માફી પામશે. પીતર એ વાતો કહેતો હતો એટલામાં જ લોકો એ વાતો સાંભળતા હતા તેઓ સર્વના ઉપર પવિત્ર આત્મા ઉતર્યો. ત્યારે વિદેશીઓ ઉપર પણ પવિત્ર આત્માનું દાન રેડાયું છે એ જોઈને સુનતીઓમાંના જે વિશ્વાસ કરનારા પીતરની સાથે આવ્યા હતા તે સર્વ વિસ્મય પામ્યા, કેમ કે તેઓને અન્ય ભાષામાં બોલતા તથા દેવની સ્તુતિ કરતા તેઓએ સાંભળ્યા. ત્યારે પિતરે તેઓને ઉત્તર આપ્યો કે આપણી પેઠે તેઓ પણ પવિત્ર આત્મા પામ્યા છે તો તેઓને બાપ્તિસ્મા આપવાને પાણીની મના કોણ કરી શકે ? તેણે ઈસુ ખ્રિસ્તને નામે તેઓને બાપ્તિસ્મા આપવાની આજ્ઞા કરી. પ્રે.કૃ. ૧૦ :૪૩-૪૭

'જ્યારે એપોલસ કરિંથમાં હતો, ત્યારે પાઉલ ઉપલા પ્રદેશમાં ફરી એફેસસ આવ્યો અને ત્યાં કેટલાકએક શિષ્યો તેને મળ્યા. તેણે તેઓને પૂછયું કે જ્યારે વિશ્વાસ કર્યો ત્યારે તમે પવિત્ર આત્મા પામ્યા ? તેઓએ તેને કહ્યું કે ના, પવિત્ર આત્મા છે એ અમે સાંભળ્યું પણ નથી ત્યારે તેણે તેઓને પૂછયું કે તમે કોનું બાપ્તિસ્મા પામ્યા ? તેઓએ તેને કહ્યું કે યોહાનનું બાપ્તિસ્મા. ત્યારે પાઉલે કહ્યું કે યોહાને પશ્ચાતાપનું બાપ્તિસ્મા કર્યું ખરું; અને

મેં તે તેમની રીતે કર્યું

લોકોને કહ્યું કે મારી પાછળ જે આવે છે તેના પર એટલે ઈસુ પર તમારે વિશ્વાસ કરવો. એ સાંભળીને તેઓએ પ્રભુ ઈસુને નામે બાપ્તિસ્મા લીધું. જ્યારે પાઉલે તેઓ પર હાથ મૂક્યો ત્યારે તેઓના પર પવિત્ર આત્મા આવ્યો. અને તેઓ બીજી ભાષાઓમાં બોલવા તથા પ્રબોધ કરવા લાગ્યા. તેઓ બધા મળીને બારેક પુરુષો હતા.' પ્રે.ક.૧૯:૧-૬

'હવે તું ઢીલ કેમ કરે છે? ઉઠ, અને તેના નામની પ્રાર્થના કરીને બાપ્તિસ્મા લે અને તારા પાપ ધોઈ નાખ.' પ્રે.કૃ. ૨૨ :૧૬

પ્રભુએ મને પ્રગટ કર્યું કે મને પણ પવિત્ર આત્મા મળી શકે છે. જો હું ઈસુના નામમાં બાપ્તિસ્મા લઉં તો મને સાજાપણું મળશે અને મારી ભયંકર પીડામાંથી મને છુટકારો મળશે. જ્યારે ખરેખર ખરાબ દિવસો હોય ત્યારે હું સીસ્ટર એલીઝાબેથને ફોન કરતી અને તે મારે માટે પ્રાર્થના કરાવતા. મને ખાતરી થઈ ગઈ કે હું હવે શત્રુના હુમલાનું નિશાન બની છું. કારણ કે આખરે તેનું કાર્ય યોહાન ૧૦:૧૦ અનુસાર ચોરી કરવી, મારી નાખવું અને નાશ કરવો તે છે.

વર્ષો પહેલા મે એફે. ૬ : ૧૦-૧૮ વાળો શાસ્ત્રભાગ વાંચ્યો હતો અને ત્યારથી જાણ્યું હતું કે મારે આત્મિક શસ્ત્રોથી સજ્જ રહેવાની જરૂર છે. જ્યારે જ્યારે ચિંતા અને હતાશા મારા પર સવાર થવાનો પ્રયત્ન કરે ત્યારે હું લડતી અને ગભરાતી નહીં. નવેમ્બર ૨, ૨૦૦૮ ના રોજ લાઈફ ચર્ચ, પેસેડીનામાં મેં પ્રભુ ઈસુના નામમાં બાપ્તિસ્મા લીધું. એ વખતે મને દેવની આશ્ચર્યજનક શાંતિનો અદ્ભૂત અનુભવ થયો, અને એવો અનુભવ હું બાપ્તિસ્મા લેવા પાણીમાં ઉતરી તે પહેલા તેની સાથે જ થયો. બાપ્તિસ્મા પામીને જ્યારે હું પાણીમાંથી બહાર આવી ત્યારે હું પીંછા કરતા પણ હલકી હોઉં અને વાદળોમાં ચાલતી હોઉં તેવું મને લાગતું હતું. મારું મુખ હસ્યા જ કરતું હતું. મેં દેવની હાજરીનો, શાંતિનો અને પ્રેમનો અગાઉ કદી નહોતો કર્યો તેવો અનુભવ કર્યો. ૨૦૦૮ ના નવેમ્બરની ૧૬મી એ મને પવિત્ર આત્માનું દાન પ્રાપ્ત થયું. અને તેની સાબિતીરૂપે હું અન્ય ભાષામાં બોલવા લાગી. જે ખાલીપણું હું બાળપણથી અનુભવતી હતી તે હવે ભરાઈ ગયું હતું. મેં જાણ્યું કે દેવ મારા પર પ્રેમ રાખે છે અને મારા જીવનને માટે તેમનો મહાન ઈરાદો છે. જેમ હું વધારે તેમને શોધું છું અને પ્રાર્થના કરું છું તેમ તે વધારે પોતાને પ્રગટ કરતા જાય છે. દેવે મને બતાવ્યું છે કે મારે મારા વિશ્વાસને બીજાઓ આગળ પ્રગટ કરવાનો છે. લોકોને આશા અને પ્રેમ આપવાના છે. જ્યારથી હું

પ્રેરિતોના જમાના અનુસારનો નવો જન્મ પામી છું તેમજ મારા માનસિક રોગથી છુટકારો પામી છું ત્યારથી પ્રભુ ઈસુ બીજી વ્યક્તિઓ કે જેઓ પણ માનસિક રોગથી પીડાય છે તેમને મારા જીવનમાં લાવ્યા છે. હવે મારી સેવા તેમની સાથે મારી સાક્ષી વહેંચવાની છે.

સીસ. એલીઝાબેથ દાસને માટે હું પ્રભુ ઈસુની ખૂબ જ આભારી છું. તેમની પ્રાર્થના અને શિક્ષણને કારણે જ હું પણ ઈસુ માટે કામ કરુ છું. તેમની પ્રાર્થનાઓ અને સેવા દ્વારા મારા મમ્મી, દીકરી, આન્ટી અને અન્ય મિત્રો પ્રભુમાં આવ્યા છે. સર્વ મહિમા પ્રભુ ઈસુ ને આપવા મને ઉત્પન્ન કરવામાં આવી છે. તેના પવિત્ર નામને ધન્ય હો.

ટેમી એલ્ફોર્ડ,
માઉન્ટ હેર્મોન, લ્યુસીઆના, યુ.એસ.એ.

હું મારા આખા જીવનપર્યંત ચર્ચમાં ગઈ છું. મારો બોજો પીડિત લોકો માટે છે. સત્યના વચન દ્વારા હું તેમની પાસે જવા ચાહું છું કે તેઓ જાણે કે ઈસુ તેમને માટે આશા છે. જ્યારે પ્રભુએ મને આ બોજ આપ્યો ત્યારે મેં એક પ્રાર્થનાના કપડા ઉપર 'લોકોના નામ' લખીને મંડળીમાં મારો બોજ વહેંચ્યો. અમે પ્રાર્થના અને મધ્યસ્થી શરૂ કરી અને પરિણામે દરેકને પ્રાર્થનાનું એક બેનર મળ્યું કે ઘેર લઈ જઈને તેના માટે પ્રાર્થના કરે. અમારા પહેલાના જે પાસ્ટર મિલર અને તેમનું જે કુટુંબ હતુ (હાલમાં તેમને ભારતમાં મિશનેરી તરીકે બોલાવવામાં આવ્યા છે.) તેમની મારફતે અમે સૌ પ્રથમ વખત સીસ. એલીઝાબેથ દાસને મળ્યા. ફ્રેન્કલીન્ટન, લુસીયાનામાં અમારું કન્ટ્રી ચર્ચ છે. તેમણે તેમનો સત્કાર કર્યો અને તેમણે પોતાની અદભૂત સાક્ષી આપી. દરેક જે હાજર હતા તેમને આશિષ મળ્યો.

થોડા મહિના પછી હું અને સીસ્ટર એલીઝાબેથ પ્રાર્થનાના સાથીદારો બન્યા. તેઓ એક તેજસ્વી વ્યક્તિ છે. આશ્ચર્યકારક રીતે સચ્ચાઈથી તેઓ અનુકૂળ અને પ્રતિકૂળ સમયમાં પ્રાર્થનામાં જીવે છે. અમારો પ્રાર્થનાનો સમય વહેલી સવારનો ટેલીફોન ઉપર હતો. ટેક્સાસથી લુસીયાનાનું જોડાણ હતું. અમારા ઉપર દેવનો આશીર્વાદ હતો. દેવે વૃદ્ધિ આપી અને જુદા જુદા રાજ્યોનું પ્રાર્થના ગ્રુપ ઊભું થયું. ટેલીફોનની કોન્ફરન્સ સીસ્ટમ વડે અમે ઉપવાસ પ્રાર્થનામાં બોજ વહેંચતા અને પરિણામે ઉપકારસ્તુતિના અહેવાલો અમને મળવાના શરૂ થયા આપણો દેવ ઘણો અદભુત છે ! સીસ્ટર એલીઝાબેથ ઘણા ઉત્સાહી

સન્નારી છે કે જેમને આત્માઓ બચે માટે સળગતી તૃષ્ણા છે. તેમની સળગતી જ્યોતે ઘણાઓને પ્રાર્થના માટે સળગતા કર્યા છે અને તેમને દર્શન મળ્યું છે. કોઈ માંદગી કે પીડા કે નર્કનો શેતાન તેમને રોકી શકશે નહિ. ઘણા વર્ષોથી તેઓ ખોવાએલા અને નાશમાં જતા આત્માઓ માટે પ્રાર્થના કરે છે અને તેઓ સુધી પહોંચે છે તે વિશે તો કેવળ અનંતકાળ જ કહેશે. તેમના પોલાદી નિર્ણય અને ખાસ કરીને લોકો માટેના પ્રેમને માટે આપણે દેવનો આભાર માનીએ. તેમની પ્રાર્થનાઓના જવાબમાં મે દેવને પરાક્રમી કામો અને ચમત્કારો કરતા જોયા છે. અહીંના અમારા મિત્રો અને ઓળખીતાઓ એકમતે સાક્ષી આપે છે કે જ્યારે આપણે સીસ્ટર એલીઝાબેથને બોલાવીએ ત્યારે તેઓ વિશ્વાસની પ્રાર્થના કરાવે અને એ પ્રમાણે થાય જ !

ઉદાહરણ તરીકે એક બહેન અમારી સગંતમાં કોઈ કોઈ વખત આવતા હતા તેમને મોટું ઓપરેશન કરાવવાનું થયું. જો કે તેઓ શહેર બહાર રહેતા હતા, તો પણ મેં કહ્યું કે હું સીસ. એલીઝાબેથને ફોન કરીશ અને અમે તેમની માંદગી માટે ફોન પર પ્રાર્થના કરીશું. અમે પ્રાર્થના કરી અને તેમનું દર્દ જતું રહ્યું. સીસ. એલીઝાબેથે કહ્યું, 'હવે ઓપરેશનની જરૂર નથી. તમને સારૂ થઈ ગયું છે.' તેમનું નામ ઓપરેશન માટેના લીસ્ટમાં હતું. તેમને હોસ્પીટલમાં ઓપરેશન કેન્સલ કરવા માટે બોલાવ્યા પણ તેઓ આગળ વધ્યા અને ફરીથી ઓપરેશન માટે નામ નોંધાવ્યું. હોસ્પીટલે ઓપરેશન પહેલાના કોઈ ટેસ્ટ કર્યા વગર તેમનું ઓપરેશન કર્યું. ઓપરેશન પૂરુ થયા પછી હોસ્પીટલે તેમને જણાવ્યું કે તેમના શરીરમાં કોઈ ખામી મળી આવી નથી. ગંભીર બીમારીનો નાનો સબૂત પણ તેમના શરીરમાંથી મળ્યો નથી.

બીજો ચમત્કાર મારા મિત્ર વિશેનો છે. તેમને નાનો છોકરો છે. તેને તાવ આવ્યો અને તે સૂઈ ગયો. અમે ફોન પર સીસ. એલીઝાબેથનો સંપર્ક કર્યો. તેમણે ફોન પર પ્રાર્થના કરાવી. તે નાનો છોકરો તરત જ ઊભો થઈ ગયો અને રમવા લાગ્યો. આમ તેને સાજાપણું મળ્યું. ઘણી વખત અમે ઘરોમાં ભૂતો કાઢવા માટે પ્રાર્થના કરી છે અને અમને ખરેખર લાગ્યું છે કે કંઈ બન્યું હોય. પાછળથી અમને ખુશીના સમાચાર મળે કે તેમને એકદમ શાંતિ મળી છે અથવા રાતે શાંતિથી ઊંઘ કોઈપણ હેરાનગતિ વગર મળી છે.

હું જાણું છું કે જ્યારથી હું આ પ્રાર્થના ગ્રુપની ભાગીદાર બની છું ત્યારથી મારો વિશ્વાસ વધ્યો છે. ઘણી રીતે સીસ. એલીઝાબેથ મારા શિક્ષક બન્યા છે. તેમણે મને દેવના વચન દ્વારા

આત્મિક દોરવણી પૂરી પાડી છે. તેમનુ જીવન બાઈબલમાં આવેલા દૃષ્ટાંતો જેવું સુંદર છે. જેમ કે, "પહાડ પર વસાવેલું નગર છુપાઈ રહી શકતું નથી." તેમજ 'નદીની પાસે રોપાયેલું ઝાડ' આ દષ્ટાંતો પ્રમાણે તેમના મૂળ ખ્રિસ્તમાં ઊંડા છે અને તેથી જ બીજાઓને જે બળ અને જ્ઞાનની જરૂર પડે છે તે તેઓ પૂરા પાડી શકે છે.

હું અંધારી કસોટીઓમાં થઈને ચાલી છું અને હું જાણું છું કે સીસ. એલીઝાબેથે તમામ સંજોગોમાં પ્રાર્થના દ્વારા દ્વારા મને સહાય પૂરી પાડી છે. તેમની સેવા માટે હું આભારી છું તેઓ સાચેસાચ ખ્રિસ્તે પસંદ કરેલા ચમકતા હીરા સમાન છે જે પરાક્રમ સાથે દેવના રાજ્ય માટે વપરાય છે. દર વહેલી પરોઢે તેઓ ખ્રિસ્ત પાસે ખાલી પાત્રો લાવે છે જેને તે ભરપૂરીથી ફરી ભરે છે. સીસ. એલીઝાબેથે પોતાને સત્યતાથી અને શુદ્ધતાથી ખ્રિસ્તને અને તેના રાજ્યને સોંપાયા છે માટે પ્રભુની ખૂબ આભારી છું. દેવને મહિમા હો!

રહોન્ડા કાલાહન
ફોર્ટ વર્થ, ટેક્સાસ, ૨૦ મે, ૨૦૧૧

૨૦૦૭માં કોઈ સમયે હું ડલાસ શહેરમાં એક ઓવરબ્રીજ પરથી પસાર થઈ રહી હતી ત્યારે મારું ધ્યાન બ્રીજની નીચે સૂઈ રહેલી બે બેઘર વ્યક્તિઓ પર પડયું. મારું હૃદય કરુણાથી ભરાઈ ગયું. મેં પ્રભુને કહ્યું, ઓ પ્રભુ ! જો તમે આજે આ પૃથ્વી પર હોત તો તમે તેમને સ્પર્શ કરત અને તેમના મનોને સાજા કરીને તંદુરસ્ત કરત. તેઓ સમાજમાં પોતાનો ફાળો આપીને સામાન્ય જીવન જીવતા હોત. તરત જ પ્રભુ ઈસુએ મારા હૃદય સાથે વાત કરી. તું જ મારા હાથ અને પગ છે. મને એજ વખતે પ્રભુ ઈસુ શું કહેવા માગતા હતા તે મને ખબર પડી. હું જોરથી રડીને પ્રભુ ઈસુની સ્તુતિ કરવા લાગી. મારામાં એ સામર્થ્ય આવ્યું કે તે માણસોને હું સ્પર્શ કરું અને સાજા કરું. મારું સમાર્થ્ય નહિ, પણ તેમનું (પ્રભુનું) સામર્થ્ય.

પ્રે.કૃ. ૧:૮ પ્રમાણે 'પણ પવિત્ર આત્મા તમારા પર આવશે ત્યારે તમે સામર્થ્ય પામશો અને યરૂશાલેમમાં, આખા યહુદાહમાં, સમરૂનમાં અને પૃથ્વીના છેડા સુધી તમે મારા સાક્ષી થશો.'

“તમે પણ સત્યનું વચન એટલે તમામ તારણની સુવાર્તા સાંભળીને અને તેના પર વિશ્વાસ રાખીને તેમનામાં વચનના પવિત્ર આત્માથી મુદ્રાંકીત થયા. એફે. ૧:૧૩

આ અભિષેક અને સામર્થ્ય મને ૧૯૮૭માં મળ્યું હતું. દેવે મને પોતાના મહિમાથી પવિત્ર આત્માનું બાપ્તિસ્મા આપ્યુ હતું. ઘણી વખત આપણા મનમાં વિચાર આવે છે કે જો આજે દેવ અહીં હોતતો કેવું સારું થાત ! આપણામાં ચમત્કારો થતા હોત. પણ આપણે સમજવું જોઈએ કે જ્યારે તે આપણને પવિત્ર આત્માથી ભરે છે ત્યારે તે આપણને ચમત્કારો કરવાનો અધિકાર આપે છે. આપણે તેના હાથ અને પગ બનીએ છીએ. આ અદ્ભૂત સંદેશો જેઓને જરૂર છે તેઓને પ્રગટ કરવાને માટે આપણને તેડવામાં આવ્યા છે.

પ્રભુનો આત્મા મારા પર છે, કેમ કે દરિદ્રીઓ આગળ સુવાર્તા પ્રગટ કરવા સારુ તેણે મારો અભિષેક કર્યો છે. બંદીવાનોને છુટકો તથા આંધળાઓને દૃષ્ટિ પામવાનું જાહેર કરવા, ઘાયલ થયેલાઓને છોડાવવા તથા પ્રભુનું માન્ય વર્ષ પ્રગટ કરવા સારુ તેણે મને મોકલ્યો છે.' લુક ૪ :૧૮,૧૯

જો કે હું ૧૯૮૭થી પવિત્ર આત્માથી ભરપૂર થઈ હતી, મારા પર પાછલા કેટલાક વર્ષોમાં કેટલાક ભારે પ્રહારો આવ્યા હતા. હું ચર્ચ સંગતમાં વિશ્વાસુપણે જતી હતી, હું સન્ડેસ્કૂલની શિક્ષિકા હતી અને બાઈબલ કોલેજના ચાર વર્ષ મે પૂરા કર્યા હતા. ચર્ચમાં જે કંઈ કામ સોંપવામાં આવે તે કરવા માટે વોલેન્ટીયર તરીકે મેં સંમતિ આપી હતી. આમ છતાં હું અતિશય ત્રાસ હેઠળ હતી. હું વિશ્વાસમાં સ્થિર હતી કે દેવે જે પ્રતિજ્ઞા કરી છે તે પૂરી કરવા તેઓ સમર્થ છે; પણ હું તુટેલા વાસણ જેવી હતી. એક સમય હતો કે જ્યારે હું પ્રાર્થનામાં પ્રભુ આગળ પરિશ્રમ કરતી હતી, અને મધ્યસ્થી કરતી હતી, રોજ બાઈબલ વાંચતી હતી, મને તક મળે ત્યાં અવશ્ય સાક્ષી આપતી હતી પણ હવે હું પ્રાર્થનામાં ધીમી પડી ગઈ હતી, હતાશા અને નિરાશાને કારણે મારા પર માનસિક ત્રાસ હદ બહાર વધી ગયો. મારી પુત્રીએ થોડા વખત પહેલાં જ તેના પતિને છોડી દીધો હતો. અને છુટાછેડા માટે અરજી કરી હતી. તે વખતે તેમનો દીકરો ૪ વર્ષનો હતો અને માબાપના છૂટા પડવાથી તે કેટલું દુઃખ પામતો હતો તે મેં જોયું છે. એ બાળક આવા ભંગીત ઘરમાં ઉછરશે એ વિચારથી મને વધારે ત્રાસ થાય છે. જો તેને સાવકા માતાપિતાને ત્યાં ઉછરવું પડે તો તે સંજોગોના બાળકના દુ:ખોની મને ચિંતા થાય છે. તેઓને બાળક પર પ્રેમ ના હોય અને બાળકને પણ મનમાં થાય કે તેઓને મારા પર કોઈ

એલિઝાબેથ દાસ

પ્રેમ નથી. આવા ભયંકર વિચારોની દોડ મારા મનમાં લાગી હતી. હું રોજ રડતી હતી. મારા કેટલાક મિત્રોને મેં આ વિચારો કહ્યા. તેઓએ મને એક જ વાત કહી, દેવ પર વિશ્વાસ રાખ. હું જાણતી હતી કે દેવ શક્તિમાન છે પણ મેં વિશ્વાસ ગુમાવ્યો હતો. જ્યારે મેં પ્રાર્થના કરી ત્યારે મેં આજીજી કરી અને પ્રભુ આગળ રડી અને તે બાળકને સંભાળવાનું પ્રભુને કહ્યું. મને ખબર હતી કે પ્રભુ તેમ કરશે. પણ મને શું તે મદદ કરી શકે ?

ખોરાક લેવાની બાબતમાં પણ મારે યુદ્ધ કરવું પડતું હતું. હું વધારે ખાવા લાગી જેથી મારી મનોદશાને સાંત્વના મળે. આને ઓબેસીટી કહે છે. મારે ખોરાક ખાવો જરૂરી હતો. મારા જીવન પર મારા દેહનું રાજ હતું. હું આત્મામાં ચાલતી ન હતી પણ વધારે દેહમાં ચાલતી હતી અને દેહની વાસનાઓને સતત તૃપ્ત કરતી હતી. મને તો એવું જ લાગતું હતું.

માર્ચ ૨૭, ૨૦૧૧ ના દિવસે ચર્ચ છૂટયા પછી બહેનોની પ્રેમભોજનની સંગત હતી. મને બોલવા માટે કહેવામાં આવ્યું. યાદ રાખો કે ચર્ચમાં હું સ્વસ્થ વિશ્વાસી તરીકે જ ગણાતી હતી, જ્યારે અંગત રીતે હું ભંગિત હતી અને મારા હૃદયની સ્થિતિની ઊંડાઇ વિશે ઘણા જ ઓછાને ખબર હતી. જમણ પત્યા પછી સીસ. એલીઝાબેથ સુસ્મિત ચહેરે મારી પાસે આવ્યા અને મને તેમનો ફોન નંબર આપ્યો, અને કહ્યું, "ચર્ચ પછી જો કોઈ જગાએ જવાની તમારી ઈચ્છા હોય તો મને ફોન કરજો. તમે મારી સાથે મારા ઘેર રહી શકો છો. તેમણે મને તેમના ઘેર જવાનું કહ્યું તેનું કારણ એ હતું કે ચર્ચથી મારા ઘરનો રસ્તો ૬૫ માઇલની કારની મુસાફરીનો હતો તેથી સાંજની મીટીંગમાં હાજર રહેવા માટે મારે ઘેર જવું અને પાછા આવવું ઘણું મુશ્કેલ હતું. તેથી હું વિચારતી હતી કે સાંજની મીટીંગ સુધી હું આસપાસ કોઇને ત્યાં રોકાઈ જાઉં અને મુસાફરી ના કરું.

બે અઠવાડિયા પસાર થઈ ગયા હતા અને મને લાગતું હતું કે હું વધારે હતાશામાં સરી પડી રહી છું. એક દિવસે સવારે નોકરી પર જતી વખતે મેં મારા પર્સમાંથી શોધ કરીને સીસ. એલીઝાબેથનો નંબર કાઢયો. મેં તેમને ફોન કરીને મારે માટે પ્રાર્થના કરવા વિનંતી કરી. મેં ધાર્યું હતું કે તેઓ સારું કહીને ફોન મૂકી દેશે. પણ મારા આશ્ચર્ય વચ્ચે તેમણે કહ્યું કે તેઓ અત્યારે જ મારા માટે પ્રાર્થના કરશે. મેં મારી કાર રસ્તાની એક બાજુએ લીધી અને તેમણે પ્રાર્થના કરાવી.

બીજે અઠવાડિએ ચર્ચ પછી હું તેમની સાથે તેમના ઘેર ગઈ. થોડી વાતચિત પછી તેમણે મારે માટે પ્રાર્થના કરાવવાનું કહ્યું. તેમણે મારા માથા પર હાથ મૂક્યો અને પ્રાર્થના શરૂ કરી. તેમના અવાજમાં સામર્થ્ય અને અધિકાર સાથે તેમણે મારા છુટકારા માટે દેવને વિનંતી કરી. જે અંધકારના પરિબળોએ સતત ખાવાની આદત કે ખાઉધરો આત્મા જમવાની બાબતમાં, માનસિક રીતે, હતાશા અને હેરાનગતિ રૂપે મને ઘેરી રાખી હતી તેમને તેમણે ધમકાવ્યા.

મને તે દિવસે ખાતરીપૂર્વક ખબર પડી કે પ્રભુએ તે હાથોનો ઉપયોગ જે ભયંકર માનસિક ત્રાસ હું સહન કરી રહી હતી તેમાંથી મને છોડાવવા માટે કર્યો. જે પળે સીસ. એલીઝાબેથ દેવને પોકાર્યા તે જ પળે દેવે મને મુક્ત કરી !

વિશ્વાસ કરનારાઓને હાથે આવા ચમત્કારો થશે. મારે નામે તેઓ ભૂતો કાઢશે, નવી બોલીઓ બોલશે; સર્પોને ઉઠાવી લેશે, અને જો તેઓ કંઇ પ્રાણઘાતક વસ્તુ પીવે તો તેઓને કંઈ ઈજા થશે નહિ; તેઓ માંદાઓ પર હાથ મૂકશે એટલે તેઓ સાજા થશે.' માર્ક ૧૬ : ૧૭,૧૮

'પ્રભુ યહોવાનો આત્મા મારા પર છે કારણ કે દીનોને વધામણી કહેવા સારુ યહોવાએ મને અભિષિક્ત કર્યો છે. ભગ્ન હૃદયોવાળાને સાજા કરવા સારુ, બંદીવાનોને છુટકારાની તથા કેદીઓને કેદખાનું ઉઘાડવાની ખબર પ્રસિધ્ધ કરવા સારૂ .... તેણે મને મોકલ્યો છે.' યશા. ૬૧:૧

પ્રભુ ઈસુને આપણી જરૂર છે કે આપણે તેના હાથ અને પગ બનીએ. સીસ. એલીઝાબેથ દેવના સાચા સેવિકા છે. દેવના સામર્થ્યથી ભરપૂર અને તેના વચનને આધિન છે. હું પ્રભુની ખૂબ આભારી છું કે એલીઝાબેથ જેવા સેવિકા આપણી મધ્યે છે, જેઓ ખ્રિસ્તના મૂલ્યવાન લોહીના પરાક્રમ પર વિશ્વાસ કરે છે, તેમના આત્માથી મુદ્રાંકિત થયા છે અને જે અદ્ભૂત તેડાથી દેવે તેમને બોલાવ્યા છે તેને પરિપૂર્ણ કરે છે. તે દિવસે દેવે મારી પીડાને દૈવી સુંદરતામાં પલ્ટી નાખી. અને મારા પરના બોજાને સ્થાને મને આનંદનું તેલ આપ્યું.

એલિઝાબેથ દાસ

“સિયોનમાંના શોક કરનારાઓને રાખને બદલે મુગટ, શોકને બદલે હર્ષનું તેલ, ખિન્ન આત્માને બદલે સ્તુતિરૂપ વસ્ત્ર આપવા સારું તેણે મને મોકલ્યો છે, જેથી તેઓ તેના મહિમાને અર્થે ધામિર્કતાના વૃક્ષ, યહોવાની રોપણી કહેવાય.' યશા. ૬૧ :૩

હું, તમને આજે પડકાર આપું છું. દેવને તમારા પૂરા હૃદયથી શોધો કે જેથી તમે તેના સામર્થ્યની ભરપૂરીમાં ચાલી શકો. તમે ઈસુ ખ્રિસ્તને બીજાઓ આગળ પ્રગટ કરો માટે તે તમને તેના હાથ અને પગ બનાવવા ચાહે છે. આમેન!

માર્ટીન રાઝો
સાન્તા એના , કેલીફોર્નિયા, યુ.એસ.એ.

મારું બાળપણ દુઃખમાં વિત્યુ હતું જો કે હું લોકોથી ઘેરાયેલો હોવા છતાં. હું ઊંડી એકલવાયાપણાની લાગણી અનુભવતો હતો. મારું નામ માર્ટિન રાઝો છે. અને આ રીતે મારું બાળપણ આગળ વધતું જતું હતું. માધ્યમિક શાળામાં દરેક જણ જાણતુ હતુ કે હું કોણ હતો, જો કે તેઓ બધા એ વર્તુળમાં ન હતા કે જેમને હું “બેપરવાહ લોકો'” તરીકે ગણતો હતો. મારે બે એક ગર્લ ફ્રેન્ડ હતી, ડ્રગ્સ લેતો હતો અને એ રીતે જીવન જીવતો હતો કે જાણે આ બધુ સામાન્ય હોય. કારણ કે મોટાભાગના દરેક આજ રીતે જીવન જીવતાં હતા. શુક્રવારે અને શનિવારની રાત્રે, હું મારા મિત્રો સાથે ઉન્મત બનતો અને છોકરીઓ સાથે કલબમાં જતો.

મારા પિતા હંમેશા મારી પાછળ ખબર રાખતા કે હું શું કરતો હતો અને ક્યાં જતો હતો. હું એ સમજી શકતો ન હતો કે તેઓ આટલા કડક કેમ હતા. તેથી તેમના પ્રત્યે મારા હૃદયમાં ધિક્કારની લાગણી વધતી જતી હતી. કૌટુંબિક મિત્ર સીસ્ટર એલીઝાબેથ દાસ, મારા માટે અને મારા કુટુંબ માટે પ્રાર્થના કરતા. કારણ કે તેઓ કહેતા કે અમારે ઈસુના નામમાં તારણની જરૂર છે, ધર્મની નહિ. મારો જન્મ એક પ્રેમાળ કેથોલિક કુટુંબમાં થયો હતો અને પછીથી મેં એક એવી ખ્રિસ્તી મંડળીમાં જવાની શરૂઆત કરી કે જે દેવત્વમાં ત્રણ વ્યક્તિઓ છે કે જે ‘ત્રિએકતા’ કહેવાય છે. એમાં વિશ્વાસ કરતી હતી.

હું ક્યારેય ૨૦૦૩નો ઉનાળો ભૂલીશ નહીં કે જેણે મારું જીવન બદલી નાંખ્યું. સીસ. એલિઝાબેથ દરેક સાક્ષી કે જે તેઓ જાણતા તે સાક્ષી અમને આપતા એ જરાપણ કંટાળાજનક ન હતું. હકીકતમાં જે તેઓ કહેતા એ ખરેખર ખૂબ જ રસપ્રદ હતું. હું એ વિચાર્યા કરતો કે જે તેઓ કહેતા, તેમાં તેઓ ખરેખર વિશ્વાસ કરતા હતા.

ત્યારબાદ, એકાએક ઘરે બધુ ઉથલ-પાથલ થવા લાગ્યું. એવું લાગતું હતુ કે જાણે ઈશ્વર મને ચેતવણી આપી રહ્યા હતા અને ભય દ્વારા મને બોલાવી રહ્યા હતા. મને ત્રણ ખૂબ જ ડરામણા અનુભવો થયા કે હું આ બધુ માનવા લાગ્યો.

પ્રથમ, હું ડ્રગ્સ સાથે પકડાઈ ગયો એટલે ઘરેથી નાસી ગયો પણ લાંબા સમય સુધી નહિ. મારા આન્ટીએ મારી પાસે મારા મમ્મીને ફોન કરાવ્યો અને એ જાણીને કે મારા મમ્મીને ડાયાબીટીસ (મધુપ્રમેહ) છે તેથી હું ઘરે પાછો ફર્યો.

બીજું કે, હું સવારે ૨:૦૦ વાગે નાઈટકલબમાંથી આવી રહ્યો હતો અને એક સ્વંય થતો અકસ્માત જોયો કે જેમાં મારી ગાડીને ફૂંકી મારવામાં આવી અને તે હવામાં જતી રહી. એ સમય દરમ્યાન, હું સીસ. દાસ પાસે બાઈબલ અભ્યાસ માટે જતો હતો.

તૃતિય, એક મિત્ર પાસે મેં સવારી માંગી અને જેમ અમે વાતો કરવાની શરૂ કરી ત્યારે તેણે મને કહ્યું કે તેણે તેનો આત્મા શેતાનને વેચી દીધો હતો અને તેની પાસે લાઈટને ચાલુ અને બંધ કરવાનું સામર્થ્ય હતું. તેની આંખો પટપટાવીને તેણે રસ્તા પરની લાઈટોને ચાલુ બંધ કરીને, મને તેણે તે બતાવી આપ્યું. મેં તેનો ચહેરો જોયો તો જાણે કે તે શેતાનમાં પરિવર્તન પામી રહ્યો હતો. હું કારમાંથી કૂદી પડયો અને જેટલું શક્ય બને એટલી ઝડપથી ઘર તરફ દોડવા લાગ્યો. કલાકો પછી, હું સીસ. એલીઝાબેથે જે કીધું હતું તે વિશે વિચારવા લાગ્યો અને વિચાર્યું કે તે પણ એટલું જ વાસ્તવિક હોવું જોઈએ. શરૂઆતની મંડળી દ્વારા અને પ્રેરિતોનાં કૃત્યોમાં જેમ ઈસુના નામમાં બાપ્તિસ્માની વાત કરવામાં આવી છે, તેનાં પરનો બાઈબલ અભ્યાસ સીસ. દાસે મને ફોન ઉપર આપ્યો. એ વખતે, મારી આત્મઘાતક વૃત્તિ વિશે તેઓ જાણતા ન હતા. પણ પવિત્ર આત્માએ તેમને કહ્યું કે મારે તરત જ સાંભળવાની જરૂર હતી. કારણ કે તેઓ મને ફરી જોઈ નહિ શકે તેવું પવિત્ર આત્માએ તેમને કહ્યું. હું બાપ્તિસ્મા પામ્યો, જ્યારે હું એ મંડળીમાં જતો હતો કે જે ઈશ્વર ત્રણ વ્યક્તિઓની પવિત્ર

ત્રિએકતા છે તેમાં વિશ્વાસ કરતી હતી. હું એ મંડળીમાંથી પ્રેરિતોના સિદ્ધાંત તરફ ગમન કરી રહ્યો હતો.

ઈશ્વર એક છે! ઈશ્વર આત્મા છે, ઈસુ ઈશ્વર હતા જે સદેહે માણસોની મધ્યે વસ્યા. દેવ તે આત્મા કે જેને આજે આપણે પવિત્ર આત્મા કહીએ છે જે આપણામાં વસે છે. આ જ પ્રેરિતોનો સિદ્ધાંત હતો અને છે, મે એનો જ સ્વીકાર કર્યો હતો, જે મને સત્ય તરીકે શીખવવામાં આવ્યું હતું. આ માન્યતા (વિશ્વાસ) નો ઉદ્ગમ ક્યારે અને ક્યાંથી થયો હતો તે હું જાણતો ન હતો.

અઠવાડિયા પછી, સીસ. એલિઝાબેથે મને, મારા અંકલના ઘરે બાઈબલ અભ્યાસ માટે જવા કહ્યું. બ્રધર જેમ્સ મીન. કે જેઓ પાસે સાજાપણા અને છુટકારાનું દાન છે તેઓ તેમની સાથે આવ્યા. એ રાત્રે ઘણા ચમત્કારો થયા અને બાઈબલ અભ્યાસ પછી તેઓએ અમને પૂછ્યું કે અમારે પવિત્ર આત્મા પ્રાપ્ત કરવો છે. અમારામાંના મોટાભાગનાએ હા કહ્યું. હું હજુ પણ એમ જ વિચારતો હતો કે આ ગાંડપણ છે અને શક્ય નથી છતાં પણ હું ગમે તેમ કરીને આગળ વધ્યો. જ્યારે બ્રધર જેમ્સ અને સીસ. એલિઝાબેથે મારે માટે પ્રાર્થના કરી, ત્યારે મારા ઉપર પરાક્રમ આવ્યું. હું એ નહોતો જાણતો કે આનંદની આ શક્તિશાળી લાગણીનો કેવી રીતે પ્રત્યુત્તર આપવો. પ્રથમ, મેં આ સામર્થ્યની લાગણીને દબાવવાની કોશીશ કરી. પછી બીજી વખત, તે પ્રથમનાં કરતાં વધારે શક્તિશાળી રીતે આવી અને જ્યારે મેં ફરી એક વાર તેને દબાવવાની કોશીશ કરી તો તે વધારે મજબૂત બની. ત્રીજી વખત હું આત્માને દબાવી ના શક્યો અને અન્ય ભાષામાં બોલવા લાગ્યો જે હું જાણતો ન હતો. હું વિચારતો હતો કે અન્ય ભાષામાં બોલવું એ જૂઠાણુ હતું. એટલે જ્યારે પ્રથમ વખત પવિત્ર આત્માનો આનંદ મારા પર આવ્યો ત્યારે હું બોલવાનો પ્રયત્ન કરી રહ્યો હતો.પરંતુ તેને રોકવાનો પ્રયત્ન કર્યો કારણ કે હું ગભરાઈ ગયો હતો. ઈસુએ મને બધી જ ગમગીની અને આત્મહત્યાના વિચારોમાંથી સાજાપણું આપ્યું.

આજે હું ૨૮ વર્ષનો છું અને ઈશ્વરે સાચે જ મારા જીવનને વધુ સારા માર્ગે બદલી નાખ્યું છે. મેં બાઈબલ સ્કૂલ પૂર્ણ કરી છે અને ઈશ્વરે મને સુંદર પત્નીથી આશીર્વાદીત કર્યો છે. અમારી મંડળીમાં અમારી જુવાનો મધ્યે સેવા છે અને ઈશ્વરના સેવક તરીકે આ સેવાને હું આગળ ધપાવી રહ્યો છું. સીસ. દાસે ક્યારેય રાઝો કુટુંબ અને મારા માટેનાં પ્રયત્નો છોડી દીધા નહિ.

તેમની ઘણી પ્રાર્થનાઓ અને ઈશ્વરનાં સામર્થ્યની સાક્ષીઓ વહેંચવાને કારણે આખા રાઝો કુટુંબનું ભલું થયું છે. અમારા ઘણા સગા - સંબંધીઓ અને પાડોશીઓ પ્રભુ ઈસુ ખ્રિસ્ત તરફ ફર્યા છે. હવે, મારી પાસે પણ સાક્ષી છે મને કહેવા દો કે તમારે ક્યારેય પણ તમારા વહાલાઓ અને લોકો માટે પ્રાર્થના કરવાનું પડતું મુકવું જોઈએ નહિ. તમે જાણતા નથી કે ઈશ્વર શું કરી રહ્યા છે અને તેમના માર્ગો પરિપૂર્ણ કરવા માટે કેવા ઉપાયો અજમાવી રહ્યા છે. !!!

હાયરો પીનીયા મારી સાક્ષી
Dallas Texas

મારું નામ હાયરો પીનીયા છે અને હું હાલમાં 24 વર્ષનો છું અને ડલ્લાસ, ટેક્સાસમાં રહું છું. કેથોલિક સંપ્રદાયમાં વિશ્વાસ રાખતા પરિવારમાં મારો ઉછેર થઈ રહ્યો હતો અને અમે વર્ષમાં એક જ વખત ચર્ચમાં જતા હતા. હું ઈશ્વર વિશે જાણતો હતો પરંતુ ઈશ્વરને જાણતો ન હતો. જ્યારે હું ૧૬ વર્ષનો હતો, ત્યારે ડોક્ટરે મને મારા જમણા પગમાં એક જીવલેણ ગાંઠ હોવાનું નિદાન કર્યું જે ઑસ્ટિઓસારકોમા(હાડકાનું કેન્સર) તરીકે ઓળખાય છે. આનો સામનો કરવા મેં એક વર્ષ કીમોથેરાપી અને સર્જરીઓમાંથી પસાર કર્યું. આ સમય દરમિયાન મારી પાસે ઈશ્વરને પોતાને મારી સમક્ષ પ્રગટ કરતી સૌથી જૂની સ્મૃતિ છે. તે બાબત મને એક મિત્ર અને તેની માતા સાથે ગારલેન્ડ, ટેકસાસમાં આવેલી આ નાની ઇમારત તરફ દોરી ગઈ. મારા મિત્રની માતાને એક ખ્રિસ્તી યુગલ સાથે મિત્રતા હતી જે અમને એક પાળક પાસે લઈ ગયા જે આફ્રિકન વંશના હતા. પાછળથી મને ખબર પડી કે આ પાળક પાસે ભવિષ્યવાણીની ભેટ હતી.

જેઓની સાથે હું આ નાના મકાનમાં ગયો હતો, તેઓના પાળકે હાડકાના કેન્સર માટે ભવિષ્યવાણી કરી હતી, પરંતુ તેમણે મારા વિશે જે ભવિષ્યવાણી કરી હતી તે મારા મનમાં કાયમ માટે ઠસી ગઈ. તેમણે કહ્યું "અરે ! તમારી પાસે એક મોટી સાક્ષી હશે અને તેની સાથે ઘણા લોકોને ઈશ્વર પાસે લાવશો !" હું શંકાશીલ હતો અને મારા જીવનમાં પાછળથી ખરેખર શું બનવાનું છે તે નહીં જાણતો હોવાથી અચંબિત હતો. કેન્સર સાથેની મારી પ્રથમ લડાઈ પૂરી કર્યાના લગભગ ૨ વર્ષ પછી, હું અગાઉ ઉલ્લેખિત સ્થાનની આસપાસ ફરી વળ્યો.

વધુ સુનિશ્ચિત કીમો હોવાને કારણે અને મારા જમણા પગને કાપી નાખવાની જરૂર હોવાને કારણે તે મને આ વિશે ખૂબ જ બરબાદ કરે છે. હું મારી જાતને માનસિક રીતે તૈયાર કરવાની આશામાં આ સમયે મારા પોતાના માટે ઘણો સમય લેતો. એક દિવસે હું એક તળાવ પાસે થોભ્યો અને ખરા હૃદયથી ઈશ્વરને પ્રાર્થના કરવાનું શરૂ કર્યું. મને ખબર ન હતી કે પ્રાર્થના કરવાનો ખરેખર અર્થ શું છે, તેથી મેં ફક્ત મારા મન અને હૃદયમાં જે હતું તેમાંથી ઈશ્વર સાથે વાત કરવાનું શરૂ કર્યું. મેં કહ્યું, "પ્રભુ જો તમે ખરેખર જીવંત ઈશ્વર છો તો મને તેની ખાતરી કરાવો અને જો તમે મારા પર પ્રેમ કરો છો તો તેની પણ મને ખાતરી કરાવો."

લગભગ ૧૫ મિનિટ પછી એલ.એ ફિટનેસ ખાતેના જીમનું સભ્યપદ રદ કરાવવા ગયો, જ્યાં મેં મારા એક મિત્રને કસરત કરતા જોયો. મેં તેને સમજાવ્યું કે હું મારું સભ્યપદ કેમ રદ કરી રહ્યો છું. અને તેણે પ્રશ્ન કર્યો કે હું કેમ મારું સભ્યપદ રદ કરાવવા માંગતો હતો. પછી તેણે કહ્યું, "યાર તમારે મારા ચર્ચમાં જવું જોઈએ. મેં ત્યાં ઘણા ચમત્કારો જોયા છે અને લોકો સાજા થયા છે." મારી પાસે ગુમાવવા માટે કંઈ ન હતું, તેથી મેં જવાનું શરૂ કર્યું. તેણે મને બાપ્તિસ્મા અને પવિત્ર આત્માથી ભરપૂર થવા વિશેના કૃત્યોનાં પુસ્તકની કલમો બતાવવાનું શરૂ કર્યું. તેણે મારી સાથે પવિત્ર આત્માની અન્ય ભાષા વિશે વાત કરી, જે મને વિચિત્ર લાગ્યું, પરંતુ તેણે મને બાઇબલના પુરાવાઓ વિશે મારું ધ્યાન દોર્યું. પછીની બાબત હું જાણતો હતો, અને હું ચર્ચમાં ગયો અને જ્યારે તેઓએ પૂછ્યું કે કોણ પોતાનું જીવન ખ્રિસ્તને સમર્પિત કરવા અને બાપ્તિસ્મા લેવા માંગે છે. ત્યારે હું પુલપીટ પાસે ગયો અને એક પાળકે મારા માથા પર હાથ મૂક્યો. તેમણે મારા માટે પ્રાર્થના કરવાનું શરૂ કર્યું. અને જે દિવસે તેમણે મને બાપ્તિસ્મા આપ્યું તે જ દિવસે મેં અન્ય ભાષામાં બોલવાનું શરૂ કર્યું. આનાથી મને નવા જન્મનો અનુભવ થયો પણ મને ખબર ન હતી કે હવેથી હું આધ્યાત્મિક યુદ્ધમાં છું.

આ અનુભવ પછી પણ, મારા પર હુમલો થવા લાગ્યો અને હું ઈશ્વરથી દૂર થવા લાગ્યો. હું એ પણ ઉલ્લેખ કરવા માંગું છું કે મેં બાપ્તિસ્મા લીધું તે પહેલા, અશુદ્ધ આત્માઓએ મારા પર આધ્યાત્મિક હુમલો કર્યો હતો, અને તેમાંના કેટલાકને સ્પષ્ટ પણે સાંભળ્યા પણ હતા. એમાંના એકને મેં સવારના 3-00 કલાકે મારા ઘરની બારી બહાર બાળકના અવાજમાં હસતા સાંભળ્યો, અને એકને મને જાતીય રીતે સ્પર્શ કરીને હસતા સાંભળ્યો અને અન્ય એકને મેં તે મને નર્કમાં લઈ જશે એવું કહેતા સાંભળ્યો. મારા પર અન્ય કેટલાક હુમલાઓ પણ થયા હતા પરંતુ તે અલગ પ્રકારના છે.

હવે, હું ઈશ્વરથી દૂર જતો રહ્યો હતો તે વાત પર ફરી પાછા આવીએ. મારે એક છોકરી સાથે સંબંધ હતો જેણે આખરે મારી સાથે છેતરપિંડી કરી અને મારા હૃદયના ટુકડા કરી નાખ્યા. અમે લગભગ એક વર્ષ સાથે હતા અને તે દુઃખદ રીતે સમાપ્ત થયું. જ્યારે હું ખાલીપણાનો સામનો કરવાનો પ્રયાસ કરી રહ્યો હતો, ત્યારે મેં પીવાનું અને ધુમ્રપાન કરવાનું શરૂ કર્યું. પછી જ્યારે હું દુઃખી હતો ત્યારે મેં ઈશ્વર પિતાને મારી મદદ કરવા અને મને ફરીથી તેમની નજીક લાવવા માટે વિનંતી શરૂ કરી. અને હું ઈશ્વર પિતાની દયા ખરેખર શું હોય છે તે જાણતો ન હોવા છતાં તેમની દયા નો અનુભવ કરવાનું શરૂ કર્યું.

મેં મારા મિત્ર અને તેની મમ્મી સાથે જે ચર્ચમાં મેં બાપ્તિસ્મા લીધું હતું તે પેન્ટીકોસ્ટલ ચર્ચમાં ફરીથી જવાનું શરૂ કર્યું. આ એ સમય હતો કે જ્યારે બાઇબલનું મારું જ્ઞાન ખૂબ જ વધવા લાગ્યું. હું ફાઉન્ડેશન કોર્સમાંથી પસાર થયો અને ઈશ્વર પિતાના વચન વાંચીને ઘણું શીખ્યો. મારા મિત્રની મમ્મીએ આખરે મને એલિઝાબેથ દાસનું પુસ્તક "આઈ ડીડ ઈટ હીઝ વે" આપ્યું અને મને કહ્યું કે તે ઈશ્વર પિતા સાથેના તેમના ચાલવા વિશેનું એક પ્રભાવશાળી પુસ્તક હતું. જ્યારે મેં પુસ્તક પૂરું કર્યું, ત્યારે મેં જોયું કે તેમનું ઈમેલ એડ્રેસ તે પુસ્તક પર હતું. હું એલિઝાબેથ સુધી પહોંચ્યો અને મારા મિત્રની મમ્મીએ પણ તેમને મારા વિશે જણાવ્યું. મેં તેમની સાથે ફોન પર વાત કરવાનું શરૂ કર્યું અને આખરે હું તેમને રૂબરૂ મળ્યો. હું તેમને મળ્યો ત્યારથી, મેં જોયું કે તે ઈશ્વરને ખરેખર પ્રેમ કરે છે અને ઈશ્વરના વચનોને પોતાના જીવનમાં લાગુ કરે છે. એમણે એમના પોતાના સમયમાં બીમાર લોકો પર હાથ મૂકીને પ્રાર્થના કરી છે. હું એમને મારા આધ્યાત્મિક માર્ગદર્શક માનું છું, કારણ કે એમણે મને ઈશ્વર પિતા અને તેમના વચન વિશે ઘણું શીખવ્યું છે, જેના માટે હું એમનો અત્યંત આભારી છું. હું કહીશ કે અમે મિત્ર પણ બની ગયા છીએ અને આજ સુધી એકબીજાને મળવાનું ચાલુ રાખીએ છીએ.
જાન્યુઆરી ૨૦૧૭ માં, હું જે યુનિવર્સિટીમાં ભણતો હતો તે યુનિવર્સિટીના એક એપાર્ટમેન્ટમાં ભાડેથી રહેતો હતો. વાસ્તવમાં હું નાણાકીય સમસ્યાઓના કારણે કોઈ મારું ભાડું ભરે એવું ઇચ્છતો હતો. હું નોકરી કરતો ન હતો અને એપાર્ટમેન્ટનું ભાડું ચૂકવવાનું ચાલુ રાખવા માટે મારી પાસે પૈસા ન હતા. કમનસીબે મારું ભાડું ભરી શકે તેવું કોઈ મળી શક્યું નહીં. જેને કારણે મારે જ ભાડું ભરવું પડે તેમ હતું. મેં એલિઝાબેથ દાસને ફોન કર્યો કારણ કે હું વારંવાર ભાડાના કરાર ભંગ કરવાના આ મુદ્દા વિશે પ્રાર્થના કરું છું. તે જ જાન્યુઆરી મહિનામાં, મેં મારી છાતી નું સીટી સ્કેન કરાવ્યું હતું. જેમાં મારા ફેફસાના જમણા નીચલા ભાગ પર એક ગાંઠ હોવાનું બહાર આવ્યું હતું. સ્કેનમાં દર્શાવવામાં આવેલ ગાંઠને દૂર કરવા

માટે સર્જરી કરવી પડે તેમ હતું, જે જીવલેણ હોવાનું બહાર આવ્યું હતું. જોકે આને કારણે હું તે જ મહિને એપાર્ટમેન્ટ માટે કોન્ટ્રાક લીઝમાંથી બહાર નીકળી શક્યો. તેઓ કહે છે કે ઈશ્વર પિતા રહસ્યમય રીતે કામ કરે છે, તેથી મેં તેના પર વિશ્વાસ કર્યો કે શું થઈ રહ્યું છે, આ સમય દરમિયાન હું નર્સિંગ સ્કૂલમાં પ્રવેશ મળે એ માટેની પરીક્ષાના વર્ગો કરી રહ્યો હતો. એલિઝાબેથ મારા જીવન માટે ઈશ્વરની ઈચ્છા મુજબ સારી નોકરી મેળવવા અને નર્સિંગ સ્કૂલમાં પ્રવેશ મેળવવા માટે પ્રાર્થના કરતા હતા.

લગભગ ત્રણ મહિના પછી, હું ઠીક છું કે નહીં તે જોવા માટે મારી છાતીનું બીજું સીટી સ્કેન કરવાનું નક્કી કરવામાં આવ્યું હતું. જાન્યુઆરી ૨૦૧૭ માં જે જગ્યાએ ગાંઠ જોવા મળી હતી તેની નજીક સ્કેનમાં મારા ફેફસા પર બીજી ગાંઠ જોવા મળી. ઓનકોલોજિસ્ટે કહ્યું કે તેઓ માને છે કે અહીં કેન્સર ફરી પાછું આવી રહ્યું છે અને અમારે તેની સર્જરી કરવાની જરૂર છે. આ શું ચાલી રહ્યું છે તે હું સમજી શકતો ન હતો. મેં વિચાર્યું કે આ મારા માટે છે. મેં એલિઝાબેથને તેના વિશે કહ્યું અને આ સમયે બીજા ઘણા લોકોએ મારા માટે પ્રાર્થના કરવાનું શરૂ કર્યું, જો કે આ ચાલી રહ્યું હતું, તેમ છતાં મને થોડો વિશ્વાસ હતો કે બધું બરાબર થવાનું છે અને ઈશ્વર પિતા મારી સંભાળ લેશે. મને યાદ છે કે એક દિવસે રાત્રે ડ્રાઇવિંગ કરતા કરતા મેં ઈશ્વર પિતાને પૂછ્યું, "જો તમે મને આ સમયમાંથી બહાર કાઢશો તો હું વચન આપું છું કે તમે મારા માટે જે કરશો તેની સાક્ષી હું અન્ય લોકો સાથે શેર કરીશ."

થોડાક અઠવાડિયા પછી, મારી સર્જરી કરવામાં આવી, અને ડોક્ટરોએ મારા જમણા ફેફસાનો મોટો હિસ્સો દૂર કર્યો. એલિઝાબેથ અને તેમનાં મિત્ર હોસ્પિટલમાં આવ્યા અને મારા પર હાથ મૂકીને ઈશ્વર પિતાને પ્રાર્થના કરી કે તે મને સાજાપણું આપે. સર્જરીના બે અઠવાડિયા પછી, પરિણામ જાણવા હું હોસ્પિટલ ગયો. આ સમય દરમિયાન પણ મને નર્સિંગ સ્કૂલમાં પ્રવેશ મળે એ માટેની તકો વધે એ માટે હોસ્પિટલમાં નોકરી શોધી રહ્યો હતો.

જ્યારે હું મારી સર્જરીના પરિણામ જાણવા માટે ચેક-ઈન ડેસ્ક પર પહોંચ્યો તે જ દિવસે મેં તેમને પૂછ્યું કે શું તેઓ નોકરી માટે ભરતી કરી રહ્યા છે? જ્યારે હું ચેક-ઈન કરી રહ્યો હતો ત્યારે આગળ એક મેનેજર હતી અને જ્યારે હું મારી અરજી ઓનલાઇન સબમિટ કરું ત્યારે તેણીને જણાવવા માટે મને તેણીની માહિતી આપી. આગળની વાત જે તમે જાણો છો, હું

મેં તે તેમની રીતે કર્યું

ઓનકોલોજિસ્ટને મારા પરિણામો બતાવવા માટે રૂમમાં રાહ જોઈ રહ્યો હતો. તે મને શું કહેશે તેનાથી હું ખૂબ જ નર્વસ અને ડરતો હતો ઓનકોલોજિસ્ટ રૂમમાં આવ્યા અને તેમણે પહેલી વાત એ કરી કે, "શું કોઈએ તમને તમારા પરિણામો વિશે હજી સુધી કંઈ કહ્યું છે?" મેં તેને ના કહ્યું અને હું ઇચ્છું છું કે મારે આગળ શું કરવું જોઈએ તે માટે તે ફક્ત મારા વિકલ્પો ટેબલ પર મૂકે. પછી તેણે મને કહ્યું, "તમારા પરિણામો દર્શાવે છે કે તે માત્ર કેલ્શિયમની વૃદ્ધિ હતી તે કેન્સર નથી." હું સંપૂર્ણપણે આશ્ચર્યચકિત હતો. હું મારી કાર પાસે ગયો અને મારી આંખોમાં ખુશીના આંસુ હતા. મેં એલિઝાબેથને ફોન કરીને ખુશ ખબર જણાવી. અમે બંનેએ સાથે ઉજવણી કરી. થોડા દિવસો પછી, હોસ્પિટલમાં નોકરી માટે મારો ઇન્ટરવ્યૂ લેવામાં આવ્યો અને માત્ર એક અઠવાડિયા પછી, તેઓએ મને નોકરીની ઓફર કરી. મને નોકરી મળ્યા ના થોડા અઠવાડિયા પછી, મને નર્સિંગ સ્કૂલમાં પ્રવેશ મળ્યો. આ બધું એક સાથે કરવા બદલ ઈશ્વર પિતાને મહિમા આપું છું, કારણ કે તે હજી પણ તેમના વિશે વાત કરીને મને આનંદ આપે છે. આ ક્ષણે હું નર્સિંગ સ્કૂલના મારા છેલ્લા સેમેસ્ટરમાં છું અને મે ૨૦૧૯ માં સ્નાતક થઈ રહ્યો છું. મેં ઘણું બધું અનુભવ્યું છે અને ઈશ્વર પિતાએ મારા માટે ખોલેલા અને બંધ કરેલા બધા દરવાજા માટે હું આભારી છું. હું મારી જાતને બીજા સાથેના સંબંધમાં પણ જોઉં છું અને જાન્યુઆરી ૨૦૧૭માં મારા ફેફસામાં કેન્સર થયું ત્યારથી આજની ક્ષણ સુધી તેઓની મારી સાથે હોવાની બાબત મારા માટે આશ્ચર્યજનક છે. એલિઝાબેથે મને ઘણું શીખવ્યું છે અને ઘણી વખત મારા માટે પ્રાર્થના કરી છે, જે મને પ્રાર્થનાની શક્તિ અને માંદા પર હાથ મૂકવાની શક્તિ દર્શાવે છે. વાચકમિત્રો હું કોઈપણ રીતે તમારાથી વિશેષ નથી. ઈશ્વર પિતા તમને સમાન રીતે પ્રેમ કરે છે અને ઈસુ ખ્રિસ્ત તમારા અને મારા પાપો માટે મૃત્યુ પામ્યા છે. તમે તેને તમારા પુરા હૃદયથી શોધશો તો તે તમને મળશે.

"કેમ કે જે ઈરાદા હું તમારા વિશે રાખું છું તેઓને હું જાણું છું, એવું યહોવા કહે છે. એ ઈરાદા ભવિષ્યમાં તમને આશા આપવા માટે વિપત્તિ લગતા નહીં પણ શાંતિ ને લગતા છે. તમે મને હાંક મારશો, ને તમે જઈને મારી પ્રાર્થના કરશો, એટલે હું તમારું સાંભળીશ. તમે મને શોધશો, અને તમે તમારા ખરા હૃદયથી મને ઢૂંઢશો ત્યારે હું તમને મળીશ."

યર્મિયા ૨૯:૧૧-૧૩KJV.

એલિઝાબેથ દાસ

વનીદા ઈન્ગ
માઈલેન, ટેન્નસી, યુ.એસ.એ.

વેસ્ટ ટેનીસીના, એક નાના શહેર માઈલેનની હું રહેવાસી છું, ત્યાંની સ્થાનિક પેન્ટીકોસ્ટલ મંડળીની હું સભ્ય પણ છું. થોડા વર્ષો પહેલાં સેઈન્ટ લુઈસ મઝોરીના એક પ્રાર્થના અધિવેશનમાં હું ઉપસ્થિત હતી. ત્યાં ઉપસ્થિત એક મહિલા ટેમી જોડે મારી મુલાકાત થઈ. અમારી આ મુલાકાત થોડી જ ક્ષણોમાં મિત્રતામાં બદલાઈ ગઈ. અમારા વાર્તાલાપમાં પોતે જે પ્રાર્થનાગ્રુપના સભ્ય છે તેની જાણ મને કરી. આ નાનકડા પ્રાર્થનામંડળનું સંચાલન પ્રભુની સેવિકા એલીઝાબેથ દાસ પોતાના નિવાસસ્થાન વાયલી, ટેક્સાસમાંથી કરે છે. તે પણ જણાવ્યું. અમેરિકાના જુદા જુદા ખૂણાઓમાં વસતા આ નાનકડા પ્રાર્થના મંડળના સભ્યો એકબીજાઓની જોડે ફોન કરી ફોન પરિષદ દ્વારા પ્રાર્થનામાં જોડાય છે. અધિશેવશનમાંથી પરત મારા શહેર આવ્યા બાદ મેં આ પ્રાર્થના મંડળની ફોન પરિષદમાં ફોન કરવાનું ચાલુ કર્યું. અને મેં તાત્કાલિક જ ઈશ્વરના આશીર્વાદો અનુભવ્યા. જ્યારે આ પ્રાર્થના મંડળમાં હું જોડાઈ ત્યારે તેર વર્ષથી પ્રભુ મંદિરમાં જનાર વ્યક્તિ માટે પ્રાર્થનાએ કોઈ નવીનતા નહોતી, પરંતુ એકમતિથી સુસંગત પ્રાર્થનાના પરાક્રમથી હું સ્તબ્ધ બની. મને મારી પ્રાર્થનાની વિનંતીઓના જવાબ ફટાફટ મળવા લાગ્યા અને લોક પ્રશંસાના સ્તુતિપાત્ર ગુણગાનો રોજ રોજ સાંભળવા મળ્યા. મારું પ્રાર્થનાવાદી જીવન જ ઉત્તરોત્તર ઉન્નતિ થઈ, એટલું જ નહિ પરંતુ જેલના કેદીઓને હું જે સુવાર્તા આપું છું તેમાં પણ પ્રગતિ પ્રાપ્ત થઈ અને સાથે સાથે પ્રભુએ આપેલા પવિત્ર આત્માના દાનોમાં પણ વૃદ્ધિ આવી. હજી સુધી મારી અને મીસ. દાસની રૂબરૂમાં મુલાકાત થઈ નહોતી. પ્રાર્થના અને તે દ્વારા બીજાઓને સહાયરૂપ થવાની તેમની ઈચ્છાથી પ્રાપ્ત થતા આશીર્વાદો મને તે તરફ આકર્ષે છે. હંમેશા મને પ્રાર્થના વિનંતીઓ માટે વધારે પ્રત્યાગમન કરવાની ફરજ પાડી. તેઓ પ્રોત્સાહન આપનાર છે પણ સાથે સાથે સ્પષ્ટ પણ છે. કોઈપણ બાબત મારે પુછપરછ કરવામાં દ્વિધા અનુભવતા નથી. અને ઈશ્વર તરફથી પ્રેરણા થાય તો જે ખોટું છે તે કહેવામાં સંકોચ અનુભવતા નથી. તેમના માટે દરેક બાબતનો ઉકેલ તે તો ઈસુ ખ્રિસ્ત જ છે. જ્યારે પ્રભુની સેવિકા દાસના નિવાસસ્થાને ટેકસાસમાં આયોજીત એક વિશિષ્ટ પ્રાર્થના સભામાં જવાનો સાનુકૂળ પ્રસંગ મને પ્રાપ્ત થયો ત્યારે જવા માટે હું અધીરી બની ગઈ. થોડા જ કલાકોની વિમાની સફર પછી હું એક વર્ષ કરતાં વધારે સમયથી અમે જોડે જોડે એકત્ર પ્રાર્થનામાં આ આત્મિક સંબંધો પછી પ્રથમવાર થોડા કલાકોની વિમાની સફર બાદ અમે બંનેને એકબીજા જોડે ડલાસ ફોર્ટ વર્થના

હવાઈ અડ્ડા ઉપર પ્રથમવાર પ્રત્યક્ષ મુલાકાત થઈ. દાસના એક ઘનિષ્ટ સુપરિચિત અવાજ પરંતુ જાણે કે અમે વર્ષોથી એકબીજાને ઓળખીએ છીએ તેવી અનુભૂતિ પ્રાપ્ત થઈ. આ સભામાં ભાગ લેવા બીજા રાજ્યોમાંથી અમુક વ્યક્તિઓ આવી.

આવી ઘરેલુ પ્રાર્થના સભાઓનો મને પહેલાં ક્યારેય અનુભવ નહોતો. મને અત્યંત આનંદ થયો કે ઈશ્વરે બીજાઓના લાભાર્થ માટે મારો ઉપયોગ કર્યો. આ પ્રાર્થના સભા દરમ્યાન ઘણાઓને બરડા અને ગરદનની બીમારીમાંથી સાજાપણું મળ્યું, અને હાથ અને પગ લાંબા કરતાં જોયા અને અનુભવ્યાં, એક વ્યક્તિને મધુપ્રમેહમાંથી સાજાપણું મળ્યું. જોડે જોડે બીજા ચમત્કારો અને જીવન પરિવર્તનના પ્રસંગો પણ જોયાં કે જ્યાં ભૂતો કાઢવામાં આવ્યા. આ પ્રસંગે ઈશ્વર વિશેની સઘળી બાબતો અને તેને ઈતિથી અંત સુધી ઈશ્વરની સર્વોચ્ચતા સમજવા માટેની મારી ઉત્કંઠા વધારી દીધી.

અહીં હું એક ક્ષણ માટે મને રોકાવા દો અને કહેવા દો કે દેવે આ ચમત્કારો ફક્ત એકલા ઈસુ ખ્રિસ્તના નામમાં જ પૂરા પાડયાં. દેવ પ્રભુની સેવિકા દાસનો પોતાની સેવામાં વાપરે છે. કારણ કે તેઓ બીજાઓને મદદરૂપ બને છે અને શીખવે છે કે તેઓ દેવને સમર્પિત થાય અને પ્રભુ તેઓના જીવનનોને પણ તેની સેવામાં વાપરી શકે. તેઓ મારા પરમ મિત્ર અને વિશ્વાસુ સલાહકાર છે કે જેમણે મને દેવને વધારે જવાબદાર રહેવાનું પણ શીખવ્યું.

હું દેવનો આભાર માનું છું કે અમારા જીવનો એકબીજાના સંપર્કમાં આવ્યા અને અમે પ્રાર્થનાના જોડીદાર બન્યા. ઈશ્વર સમર્પિત મારા જીવનના ૧૩ વર્ષના પ્રાર્થનાના સાચા સામર્થ્યનો મેં કદી અનુભવ કર્યો નહોતો, હું તમને એક મનનું પ્રાર્થના મંડળ સ્થાપવાનું આહવાન આપું છું અને મારો દાવો છે કે દેવ મહાન કૃત્યો કરશે. આપણો દેવ તે તો ભયાવહ દેવ છે !

વીકી ફ્રેન્ઝેન જોસેફીન, ટેકસાસ

મારું નામું વિકી ફ્રેન્ઝેન છે. હું મારી યુવાનીના દિવસો દરમ્યાન મોટે ભાગે કેથોલિક ચર્ચમાં જતી તેમ છતાં મનેં હંમેશા એવું લાગતુ કે જાણે કશુંક ખૂટી રહ્યું છે. થોડા વર્ષો પૂર્વે, હું એક રેડિયો કાર્યક્રમ કે જે અંત સમયનાં વિશે શિક્ષણ આપતા તેને સાંભળવાની શરૂઆત કરી.

મારા આખા જીવન દરમ્યાન જે ઘણા બધાં પ્રશ્નો મને હતા તેના ઉત્તરો મને પ્રાપ્ત થયા. તેથી હું મારી સત્યની શોધને ચાલુ રાખવા અપોસ્ટોલિક ચર્ચ તરફ વળી. ત્યાં, હું પ્રભુ ઈસુના નામમાં બાપ્તિસ્મા પામી અને પ્રેરિતોના કૃત્યોમાં વર્ણવ્યા પ્રમાણે પવિત્ર આત્માનું બાપ્તિસ્મા કે જેની નિશાની અન્ય ભાષામાં બોલવુ તે પામી. પછીના ચાર વર્ષોમાં એવુ લાગતું કે મારી પાસે અન્ય ભાષામાં બોલવાની ક્ષમતા હવેથી રહી નથી જો કે હું નિયમિતપણે ચર્ચમાં જતી, પ્રાર્થના કરતી, અભ્યાસ કરતી અને ઘણી જુદી - જુદી સેવાઓમાં જોડાયેલી હતી તેમ છતાં પણ હું ખૂબ જ શુષ્ક અને મારી જાતને પવિત્ર આત્માથી વંચિત અનુભવવા લાગી.

મારા ચર્ચના એક બીજા સાથીએ મને કહ્યું કે જ્યારે સીસ. લીઝે તેમના પર હાથ મૂકીને પ્રાર્થના કરી ત્યારે "કશુંક' તેમનામાંથી બહાર નીકળ્યું અને તેઓ સંપૂર્ણપણે અત્યાચાર, જુલ્મ, માનસિક ગમગીની વગેરેમાંથી મુક્ત થયા.

અમારા ચર્ચની ઘણી સ્ત્રીઓ ભોજન માટે ભેગી મળી રહી હતી, જેમણે મને સીસ. એલિઝાબેથને મળવા માટે તક પૂરી પાડી. અમારી બંનેની વાતની શરૂઆત અશુદ્ધ આત્મા અને આત્મિક જગતથી થઈ કે આ એક એવો વિષય હતો કે જેના વિશે જાણવા હું હંમેશા આતુર રહેતી હતી, પરંતુ ક્યારેય પણ તે વિશે મને શિક્ષણ પ્રાપ્ત થયું ન હતું. અમે ફોન નંબરની આપ-લે કરી અને તેમના ઘરમાં બાઈબલ અભ્યાસ કરવાની શરૂઆત કરી. મેં પ્રશ્ન કર્યો કે કેવી રીતે એક વ્યક્તિ કે જેણે પ્રભુ ઈસુના નામમાં બાપ્તિસ્મા લીધું છે. અને પવિત્ર આત્માનું બાપ્તિસ્મા પામી છે તેનામાં અશુદ્ધ આત્મા હોઈ શકે. તેમણે મને જણાવ્યું કે તમારે દરરોજ પ્રાર્થના, નિયમીત ઉપવાસ, ઈશ્વરનું વચન વાંચવા તેમજ અન્ય ભાષામાં બોલવા દ્વારા પવિત્ર આત્માથી ભરપૂર રહીને ન્યાયી પવિત્ર જીવન જીવવું જ પડે. તે વખતે, મેં તેમની સાથે મારા અન્ય ભાષામાં નહિ બોલી શકવાનો તેમજ શુષ્કતાનાં અનુભવ વિશે વાત કરી. તેમણે મારા પર હાથ મૂકીને પ્રાર્થના કરી તેથી મને સારું લાગ્યું પરંતુ ખૂબ જ થાકી ગઈ હોઈ એવું લાગ્યું. લીઝે સમજાવ્યું કે જ્યારે અશુદ્ધ આત્મા શરીરમાંથી બહાર નીકળે છે ત્યારે તે તમને ખૂબ જ થાકેલા અને ક્ષય પામ્યા હોય તેવી સ્થિતિમાં છોડે છે. તેમણે મારા માટે પ્રાર્થના કરવાનું ચાલું રાખ્યું અને મેં અન્ય ભાષામાં બોલવાની શરૂઆત કરી. હું ખૂબ જ ઉત્તેજીત અને આનંદથી ભરપૂર થઈ ગઈ. અન્ય ભાષાઓમાં બોલી શક્યાથી મને જાણવા મળ્યું કે હજુપણ મારી પાસે પવિત્ર આત્મા હતો.

લીઝ અને હું ખૂબ જ સારા મિત્ર બની ગયા, અને અમે સાથે મળીને પ્રાર્થના કરવાની શરૂઆત પણ કરી દીધી. સીસ. એલીઝાબેથ એટલા શુદ્ધ અને નમ્ર હૃદયના વ્યક્તિ છે. પરંતુ જ્યારે તે પ્રાર્થના કરે છે ત્યારે ઈશ્વર તેમને માંદાને સાજા કરવા અને અશુદ્ધ આત્માને કાઢવા દૈવી હિંમત વડે અભિષિકત કરે છે. તેઓ અધિકાર વડે પ્રાર્થના કરે છે અને મોટાભાગે હંમેશા તરત જ પરિણામ પણ જૂએ છે. ઈશ્વરે તેમને વચનો શીખવવાનું કે જેથી તેનો અર્થ એકદમ સ્પષ્ટ બની જાય તેનું તાલંત આપ્યું છે.

હું લીઝને મારી બહેનપણી વેલેરીની દીકરી વિશે વાત કરી રહી હતી કે તે માનસિક રોગો જેવા કે ADD અને COPD નો ભોગ બની હતી. તે ઉપરાંત તેની ડિસ્કમાં ફાટ પડી હતી જેને તેઓ શસ્ત્રક્રિયા કર્યા વગર સમી કરવાનો પ્રયત્ન કરી રહ્યા હતા. અનેકવિધ શારીરિક તકલીફોને કારણે તેને સતત દવાખાનામાં રહેવું પડતું હતું. કોઈપણ સારું પરિણામ ન મળવા છતાં પણ તેને પુષ્કળ જુદી જુદી દવાઓ લેવી પડતી હતી. મેરી એટલી બધી અશક્ત હતી કે તે કાર્ય કરી શકતી ન હતી અને તેને તેના ચાર બાળકોની સંભાળ તેના ભૂતપૂર્વ પતિની કોઈપણ મદદ વિના લેવાની હતી.

સીસ. લીઝે મને કહેવાની શરૂઆત કરી કે આમાની કેટલીક બાબતો અશુદ્ધ આત્માને કારણે છે. અને જેને ઈસુના નામમાં હાંકી કાઢી શકાય છે. કદીપણ આવું ન સાંભળવાના કારણે, મારા મનમાં કેટલીક શંકાઓ હતી કે કોઈ ચોક્કસ પ્રકારની માંદગી અશુદ્ધ આત્માઓને કારણે આવે છે. જ્યારે મારા મિત્ર, તેના સાસુ અને હું તાજેતરમાં કોફી પીવા બેઠા ત્યારે તેઓએ કહેવાનું શરૂ કર્યું કે કેવી વિચિત્ર રીતે મેરી તેઓની સાથે વાત કરતી. તે ચીસો પાડતી, બૂમો પાડતી અને તેઓને શાપ દેતી. તેઓ જાણતા હતા કે તેને કમરમાં તકલીફને કારણ અતિશય દુઃખાવો હોવાથી અને માથાનો દુઃખાવો અસહ્ય હોવાથી કે જેમાં દવાઓ લેવાથી તેને કશી રાહત થતી ન હતી તેના લીધે તે આમ કરતી હોવી જોઈએ. તેમ છતાં પણ તેનું આવું વર્તન બિલકુલ અલગ જ હતું. તેઓએ કહ્યું કે ક્યારેક તો તેની આંખો એટલી તિરસ્કારયુક્ત થતી અને તેઓને તે ખૂબ જ ડરાવતી.

થોડા દિવસો પછી, મારી મિત્રએ મને બોલાવીને કહ્યું કે તે હવેથી આ બધુ સહન નહિ કરી શકે. જે રીતે તેની દીકરી વર્તી રહી હતી તેનું વર્ણન એ બાબતોની ખાતરી કરાવતું હતું કે જે સીસ. લીઝ મને અશુદ્ધ આત્માઓ વિશે કહી રહ્યા હતા. સિસ. લીઝે જે પ્રમાણે મને આ

બાબતો વિશે જણાવતા હતા તે દરેક બાબતો ઈશ્વરે બીજાઓ દ્વારા તે વાતને સમર્થન આપ્યું. મેરીની સ્થિતિ વધુ કથળતી જતી હતી અને તે તેના જીવનનોં અંત લાવવા વિશે કહેવાનું ચાલુ કર્યું. અમે બધાં એ સાથે મળી એક મનના થઈ મેરી અને તેના કુટુંબમાંથી અશુદ્ધ આત્માઓ કાઢવા માટે પ્રાર્થના કરવાનું શરૂ કર્યું. ઈશ્વરે સીસ. લીઝને સળંગ બે રાત દરમ્યાન મેરી માટે મધ્યસ્થી કરવા ઊઠાડયા. લીઝે ખાસ ઈશ્વર પાસે માંગણી કરી કે તેઓ મેરીને બતાવે કે ત્યાં શુ ચાલી રહ્યું છે.

જ્યારે મેરી રાત્રે પ્રાર્થના કરી રહી હતી ત્યારે તેને એક સંદર્શન થયું કે જેમાં તેનો પતિ (કે જેણે તેને છોડી દીધી હતી અને બીજી સ્ત્રી સાથે રહેતો હતો) તેના ઘરમાં હતો. તેણે વિચાર્યું કે આ સંદર્શન ઈશ્વર તરફથી તેણે કરેલી પ્રાર્થનાનો ઉત્તર હતો કે તેનો પતિ તેના કુટુંબ સાથે નાતાલ ઉજવવા પાછો ઘરે આવશે. સીસ. લીઝે મને કહ્યું કે, તેમને શંકા છે કે મેરીની વિરુદ્ધ મેલી વિદ્યાનો ઉપયોગ થઈ રહ્યો છે. બની શકે કે આ મેલીવિદ્યા તેનો ભૂતપૂર્વ પતિ અથવા તો જે સ્ત્રી કે જેની સાથે તે રહેતો હતો તે કરતી હોય. હું ખરેખર એ સમજી ના શકી કે તેઓ કેવી રીતે આ જાણી શકે. મેં લીઝે મને કહેલી વાત કોઈને પણ કહી નહિ. બે એક દિવસમાં જ વેલેરીએ મને કહ્યું કે તેની દીકરી મેરીને પેલી સ્ત્રી કે જે તેના ભૂતપૂર્વ પતિ સાથે રહેતી હતી તેના તરફથી ખૂબ જ વિચિત્ર અને વિકૃત સંદેશા મોકલતી હતી.

મેરીને ખબર પડી કે ચોક્કસપણે આ ભાષા મેલી વિદ્યા માટે વપરાતી હતી. આ એ વાતની ખાતરી હતી કે જે સીસ. લીઝે મને કહી હતી.

છેલ્લા થોડા મહિનાથી મેરીની સ્થિતિ જાણીને, અમે તેની પાસે જઈને તેના માટે પ્રાર્થના કરવાનો પ્રયત્ન કર્યો હતો. પરંતુ એ કદી પણ શક્ય ના બન્યુ સીસ. લીઝે કહ્યું, “જો કે આપણે તેના ઘરે જઈ શકતા નથી પરંતુ ઈશ્વર ત્યાં જશે અને પરિસ્થિતિ સંભાળી લેશે.”

અને ઈસુ કફર-નહૂમમાં પેઠા, ત્યારે એક જમાદારે તેમની પાસે આવીને તેમને વિનંતી કરી કે, ઓ પ્રભુ, મારો ચાકર ઘરમાં પક્ષઘાતી થઈને પડેલો છે, ને તેને ભારે પીડા થાય છે. ત્યારે તે તેને કહે છે કે, હું આવીને તેને સાજો કરીશ. અને જમાદારે ઉત્તર દીધો કે, ઓ પ્રભુ, તમે મારા છાપરા તળે આવો એવો હું યોગ્ય નથી, પણ તમે કેવળ શબ્દ મોકલો, એટલે મારો ચાકર સાજો થશે. કેમ કે હું પણ પરાધીન માણસ છું, ને સિપાઈઓ મારે સ્વાધીન છે, અને

એક ને હું કહું છું કે જા, ને તે જાય છે. અને બીજાને કહું છું કે, આવ, ને તે આવે છે. અને મારા દાસને કહું છું કે એ કર, તે તે કરે છે. ત્યારે ઈસુ તે સાંભળીને અચરત થયા, ને પાછળ આવનારને તેણે કહ્યું, હું તમને ખચીત કહુ છું કે એટલો વિશ્વાસ મેં ઈસાએલમાં પણ જોયો નથી ***(માત્થી ૮:૫-૧૦).***

એમ બે દિવસ સુધી મેરી ને તેનાં ઘરમાંથી અશુદ્ધ આત્માઓને કાઢવા માટે પ્રાર્થના કરી. ત્યાર બાદ મેરીએ તેની માતાને જણાવ્યું કે હવેથી તે સારી રીતે ઊંઘી શકતી હતી. અને હવેથી કોઈ સ્વપ્નો પણ તેને આવતા ન હતા. આ વાત સીસ. લીઝે મને કહેલી વાતોમાંની એક હતી કે જ્યારે તમને ઘણા ડરામણાં સ્વપ્નો આવતા હોય તે એ વાતની નિશાની હોઈ શકે કે તમારાં ઘરમાં અશુદ્ધ આત્માઓ છે બીજા દિવસે વેલેરીની સહકાર્યકરે તેને આગલી રાત્રે આવેલા સ્વપ્ન વિશે વાત કરી. એક ચપટો કાળો સાપ મેરીના ઘરમાંથી બહાર સરકી રહ્યો હતો. તે દિવસે મેરીએ તેની માતાને એ કહેવા માટે ફોન કર્યો કે તે ખૂબ ખુશી અને આનંદ અનુભવી રહી હતી. તે તેના બે ૧૫ મહિનાના જોડિયા બાળકો સાથે બહાર ખરીદી કરવા ગઈ હતી. જે તેણે કેટલાક સમયથી કરી ન હતી. આ એક બીજી વાતની ખાતરી હતી કે એડીડી, એડીએચડી, બાયપોલર સ્કીત્ઝોપિનિએ એ શત્રુના હુમલાઓ છે. આપણી પાસે વીંછુંઓ અને સર્પો ઉપર અધિકાર છે. (આ બધા અશુદ્ધ આત્માઓ છે કે જેનો બાઈબલમાં ઉલ્લેખ કરવામાં આવેલો છે.) કે જેને આપણે માત્ર ઈસુના નામમાં કાઢી શકીએ છીએ.

જુઓ, મેં તમને સર્પો તથા વીંછુઓ પર પગ મૂકવાનો, તથા શત્રુના બધા પરાક્રમ પર અધિકાર આપ્યો છે. અને તમને કશાથી પણ ઈજા થશે નહિ. ***(લુક ૧૦ :૧૯)***

સીસ. લીઝે મને એમ પણ કહ્યું કે, આપણે આપણાં કુટુંબો, આપણાં ઘરો અને આપણી જાતોને શત્રુના હુમલા સામે રક્ષણ આપવા પવિત્ર જૈતુન તેલ વડે દરરોજ અભિષિકત કરવા જ જોઈએ. આપણે ઈશ્વરના વચનને આપણાં ઘરોમાં ફેલાવા દેવું જોઈએ. એટલે વચનો મોટેથી વાંચવા અને વચનોની સી.ડી. કે કેસેટ ચાલુ રાખવી.

આ અનુભવે મને એ જોવામાં સહાયતા કરી કે અમુક પરિસ્થિતિઓ ચોક્કસપણે જેમ બાઈબલ કહે છે તેમ અશુદ્ધ આત્માઓ દ્વારા નિયંત્રિત થતી હોય છે.

કેમ કે આપણું આ યુદ્ધ રક્ત તથા માંસની સામે નથી, પણ અધિપતિઓની સામે, અધિકારીઓની સામે, આ અંધકારરૂપી જગતના સત્તાધિકારીઓની સામે, આકાશી સ્થાનોમાં દુષ્ટતાનાં આત્મિક લશ્કરોની સામે છે. ***(એફેસી ૬ :૧૨)***

હું માત્ર મારા વિશે કહી શકું. હું એજ વિશ્વાસ કરીને ઉછેર પામી છું કે ચમત્કારો, અને અશુદ્ધ આત્માઓ કાઢવા એ બાઈબલમાં એ જ સમય દરમ્યાન જ હતા કે જ્યારે ઈસુ અને તેમનાં પ્રેરિતો પૃથ્વી પર હતાં. આજના આપણા આ સમયમાં મેં અશુદ્ધ આત્માના અધિકાર વિશે ક્યારેય વિચાર્યું ન હોતું. હું જાણું છું અને સમજું છું કે આપણે હજુ પણ બાઈબલના સમયમાં જ છીએ, તેમનું વચન હંમેશા વર્તમાન માટે જ રહ્યુ છે. વર્તમાન, ગઈકાલે હતો, “વર્તમાન” આજે છે અને ‘વર્તમાન’ આવતીકાલ માટે રહેશે.

ઈસુ ખ્રિસ્ત ગઈકાલે, આજે તથા સદાકાળ એવા ને એવા જ છે. ***હિબ્રુ. ૧૩ :૮***

જે સામર્થ્ય ઈશ્વરે તેમની મંડળીને આપ્યું છે તેમાંથી આપણને દૂર લઈ જવામાં અને છેતરવામાં શેતાન સફળ રહ્યો છે. ઈશ્વરની મંડળી એ છે કે જેઓ પસ્તાવો કરી, પ્રભુ ઈસુનાં નામમાં બાપ્તિસ્મા પામી અને પવિત્ર આત્માનું દાન કે જેની સાબિતી અન્ય ભાષામાં બોલવું છે તે પ્રાપ્ત કરે છે ત્યાર પછી તેઓ ઉપરથી સામર્થ્ય પ્રાપ્ત કરશે.

“ પણ પવિત્ર આત્મા તમારાં પર આવશે ત્યારે તમે સામર્થ્ય પામશો, અને યરૂશાલેમમાં, આખા યહૂદિયામાં, સમરૂનમાં તથા પૃથ્વીના છેડા સુધી તમે મારા સાક્ષી થશો. ***પ્રે.કૃ. ૧ :૮***

મારી વાતનો તથા મારા બોધનો આધાર માનવી જ્ઞાનની મનોહર ભાષા ઉપર નહોતો, પણ આત્માનાં તથા સામર્થ્યનાં પ્રમાણ પર હતો. ***૧ કોરથી ૨:૪***

કેમ કે અમારી સુવાર્તા કેવળ શબ્દથી નહિ પણ સામર્થ્યથી, પવિત્ર આત્માથી તથા ઘણી ખાતરીપૂર્વક તમારી પાસે આવી, એમ જ અમે તમારી ખાતર તમારી સાથે રહીને કેવી રીતે વર્ત્યા, એ તમે જાણો છો. ***૧ થેસ્સા. ૧:૫***

ઈશ્વરનું વચન આપણા માટે આજે છે!

મેં તે તેમની રીતે કર્યું

વિભાગ-૨

આ બીજો ભાગ મારા પુસ્તકમાં મૂકવાનો મેં કદી વિચાર કર્યો ન હતો. પણ મેં સમય કાઢીને આ બીજો ભાગ પણ સામેલ કર્યો છે. કારણ કે ઘણા બધા લોકો તે માટે રજૂઆતો કરતા હતા. મેં જ્યારથી જુદા જુદા દેશના લોકોને બાઈબલ અભ્યાસ આપવાની શરૂઆત કરી, ત્યારથી બાઈબલની વધારે આધુનિક સુધરેલી આવૃત્તિઓ બહાર પડતી જાય છે. મેં ઈતિહાસમાં વધારે ઊંડાણમાં જઈને અભ્યાસ કર્યો અને મને કેટલીક આઘાતજનક બાબતો જોવા મળી. હું માનું છું કે આ બાબતોને ધ્યાનમાં લઈને મારા ભાઈબહેનોને સજાગ કરવાની મારી ફરજ છે કે તેઓ સત્ય શું છે તે જાણે અને એમ શત્રુની કુયુક્તિઓને બંધ પાડીને લોકોને ગેરમાર્ગે દોરવાતા અટકાવી શકું.

અ.

દેવે વાપરેલી ભાષા

સદીઓથી બાઈબલ જુદી જુદી અવસ્થાઓમાંથી પસાર થયું છે. વધારે નોંધપાત્ર રીતે જોઈએ તો જુદી જુદી ભાષાઓનો તેમાં ઉપયોગ થયો છે. આખા ઈતિહાસ દરમ્યાન આપણે મુખ્યત્વે ચાર ભાષાઓ જોઈએ છીએ કે જેમાં, બાઈબલનું ભાષાંતર કરવામાં આવેલ છે. પહેલી હિબ્રુ, પછી ગ્રીક, ત્યાર પછી લેટીન અને છેલ્લે અંગ્રેજી.

નીચેના વૃત્તાંતમાં તમને આ જુદી જુદી અવસ્થાઓ વિશે સંક્ષિપ્તમાં જાણવા મળશે.

ઈબ્રાહિમના સમયથી એટલે આશરે ઈ.પૂ. ૨૦૦૦ થી માંડીને આશરે ઈ.સ. ૭૦ સુધી, જે સમયે યરૂશાલેમના મંદિરનો બીજી વખત નાશ થયો ત્યાં સુધી દેવે તેના લોકો સાથે સેમેટીક ભાષાઓમાં, મુખ્યત્વે હિબ્રુ ભાષામાં બોલવાનું પસંદ કર્યું. આ ભાષા દ્વારા દેવ તેમના પસંદ કરેલા લોકોને માર્ગ બતાવતા હતા અને જ્યારે તેઓ પાપ કરે ત્યારે છૂટકારા માટે તેઓને તારનારની જરૂર છે તે બતાવતા હતા.

જેમ જગત પ્રગતિ કરતું ગયું, તેમ મહા સામ્રાજ્ય ઊભુ થયું. આ સામ્રાજ્યની મુખ્ય ભાષા ગ્રીક હતી. ત્રણ સદી સુધી ગ્રીક ભાષાનો ઉપયોગ દેવે આપણને નવો કરાર આપવા માટે કર્યો. અને ઇતિહાસમાં એ સિદ્ધ થયું છે કે તે ભાષામાં નવો કરાર દાવાનળની જેમ બધે ફેલાવો પામ્યો. આટલી મોટી સંખ્યાના લોકોની ભાષામાં પવિત્ર શાસ્ત્રની ઉપલબ્ધીને કારણે શત્રુએ તોળાઈ રહેલો ભય જોયો અને શેતાન બાઈબલની વિશ્વાસનીયતાનો નાશ કરવા ઊભો થયો. તેણે "નકલી"' બાઈબલ જે ગ્રીક ભાષામાં લખાયેલું હતું તેનો ઉદ્ભવ

એલિઝાબેથ દાસ

ઈજીપ્તના એલેકઝાન્ડ્રીયા શહેરમાં થયો. જૂના કરારના તે તરજૂમાને સક્ષતિ તરજૂમો કહેવામાં આવે છે. માનવીય વિચારો પ્રમાણે ગેરમાર્ગી માહિતીઓ તેમાં હતી અને દેવના મૂળ ઘણા વચનો તેમાંથી કાઢી નાખવામાં આવ્યા. એ વખતે એપોક્રીફાના જે લખાણો જેનો ગ્રીક અર્થ 'ઢંકાયેલું' થાય છે કે જેમને ત્યાં સુધી દેવના વચન તરીકે માન્યતા મળી ન હતી તેમને આધુનિક બાઈબલમાં ઉમેરવામાં આવ્યા છે. ઈ.સ. ૧૨૦ સુધીમાં લેટીન ભાષા બધે સામાન્ય થઈ ગઈ હતી. ત્યાર પછી ઈ.સ. ૧૫૦૦માં બાઈબલનું પાછું ભાષાંતર થયું. તે જમાનામાં લેટીન ભાષા બધે જ ચાલતી ભાષા હોવાને કારણે આખા યુરોપમાં બાઈબલ સહેલાઈથી લોકો વાંચી શકતા હતા. લેટીન એ વખતે "આંતરરાષ્ટ્રિય" ભાષા ગણાતી હતી. તેને કારણે બાઈબલ જુદા જુદા દેશોમાં ફેલાવો પામ્યું અને આગળ જતા પ્રાદેશિક દેશોની ભાષાઓમાં તેનો તરજૂમો પણ થતો ગયો. તે આરંભની બાઈબલની આવૃત્તિને વલ્ગેટ કહેવામાં આવતી હતી. જેનો અર્થ 'સામાન્ય બાઈબલ' એવો થાય છે. શેતાને આ જોખમનો સામનો એક 'ભગિની પુસ્તક' રોમમાં તૈયાર કરાવીને કર્યો. આ પુસ્તકમાં એપોક્રીફાના નકારાઈ ગયેલા પુસ્તકો અને સાચા બાઈબલના ભાગોને મળતા આવે તેવા હિસ્સાઓનો સમાવેશ કરવામાં આવ્યો અને રોમનો તેને સાચા બાઈબલ તરીકે ગણવા લાગ્યા. તે એવો સમય હતો કે જ્યારે બે સમાંતર બાઈબલો ચાલતા હતા અને બંને એકબીજાથી સંપૂર્ણ જુદા હતા. પોતાના જૂઠા બાઈબલને જાળવી રાખવા માટે શેતાન સાચા બાઈબલને નષ્ટનાબૂદ કરવા નીકળી પડયો. જેઓની પાસે સાચું વલ્ગેટ બાઈબલ હતું તેઓને મારી નાખવા અને શહીદ કરવા રોમન કેથોલિકોએ ભાડૂતી માણસો મોકલ્યા. પોતાના મકસદમાં આ માણસો ઘણે ભાગે સફળ થયા પણ દેવનું વચન સંપૂર્ણપણે તેઓ નાશ કરી શક્યા નહિ અને દેવનું વચન સુરક્ષિત રહ્યું.

ઈ.સ. ૬૦૦ થી ૭૦૦ ના ગાળામાં નવી વિશ્વ ભાષા અસ્તિત્વમાં આવી તે અંગ્રેજી ભાષા. દેવ પાયાની ભૂમિકા તૈયાર કરતા હતા. જેનાથી મીશનરી કાર્યને વેગ મળ્યો. સૌ પ્રથમ વ્યક્તિ તે વિલિયમ ટીન્ડેલ હતા, જેમણે ઈ.સ. ૧૫૦૦માં મૂળ હિબ્રુ અને ગ્રીક બાઈબલનું અંગ્રેજીમાં ભાષાંતર શરૂ કર્યું ત્યાર પછી ઘણાએ તેમના પ્રયત્નો દ્વારા હિબ્રુ અને ગ્રીક ભાષામાંથી ઉચ્ચતમ ભાષાંતરો કરવાના પ્રયત્નો કર્યા. તેઓમાં કિંગ જેમ્સ ૬ વ્યક્તિ હતા. જેમણે ઈ.સ. ૧૬૦૪માં એક કાઉન્સિલની રચના કરી જે મૂળ ભાષામાંથી, શક્ય એટલી ભૂલ વગરની અંગ્રેજી ભાષામાં ભાષાંતર કરવાનું કામ સોંપવામાં આવ્યું. ઈ.સ. ૧૬૧૧માં બાઈબલની અધિકૃત આવૃત્તિ બહાર પાડવામાં આવી જેને આપણે કિંગ જેમ્સ આવૃત્તિ

તરીકે ઓળખીએ છીએ. ત્યાર પછી મીશનરીઓ આ આવૃત્તિને આધાર ગણીને જગતની જુદી જુદી ભાષાઓમાં બાઈબલનું ભાષાંતર કરવા માંડયા.

દેવના વચન પર શેતાનનો સતત ચાલુ રહેલો હુમલો.

હવે આપણે શેતાનના બીજા હુમલાનો સામનો કરી રહ્યા છીએ. ઈ.સ. ૨૦૧૧માં બહાર પડેલુ એક બાઈબલ કે જેને કીંગ જેમ્સ વર્ઝન હોવાનો દાવો કરવામાં આવે છે, તેમાં એપોક્રીફાના પુસ્તકો ઉમેરવામાં આવ્યા છે કે જે કદી પણ દેવના વચન તરીકે માન્યતા પામ્યા નથી. કિંગ જેમ્સ આવૃત્તિ તૈયાર કરનારા વિદ્વાનો દ્વારા એપોક્રીફાના ભાગોને કાઢી નાંખવામાં આવ્યા હતા.

શેતાન કદી શસ્ત્રો હેઠા મૂકતો નથી !

બ.

ઈશ્વરે પોતાનું વચન કેવી રીતે સુરક્ષિત રાખ્યું?

ઈશ્વર ઉચ્ચતમ અગત્યનું સ્થાન તે પોતે લખેલ વચન, જે ભરપૂર પારદર્શક છે તેને આપે છે.

*"યહોવાના શબ્દો શુદ્ધ છે; જમીન પરની ભઠ્ઠીમાં પરખેલું રૂપું, જે સાત વાર નિર્મળ કરેલું હોય તેના જેવા (તેઓ નિર્મળ છે.) હે યહોવા, તમે તેઓને સંભાળશો, આ પેઢીના માણસોથી તમે સદા તેઓનું રક્ષણ કરશે." **(ગી.શા. ૧૨:૬-૭)***

ઈશ્વરનું વચન ઇશ્વરના સર્વ નામોથી ઉપર છે.

*"હું તમારા પવિત્ર મંદિર તરફ સ્તુતિ કરીશ, અને તમારી પ્રેમાળતા અને તમારી સત્યતા માટે તમારા નામની સ્તુતિ કરીશ: કારણ કે તમે તમારા બધા નામ કરતાં તમારા શબ્દને(વચનનોને) મોટો કર્યો છે.." **(ગી.તા. ૧૩૮:૨)***

પ્રભુએ તેમનાં વચન માટેના તેમના અવલોકન વિશે આપણને ચેતવણી પણ આપી છે તેઓએ વચનો ભ્રષ્ટ કરનારાઓને ગંભીર ચેતવણી આપી છે. વચનમાં ઉમેરો કરવા વિરુદ્ધ ઈશ્વરે ચેતવણી આપી છે.

*"પરમેશ્વરનું દરેક વચન પરખેલું છે, જેઓ તેના પર ભરોસો રાખે છે તેમની તે ઢાલ છે. તેના વચનોમાં તું ઉમેરો ન કર, રખેને તે તને ઠપકો દે, અને તું જૂઠો ઠરે." **(નીતિવચનો 30:૫-૬)***

ઈશ્વરે પોતાનું વચન નિષ્ફળ ન થવા દેતા પેઢી દર પેઢી સુરક્ષિત રાખ્યું છે!

ઘણા ધાર્મિક માણસો ધર્મનો ત્યાગ અને અવિશ્વાસના ઉછળતા મોજાને પાછા ખેંચવાનો પ્રયત્ન કરી રહ્યા હતાં. કારણ કે થોડા અંશે ઈશ્વરના વચનની સત્તા મંદ થતી જણાતી હતી. અંધકાર યુગ દરમ્યાન કેથોલિક મંડળીએ લોકો પર એ રીતે નિયંત્રણ કર્યું કે બાઈબલ લેટીન ભાષામાં જ હોવું જોઈએ. સામાન્ય લોકો લેટીન ભાષા ના તો વાંચી કે બોલી શકે.

ઈ.સ. પૂ. ૪૦૦ની સાલ સુધીમાં બાઈબલની મૂળ હસ્તલિખિત વાસ્તવિક શાસ્ત્રની ભાષા જે સાચી હતી તેમાંથી ૫૦૦ ભાષાઓમાં ભાષાંતર કરવામાં આવ્યું હતું. લોકોને નિયંત્રણમાં રાખવા માટે. કેથોલિક મંડળીએ એક કડક નિયમ બનાવ્યો હતો કે બાઈબલ લેટીન ભાષા સિવાય કોઈપણ બીજી ભાષામાં લખી કે વાંચી ના શકાય. જે લેટીન ભાષાંતર હતું એ મૂળ હસ્તલિખિત શાસ્ત્રમાંથી નહોતું.

જોન વાયકલીફ

જોન વાયકલીફ કે જે એક પાળક, વિદ્વાન, ઓક્સફોર્ડના અધ્યાપક અને એક ધર્મશાસ્ત્રના નિષ્ણાંત તરીકે ખૂબ પ્રખ્યાત હતા. ૧૩૭૧ની સાલમાં તેઓએ મૂળ હસ્તલિખિત શાસ્ત્રને જાતે અંગ્રેજીમાં લખવાનું ચાલુ કર્યું. ઘણા વિશ્વાસુ લેખકો અને અનુયાયીઓની મદદથી વાયકલીફનું સૌ પ્રથમ અંગ્રેજી ભાષામાં લખાયેલ બાઈબલનું લેટીન (વલગેટ) માંથી ભાષાંતર કરવામાં આવ્યું. આ રોમન કેથોલિક ચર્ચના ખોટા ઉપદેશોને રોકવામાં મદદ કરશે. ફકત બાઈબલની એક કોપી લખવા અને વહેંચવા માટે ૧૦ મહિના અને ચાળીસ પાઉન્ડ નો વપરાશ થાય. ઈશ્વરનો હાથ વાયકલીફ પર હતો. રોમન કેથોલિક મંડળી શ્રી વાયકલીફ ઉપર ગુસ્સે ભરાઈ પરંતુ તેમના ઘણાં સંપન્ન મિત્રોએ તેમને જાનહાનિથી બચાવ્યા. જો કે કેથોલિક મંડળીએ પોતાની સત્તામાં નકલને મેળવીને બાળી નાંખવાના બનતા બધા જ પ્રયત્નો કર્યા. પણ એનાથી વાયકલીફ ના રોકાયા. તેઓએ કદી પડતું ના મૂક્યું. કારણ કે તેઓ જાણતા હતા કે તેમનું કાર્ય વ્યર્થ નથી. કેથોલિક મંડળી બધી નકલો મેળવવામાં નિષ્ફળ ગઈ. ફક્ત એકસો સીત્તેર કોપીઓ બાકી બચી. ઈશ્વરનો મહિમા થાઓ! રોમન કેથોલિક મંડળી પોતાનાં ક્રોધમાં ચાલુ રહી. જોન વાયકલીફનાં મૃત્યુનાં ચુંમાળીસ વર્ષ પછી પોપે તેમનાં હાડકાંની શોધખોળ કરી, તેને કચડી નાખી અને નદીમાં ફેંકી દેવાનો હુકમ

કર્યો. જોન વાયકલીફનાં મૃત્યુના લગભગ સો વર્ષ પછી યુરોપે ગ્રીક ભાષા શીખવાનું ચાલુ કર્યું.

જોન હસ

જોન વાયકલીફના એક અનુયાયી, જોન હસે, વાયકલીફનું ચાલુ કરેલ કાર્ય ફરી શરૂ કર્યું; તેઓએ પણ ખોટા શિક્ષણનો વિરોધ કર્યો. કેથોલિક ચર્ચ બિન-લેટિન બાઇબલ વાંચનાર કોઈપણને ફાંસીની ધમકી આપીને તેમના પોતાના સિવાયના કોઈપણ ફેરફારોને રોકવા માટે સંકલ્પબદ્ધ હતું. વાઈક્લિફનો વિચાર, કે બાઇબલનો પોતાની ભાષામાં અનુવાદ થવો જોઈએ તે લાભદાયી રહેશે. જ્હોન હસને 1415માં દાવ પર સળગાવી દેવામાં આવ્યો હતો અને શ્રી વાયક્લિફની હસ્તપ્રતનો ઉપયોગ આગને સળગાવવા માટે કરવામાં આવ્યો હતો. તેઓના છેલ્લા શબ્દો આ હતા, "સો વર્ષમાં ઈશ્વર એક એવા વ્યક્તિને ઊભો કરશે જેના જાગૃતિ માટેના તેડાને કોઈ દબાવી નહિ શકે !" જ્યારે માર્ટિન લૂથરે તેમની પ્રખ્યાત 'થીસીસ ઓફ કન્ટેશન' ૧૫૧૭માં કેથોલિક મંડળીને વિટનબર્ગમાં મોકલી ત્યારે આ પ્રબોધવાણી સાચી પડી. તે જ વર્ષે 'ફોક્સના શહીદોના' પુસ્તકમાં નોંધવામાં આવ્યું છે કે રોમન કેથોલિક ચર્ચે "૭ લોકોને "તેઓનાં બાળકોને ઈશ્વરે શીખવેલી પ્રાર્થના લેટીનના બદલે અંગ્રેજીમાં શીખવવા" ના આરોપ મૂકીને થાંભલે બાંધીને બાળી નાખ્યા હતા.

જોહાન્નેસ ગટેનબર્ગ:

લેટીન ભાષાનું સૌ પ્રથમ બાઈબલ જે પ્રિન્ટીંગ પ્રેસમાં છાપવામાં આવ્યું હતું તે પ્રિન્ટીંગ પ્રેસનું નિર્માણ ૧૪૪૦ માં જોહાન્નેસ ગટેનબર્ગ દ્વારા કરવામાં આવ્યું હતું. આ શોધ દ્વારા ઘણા ઓછા સમયમાં મોટી સંખ્યામાં પુસ્તક છાપવાનું શક્ય બન્યું. આ બાબત પ્રોટેસ્ટંટ જાગૃતિને વધુ આગળ વધારવા માટેના એક મહત્વના સાધન તરીકે સાબિત થઈ.

ડૉ. થોમસ લિનેકર

ડૉ. થોમસ લિનેકર, જે ઓક્સફોર્ડના અધ્યાપક હતા. તેમણે ૧૪૯૮માં ગ્રીક ભાષા શીખવાનો નિર્ણય કર્યો. તેમણે મૂળ ગ્રીક ભાષાનું બાઇબલ વાંચીને પૂર્ણ કર્યું. તેમનું વાંચન

પત્યા પછી તેમણે કહ્યુ, 'ક્યાં તો આ સુવાર્તા નથી. ક્યાં તો આપણે ખ્રિસ્તી નથી.'' રોમન કેથોલિકનું લેટીન ભાષાંતર એટલું બધું ભ્રષ્ટ થઈ ચૂક્યું હતું કે સત્ય સંતાઈ ગયું હતું. કેથોલિક મંડળીએ લોકો ઉપર ફક્ત લેટીન બાઈબલ વાંચવાનો કડક અને નિષ્ઠુર નિયમ લાદવાનું ચાલું રાખ્યું.

જોન કોલેટ

૧૪૯૬માં જોન કોલેટ નામનાં એક બીજા ઓક્સફોર્ડનાં અધ્યાપકે પોતાનાં શિષ્યો માટે અને પછી સર્વે લોકો માટે સેંટ પાઉલ કેથેડ્રલ (દેવળ) માં બાઈબલને ગ્રીક ભાષામાંથી અંગ્રેજીમાં ભાષાંતર કરવાનું ચાલું કર્યું. છ મહિનાની અંદર જાગૃતિ ફાટી નીકળી અને ૪૦,૦૦૦ થી વધુ લોકોએ તેમની સેવામાં ભાગ લીધો. તેમણે લોકોને ધાર્મિક યુદ્ધમાં ભાગ લેવા નહિ પરંતુ ખ્રિસ્તને માટે લડવા પ્રોત્સાહન આપ્યું. તેમના ઘણાં મિત્રો ઊંચા હોદ્દા ઉપર હોવાને કારણે દેહાંત દંડથી તેઓ બચી ગયા.

ડેસીડેરીયસ ઈરાસ્મસ, ૧૪૬૬ - ૧૫૩૬

શ્રી ડેસીડેરીયસ ઈરાસ્મસ નામના એક મહાન વીદ્વાન જોન કોલેટ અને ડૉ. થોમસ લીનાકેની ઘટનાઓ તપાસી. લેટીન ભાષાંતરને પાછું સત્યતામાં બદલવા તેઓ ખૂબ પ્રભાવિત હતા. શ્રી જે. ફ્રોબેન, જેમણે હસ્તલિખિત શાસ્ત્રને છપાવીને પ્રસિદ્ધ કર્યું, તેમની મદદથી આ કાર્ય ૧૫૧૬માં સંપૂર્ણ થયું. ઈરાસ્મસની ઈચ્છા હતી કે સર્વ લોકો જાણે કે પવિત્ર શાસ્ત્રનું લેટીન ભાષાંતર કેવું ભ્રષ્ટ થઈ ચૂક્યું હતું. તેઓએ લોકોનું ધ્યાન આ સત્ય તરફ દોરવાનું પ્રોત્સાહન આપ્યું. તેમણે એ હકીકત પર જોર આપ્યું કે મૂળ હસ્તલિખિત શાસ્ત્ર કે જે ગ્રીક અને હિબ્રુ ભાષામાં હતું, એ વાંચવાથી આપણે વિશ્વાસુપણા અને સ્વતંત્રતાના સાચા રસ્તા પર રહીશું. જાણીતા વીદ્વાન અને ભાષાંતરકર્તા ઈરાસ્મસે એક ઉત્તમ અને રસપ્રદ વાત ટાંકી હતી કે "જ્યારે મારી પાસે થોડા પૈસા આવે ત્યારે હું પુસ્તકો ખરીદું અને જો એમાંથી થોડા વધે તો હું ખાવાનું અને કપડા ખરીદું." કેથોલિક મંડળીએ જે કોઈ પણ લેટીન સિવાયનાં બાઈબલનું ભાષાંતર કરે તેમની ઉપર પ્રહાર કરવાનું ચાલું રાખ્યું.

વિલિયમ ટીંડેલ (૧૪૯૪ - ૧૫૩૬)

વિલિયમ ટીંડેલનો જન્મ ૧૪૯૪માં થયો હતો અને ૪૨ વર્ષની ઉંમરે તેઓ મૃત્યુ પામ્યા. તેઓ ફક્ત સુધારકની ફોજનાં કપ્તાન જ નહિ પણ સાથે સાથે તેઓનાં આત્મિક આગેવાન તરીકે પણ જાણીતા હતા. તેઓ પ્રમાણિકતા અને આદરના એક મહાન વ્યક્તિ હતાં શ્રી ટીંડેલ ઓક્સફોર્ડ યુનિવર્સીટીમાં જતા અને ત્યાં જ તેઓ ભણ્યા અને ઉછેર પામ્યા. માસ્ટર ડીગ્રી મેળવ્યા પછી એકવીસ વર્ષની ઉંમરે તેઓ લંડન જવા રવાના થયા. તેઓને અલગ અલગ ભાષાઓ બોલવાનું દાન મળેલ હતુ. હિબ્રુ, ગ્રીક, સ્પેનીશ, જર્મન, લેટીન, ફ્રેંચ, ઇટાલિયન અને અંગ્રેજી. તેઓના સંપર્કના દરેક વ્યક્તિ એવું કહેતા કે જ્યારે કોઈ શ્રી ટીંડેલને ઉપર લખેલ કોઈ પણ એક ભાષામાં જો બોલતાં સાંભળે તો તેઓને એવું જ લાગે કે તેઓ તેમની માતૃભાષામાં વાત કરી રહ્યા છે. તેઓ આ ભાષાઓનો ઉપયોગ લોકોને આશીર્વાદ આપવા માટે કરતા હતાં. તેઓએ ગ્રીકના નવા કરારનો તર્જુમો અંગ્રેજીમાં કર્યો. કોઈ પણ શંકા વગર, ઇંગ્લેન્ડથી દૂર હોવા છતાં આ દાનના લીધે તેઓ અધિકારીઓથી છૂટવામાં સફળતા પ્રાપ્ત કરી શક્યા. આખરે, શ્રી ટીંડેલને પાખંડ અને વિશ્વાસઘાતના આરોપમાં પકડીને ગીરફતાર કરવામાં આવ્યા. ઓક્ટોબર ૧૫૩૬માં એક ગેરવ્યાજબી સુનાવણી અને ૫૦૦ દિવસ કારાગૃહમાં અતિકષ્ટપૂર્વક પસાર કર્યા બાદ શ્રી ટિંડેલને થાંભલે બાંધીને બાળી નાંખવામાં આવ્યા. એવું નોંધવામાં આવ્યું છે કે 'ટીંડેલ હાઉસ પબલીશર્સ' નામની આધુનિક બાઈબલ કંપનીનું નામ આ આશ્ચર્યચકિત કરનાર નાયકના નામ ઉપરથી આપવામાં આવ્યું હતું.

માર્ટીન લુથર

રોમન કેથોલિક મંડળીએ ઘણાં લાંબા સમય સુધી રાજ કર્યું હતું, અને માર્ટીન લુથરને મંડળીની ભ્રષ્ટતા માટે જરાય સહન શક્તિ ન હતી. તેઓ લોકો પર લાદેલા ખોટા શિક્ષણથી ત્રાસી ચૂક્યા હતા. ૧૫૧૭માં હેલોવીનની આગલી સાંજે, તેઓ ૯૫ ‘થીસીસ ઓફ કંટેશન' વિટનબર્ગ મંડળી પર જાહેર કરતાં બે મત ન થયા. મંડળી દ્વારા બનાવેલ સંસ્થા ‘ધી ડાયટ ઓફ વર્મસ કાઉન્સીલે' માર્ટીન લુથરને શહીદ કરવાની યોજના બનાવી. કેથોલિક મંડળીને છેવટે પોતાની સત્તા અને આવક ગુમાવવાનો ડર હતો. તેઓ પછી પાપ કરવાનો મેળવેલ વિશેષ હકક વેચવામાં (ઇંડલજન્સ ફોર સીન્સ) અને પોતાના સ્નેહીજનોને પાપથી વિમુક્ત

થવાના સ્થાનમાંથી મુક્ત કરવામાં સફળ નહિં થઈ શકે. આ ધાર્મિક સિદ્ધાંત કેથોલિક મંડળી દ્વારા રચવામાં આવ્યો હતો.

માર્ટીન લુથરે ટિંડેલ કરતાં પહેલાં ૧૫૨૨ ના સપ્ટેમ્બર મહિનામાં સૌ પ્રથમ ગ્રીક - લેટીન નવા કરાર ઈરાસ્મસનું ભાષાંતર જર્મનમાં છપાવ્યું. ટીંડેલ આ મૂળ પુસ્તકનો ઉપયોગ કરવા માંગતા હતા. તેઓએ એના માટેની પ્રક્રિયા ચાલુ કરી એ અધિકારીઓની ધાકધમકીથી તેઓને ભયભીત કરવામાં આવ્યા. ૧૫૨૫માં તેઓએ ઇંગ્લેન્ડ છોડયું અને જર્મનીમાં માર્ટીન લુથરના નવા કરારનું ભાષાંતર અંગ્રેજીમાં થઈ ગયુ હતું. ૧૫૨૬માં ટીંડેલનો નવો કરાર શાસ્ત્રની સૌ પ્રથમ નકલ બની જે અંગ્રેજી ભાષામાં છપાવવામાં આવી હતી. આ સારી બાબત કહેવાય. જો લોકોને બાઈબલ પોતાની ભાષામાં વાંચવા મળે તો કેથોલિક મંડળીનું તેઓના ઉપર કોઈપણ પ્રકારનું આધિપત્ય કે અધિકાર રહે નહિ. ભયનો અંધકાર, જેણે લોકોને નિયંત્રણમાં રાખ્યા હતા. એનાથી લોકોને ડરવાની જરાય જરૂર નહોતી. સૌ લોકો મંડળીનાં અધિકારીઓને તેઓનાં જુઠાણાં પર પડકાર કરી શકે. આખરે સ્વતંત્રતા આવી ચૂકી હતી. તારણ સૌને માટે વિના મૂલ્યે અને વિશ્વાસ દ્વારા હતા. કાર્ય દ્વારા નહિ. હંમેશા ફક્ત ઈશ્વરનું વચન જ સત્ય રહેશે, માણસનું નહીં. ઈશ્વરનું વચન સત્ય છે અને સત્ય તમને મુક્ત કરશે!

કીંગ જેમ્સ ૬

૧૯૦૩માં જ્યારે જેમ્સ ૬ રાજા બન્યા ત્યારે બાઈબલનાં નવા ભાષાંતરનો મુત્સદો (ડ્રાફટ) અધૂરો હતો. નવું ભાષાંતર કરવાનું કારણ એ હતુ કે વપરાઈ રહેલ મહાન બાઈબલ (ધ ગ્રેટ બાઈબલ), મેથ્યુનું બાઈબલ, બીશપનું બાઈબલ, જીનેવાનું બાઈબલ અને કવરડેલ બાઈબલ ભ્રષ્ટ થઈ ગયા હતા. હેમ્પટન કોર્ટની સભામાં જેમ્સ રાજાએ બાઈબલનું ભાષાંતર કરવાની પરવાનગી આપી. ૫૪ બાઈબલનાં વિદ્વાનોનો, ધર્મશાસ્ત્રીઓ અને ભાષાશાસ્ત્રીઓને ભાષાંતરના આ મહાન કાર્ય માટે કાળજીપૂર્વક પસંદ કરવામાં આવ્યા. ભાષાંતરકર્તાઓને છ જૂથોમાં વહેંચ્યા અને યુનિવર્સીટી ઓફ વેસ્ટમિન્સ્ટર, કેમ્બ્રીજ અને ઓક્સફોર્ડમાં કાર્ય કરતા હતા. આ હિબ્રૂ, ગ્રીક, લેટીન અને અંગ્રેજી વિદ્વાનોને બાઈબલનાં અલગ અલગ પુસ્તકો આપવામાં આવ્યા હતા. આ ભાષાંતર કરવા માટે કેટલાંક ચોક્કસ

સલાહ સૂચનો અનુસરવાના હતા. પવિત્ર બાઈબલનું મૂળ ભાષામાંથી ભાષાંતર ૧૬૧૧માં પૂર્ણ થયું અને આખા વિશ્વમાં ફેલાયું.

<u>પ્રથમ યોજના</u>: શેતાને સર્વ પ્રથમ ઈશ્વરના વચન પર પ્રહાર કર્યો.
મિસરના એલેસ્કઝાન્ડ્રિયામાં શેતાને ઈશ્વરના વચન પર હુમલો કર્યો.

યાકૂબ ૨ :૧૯ ભૂતો
પણ વિશ્વાસ કરે છે કે
દેવ એક છે અને કાંપે છે

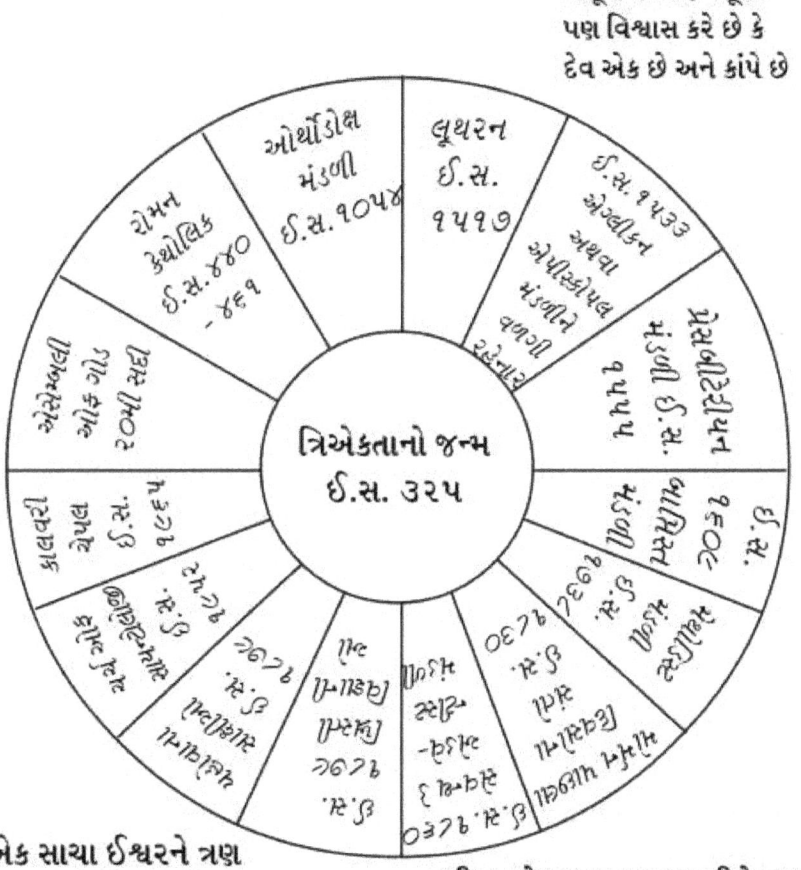

એક સાચા ઈશ્વરને ત્રણ
ભાગમાં વહેંચવામાં આવ્યા

ત્યાર પછી અંધકારનો સમય
શરૂ થયો.

બીજી યોજના : ભાગ પાડીને રાજ
કરવું. ચોરી કરવા, મારી નાંખવા,
નાશ કરવા. યોહાન ૧૦ : ૧૦

<u>બાઈબલ કહે છે:</u>

ઈસુને જાણવા એ પ્રકટીકરણ છે.
(માથ્થી ૧૬ : ૧૩-૧૯)

પરિણામે આપણી પાસે આટલા બધા સંપ્રદાયો છે.

ક.

આપણા જમાનાનું બાઈબલ ભાષાંતર :

બાઈબલની જુદી જુદી આવૃત્તિઓ વિશેનું સત્ય

આપણા જીવન માટે દેવનું વચન તે સર્વોચ્ચ અધિકૃત સ્થાને છે. વર્તમાન સમયમાં કિંગ જેમ્સ આવૃત્તિ સિવાયના જુદા જુદા ઘણા બાઈબલના ભાષાંતર આપણને જોવા મળે છે. ખ્રિસ્તના સાચા અનુયાયીઓને એ જાણવામાં રસ હોય કે આ બધી બાઈબલની આવૃત્તિઓ બરાબર છે કે નહિ. માટે આપણે બાઈબલની જુદી જુદી આવૃત્તિઓ અંગેની સત્ય હકીકત તપાસીએ. હાલમાં આપણી પાસે બાઈબલની જે આવૃત્તિઓ છે તેમાં NIV, NKJV, કેથોલિક બાઈબલ, લેટીન બાઈબલ, અમેરીકન સ્ટાન્ડર્ડ વર્ઝન, રીવાઈઝડ સ્ટાન્ડર્ડ વર્ઝન, લેટીન બાઈબલ, અમેરીકન સ્ટાન્ડર્ડ વર્ઝન, ઈન્ટરનેશનલ સ્ટાન્ડર્ડ વર્ઝન, ગ્રીક એન્ડ હિબ્રુ સ્ટાન્ડર્ડ વર્ઝન અને ન્યુ વર્લ્ડ ટ્રાન્સલેશન (યહોવાના સાક્ષીઓ) બાઈબલ, Today's NIV, MKJV વગેરે છે. જુદા જુદા સમયમાં અને જમાનાઓમાં જુદા જુદા વિદ્વાનો મારફતે બીજા પણ ઘણા બાઈબલના ભાષાંતરો થયા છે. આ બધી જુદી જુદી આવૃત્તિઓ સાચી છે કે ભૂલ ભરેલી છે તે આપણે કેવી રીતે જાણી શકીએ ? અને જો ભૂલોવાળી છે તો કેવી રીતે અને ક્યારે તે બન્યુ ?

સત્ય શોધવા માટેની આપણી મુસાફરીની શરૂઆત મળી આવતા તફાવતોથી કરીએ કઈ આવૃત્તિ સાચી છે તેનો નિર્ણય કરવા માટે આપણે આ જાણવાની જરૂર છે.

એલેકઝાન્ડ્રીયાની મૂળપ્રતનું જે છેલ્લુ સંશોધન છે તેમાં શબ્દો અને શાસ્ત્રભાગો નીચે લાઈન, લાઈનો અને ડેશના ચિન્હો કરાયેલા છે. તેનો અર્થ એ છે કે તે ખાસ શબ્દો કે કલમો તેમના ભાષાંતરમાંથી કમી કરવાના છે. જે શબ્દો નીચે લાઈનો મળી આવી છે તેમાં પવિત્ર, ખ્રિસ્ત અને આત્મા સહિતના બીજા ઘણા શબ્દો અને કલમો છે. જે લહિયાઓ આ પ્રતો બનાવવાનું કામ કરતા હતા તેઓ પ્રભુ ઈસુ ખ્રિસ્ત મસીહ તારનાર છે તેવો વિશ્વાસ કરતા ન હતા. જેમણે પણ આ પ્રતો તૈયાર કરી તેમણે ઘણા શબ્દો અને શાસ્ત્રભાગોમાં ફેરફાર કર્યો અથવા કમી કર્યા. આ પ્રતો તાજેતરમાં ઈજીપ્તના એલેકઝાન્ડ્રીયામાંથી મળી આવેલ છે. આ એક આશ્ચર્યજનક સાબિતી છે કે એલેકઝાન્ડ્રીયાના ભ્રષ્ટ ધાર્મિક અને રાજકીય સત્તાધિશો દ્વારા બાઈબલમાં ફેરફાર કરવામાં આવ્યા અને તેને બગાડી નાખવામાં આવ્યું.

કિંગ જેમ્સ વર્ઝનની બાઈબલની આવૃત્તિમાં આ પ્રમાણે લખેલું છે

"દરેક શાસ્ત્ર ઈશ્વરપ્રેરિત છે, તે બોધ, નિષેધ, સુધારા અને ન્યાયીપણાના શિક્ષણને અર્થે ઉપયોગી છે" ***(૨ તિમોથી 3:૧૬ KJV)***

"પ્રથમ તમારે એ જાણવું કે, પવિત્ર લેખમાંનું કોઈપણ ભવિષ્યવચન મનુષ્ય પ્રેરિત નથી. કેમ કે ભવિષ્યવચન જૂના સમયમાં માણસની ઈચ્છા પ્રમાણે કદી આવ્યું નથી, પણ પવિત્ર આત્માની પ્રેરણાથી પવિત્ર માણસો દેવના વચન બોલ્યા." ***(૨ પીતર ૧ :૨૦,૨૧ KJV)***

દેવનું આ સત્ય વચન એક અને માત્ર એક દેવ દ્વારા લખવામાં આવ્યું.

દેવનું વચન સનાતન છે

"કેમ કે હું તમને ખચીત કહું છું કે આકાશ તથા પૃથ્વી જતા રહે ત્યાં સુધી સઘળાં પૂરાં થયા વગર નિયમશાસ્ત્રમાંથી એક કાનો અથવા એક માત્રા જતી રહેશે નહિ."

(માત્થી ૫: ૧૮KJV)

"પરંતુ શાસ્ત્રની એક પણ માત્રા રદ થાય, તે કરતાં આકાશ તથા પૃથ્વીને જતું રહેવું સહેલ છે." ***(લુક ૧૬ :૧૭KJV)***

<u>દેવના વચનમાં ઉમેરો કરશો નહિ કે ઘટાડો કરશો નહિ:</u>

દેવના વચનમાં ઘટાડો કરી શકાય નહિ, ઉમેરો કરી શકાય નહિ કે તેનો અર્થ મરડી શકાય નહિ.

*"આ પુસ્તકમાના ભવિષ્યવચનો જે કોઈ સાંભળે છે તેને હું સોગન દઈને કહું છું કે જો કોઈ તેઓમાં વધારો કરશે તો તેના પર દેવ આ પુસ્તકમાં લખેલા અનર્થો વધારશે. વળી જો કોઈ આ ભવિષ્યવચનના પુસ્તકમાંથી કંઈપણ કાઢી નાખશે, તો દેવ તેનો ભાગ જીવનના પુસ્તકમાંથી તથા પવિત્ર નગરમાંથી, એટલે આ પુસ્તકમાં જે જે લખેલું છે તેમાંથી, કાઢી નાખશે." **(પ્રક્ટી. ૨૨:૧૮,૧૯)***

*વચન હું તમને ફરમાવું છું તેમાં તમારે કંઈ ઉમેરો કરવો નહિ તેમજ તેમાં તમારે કંઈ ઘટાડો કરવો નહિ; એ માટે કે યહોવા તમારા દેવની જે આજ્ઞાઓ હું તમને ફરમાવું છું તે તમે પાળો." **પુન. ૪:૨***

દેવનો શબ્દ જીવતં અને બેધારી તલવાર કરતા તીક્ષ્ણ છે.

"પરમેશ્વરનું દરેક વચન પરખેલું છે. જેઓ તેના પર ભરોસો રાખે છે તેઓની તે ઢાલ છે."
નીતિ. ૩૦:૫

ગીતશાસ્ત્ર ૧૧૯મો અધ્યાય આપણને જણાવે છે કે દેવનું વચન આપણને શુદ્ધ રહેવા માટે અને વિશ્વાસમાં વૃદ્ધિ પામવામાં સહાય કરે છે. શુદ્ધ જીવન જીવવા માટે કેવળ દેવનું વચન જ આપણને દોરવણી આપે છે.

"મારા પગોને સારુ તમારું વચન દીવારૂપ છે, ને મારા માર્ગોને સારુ અજવાળારૂપ છે."
(ગી.શા. ૧૧૯:૧૦૫,),

*"કેમ કે વિનાશી બીજથી નહિ પણ અવિનાશીથી, દેવના જીવંત તથા સદાકાળ રહેનાર વચન વડે, તમને નવો જન્મ આપવામાં આવ્યો છે." **(૧ પીતર ૧ :૨૩)***

હાલમાં જે ઘણી બધી અંગ્રેજી ભાષાની બાઈબલની આવૃત્તિઓ ઉપલબ્ધ છે તેમાં ફક્ત કિંગ જેમ્સ વર્ઝન (ઈ.સ.૧૬૧૧) જ નિસંદેહપણે ટ્રેડીશનલ મેસોરેટીક હિબ્રુ ટેક્ષ (વિદ્વાન હિબ્રુ રાબ્બીઓ દ્વારા ચાલતી આવતી બાઈબલની પ્રતો)ને શ્રેષ્ઠતમ રીતે અનુસરે છે. હિબ્રુ રાબ્બીઓ દ્વારા જૂના કરારની વધારે પડતી ચિવટ ભરેલી પદ્ધતિથી પ્રતો બનાવવામાં આવતી હતી. દેવે પોતાના વચનને સાચવવા માટેની જે વિશ્વાસયોગ પ્રતિજ્ઞા કરી છે તે કદી નિષ્ફળ ગઈ નથી.

દેવ તેના વચનને સંભાળી રાખે છે અને રાખશે.

*યહોવાના શબ્દો શુદ્ધ છે; જમીન પરની ભઠ્ઠીમાં પરખેલું રૂપું, જે સાત વાર નિર્મળ કરેલું હોય તેના જેવા તેઓ નિર્મળ છે. હે યહોવા, તમે તેઓને સંભાળશો, આ પેઢીના માણસોથી તમે સદા તેઓનું રક્ષણ કરશો." **(ગી.શા. ૧૨: ૬,૭)***

આજની ટેકનોલોજીએ કિંગ જેમ્સ વર્ઝન કેટલું ચોક્કસ અને સાચું છે તે પૂરવાર કર્યું છે.

ધ જર્નલ ઓફ રોયલ સ્ટેટીસ્ટીકલ સોસાયટી અને સ્ટેટીસ્ટીકલ સાયન્સ એ નવી સંશોધન સંસ્થા છે.

હિબ્રુ નિષ્ણાંતો જેમાના બે હાર્વર્ડનાં અને બે યેલ યુનિવર્સીટીના ગણિતજ્ઞો હતા તેમણે બે સ્ટેટેસ્ટીકલ સાયન્ટીફીક ટેકનીકો (આંકડાશાસ્ત્રીય વૈજ્ઞાનિક પદ્ધતિઓ)નો ઉપયોગ કરીને સંશોધન કર્યું અને KJV બાઈબલની ચોકસાઈના તેમને આશ્ચર્યજનક પરિણામો મળ્યા. તેમણે કોમ્પ્યુટરમાં અભ્યાસપૂર્ણ માહિતી મેળવવા માટે equidistant letter sequencing (અક્ષરોને સમાન અંતરે લાઈનમાં ગોઠવવા) નો ઉપયોગ કર્યો. તેમણે KJV બાઈબલના પહેલા પાંચ પુસ્તકો (તોરાહ) માંથી વ્યક્તિના નામો કોમ્પ્યુટરમાં એન્ટર કર્યા. ઈક્વીડીસ્ટન્ટ લેટર સીકવન્સીગ ટેસ્ટથી આપમેળે જ તે વ્યક્તિની જન્મ તારીખ, મૃત્યુ અને તે વ્યક્તિના જન્મ અને મરણના શહેરનું નામ પ્રાપ્ત થયું. આ વિગતો ખૂબ ચોકસાઈપૂર્ણ રીતે મળી. શરૂઆતની સદીઓમાં જે માણસો થઈ ગયા તેમના સરળ અને ચોક્કસ

પરિણામો સાથે તેમાં નોંધ હતી. આમ આ સામાન્ય ટેસ્ટો દ્વારાજે પરિણામો મળ્યા તે ખૂબ ચોકસાઈપૂર્ણ હતા.

આ જ ટેકનીકનો જ્યારે NIV, ન્યુ અમેરીકન સ્ટાન્ડર્ડ વર્ઝન, ધ લીવીંગ બાઈબલ અને બીજી ભાષાઓ અને ભાષાંતરોની આવૃત્તિઓમાં ઉપયોગ કર્યો ત્યારે તે ટેસ્ટ નિષ્ફળ ગયા. આમ, ખામીયુક્ત બાઈબલની નકલોમાં જે ચોકસાઈની અપૂર્ણતા છે તેને આ પદ્ધતિ પૂરવાર કરે છે.

આ જ ગણિતીક પૃથ્થકરણ સમારીટન પેન્ટાટોક તેમજ એલેકઝાન્ડ્રીયા વર્ઝન માટે લાગુ કર્યું પણ બેમાંથી કોઈમાં તે સફળ ન થયું.

પ્રકટીકરણનું પુસ્તક આપણને કહે છે:

*'વળી જે કોઈ આ ભવિષ્યવચનના પુસ્તકમાંથી કંઈ પણ કાઢી નાખશે, તો દેવ તેનો ભાગ જીવનના ઝાડમાંથી તથા પવિત્ર નગરમાંથી, એટલે આ પુસ્તકમાં જે જે લખેલું છે તેમાંથી, કાઢી નાખશે." **(પ્રકટી.૨૨:૧૯)***

આ અભ્યાસ પરથી તેઓ એ તારણ પર આવ્યા કે હાલમાં આપણી પાસે જે KJV બાઈબલ છે તે સૌથી વિશેષ ભરોસાપાત્ર છે.

એક ગ્રીક લખાણ (ટેક્ષ્ટ) જેનો આધાર મેસોરેટીક ટેક્ષ્ટ અને ટેક્ષ્ટસ રીસીપ્ટસ (તેના સરળ અર્થ - બધા દ્વારા સ્વીકાર્ય લખાણ પર છે). તે લખાણ મૂળ રીતે KJV બાઈબલનો આધાર છે. ૫૦૦૦ કરતાં વધુ પ્રતોમાંથી ૯૯% KJV બાઈબલ સાથે અનુમતિ ધરાવે છે.

KJV બાઈબલ બધા સ્થળે લોકોમાં જાહેર ક્ષેત્ર (Public Domain) છે. તેના ભાષાંતર માટે કોઈની મંજૂરી લેવાની જરૂર નથી. આધુનિક બાઈબલ ભાષાંતરો કરનારા હિબ્રુ મેસોરેટીક ટેસ્ટનો ઉપયોગ કરતા નથી તેઓ લેનીનગાર્ડ પ્રતનો ઉપયોગ કરે છે. આ પ્રત સપ્તતિ તરજૂમા દ્વારા તૈયાર કરવામાં આવી છે. આ સપ્તતિ તરજૂમો પણ જૂના કરારની ખામી ભરેલી ગ્રીક આવૃત્તિ છે. આ બંને બિબ્લીયા હેબ્રાઈકા હિબ્રુ આવૃત્તિઓમાં તેમની વધારાની

નોંધમાં સૂચિત ફેરફારો દર્શાવેલ છે. જૂઠી હિબ્રુ આવૃત્તિઓ BHK અથવા BHSનો ઉપયોગ જૂના કરારનું આધુનિક આવૃત્તિઓમાં ભાષાંતર કરવા માટે થાય છે.

રૂઢીગત મેસોરેટીક ટેક્ષ્ટ જે KJV નો આધાર છે તે મૂળ પ્રતના જેવી જ છે. પુરાતત્વવાદીઓએ બાઈબલના બધા પુસ્તકો ખોદકામથી શોધી કાઢયા છે જેના પરથી પૂરવાર થાય છે કે KJV બાઈબલ મૂળ પુસ્તકનું હૂબહૂ ભાષાંતર છે.

દેવના વચનમાં ફેરફાર થયો છે:

બાઈબલ કહે છે કે દેવનું વચન આપણી તલવાર છે અને શત્રુ સામે વાપરવા માટેનું એકમાત્ર હથિયાર છે. આમ છતાં આધુનિક ભાષાંતરવાળું દેવનું વચન શત્રુની સામે સામનો કરવા કે તલવાર તરીકે ઉપયોગમાં લઈ શકાય નહિ, કારણ કે તેમાં એટલો બધો સુધારો વધારો કર્યો છે. જ્યારે આપણે આધુનિક બાઈબલ વાપરતી વ્યક્તિને જોઈએ છીએ તો તે આપણને અસ્થિર, હતાશ, ચિંતાતુર અને માનસિક સમસ્યાઓ વાળી લાગે છે. આ કારણથી જ માનસશાસ્ત્ર અને દવાઓનો પ્રવેશ મંડળીમાં થયો છે. આ બાબતને માટે નવા ભાષાંતરો જવાબદાર છે.

આપણે કેટલાંક ફેરફારો અને તેની પાછળના તરકટી કારણો જોઈએ.

નીચે દર્શાવેલ બાઈબલની આવૃત્તિઓમાં જે ફેરફારો કરાયા છે તે આપણે જોઈશું. હું થોડીક આવૃત્તિઓ તમને બતાવું છું બીજી પણ ઘણી આવૃત્તિઓ અને ભાષાંતરો છે જેનું સંશોધન તમે પોતે કરી શકો છો.

ન્યુ લીવીંગ ટ્રાન્સલેશન, ઇંગ્લીશ સ્ટાન્ડર્ડ વર્ઝન, ન્યુ અમેરીકન સ્ટાન્ડર્ડ બાઈબલ, ઈન્ટરનેશનલ સ્ટાન્ડર્ડ વર્ઝન, અમેરીકન સ્ટાન્ડર્ડ વર્ઝન, જેહોવાઝ વીટનેસ બાઈબલ, NIV બાઈબલ. Today's NIV, NKJV, MKJV અને અન્ય ભાષાંતરો.

*KJV માં લૂક ૪:૧૮ "પ્રભુનો આત્મા મારા પર છે, કેમ કે દરિદ્રીઓ આગળ સુવાર્તા પ્રગટ કરવા સારુ તેણે મારો અભિષેક કર્યો છે; **ભંગિત હૃદયવાળાઓને સાજા કરે છે***

બંદીવાનોને છુટકો તથા આંધળાઓને દૃષ્ટિ પામવાનું જાહેર કરવા, ઘાયલ થયેલાઓને છોડાવવા,... તેમણે મને મોકલ્યો છે."

આ શાસ્રવાંચન કહે છે કે **<u>તે ભંગિત હૃદયવાળાઓને સાજા કરે છે.</u>**

NIV માં આ પ્રમાણે છે, લુક. ૪:૧૮"પ્રભુનો આત્મા મારા પર છે કેમ કે દરદ્રીઓ આગળ સુવાર્તા પ્રગટ કરવા સારું તેણે મારો અભિષેક કર્યો છે. બંદિવાનોને છુટકો તથા આંધળાઓને દ્રષ્ટિ પામવાનું જાહેર કરવા, ઘાયલ થયેલાઓને છોડાવવા... તેણે મને મોકલ્યો છે."

*NIV અને બીજી આવૃત્તિઓમાંથી '**<u>ભંગિત હૃદયવાળાઓને સાજા કરવા</u>**' એ ભાગ કાઢી નાખ્યો છે, આધુનિક ભાષાંતરો ભંગિત હૃદયોને સાજા કરી શકતા નથી.*

*KJV પ્રમાણે માર્ક 3: ૧૫ - '**<u>અને કે તેઓ અધિકાર પામીને માંદાઓને સાજા કરે</u>** અને ભૂતો કાઢે,'*

NIV પ્રમાણે માર્ક 3:૧૫ 'અને તેઓ અધિકાર પામીને ભૂતો કાઢે.'

(NIV અને બીજા ભાષાંતરોમાંથી **<u>'તેઓ અધિકાર પામીને માદાંઓને સાજા કરે</u>**' તે ભાગ કાઢી નાંખ્યો છે. આધુનિક બાઈબલમાં ભાષાંતર પ્રમાણે તમે માંદાઓને સાજા કરવા માટે અધિકાર ધરાવતા નથી.)

KJV પ્રે.કૃ. 3:૧૧

*'અને **<u>તે લંગડો માણસ કે જે સાજો થયો હતો</u>** તે પિતર તથા યોહાનને પકડી રહ્યો હતો, એટલામાં બધા લોક બહુ વિસ્મય પામીને સુલેમાનની કહેવાતી પરસાળમાં તેઓની પાસે દોડી આવ્યા.*

NIV પ્રમાણે પ્રે.કૃ. 3:૧૧

મેં તે તેમની રીતે કર્યું

'તે ભિખારી પિતર તથા યોહાનને પકડી રહ્યો હતો, એટલામાં બધા લોક બહુ વિસ્મય પામીને સુલેમાનની કહેવાતી પરસાળમાં તેઓની પાસે દોડી આવ્યા.'

*NIV અને આધુનિક બાઈબલોમાંથી **'લંગડો માણસ કે જે સાજો થયો હતો'** તે ભાગ કાઢી નાખ્યો છે. જે ચાવીરૂપ વચન છે.*

આ ઉપરાંત NIV બાઈબલ '**દયાસન'** ૫૩ વખત દૂર કર્યું છે. "**દેવની દયા**" કાઢી નાંખવામાં આવી છે. **'રક્ત'** શબ્દ ૪૧ વખત કાઢી નાખવામાં આવ્યો છે.

એફેસી ૬:૪ માં nurturing the church શબ્દો છે. આ nurturing શબ્દ nurse પરથી આવેલો છે એટલે કે બાળકની સંભાળ અને દેખભાળ કરવી, દેવ આપણી દેખભાળ કરે છે અને નમ્ર બનાવે છે, પણ કેટલીક આધુનિક આવૃત્તિઓમાં શિસ્ત (discipline) અને શિક્ષા (chastening) શબ્દો વાપરવામાં આવે છે જે ઈશ્વરના સ્વભાવની વિરુદ્ધ છે.

KJV પ્રમાણે દાની. ૩:૨૫બ –
અને ચોથાનું સ્વરૂપ તો ***દેવપુત્રના*** જેવું છે.

NIV પ્રમાણે શબ્દો બદલવામાં આવ્યા છે. 'અને ચોથાનું સ્વરૂપ તો દેવોના પુત્ર જેવું છે.

દેવપુત્ર તે દેવોનો પુત્ર નથી. આનાથી અનેક દેવવાદ (polytheism) ને પ્રોત્સાહન મળે છે.

અંગ્રેજી આવૃત્તિમાં 'The' ની જગાએ 'A' કરવાથી બીજા ધર્મોને ઉત્તેજન મળે છે. ઉદાહરણ A gospel, a son, a saviour શું ઈસુ એક માત્ર તારનાર નથી ?!?!?!

KJV પ્રમાણે યોહાન ૧૪:૬ –

ઈસુ તેને કહે છે, માર્ગ તથા સત્ય તથા જીવન હું (જ) છું. મારા આશ્રય વિના બાપની પાસે કોઈ આવતું નથી.

*KJV માત્થી ૨૫:૩૧ જ્યારે માણસનો દીકરો તેના મહિમામાં આવશે, અને તેની સાથે બધા **પવિત્ર દૂતો** આવશે, ત્યારે તે તેના મહિમાના સિંહાસન પર બેસશે:'*

NIV માત્થી ૨૫:૩૧ પ્રમાણે –'પણ જ્યારે માણસનો દીકરો પોતાના મહિમામાં સર્વ દૂતો સાથે આવશે, ત્યારે તે પોતાના મહિમાના રાજ્યાસન પર બેસશે.'

NIV એ '**પવિત્ર**' શબ્દ કાઢી નાખ્યો છે. આપણે જાણીએ છીએ કે બાઈબલ ભૂંડા અને અશુદ્ધ દૂતો વિશે પણ કહે છે.

દેવ પવિત્ર છે.

NIV એ કેટલીક જગાએ '**પવિત્ર આત્મા**' શબ્દ પણ કાઢી નાખ્યો છે. NIV, NKJV, કેથોલિક બાઈબલ, લેટીન બાઈબલ, અમેરીકન સ્ટાન્ડર્ડ વર્ઝન, રીવાઈઝડ સ્ટાન્ડર્ડ વર્ઝન, ગ્રીક અને હિબ્રુ બાઈબલ અને બીજી ઘણી આવૃત્તિઓ કે જે ખામીયુક્ત એલેકઝાન્ડ્રીયન આવૃત્તિ અથવા NIV માંથી ભાષાંતર થયેલ છે તેના આ થોડા જ ઉદાહરણો છે.

નીચેની બાબતો પૂરવાર કરે છે કે NIV બાઈબલ ખ્રિસ્તવિરોધી છે:

NIV અને આજના ઘણા બાઈબલના બીજા ભાષાંતરોમાંથી ઘણા શબ્દો જેવા કે **ઈસુ ખ્રિસ્ત, ખ્રિસ્ત**, **મસીહ, પ્રભુ** વગેરે કાઢી નાંખવામાં આવ્યા છે. 'ખ્રિસ્ત વિરોધી' કોણ છે તે

વિશે બાઈબલ કહે છે –

જે કોઈ ઈસુનો નકાર કરે છે અને કહે છે કે તે ખ્રિસ્ત નથી, તેના જેવો જૂઠો બીજો કોણ? જે કોઈ પિતા તથા પુત્રનો નકાર કરે છે તે જ ખ્રિસ્તવિરોધી છે.' ૧ યોહાન ૨:૨૨ (KJV)

*'આપણા પ્રભુ ઈસુ **ખ્રિસ્તની** કૃપા સંતો પર હો. આમેન.' પ્રકટી. ૨૨:૨૧ (KJV)*

'પ્રભુ ઈસુ ની કૃપા સંતો પર હો. આમેન' NIV પ્રકટી. ૨૨:૨૧

(NIV પ્રકટી. ૨૨:૨૧ અહીં '**<u>ખ્રિસ્ત</u>**' શબ્દ કાઢી નાખ્યો છે)

*KJV યોહાન ૪:૨૯ 'આવો, જેટલું મેં કર્યું તે બધું જેણે મને કહી દેખાડયું તે માણસને જૂઓ; **<u>શું તે ખ્રિસ્ત</u>** નથી?*

NIV પ્રમાણે યોહાન ૪:૨૯ 'આવો, જેટલું મેં કર્યું તે તે બધું જેણે મને કહી દેખાડયું તે માણસને જૂઓ; તે જ ખ્રિસ્ત છે કે શું? (અહીં ખ્રિસ્તના દેવત્વ સામે પ્રશ્નાર્થ છે.) શબ્દો બદલવાથી અર્થ બદલાઈ જાય છે.

ખ્રિસ્તવિરોધી પિતા અને પુત્રનો નકાર કરે છે.

*KJV યોહાન ૯ :૩૫ 'શું તું **<u>દેવના</u>** પુત્ર પર વિશ્વાસ કરે છે?'*

*NIV પ્રમાણે '**<u>શુ તું માણસના દીકરા</u>** પર વિશ્વાસ કરે છે?'*

*KJV પ્રે.કૃ. ૮:૩૭ '**<u>ત્યારે ફિલીપે કહ્યું કે, 'જો તું તારા પૂરા મનથી વિશ્વાસ કરે છે તો એ ઉચિત છે. તેણે ઉત્તર આપ્યો કે ઈસુ ખ્રિસ્ત તે દેવનો દીકરો છે એવું હું માનું છું.</u>***

આ આખી કલમ NIV એ કાઢી નાખી છે. તેમજ આજના આધુનિક ભાષાંતરોના બાઈબલમાંથી કાઢી નાખવામાં આવી છે.

*KJV ગલાતી ૪:૭ 'એ સારું હવેથી તું દાસ નથી પણ પુત્ર છે અને જો તું પુત્ર છે તો **<u>ખ્રિસ્ત</u>**ને **<u>આશરે દેવનો વારસ</u>** પણ છે.*

NIV પ્રમાણે– 'એ સારું હવેથી તું દાસ નથી પણ પુત્ર છે અને જો તું પુત્ર છે તો દેવે તને વારસ પણ બનાવ્યો છે.

*NIV એ **<u>ખ્રિસ્તને આશરે દેવનો વારસ'</u>** એ શબ્દો કાઢી નાખ્યા છે.*

*એફેસી 3:૯ KIV અને **જેણે ઈસુ ખ્રિસ્ત દ્વારા બધી વસ્તુઓનું સર્જન** કર્યું: તે દેવમાં યુગોના યુગોથી ગુપ્ત રહેલા મર્મનો વહીવટ શો છે તે હું સઘળાને જણાવું.*

NIV પ્રમાણે - અને સર્વને સરજનહાર દેવમાં યુગોના યુગોથી ગુપ્ત રહેલા મર્મનો વહીવટ શો છે તે હું સઘળાને જણાવું.

*NIV એ **'ખ્રિસ્ત દ્વારા સર્જનાર'** એ શબ્દો કાઢી નાખ્યા છે.*

ઈસુ સર્વ સૃષ્ટિનો સરજનહાર છે. આથી ઈસુ ઉત્પન્ન કર્તા નથી તેવું પૂરવાર થાય. 'પ્રભુ ઈસુનું માનવદેહમાં આવવું.'

*KJV ૧ યોહાન ૪ :3 - અને દરેક આત્મા જે કબૂલ કરતો નથી કે **ઈસુ ખ્રિસ્ત દેહમાં આવ્યા** છે તે દેવ તરફથી નથી.*

NIV પ્રમાણે કહે છે. — પણ જે દરેક આત્મા ઈસુનો સ્વીકાર કરતો નથી તે દેવ તરફથી નથી.

*NIV **કે ઈસુ ખ્રિસ્ત દેહમાં આવ્યા** તે કાઢી નાખ્યું છે)*

પ્રે.કૃ. 3:૧૩ અને ૨૭મી કલમમાં તે દેવનો દીકરો છે તેમ કહ્યું છે.

*NKJV એ '**દેવનો દીકરો'** એ શબ્દ દૂર કરીને '**દેવનો સેવક**' તેમ કર્યું છે. બાઈબલની નવી આવૃત્તિઓ ચાહતી નથી કે ઈસુ દેવનો દીકરો છે. 'દેવનો દીકરો' એટલે '**દેવ પોતે મનુષ્ય દેહમાં.'***

યોહાન ૫:૧૭-૧૮ KJV 'પણ ઈસુએ તેઓને ઉત્તર દીધો કે મારો બાપ અત્યાર સુધી કામ કરે છે, અને હું પણ કરું છું. તે માટે તેમને મારી નાખવાને યહુદીઓએ વિશેષ પ્રયત્ન કર્યો; કેમ કે તેમણે વિશ્રામવાર ભંગ કર્યો એટલું જ નહિ. પણ દેવને પોતાનો બાપ કહીને પોતાને દેવ સમાન કર્યો.

*KJV બાઈબલમાં '**ઈસુ**', '**ઈસુ ખ્રિસ્ત**' કે '**પ્રભુ ઈસુ**' એ રીતે ઉલ્લેખે છે. પણ નવા આધુનિક ભાષાંતરો 'તે' અથવા 'તેને' એમ ઉલ્લેખે છે.*

*KJV પ્રક્ટી. ૧૫ :3 તેઓ દેવના સેવક મુસાનું કીર્તન તથા હલવાનનું કીર્તન ગાઈને કહે છે કે હે સર્વશક્તિમાન પ્રભુ દેવ, તમારા કામો મહાન તથા ઉત્તમ છે. હે **સંતોના રાજા**, તમારા માર્ગ ન્યાયી તથા સત્ય છે.*

NIV પ્રક્ટી. ૧૫:3 પ્રમાણે - તેઓ દેવના સેવક મુસાનું કીર્તન તથા હલવાનનું કીર્તન ગાઈને કહે છે કે હે સર્વશક્તિમાન પ્રભુ તથા દેવ તારા કામો મહાન તથા ઉત્તમ છે. હે યુગોના રાજા, તારા માર્ગ ન્યાયી તથા સત્ય છે.

(તે **સંતો** કે જેઓ ઉદ્ધાર (નવો જન્મ) પામેલા છે તેઓનો રાજા છે. તેઓ ઈસુના નામમાં બાપ્તિસ્મા પામ્યા છે અને તેઓને દેવનો આત્મા મળ્યો છે.)

*KJV પ્રક્ટી. ૨૧ :૪ **દેવ** તેઓની આંખોમાંનું પ્રત્યેક આંસુ લૂછી નાખશે.*

NIV પ્રમાણે 'તે તેઓની આંખોમાંનું પ્રત્યેક આંસુ લુછી નાખશે.'

'**દેવ**'ની જગાએ 'તે' કરવામાં આવ્યું છે. શા માટે 'તે'? 'તે' એટલે કોણ?
(કારણ એ કે તેનાથી બીજા ધર્મોને ઉત્તેજન મળશે)

*KJV પ્રક્ટી. ૧૪: ૧ 'પછી મેં જોયું, તો જૂઓ સિયોન પહાડ પર હલવાન ઊભેલું હતું અને તેની સાથે એક લાખ ચુમ્માળીસ હજાર સંતો હતા. તેઓના કપાળ પર **તેના પિતાનું નામ** લખેલું હતુ.*

NIV પ્રમાણે – પછી મેં જોયું તો જૂઓ સિયોન પહાડ પર હલવાન ઊભું રહેલું હતું અને તેની સાથે એક લાખ ચુમ્માળીસ હજાર સંતો હતા. તેઓના કપાળ પર તેનું તથા તેના પિતાનું નામ લખેલું હતું.

*NIV એ '**<u>તેના પિતાના નામની' સાથે 'તેનું નામ</u>**' ઉમેરેલું છે. આમ હવે બે નામ થયા.*

યોહાન ૫: ૪૩બ *હું મારા બાપના નામે આવ્યો છું.*

આમ બાપનું નામ ઈસુ છે. (હિબ્રૂમાં ઈસુનો અર્થ યહોવા તારણહાર તે પ્રમાણે થાય છે.)

ઝખા. ૧૪:૯ યહોવા આખી પૃથ્વી ઉપર રાજા થશે; તે દિવસે યહોવા એક જ મનાશે, ને તેનું નામ એક જ હશે. (તે નામ ઈસુ છે.)

*KJV પ્રમાણે યશા. ૪૪:૫ - એક કહેશે, હું યહોવાનો છું; બીજો યાકૂબનું નામ ધારણ કરશે, અને ત્રીજો પોતાના હાથ પર 'યહોવાને અર્થે' એવી છાપ મરાવશે, ને 'ઈસ્રાએલની' **અટક** રાખશે.*

NIV યશા. ૪૪:૫ પ્રમાણે 'એક કહેશે હું યહોવાનો છું, બીજો યાકૂબનું નામ ધારણ કરશે ત્રીજો પોતાના હાથ પર 'યહોવાને અર્થે' એવી છાપ મરાવશે ને ઈસ્રાએલ નું નામ ધારણ કરશે.'

(અહીં '**<u>અટક</u>**' શબ્દ કાઢી નાંખ્યો છે)

હવે અમે સાંભળ્યું છે કે 'શેફર્ડ ઓફ હેર્માસ' પુસ્તકનો ઉપયોગ પણ આધુનિક બાઈબલની આવૃત્તિમાં શરૂથી રહ્યો છે. આ હેર્માસ નું પુસ્તક આ પ્રમાણે કહે છે 'તે નામ ધારણ કરો, શ્વાપદને અર્પણ થઈ જાઓ, એક વિશ્વ સરકાર રચો અને જેઓ તે નામ ધારણ ન કરે તેઓને મારી નાંખો' (અહીં તેઓ જે નામ વિશે કહે છે તે '<u>ઈસુ</u>' નથી)

KJV પ્રક્ટી. ૧૩:૧૭ – 'વળી જેને તે છાપ એટલે શ્વાપદનું નામ, અથવા તેના નામની સંખ્યા હોય તે વગર બીજા કોઈથી કંઈ વેચાય લેવાય નહિ. એવી પણ તે ફરજ પાડે છે.

અને જો બાઈબલમાંથી પ્રક્ટીકરણનું પુસ્તક કમી થઈ જાય તો આશ્ચર્ય પામશો નહિ. પ્રક્ટીકરણના પુસ્તકમાં ભૂતકાળ, વર્તમાનકાળ અને ભવિષ્યકાળની ઘટનાઓ લખવામાં

આવી છે. શેફર્ડ ઓફ હેર્માસ પુસ્તક સિનાઈટીક્સ પ્રત ઉપરથી આવેલું છે કે જે NIV બાઈબલનો આધાર છે.

સંજ્ઞાઓ (ચિન્હો)

સંજ્ઞાનો અર્થ શું છે અને તેનો ઉપયોગ કોણ કરે છે.

સંજ્ઞાઓ એ ખાસ નિશાની છે કે જે કોઈ માહિતીના ભાગને દર્શાવે છે. દાખલા તરીકે લાલ અષ્ટકોણ 'થોભો' માટે સંજ્ઞારૂપ છે. નકશા ઉપર તંબુનું ચિત્ર છાવણી દર્શાવે છે.

ભવિષ્યવચનનું પુસ્તક કહે છે.

'આમાં ચાતુર્ય રહેલું છે. જેતે બુદ્ધિ છે તે શ્વાપદની સંખ્યા ગણે; અથવા તે એક માણસની સંખ્યા છે; અને તેની સંખ્યા છસો છાસઠ છે.' ***પ્રકટી. ૧૩ :૧૮***

આ ગુંથાયેલી ૬૬૬ સંખ્યા (જે ત્રિએક ઈશ્વરનું પ્રાચિન ચિન્હ છે) નું ચિન્હ કે લોગો ત્રિએક ઈશ્વરમાં માનતા લોકો દ્વારા ઉપયોગમાં લેવાય છે.

ઈશ્વર એ ત્રિએક નથી અથવા ત્રણ અલગ વ્યક્તિ નથી પણ એક ઈશ્વર યહોવા છે જે મનુષ્યદેહમાં આવ્યા અને અત્યારે તેમનો આત્મા મંડળીમાં કાર્ય કરે છે. ઈશ્વર એક છે અને તે આત્મા છે અને હંમેશા એક જ રહેશે.

પણ પ્રે.કૃ. ૧૭ :૨૯ કહે છે, 'હવે આપણે દેવના સંતાનો છીએ માટે આપણે એમ ન ધારવું જોઈએ કે દેવ માણસોની કારીગરી તથા ચતુરાઈથી કોતરેલા સોના, રૂપા કે પથ્થરના જેવો છે.

(ઈશ્વરને દર્શાવવા માટે કોઈ ચિન્હ કે સંજ્ઞા બનાવવી તે ઈશ્વરના વચનની વિરુદ્ધ છે.)

ન્યુ એજર્સ કબૂલ કરે છે કે ત્રણ વણાયેલા છગડા અથવા સંખ્યા તે શ્વાપદને દર્શાવાતી નિશાની છે.

શેતાન નકલ કરે છે તે સામે બાઈબલની આપણને ચેતવણી:

૨ કોરીંથ ૧૧ : ૧૪-૧૫ *“ અને એમાં કંઈ આશ્ચર્ય નથી; કેમ કે શેતાન પોતે પ્રકાશના દૂતનો વેશ લે છે. તેથી જો તેના સેવકો પણ ન્યાયીપણાના સેવકોનો વેશ લે તો તે કંઈ મોટી વાત નથી.*

તેઓના કામ પ્રમાણે તેઓનો અંત થશે.”

શેતાન છેવટે નકલખોર છે.

યશા.૧૪ :૧૪ *‘હું મેઘો પર આરોહણ કરીશ, હું પોતાને પરાત્પર સમાન કરીશ.’*

હું પરાત્પર ઈશ્વરના જેવો બનીશ. દેવના વચનોમાં ફેરફાર કરીને શેતાને પ્રભુ ઈસુની ઓળખ દૂર કરવાનો પ્રયત્ન કર્યો છે તે દેખાઈ આવે છે. યાદ રાખો કે શેતાન તરકટી છે અને તેનો હુમલો ‘દેવના વચન પર છે’.

ન્યુ કીંગ જેમ્સ વર્ઝન (NKJV)

આપણે બાઈબલની આ આવૃત્તિ તરફ ફરીએ તેને NKJV કહે છે. ન્યુ કિંગ જેમ્સ વર્ઝન એ કિંગ જેમ્સ વર્ઝન નથી. કિંગ જેમ્સ વર્ઝનનું ૧૬૧૧ની સાલમાં ૫૪ હિબ્રુ, ગ્રીક અને લેટીન ઈશ્વરવેત્તા વિદ્વાનો દ્વારા ભાષાંતર કરવામાં આવ્યું હતું.

ન્યુ કીંગ જેમ્સ વર્ઝન સૌ પ્રથમ ૧૯૭૯માં બહાર પડયું હતું. આ ન્યુ KJV નો અભ્યાસ કરતા આપણને ખબર પડશે કે આ આવૃત્તિ ખરાબમાં ખરાબ છે. એટલુ જ નહિ તે ખ્રિસ્તની શરીરને છેતરનારી છે.

શા માટે????

NKJV ના પબ્લીશર્સ (પ્રકાશકો) કહે છે:

NKJV ના પ્રકાશકો કહે છે આ કીંગ જેમ્સ બાઈબલ છે પણ તેમ કહેવું સાચું નથી. KJV માટે કોઈ કોપી રાઈટ નથી, તમે ભાષાંતરની મંજૂરી વગર તેનું કોઈ પણ ભાષામાં ભાષાંતર કરી શકો છો. NKJV ના કોપીરાઈટ થોમસ નેલ્સન પબ્લીશર્સે મેળવ્યા છે.

આ આવૃત્તિનો આધાર ટેક્ટસ રીસીપ્ટસ ઉપર છે જે ફક્ત આંશિક સત્ય છે, આ બીજો તરકટી હુમલો છે. આ NKJV થી સાવધ રહેજો. શા માટે તે તમને એક મિનિટમાં જ ખબર પડી જશે.

ન્યુ કીંગ જેમ્સ વર્ઝન દાવો કરે છે કે તે વધારે સારું કીંગ જેમ્સ બાઈબલ છે. પણ NKJV માં ઘણી કલમો કાઢી નાંખી છે અથવા ફેરફારો કર્યા છે.

૨૨ વખત નરકની જગ્યાએ હાડેસ અથવા શેઓલ લખેલું છે. ન્યુ એજ શેતાનીક ચળવળવાળા કહે છે કે હાડેસ એ શુદ્ધ થવા માટેનું વચગાળાનું સ્થાન છે.

ગ્રીક લોકો માને છે કે હાડેસ અને શેઓલ એ મૂએલાઓનું પૃથ્વીની તળેનું નિવાસસ્થાન છે. આ શબ્દો ઘણી જગ્યાએ કાઢી નાંખવામાં આવ્યા છે; **પસ્તાવો, દેવ, પ્રભુ, સ્વર્ગ અને રક્ત, તેમજ યહોવાહ, શેતાનો અને અનંત નર્કવાસની સજા અને નવો કરાર** એ શબ્દ NKJV માંથી દૂર કરવામાં આવ્યા છે.

તારણ વિશે ગેરસમજણો:

તારણ સાબંધીની ગેરસમજ

કિંગ જેમ્સ વર્ઝન	**ન્યૂ કિંગ જેમ્સ વર્ઝન**
1 કોરીંથી 1:18	
"તરણ પામનારાઓ"	"તારણ પામી રહેલા"
હિબ્રુ 10:14	
"પવિત્ર કરવામાં આવેલા"	"પવિત્ર કરવામાં આવી રહ્યા છે"
2 કોરીંથી 10:5	
"કલ્પનાઓને નાસીપાસ કરવી"	"દલીલોને તોડી પાડવી"
માત્થી 7:14	
"સાંકડો માર્ગo"	"મુશ્કેલ માર્ગo"
2 કોરીંથી 2:15	
તારણ પામેલા	"તારણ પામી રહેલા"

Sodomites" બદલીને "વિકૃત વ્યક્તિઓ" કરવામાં આવે છે (perverted person) કરેલું છે. NKJV એ ખ્રિસ્ત વિરોધી ખોટી આવૃત્તિ છે.

શેતાનનો સૌથી મોટો હુમલો ઈસુ દેવ છે તેની ઉપર છે.

NIV યશા. ૧૪: ૧૨ તે પ્રભુ ઈસુ કે જે પ્રભાતનો તારો છે તેના પરનો કપટી હુમલો છે.

'રે તેજસ્વી તારા, પ્રભાતના પુત્ર, તું ઊંચે આકાશમાંથી કેમ પડયો છે? બીજી પ્રજાઓને નીચે પાડનાર, તું કાપી નંખાઈને ભોંયભેગો કેમ થયો છે!

NIV યશા. ૧૪:૧૨ (આ શાસ્ત્રભાગ માટે NIV એ નોંધ મૂકીને ૨ પીતર ૧ :૧૯ કલમ Reference તરીકે આપી છે.

'વળી અમારી પાસે એથી વધારે ખાતરીપૂર્વક વાત એટલે ભવિષ્યવચન છે; તેને અંધારે ઠેકાણે પ્રકાશ કરનાર દીવાના જેવા જાણીને જ્યાં સુધી પોહ ફાટે ને સવારનો તારો તમારા અંતઃકરણોમાં ઉગે ત્યાં સુધી તમે તેના પર ચિત્ત લગાડો તો સારું.' (NIV ૨ પીતર ૧:૧૯)

અહીં '***સવારનો તારો***' ઉમેરીને તેમજ બીજો શાસ્ત્રભાગ પ્રક્ટી. ૨:૨૮ સૂચવીને વાંચકોને ગેરમાર્ગે દોરવામાં આવે છે કે પ્રભુ ઈસુ સવારનો તારો છે કે જે પતિત થયો છે.)

*પણ KJV માં આ પ્રમાણે છે યશા. ૧૨ :૧૪ 'ઓ **લ્યુસીફર**, પ્રભાતના પુત્ર, તું ઊંચે આકાશમાંથી કેમ પડયો છે? બીજી પ્રજાઓને નીચે પાડનાર, તું કાપી નંખાઈને ભોંયભેગો કેમ થયો છે?*

(NIV માં **લ્યુસીફરનું** નામ કાઢી નાખીને '**પ્રભાતનો તારો'** કર્યું છે. તેની સાથે પ્રભાતનો તારો અને ખોટા રેફરન્સો આપીને તમને એ માનવા પ્રેરે છે કે પ્રભુ ઈસુ પતિત અને કાપી નંખાયેલા છે. આને કારણે યશા. ૧૪:૧૨ વિશે ગુંચવણ ઊભી થાય છે. આ ગુંચવણ ભર્યો કપટી તફાવત છે. સવારનો તારો ખ્રિસ્ત છે અને પ્રભાતનો પુત્ર એ લ્યુસીફર છે કારણ કે તે દેવથી ઉત્પન્ન કરાયેલો છે.)

KJV બાઈબલ કહે છે કે પ્રભુ ઈસુ પ્રકાશિત પ્રભાતનો તારો છે.

પ્રક્ટી. ૨૨ :૧૬ KJV 'મેં ઈસુએ મારા દૂતને મોકલ્યો છે કે તે મંડળીઓને સારુ આ સાક્ષી તમને આપે. હું દાઉદનું થડ તથા સંતાન અને પ્રભાતનો પ્રકાશિત તારો છું'

KJV પ્રમાણે ૨ પીતર ૧:૧૯ – 'વળી, અમારી પાસે એથી વધુ ખાતરીપૂર્વક વાત એટલે ભવિષ્યવચન છે; તેને અંધારે ઠેકાણે પ્રકાશ કરનાર દીવાના જેવા જાણીને જ્યાં સુધી પોહ ફાટે અને સવારનો તારો તમારા અંતઃકરણોમાં ઊગે, ત્યાં સુધી તમે તેના પર ચિત્ત લગાડો તો સારુ.'

KJV પ્રક્ટી ૨ : ૨૭,૨૮ 'તે લોઢાના દંડથી તેઓ પર અધિકાર ચલાવશે, અને કુંભારના વાસણની પેઠે તેઓના કકડેકકડા થઈ જશે. હું પણ મારા પિતા પાસેથી એમ જ અધિકાર પામ્યો છું. વળી હું તેને પ્રભાતનો તારો આપીશ.'

આધુનિક આવૃત્તિઓના ભાષાંતરો ઈસુ, ખ્રિસ્ત કે મસીહ ના બદલે 'તે' અથવા 'તેને' વાપરીને તેમજ ઈસુ વિશેના ઘણા શબ્દો કે કલમો કાઢી નાખીને બીજા બધા ધર્મોને સમાવી

લે છે. આ ભાષાંતરો પૂરવાર કરે છે કે પ્રભુ ઈસુ ઉત્પન્નકર્તા, તારનાર કે મનુષ્યદેહમાં પ્રગટ થયેલ દેવ નથી. તેઓ તેને કહાણીરૂપ બનાવે છે.

આ ભ્રષ્ટ માણસોએ પોતાના મનને વધારે પસંદ પડે તેવી બાઈબલની પ્રત બનાવી. તેઓએ ખ્રિસ્તના દેવત્વ અને બાઈબલના બીજા સિદ્ધાંતો ઉપર હુમલો કર્યો. એક વિશ્વધર્મ ના જન્મ માટે ન્યુ એજ બાઈબલ દ્વારા રસ્તો તૈયાર કરવામાં આવ્યો. બધી મંડળીઓનું એકીકરણ અને બધા ધર્મોનું એકીકરણ એક 'વિશ્વધર્મ' લાવશે. (જન્મ આપશે)

હવે તમને સમજ પડશે કે શેતાને આ કેટલી તરકટી અને છેતરનારી યોજના બનાવી છે. તેણે દેવના વચનમાં ફેરફારો કરવાની હિંમત કરી. લોકોને ગુંચવણમાં નાખવા માટે શેતાને આવો મોટો પ્રોજેક્ટ કેમ તૈયાર કર્યો છે????

શેતાને શું કહ્યું છે તે યાદ કરો.

"હું મેઘો પર આરોહણ કરીશ. હું પોતાને પરાત્પર સમાન કરીશ' KJV યશા. ૧૪:૧૪

ક.
KJV વિ. આધુનિક બાઈબલ:
ઉમેરીને અથવા કમી કરીને કરવામાં આવેલા ફેરફારો

NIV ભાષાંતર:

ગ્રીક ભાષાનાં વેસ્ટકોટ અને હોર્ટના લખાણો સિનાઈટીક્સ અને વેટીકેનસ પ્રત પરથી આવેલા છે. આરંભની મંડળીને એ માલૂમ પડયું હતું કે દેવના વચનમાંથી બાઈબલના સત્યને રદ કરવા અને ફેરફાર કરવા માટેનો આ તરકટી હુમલો છે. સિનાઈટીકસ (આલેફ) અને વેટીકેનસ (કોડેક્ષ બી) એ બંનેનો આરંભની મંડળીએ નકાર કર્યો હતો અને જૂઠા શિક્ષકોએ તેના વખાણ કર્યા હતા. NIV બાઈબલના સ્રોતોનો આધાર વેસ્ટકોટ અને હોર્ટની ખામી યુક્ત આવૃત્તિઓ પર છે જે તમે NIV ની હાંસીયાની નોંધો પરથી જોઈ શકશો. વધારે ઊંડા સંશોધન વગર આ ગ્રીક વેસ્ટકોટ ને હોર્ટની પ્રતોના લખાણ ક્યાંથી આવ્યા તે જાણવાનો આપણી પાસે બીજો કોઈ રસ્તો નથી. જ્યારે આપણે વેસ્ટકોટ અને હાર્ટની રેફરન્સો જોઈએ છીએ ત્યારે આપણે આંખો મીચીને તેમને માની લઈએ છીએ એટલા જ માટે કે તે બાઈબલમાં છપાયેલા છે.

NIV બાઈબલના વખાણ લોકો એટલા માટે કરે છે કે જૂની અંગ્રેજી ભાષાને આધુનિક ભાષામાં બદલવામાં આવી હોવાને કારણે તે સમજવામાં સરળ પડે છે. પણ હકીકતમાં જોઈએ તો KJV નો શબ્દભંડોળ NIV બાઈબલના શબ્દભંડોળ કરતા સરળ છે. ફક્ત thee, thy, thou અને thine જેવા શબ્દો બદલવાથી લોકો સમજે છે કે તે વાંચવામાં

સહેલી લાગે છે. પણ તમે જાણો છો કે દેવનું વચન કેવળ પવિત્ર આત્મા દ્વારા જ સમજાય છે કારણ કે દેવ દ્વારા તે લખાયેલું છે. દેવનો આત્મા KJV બાઈબલમાં છે તે તેની સમજણમાં આપણને દોરવા માટે સહાય કરે છે. દેવના વચનમાં ફેરફારો કરવાની જરૂર નથી; ખરેખર તો સત્ય વચન દ્વારા આપણી વિચારશક્તિ બદલાવી જોઈએ.

વધુ ને વધુ મંડળીઓ KJV ને સ્થાને NIV બાઈબલના ઉપયોગ તરફ વળતી જાય છે. સમય પ્રમાણે નાના ફેરફારો કરવાથી આપણી વિચારશક્તિ પર અસર થાય છે અને આપણા મનને બદલી નાખવાનો આ તરકટી માર્ગ છે.

NIV બાઈબલે તેની આવૃત્તિમાં જે ફેરફારો કર્યા છે તે કપટી રીતે સુવાર્તામાં ભેળસેળ કરે છે. આ ફેરફારો મોટે ભાગે આપણા પ્રભુ ઈસુના દેવત્વ સામે છે. આ બાબત પાર પડી ગઈ એટલે બીજા ધર્મોને NIV બાઈબલ સ્વીકારવાનું સહેલુ થઈ પડે છે કારણ કે તે તેમના સિદ્ધાંતતોને સાથ આપનારું બને છે. પરિણામે એકમેકના ધર્મોને માનવાની 'Inter faith' સ્થિતિ આવે છે અને વિશ્વધર્મ વિશે પ્રક્ટીકરણમાં જે લખેલું છે તે આ જ છે.

KJV બાઈબલે બાયઝેન્ટાઈન ફેમીલીની કહેવાતી પ્રતો કે જે સામાન્ય રીતે ટેક્ષ્ટસ રીસેપ્ટસ પ્રતો તરીકે ઓળખાય છે તેનો આધાર લીધો છે. NKJV (ન્યુ કિંગ જેમ્સ વર્ઝન) બાઈબલનું ભાષાંતર સૌથી ખરાબમાં ખરાબ છે. KJV થી તે ૧૨૦૦ રીતે જુદુ પડે છે. ન્યુ કિંગ જેમ્સ વર્ઝન એ ચોક્કસપણે કિંગ જેમ્સ વર્ઝન નથી કે તેના જેવું પણ નથી. વળી, MKJV બાઈબલ પણ KJV બાઈબલ નથી. બાઈબલના મોટાભાગના બીજા ભાષાંતરો બીજી આવૃત્તિઓ નથી પણ બગાડો છે અને સત્યથી ભ્રષ્ટ થયેલા છે.

NIV અને બીજા આધુનિક ભાષાંતરોમાં નીચેની કલમો નથી.

નીચે NIV માંથી રદ કરાયેલી કલમોનું લીસ્ટ આપવામાં આવ્યું છે.

યશાયા ૧૪ : ૧૨

મેં તે તેમની રીતે કર્યું

*KJV પ્રમાણે - ઓ **<u>લ્યુસીફર</u>**, પ્રભાતના પુત્ર, તુ નીચે આકાશમાંથી કેમ પડયો છે! બીજી પ્રજાઓને નીચે પાડનાર તું કાપી નખાઈને ભોંયભેગો કેમ થયો છે!'*

NIV પ્રમાણે યશા. ૧૪ : ૧૨ 'રે પ્રભાતના તારા તું ઊંચે આકાશમાંથી કેમ પડયો છે ! બીજી પ્રજાઓને નીચે પાડનાર, તું કાપી નંખાઈને ભોંયભેગો કેમ થયો છે !

(NIV બાઈબલમાંથી **<u>લ્યુસીફરનું</u>** નામ કાઢી નાખવામાં આવ્યું છે. લ્યુસીફર પ્રભાતનો પુત્ર છે. તેને બનાવવામાં આવ્યો હતો. તેમજ '**<u>પ્રભાતનો તારો</u>**' ઉમેરીને કલમનો અર્થ બદલી નાખ્યો છે.

આ તમને એવો ખોટો વિશ્વાસ કરાવે છે કે ઈસુ કે જે પ્રભાતનો તારો છે તે આકાશમાંથી પડયો છે.

'મેં ઈસુએ મારા દૂતને મોકલ્યો છે કે તે મંડળીઓને સારું આ સાક્ષી તમને આપે. હું દાઉદનું થડ તથા સંતાન, અને પ્રભાતનો પ્રકાશિત તારો છું.' ***પ્રક્ટી. ૨૨ : ૧૬ KJV***

NIV યશા. ૧૪ : ૧૨ કલમ ઘણી ગુંચવાડામાં નાખતી કલમ છે. લોકો એમ ધારે છે કે ઈસુ આકાશમાંથી પડેલો અને કાપી નંખાયેલો છે. NIV બાઈબલ લ્યુસીફર (શેતાન) ને ઈસુની બરાબરીનો બનાવે છે આ સૌથી સર્વોચ્ચ વ્યક્તિ સામેનું દુર્ભાષણ છે. આ કારણથી લોકો ઈસુ પર વિશ્વાસ કરતા નથી અને તેને શેતાનનો બરાબરીયા સમજે છે.

દાની. ૩:૨૫

*KJV પ્રમાણે - ત્યારે તેણે કહ્યું, જૂઓ હું ચાર માણસોને અગ્નિમાં છૂટા ફરતા જોઉં છું. વળી તેઓને કંઈ પણ ઈજા થઈ ન હતી, અને ચોથાનું સ્વરૂપ તો **<u>દેવપુત્રના</u>** જેવું છે.*

*NIV પ્રમાણે દાની. ૩:૨૫ ત્યારે તેણે કહ્યું, જૂઓ હું ચાર માણસોને અગ્નિમાં છૂટા ફરતા જોઉં છું. વળી તેઓને કંઈપણ ઈજા થઈ નથી, અને ચોથાનું સ્વરૂપ તો **<u>દેવોના</u>** પુત્ર જેવું છે.*

<u>દેવપુત્રને</u> બદલીને **<u>દેવોના પુત્ર</u>** કરવાથી અનેક દેવવાદની માન્યતાને પ્રોત્સાહન મળશે અને બીજા ધર્મને ઉત્તેજન મળશે.

માત્થી ૫:૨૨

*KJV પ્રમાણે - પણ હું તમને કહું છું કે કોઈ પોતાના ભાઈ પર **<u>અમથો ક્રોધ કરે છે</u>** તે અપરાધી ઠરવાના જોખમમાં આવશે. અને જે પોતાના ભાઈને પાજી કહેશે તે ન્યાયસભાથી અપરાધી ઠેરવાના જોખમમાં આવશે; અને જે કહેશે કે તું મુર્ખ છે, તે નરકાગ્નિના જોખમમાં આવશે.*

NIV પ્રમાણે માત્થી ૫:૨૨ પણ હું તમને કહ્યું છે કે જે કોઈ પોતાના ભાઈ પર ક્રોધ કરે છે તે અપરાધી ઠરવાના જોખમમાં આવશે અને જે પોતાના ભાઈને પાજી કહેશે તે સાન્હેન્દ્રીન સભાને જવાબદાર ઠરશે; અને જે કહેશે કે તું મુર્ખ છે તે નારકાગ્નિના જોખમમાં આવશે.

(KJV બાઈબલ કહે છે '**<u>અમથો ક્રોધ કરે છે'</u>** જ્યારે NIV બાઈબલ ફક્ત 'ક્રોધ કરે <u>છે' એમ કહે છે. વચનું સત્ય એ છે કે આપણે કારણથી જ ક્રોધ કરતા હોઈએ છીએ, પણ તેના પર</u> સૂર્યને આથમવા દેવો જોઈએ નહીં.)

માત્થી ૫:૪૪ KJV પ્રમાણે – પણ હું તમને કહું છું કે તમારા વૈરીઓ પર પ્રીતિ કરો, જેઓ તમને શ્રાપ આપે તેમને આશીર્વાદ આપો, જેઓ તમારો ધિક્કાર કરે તેમનું ભલું કરો અને જેઓ તિરસ્કારથી પૂઠે પડે અને સતાવે તેમના માટે પ્રાર્થના કરો.

NIV પ્રમાણે માત્થી ૫:૪૪ 'પણ હું તમને કહું છું કે તમારા વૈરીઓ પર પ્રીતિ કરો અને જેઓ તમને સતાવે છે તેમના માટે પ્રાર્થના કરો.
(KJV માં વાક્ય નીચે લીટી કરી છે તે બધુ NIV માં કાઢી નાંખ્યુ છે)

માત્થી ૬ :૧૩

KJV પ્રમાણે - અને અમને પરીક્ષણમાં ન લાવ પણ ભૂંડાઈથી અમારો છુટકો કર. ***કેમ કે રાજ્ય તથા પરાક્રમ તથા મહિમા સર્વકાળ સુધી તારા છે. આમેન.***

NIV પ્રમાણે માત્થી ૬:૧૩- અને અમને પરીક્ષણમાં ન લાવ, પણ જે ભૂંડો છે તેનાથી અમારો છુટકો કર.

(ભૂંડાઈ અને ભૂંડો એક નથી. NIV માં ***'કેમ કે રાજ્ય તથા પરાક્રમ તથા મહિમા સર્વકાળ સુધી તારા છે. આમેન'*** એ ભાગ કાઢી નાખ્યો છે.)

માત્થી ૬:33

KJV પ્રમાણે - પણ તમે પહેલાં ***દેવના રાજ્ય*** *ને અને તેના ન્યાયીપણાને શોધો એટલે એ બધા વાના પણ તમને અપાશે.*

NIV પ્રમાણે માત્થી ૬:33 – પણ તમે પહેલા ***તેના રાજ્યને*** *તથા તેના ન્યાયીપણાને શોધો એટલે એ બધા વાના પણ તમને અપાશે.*

(**દેવના રાજ્યની** જગાએ NIV માં **તેના રાજ્યને** કરવામાં આવ્યું છે. આમ NIV એ દેવ ની જગાએ તેના કર્યું છે. 'તે' એટલે કોણ?)

માત્થી ૮:૨૯

KJV પ્રમાણે અને તેઓએ બૂમ પાડતાં કહ્યું, ઓ ***ઈસુ,*** *દેવના દીકરા, અમારે ને તારે શું છે? સમય અગાઉ તું અમને પીડા દેવાને અહીં આવ્યો છે શું?*

(કલમ સ્પષ્ટ સમજાય તેવી છે)

NIV પ્રમાણે માત્થી ૮:૨૯ તેઓએ બૂમ પાડીને કે ઓ દેવના દીકરા અમારે ને તારે શું છે? ઠરાવેલા સમય અગાઉ તું અમને પીડા દેવાને અહીં આવ્યો છે શું ?

(NIV માં 'ઈસુ' કાઢી નાખીને, ફક્ત '**<u>દેવના દીકરા</u>**' રાખવામાં આવ્યું છે. ઈસુ દેવનો દીકરો છે. દેવનો દીકરો એટલે સર્વશક્તિમાન દેવ દેહધારીપણામાં. ભૂતોને ખબર છે ઈસુ કોણ છે)

માત્થી ૯:૧૩બ

*KJV પ્રમાણે 'કેમ કે ન્યાયીઓને નહિ પણ પાપીઓને **<u>પસ્તાવાને સારુ</u>** તેડવા હું આવ્યો છું.'*

માત્થી ૯:૧૩બ આ કલમ NIV પ્રમાણે 'હું ન્યાયીઓને નહીં પણ પાપીઓને તેડવા આવ્યો છું.'

(***<u>'પસ્તાવાને સારુ'</u>***કાઢી નાખ્યું છે પસ્તાવો એ પહેલુ પગથિયું છે. તમને ખાતરી થાય અને તમે કબૂલ કરો કે તમે ખોટા હતા અને પછી તમે પાપ અને પાપી જીવનપદ્ધતિથી ફરી જાવ તે જ ખરી રીત છે)

માત્થી ૯:૧૮

*KJV પ્રમાણે તે તેઓને આ વાત કહેતો હતો, તેવામાં જુઓ એક અધિકારીએ આવીને ઈસુનું **<u>ભજન</u>** કર્યું, અને કહે છે કે મારી દીકરી હવે તો મરી ગઈ હશે, પણ તું આવીને તારો હાથ તેના પર મૂક એટલે તે જીવતી થશે.*

(ઈસુનું ***<u>ભજન</u>*** કર્યું)

*NIV પ્રમાણે માત્થી ૯:૧૮ 'તે તેઓને આ વાત કહેતો હતો, તેવામાં જૂઓ એક અધિકારી આવીને તેને **<u>પગે લાગીને</u>** કહે છે કે, મારી દીકરી હવે તો મરી ગઈ હશે, પણ તુ આવીને તારો હાથ તેના પર મૂક એટલે તે જીવતી થશે.*

("**<u>ભજન</u>**" ને **<u>પગે</u>** લાગવામાં બદલી નાંખવામાં આવ્યું છે. ભજન ઈસુને પ્રભુ તરીકે પ્રસ્થાપિત કરે છે.)

માત્થી ૧૩:૫૧

*KJV પ્રમાણે ઈસુ તેઓને કહે છે, શું તમે એ બધી વાતો સમજ્યા? તેઓ તેને કહે છે કે **હા પ્રભુ.***

NIV પ્રમાણે માત્થી ૧૩:૫૧ શું તમે એ બધી વાતો સમજ્યા?

(ઈસુ પ્રભુ છે. NIV એ '**હા પ્રભુ**' કાઢી નાંખ્યું છે. તેમણે ઈસુના પ્રભુપદને કાઢી નાંખ્યું છે)

માત્થી ૧૬ :૨૦

*KJV પ્રમાણે ત્યારે તેણે શિષ્યોને આજ્ઞા આપી કે હું **ઈસુ ખ્રિસ્ત** છું એ તમારે કોઈને કહેવું નહિ.*

(NIV બાઈબલની કેટલીક કલમોમાંથી '**ઈસુ**' નામ કાઢી નાંખવામાં આવ્યું છે)

NIV પ્રમાણે માત્થી ૧૬:૨૦ 'ત્યારે તેણે શિષ્યોને આજ્ઞા આપી કે હું ખ્રિસ્ત છું એ તમારે કોઈને કહેવું નહિ.

(તે કોણ છે? શા માટે ઈસુ ખ્રિસ્ત નહિ? ખ્રિસ્ત એટલે મસીહ, જગતનો તારણહાર, યો. ૪:૪૨)

માત્થી ૧૭ :૨૧

*KJV પ્રમાણે **પણ પ્રાર્થના તથા ઉપવાસ વગર એ જાત નીકળતી નથી.***

(પ્રાર્થના અને ઉપવાસ શેતાનના મજબૂત ગઢને તોડી પાડે છે. ઉપવાસ આપણી દૈહિક ઈચ્છાઓને મારી નાંખે છે.)

માત્થી ૧૭ :૨૧

NIV એ આ આખી કલમ જ કાઢી નાખી છે. જેહોવા વીટનેસ ના બાઈબલમાંથી પણ તે કાઢી નાંખવામાં આવી છે. હાલમાં ઉપવાસનો અર્થ ડેનીયલનું યહૂદી કાયદા પ્રમાણેનો ખોરાક (ડેનીયલનું કોશર ભાણું) કરવામાં આવે છે. આ બીજું એક જુઠ છે. (ઉપવાસ એટલે ખાવાનું નહિ અને પીવાનું નહિ. જમવું એ ઉપવાસ નથી અને ઉપવાસ એટલે જમવું નહિ કે પાણી પીવું નહિ.)

KJV બાઈબલના ઉપવાસના કેટલાક ઉદાહરણો:

એસ્તર ૪ :૧૬ KJV

*જા સુસામાં જેટલા યહુદીઓ છે તે સર્વને એકઠા કર, અને તમે સર્વ મારે સારુ **ઉપવાસ** કરો, ત્રણ દિવસ સુધી રાત્રે કે દિવસે તમારે કંઈ ખાવું કે પીવું નહિ; હું તથા મારી દાસીઓ પણ એવી જ રીતે **ઉપવાસ** કરીશું; જો કે તે નિયમ વિરુદ્ધ છે તોપણ હું રાજાની હજુરમાં જઈશ, જો મારો નાશ થાય તો ભલે થાય.*

*યુના ૩:૫-૭ KJV –નિનવેહના લોકોએ દેવના વચન પર વિશ્વાસ કર્યો, અને તેઓએ ઉપવાસનો ઢંઢેરો પિટાવીને મોટાથી તે નાના સુધી સર્વએ ટાટ પહેર્યું, અને તેણે તથા તેના અમીરોએ કરેલા ઠરાવ પ્રમાણે નિનવેહમાં સર્વત્ર ઢંઢેરો પિટાવ્યો કે, માણસ તેમજ ઢોરઢાંક તથા ઘેટાંબકરાં પણ **કંઈ પણ ચાખે નહિ**; **તેઓ ખાય નહિ, તેમ પાણી પણ પીએ નહિ.***

માત્થી ૧૮ :૧૧

*KJV પ્રમાણે – **કેમ કે જે ખોવાયેલું તેને બચાવવાને માણસનો દીકરો આવ્યો છે.***

(આ કલમ NIV અને બાઈબલની બીજી ઘણી આવૃત્તિઓમાંથી કાઢી નાખવામાં આવી છે. પ્રભુ ઈસુ એકલા જ તારનાર નથી. મેસન શીખવે છે કે આપણે આપણો પોતાનો બચાવ કરી શકીએ છીએ. તમારે પ્રભુ ઈસુની જરૂર નથી.)

માત્થી ૧૯:૯

KJV – અને હું તમને કહું છું કે, વ્યભિચારના કારણ વગર જે કોઈ પોતાની સ્ત્રીને મૂકી દઈને બીજીને પરણે, તે વ્યભિચાર કરે છે, અને ***તે મૂકી દીધેલીની જોડે જે પરણે તે પણ વ્યભિચાર કરે છે.***

NIV પ્રમાણે માત્થી ૧૯:૯ – હું તમને કહું છું કે લગ્ન સંબંધના બેવફાઈપણા ના કારણ વગર જે કોઈ પોતાની પત્નીને છૂટાછેડા આપે અને બીજીને પરણે તે વ્યભિચાર કરે છે.

('તે મૂકી દીધેલીની જોડે જે પરણે તે પણ વ્યભિચાર કરે છે' તે કાઢી નાંખ્યું છે.)

માત્થી ૧૯:૧૬

KJV પ્રમાણે – અને જૂઓ કોઈ એકે તેની પાસે આવીને કહ્યું કે ***સારા ઉપદેશક*** *અનંતજીવન પામવા સારું હું શું સારું કરું?*

17.તું મને સારાં વિષે કેમ પૂછે છે? સારો તો એક જ છે ,ફક્ત દેવ સારા છે, પણ જો તું જીવનનાં માર્ગમાં પ્રવેશવા ચાહે છે, તો આજ્ઞાઓ પાળ

NIV પ્રમાણે માત્થી ૧૯:૧૬ – હવે એક માણસે ઈસુ પાસે આવીને તેને કહ્યું, ઉપદેશક અનંતજીવન પામવા માટે હું શું સારું કરું?

(ઈસુએ કહ્યું, 'તું મને સારો કેમ કહે છે?' કેવળ દેવ સારા છે અને જો ઈસુ સારો છે તો તે દેવ જ હોઈ શકે. NIV **એ મારા સ્વામીનું ઉપદેશક** કર્યું છે. અને અર્થ માર્યો ગયો છે. કેટલાક ધર્મો પણ પોતાથી પોતાનાનું તારણ થઈ શકે તે માન્યતાને ટેકો આપે છે.)

માત્થી ૨૦:૧૬

*KJV પ્રમાણે, એમ જેઓ છેલ્લા તેઓ પહેલા, અને જેઓ પહેલા તેઓ છેલ્લા થશે. **કેમ કે તેડેલા ઘણા છે પણ પસંદ કરેલાં થોડા જ છે.***

(આપણે શું પસંદ કરીએ છીએ તે મહત્વનું છે જો તમે સાચી રીતે પસંદગી ન કરો તો તમે નાશમાં જઈ શકો છો.)

NIV અને RSV

NIV માત્થી ૨૦:૧૬ – કેમ કે જેઓ છેલ્લા તેઓ પહેલા અને જેઓ પહેલા તેઓ છેલ્લા થશે.

(પસંદ કરવાની કાળજી લેશો નહિ.) NIV માંથી લીટી કરેલો ભાગ કાઢી નાખ્યો છે

માત્થી ૨૦:૨૦

*KJV પ્રમાણે – ત્યારે ઝબદીના દીકરાઓની માએ પોતાનાં દીકરાઓની સાથે તેની પાસે આવીને તથા **ભજન** કરીને તેની પાસે કંઈ માંગ્યું.*

માત્થી ૨૦:૨૦

NIV પ્રમાણે – ત્યારે ઝબદીના દીકરાઓની માએ પોતાના દીકરોની સાથે તેમની પાસે આવીને તથા પગે લાગીને તેમની પાસે કંઈ માંગ્યું.

(**ભજન કે પગે** લાગવું? ઈસુ ખ્રિસ્તની પ્રભુતાને દૂર કરે છે યહુદીઓ કેવળ એક ઈશ્વરનું ભજન કરતાં હતા)

માત્થી ૨૦:૨૨-૨૩

*KJV પ્રમાણે – પણ ઈસુએ તેઓને ઉત્તર દીધો કે તમે જે માંગો છો તે તમે સમજતા નથી; જે પ્યાલું હું પીવાનો છું તે તમે પી શકો છો? **<u>અને જે બાપ્તિસ્મા હું લઉં છું તે બાપ્તિસ્મા શું તમે લઈ શકો છો?</u>** તેઓ તેમને કહે છે કે અમે તેમ કરી શકીએ છીએ. પણ ઈસુએ તેઓને કહ્યું કે જે પ્યાલો હું પીઉં છું તે તમે પીશો ખરા, **<u>ને જે બાપ્તિસ્મા હું લઉં છું તે તમે લેશો ખરા.</u>** પણ મારે જમણે હાથે કે ડાબે હાથે કોઈને બેસવા દેવું એ મારું કામ નથી પણ જેઓને સારું મારા બાપે સિદ્ધ કરેલું છે તેઓને માટે છે.*

(હું જે દુઃખમાંથી પસાર થયો તે દુ:ખ શું તમે ઉઠાવી શકો છો ?)

NIV માત્થી ૨૦:૨૨, ૨૩ પણ ઈસુએ તેઓને ઉત્તર દીધો કે તમે જે માંગો છો તે તમે સમજતા નથી; જે પ્યાલું હું પીવાનો છું તે તમે પી શકો છો? તેઓ તેને કહે છે, ‘અમે પી શકીએ છીએ’ તે તેઓને કહે છે તમે મારું પ્યાલું પીશો ખરા, પણ જેઓને સારું મારા બાપે સિદ્ધ કરેલું છે તેઓના વગર બીજાઓને મારે જમણે હાથે કે ડાબે હાથે બેસવા દેવા એ મારું કામ નથી પણ જેઓને સારું મારા બાપે સિદ્ધ કરેલું છે તેઓને માટે છે.

(તમામ નીચે લીટી કરેલા વાક્યો જે KJV માં છે તે NIV માં કાંઢી નાખવામાં આવ્યા છે.)

માત્થી ૨૧:૪૪

*KJV: અને આ પથ્થર પર જે કોઈ પડશે, તે ભાંગી જશે, પણ જેના પર તે પડશે તે **<u>બારીક ખંડાઈ જશે.</u>***

NIV માત્થી ૨૧:૪૪: આ પથ્થર પર જે કોઈ પડશે તેના ટુકડે ટુકડા થઈ જશે. પણ જેના પર તે પડશે તે કચડાઈ જશે.

(**<u>બારીક ખંડાઈ જશે</u>** તે દૂર કરવામાં આવ્યું છે.)

માત્થી ૨૩:૧૦

*KJV પ્રમાણે – અને તમે **<u>સ્વામી (પ્રભુ)</u>** ન કહેવાઓ, કેમ કે એક જે ખ્રિસ્ત તે તમારો સ્વામી છે.*

NIV પ્રમાણે – તમે શિક્ષક ન કહેવાઓ કેમ કે એક જે ખ્રિસ્ત તે તમારા શિક્ષક છે.

(તમે દેવને પુરાણકથાના દેવોની કક્ષાએ ઉતારી મૂકો છો. જેથી ઈસુ બીજો એક દેવ બની જાય છે. સત્ય એ છે કે ખ્રિસ્ત સર્વને તૃપ્ત કરનાર છે.)

માત્થી ૨૩:૧૪

KJV – <u>ઓ શાસ્ત્રીઓ તથા ફરોશીઓ, ઢોંગીઓ, તમને અફસોસ છે! કેમ કે વિધવાઓના ઘર તમે ખાઈ જાઓ છો, ને ઢોંગથી લાંબી પ્રાર્થનાઓ કરો છો, તે સારુ તમે વત્તો દંડ ભોગવશો.</u>

(NIV, ન્યુ લીવીંગ ટ્રાન્સલેશન, ઈંગ્લીશ સ્ટાન્ડર્ડ વર્ઝન, ન્યુ અમેરીકન સ્ટાન્ડર્ડ બાઈબલ અને ન્યૂ વર્લ્ડ ટ્રાન્સલેશન આ આવૃત્તિઓએ ઉપરની કલમ કાઢી નાખી છે. તમારા બાઈબલમાં તમે ચેક કરી લેજો.)

માત્થી ૨૪:૩૬

KJV પણ તે દાહડા તથા તે ઘડી સંબંધી મારા બાપ વગર કોઈપણ જાણતો નથી, આકાશના દૂતો પણ નહિ.

*NIV માત્થી ૨૪:૩૬ પ્રમાણે, પણ તે દહાડા તથા તે ઘડી સંબંધી બાપ વગર કેઈપણ જાણતો નથી, આકાશના દૂતો નહિ **<u>તેમજ દીકરો પણ નહિ.</u>***

(**<u>દીકરો પણ નહિ</u>** તે NIV બાઈબલમાં ઉમેર્યું છે. યોહાન ૧૦ :30 પ્રમાણે હું તથા બાપ એક છીએ. આમ ઈસુ પોતાના આગમનનો સમય જાણે છે. આ કલમ એવો અર્થ કાઢે છે કે ઈસુ તે દેવત્વમાં નથી.)

પણ તે દહાડાઓની વિપત્તિ પછી સૂર્ય અંધકારરૂપ થઈ જશે અને ચંદ્ર પોતાનું અજવાળું આપશે નહિ. માર્ક ૧૩: ૨૪ સમય વિશે કહેવું મુશ્કેલ હશે.

માત્થી ૨૫:૧૩

KJV પ્રમાણે, માટે તમે જાગતા રહો, કેમ કે તે દહાડો અથવા તે ઘડી તમે જાણતા નથી કે ***<u>માણસનો દીકરો ક્યારે આવશે.</u>***

NIV માત્થી ૨૫ : ૧૩ માટે તમે જાગતા રહો કેમ કે તે દહાડો અથવા તે ઘડી તમે જાણતા નથી.

(**<u>માણસનો દીકરો ક્યારે આવશે</u>** તે કાઢી નાંખેલું છે કોણ પાછું આવે છે? શેના માટે જાગતા રહેવાનું છે?)

માત્થી ૨૫:૩૧

KJV પણ જ્યારે માણસનો દીકરો પોતાના મહિમામાં સર્વ ***<u>પવિત્ર દૂતો</u>*** *સુદ્ધા આવશે, ત્યારે તે પોતાના મહિમાના રાજ્યસાન પર બેસશે.*

NIV માત્થી ૨૫:૩૧ પ્રમાણે – પણ જ્યારે માણસનો દીકરો પોતાના મહિમાના સર્વ દૂતો સુદ્ધા આવશે, ત્યારે તે સ્વર્ગીય ગૌરવમાં તેના સિંહાસન પર બેસશે.

(KJV કહે છે સર્વ **<u>પવિત્ર દૂતો</u>** જ્યારે NIV કહે છે ફક્ત 'દૂતો'. તેનો એવો અર્થ નીકળે છે કે પવિત્ર અને અપવિત્ર દૂતો ઈસુની સાથે આવે છે. બરાબર ને? એવી પાખંડી વિચારસરણી

પ્રચલિત છે કે તમે સારું કરો કે ખરાબ, કંઈ વાંધો નહિ, તમે સ્વર્ગમાં જ જશો. આપણા વહાલા મૃત સ્વજનો કે જેઓએ પ્રભુ ઈસુ પર કદી વિશ્વાસ કર્યો ન હતો તેઓના આત્માઓ અહીંના પોતાના જીવિત સ્વજનોને એ કહેવા સારુ આવે છે કે તેઓ સ્વર્ગમાં મઝામાં છે અને તમારે પણ સ્વર્ગમાં આવવા માટે કંઈ કરવાની જરૂર નથી. આ શેતાનનો સિદ્ધાંત છે.)

માત્થી ૨૭:૩૫

KJV અને તેને વધસ્તંભે જડયા પછી તેઓએ ચિઠ્ઠી નાખીને તેના લુગડા માંહેમાંહે વહેંચી લીધા. ***<u>જેથી પ્રબોધકો મારફતે જે કહેવામાં આવ્યું હતું તે પૂરુ થાય કે તેઓએ મારા લુગડા માંહોમાંહે વહેંચી લીધા અને મારા ઝભ્ભા માટે તેઓએ ચિઠ્ઠી નાખી.</u>***

NIV માત્થી ૨૭:૩૫ અને તેને વધસ્તંભે જડયા પછી તેઓએ ચિઠ્ઠી નાખીને તેના લુગડાં માંહોમાંહે વહેંચી લીધા.

<u>('જેથી પ્રબોધક મારફતે જે કહેવામાં આવ્યું હતું તે પુરુ થાય કે તેઓએ મારા લુગડાં માંહોમાંહે વહેંચી લીધા અને મારા ઝભ્ભા માટે તેઓએ ચિઠ્ઠીઓ નાખી'</u> આ ભાગ NIV બાઈબલમાંથી કાઢી નાંખવામાં આવ્યો છે.)

માર્ક ૧ : ૧૪

KJV અને યોહાનના બંદિખાનામાં નંખાયા પછી ઈસુ ગાલીલમાં આવ્યા અને ***<u>દેવના રાજ્યની સુવાર્તા પ્રગટ</u>*** *કરતાં તેમણે કહ્યું કે..*

માર્ક ૧:૧૪ NIV —અને યોહાનના બંદિખાનામાં નંખાયા પછી, ઈસુ ગાલીલમાં આવ્યા, અને દેવની સુવાર્તા પ્રગટ કરતા તેમણે કહ્યું કે...

(NIV એ **<u>દેવના રાજ્યની સુવાર્તા</u>**, એ કાઢી નાંખ્યુ છે.)

માર્ક ૨:૧૭

મેં તે તેમની રીતે કર્યું

*KJV – અને ઈસુ એ સાંભળીને તેઓને કહે છે કે, જેઓ સંપૂર્ણ સાજા(whole) છે તેઓને વૈદની અગત્ય નથી, પણ જેઓ માંદા છે તેઓને છે: ન્યાયીઓને નહીં પણ **<u>પાપીઓને પસ્તાવાને કરવા સારુ</u>** બોલાવવા હું આવ્યો છું.*

NIV માર્ક ૨:૧૭ – અને ઈસુ એ સાંભળીને તેઓને કહે છે કે, જેઓ સાજા છે તેઓને વૈદની અગત્ય નથી પણ જેઓ માંદા છે તેઓને છે. હું ન્યાયીઓને નહીં પણ પાપીઓને બોલાવવામાં આવ્યો છું.

(માર્ક ૨:૧૭ NIV પ્રમાણે ફકત વિશ્વાસ કરીને જિંદગી જે રીતની જીવવી હોય તેમ જીવો. શાસ્ત્રભાગમાં સહેજ જ ફેરફાર કરવાથી પાપને આમંત્રણ મળે છે.)

માર્ક 5:6

*KJV પણ જ્યારે તેણે ઈસુને દૂરથી જોયા, ત્યારે તે દોડીને તેમની **<u>આરાધના</u>** કરી.*

*માર્ક 5:6 NIV જ્યારે ઈસુ ઘણે દૂર હતો ત્યારે તે માણસે તેને જોયો, તે માણસ ઈસુ પાસે દોડી ગયો અને તેની આગળ **<u>ઘૂંટણીએ પડ્યો</u>**.*

(તે એક માણસ તરીકે આદર બતાવે છે પરંતુ તેને પ્રભુ ઇશ્વર તરીકે ઓળખતો નથી.)

માર્ક 6:11

*KJV – અને જ્યાં કહી તેઓ તમારો આવકાર નહીં કરે ને તમારું નહીં સાંભળે, ત્યાંથી નીકળતા તેઓની વિરુદ્ધ સાક્ષી થવાને માટે તમારા પગ તળેની ધૂળ ખંખેરી નાખો. હું **<u>તમને ખચીત કહું છું કે તે શહેર કરતાં સદોમ અને ગમોરાહને ન્યાયકાળે સહેવું સહેલ પડશે.</u>***

NIV માર્ક ૬:૧૧ - અને જ્યાં કહી તેઓ તમારો આવકાર નહીં કરે ને તમારું નહીં સાંભળે, ત્યાંથી નીકળતા તેઓની વિરુદ્ધ સાક્ષી થવાને માટે તમારા પગ તળેની ધૂળ ખંખેરી નાખો.

(NIV એ '**હું તમને ખચીત કહું છું કે તે શહેર કરતા સદોમ અને ગમોરાહને ન્યાયકાળે સહેવું સહેલ પડશે**' એ ભાગ કાઢી નાખ્યો છે. ન્યાયને તેઓએ એટલા માટે કાઢી નાખ્યો છે, કે તેઓ તેમાં માનતા નથી. માટે તમે ગમે તે પસંદગી કરો તમામ ભૂંડા કામ અને શબ્દોથી તમને પરગેટરી (શેઓલની વચગાળાની જગા) માં શુદ્ધ કરવામાં આવશે અથવા તમારા બીજા ભવમાં તમને શુદ્ધ કરવામાં આવશે.)

માર્ક ૭:૧૬

*KJV – **જે કોઈને સાંભળવાને કાન હોય તો તે સાંભળે.***

(NIV, યહોવાના સાક્ષીઓનું બાઈબલ તેમજ આધુનિક ભાષાંતરોમાંથી આ ભાગ કાઢી નાખ્યો છે. વાહ!)

માર્ક ૯ :૨૪

*KJV – અને તરત બાળકના બાપે ઘાંટો પાડતા અને આંસુ સાથે કહ્યું કે, **પ્રભુ**, હું વિશ્વાસ કરું છું, મારા અવિશ્વાસ વિશે મને મદદ કર.*

માર્ક ૯ :૨૪ NIV પ્રમાણે – અને તરત બાળકના બાપે ઘાંટો પાડતા કહ્યું કે, હું વિશ્વાસ કરું છું; મારા અવિશ્વાસ વિશે મને મદદ કર.

(NIV બાઈબલમાંથી '**પ્રભુ**' કાઢી નાખ્યું છે. પ્રભુ ઈસુની પ્રભુતાને છોડી દેવામાં આવી છે.)

માર્ક ૯ :૨૯

*KJV અને તેણે તેઓને કહ્યું કે પ્રાર્થના તથા **ઉપવાસ** સિવાય બીજા કોઈ ઉપાયથી એ જાત નીકળી શકે એમ નથી.*

NIV માર્ક ૯:૨૯ – આ જાત કેવળ પ્રાર્થનાથી જ નીકળી શકે છે.

(‘**<u>ઉપવાસ</u>**’ દૂર કરવામાં આવ્યું છે. આપણે ઉપવાસ દ્વારા શેતાનના મજબૂત કિલ્લાને તોડી પાડીએ છીએ. ઉપવાસ અને પ્રાર્થના દ્વારા દેવના મુખને શોધવાથી ખાસ અભિષેક અને સામર્થ્ય પ્રાપ્ત થાય છે.)

માર્ક ૯:૪૪

*KJV – **<u>જ્યાં તેઓનો કીડો મરતો નથી ને અગ્નિ હોલવાતો નથી.</u>***

(આ શાસ્ત્રભાગ NIV, આધુનિક ભાષાંતર અને યહોવાના સાક્ષીઓના બાઈબલમાંથી કાઢી નાખ્યો છે. તેઓ નરકની સજાને માનતા નથી.)

*માર્ક ૯:૪૬ KJV – **<u>જ્યાં તેઓનો કીડો મરતો નથી ને અગ્નિ હોલવાતો નથી.</u>***

(આ શાસ્ત્રભાગ NIV, આધુનિક ભાષાંતર અને યહોવાના સાક્ષીઓના બાઈબલમાંથી કાઢી નાંખ્યો છે. ફરીથી તેઓ નરકના દંડને માનતા નથી.)

માર્ક ૧૦ :૨૧

*KJV – અને તેની તરફ જોઈને ઈસુને તેના પર હેત આવ્યું ને તેમણે તેને કહ્યું કે, તું એક વાત સંબંધી અધુરો છે; તારું જે છે તે સર્વ જઈને વેચી નાખ, ને દરીદ્રીઓને આપી દે, ને આકાશમાં તને દોલત મળશે. અને આવ, તારો વધસ્તંભ ઊંચકીને મારી પાછળ ચાલ. (આપણે ખ્રિસ્તી તરીકે **<u>વધસ્તંભ ઊંચકીને</u>** ચાલવાનું છે. જીવનમાં પરિવર્તન આવે*

NIV માર્ક ૧૦:૨૧ – અને તેની તરફ જોઈને ઈસુને તેના પર હેત આવ્યું ને તેમણે તેને કહ્યું કે ‘તું એક વાત સંબંધી અધુરો છે; તારું જે છે તે સર્વ જઈને વેચી નાંખ ને દરિદ્રીઓને આપી દે, ને આકાશમાં તને દોલત મળશે. અને આવ મારી પાછળ ચાલ.

(NIV એ **<u>'વધસ્તંભ ઊંચકીને'</u>** શબ્દો કાઢી નાખ્યા છે. સત્ય માટે દુઃખ સહન કરવાની જરૂર નથી. તમને જીવવું હોય એ રીતે જીવો. ખ્રિસ્તી જીવન માટે વધસ્તંભ ખૂબ અગત્યનો છે.)

માર્ક ૧૦:૨૪

*KJV – અને તેમની વાતોથી શિષ્યો અચંબો પામ્યા પણ ઈસુ ફરી ઉતર આપીને તેઓને કહે છે કે, છોકરા, **<u>દોલત પર ભરોસો રાખનારાઓને</u>** દેવના રાજ્યમાં પેસવું કેટલું અઘરું છે!*

માર્ક ૧૦:૨૪ NIV – અને તેની વાતોથી શિષ્યો અચંબો પામ્યા પણ ઈસુ ફરી તેઓને ઉત્તર આપીને કહે છે કે છોકરાં, દેવના રાજ્યમાં પેસવું કેટલું અઘરું છે !

(**<u>'દોલત પર ભરોસો રાખનારાઓને'</u>** કાઢી નાંખ્યુ છે. NIV બાઈબલમાં આ શબ્દોની જરૂર નથી કારણ કે તેઓને દાન જોઈએ છે તે તમને એમ માનવા પ્રેરે છે કે દેવના રાજ્યમાં પેસવું અઘરું છે અને એ રીતે તમને નાહિંમત કરે છે.)

માર્ક ૧૧:૧૦

*KJV – આપણા બાપ દાઉદનું રાજ્ય જે **<u>પ્રભુને નામે આવે છે</u>**, તે આશીર્વાદીત છે; પરમ ઊંચામાં હોસાન્ના!*

NIV પ્રમાણે માર્ક ૧૧ :૧૦ – આપણા બાપ દાઉદનું રાજ્ય જે આવે છે તે આશીર્વાદીત છે; પરમ ઊંચામાં હોસાન્ના!

(NIV એ **<u>'જે પ્રભુને નામે આવે છે'</u>** તે કાઢી નાંખ્યું છે)

માર્ક ૧૧:૨૬

*KJV – **<u>પણ જો તમે માફ નહિ કરો, તો તમારો બાપ જે આકાશમાં છે તે પણ તમારા અપરાધ તમને માફ કરશે નહિ.</u>***

(આ શાસ્ત્રભાગ NIV બાઈબલમાં પૂરેપૂરો કાઢી નાખવામાં આવ્યો છે. તે ઉપરાંત યહોવા વીટનેસ બાઈબલ (જે ન્યુ વર્લ્ડ ટ્રાન્સલેશન કહેવાય છે) અને ઘણી બીજી આધુનિક આવૃત્તિઓમાંથી કાઢી નાખ્યો છે. જો તમે માફી ચાહો છો તો બીજાને માફ કરવું ઘણું મહત્વનું છે.)

માર્ક ૧૩:૧૪

*KJV – પણ જ્યારે તમે ઉજ્જડના અમંગળપણાની નિશાની, **<u>જેના વિશે દાનિએલ પ્રબોધકે કહ્યું છે</u>** તેને જ્યાં ઘટારત નથી ત્યાં ઊભી રહેલી જોશો (જે વાંચે છે તેણે સમજવું.) ત્યારે જેઓ યહુદાહમાં હોય તેઓ પહાડોમાં નાસી જાય.*

માર્ક ૧૩ :૧૪ NIV – પણ જ્યારે તમે ઉજ્જડના અમંગળપણાની નિશાની જ્યાં ઘટાતરત નથી ત્યાં ઊભી રહેલી જોશો. જે વાંચે છે તેણે સમજવું ત્યારે જેઓ યહુદિયામાં હોય તેઓ પહાડોમાં નાસી જાય.

(**<u>દાનિએલના પુસ્તક</u>** વિશેની માહિતી NIV માંથી દૂર કરેલી છે. આપણે દાનિએલ અને પ્રક્ટીકરણના પુસ્તકોના અંતના સમયોનો અભ્યાસ કરીએ છીએ. ‘જેઓ આ પુસ્તકના શબ્દો વાંચે છે તે આશીર્વાદીત છે' આ ભવિષ્યવચનો જે વાંચે છે, ને જેઓ સાંભળે છે, ને એમાં જે લખેલુ છે તે પાળે છે, તેઓને ધન્ય છે, કેમ કે સમય પાસે છે (પ્રક્ટી. ૧:3) **<u>દાનિએલનું</u>** નામ કમી કરીને તેઓ તમને ગૂચવણમાં નાખે છે.)

માર્ક ૧૫:૨૮

*KJV –**<u>તે અપરાધીઓમાં ગણાયો, એવું જે શાસ્ત્રવચન તે પૂરું થયું.</u>***

(આ આખી કલમ NIV, યહોવાના સાક્ષીઓનું બાઈબલ અને અન્ય આધુનિક બાઈબલમાંથી કાઢી નાંખવામાં આવી છે.)

લુક ૨:૧૪

*KJV – પરમ ઊંચામાં દેવને મહિમા થાઓ અને પૃથ્વી પર શાંતિ થાઓ, **<u>માણસો પ્રત્યે ભલાઈ (goodwill) થાઓ.</u>***

NIV લુક ૨:૧૪ - પરમ ઊંચામાં દેવને મહિમા થાઓ અને પૃથ્વી પર જે માણસો વિશે તે પ્રસન્ન છે તેઓને શાંતિ થાઓ.

<u>('માણસો પ્રત્યે ભલાઈ'</u> ના બદલે કપટી ફેરફાર કર્યો છે. NIV બાઈબલ કહે છે કે એ શાંતિ કેવળ ચોક્કસ માણસોને હો, જેમના પર દેવ પ્રસન્ન છે. આ પણ દેવના સિદ્ધાંતની વિરુદ્ધ છે.)

લુક ૨ :33

*KJV – અને **<u>યુસફ</u>** અને તેની મા*

લુક ૨: 33 NIV – બાળકના પિતા અને મા

('**<u>યુસફ</u>**' કાઢી નાંખવામાં આવ્યું છે.)

લૂક ૪:૪

*KJV – ઈસુએ તેને ઉત્તર આપ્યો કે, એમ લખેલું છે કે, માણસ એકલી રોટલીથી નહિ. **<u>પણ દરેક શબ્દ જે દેવના મોંમાંથી નીકળે છે તેનાથી જીવશે.</u>***

લૂક ૪:૪ NIV – ઈસુએ ઉત્તર આપ્યો કે એમ લખેલું છે કે માણસ એકલી રોટલીથી નહિ જીવશે.

શેતાનનો હુમલો દેવના વચન પર છે. ઉત્પ.3 માં શેતાને દેવના વચન પર હુમલો કર્યો. તેણે અહીં કપટી હુમલો કર્યો છે. NIV માંથી '**<u>પણ દરેક શબ્દ જે દેવના મોંમાંથી નીકળે છે</u>** તે દૂર કરવામાં આવ્યું છે.

NIV અને અન્ય આધુનિક ભાષાંતરો દેવના વચનની કાળજી લેતું નથી. તેઓ પોતાના સિદ્ધાંત પ્રમાણે અથવા શું કહેવું જોઈએ તે રીતના પક્ષપાત તરીકે ફેરફારો કરે છે. દેવનું વચન જીવંત છે અને તે માણસને ખાતરી કરાવે છે. જ્યારે દેવ તમને પાપ વિશે ખાતરી કરાવે ત્યારે પસ્તાવો ઉત્પન્ન થાય છે જો દેવનું વચન ફેરવી નાખવામાં આવે તો તે સાચી ખાતરી ઉત્પન્ન ન કરી શકે, અને તેથી કોઈ પસ્તાવો ઉત્પન્ન ન થાય. આમ કરીને NIV દર્શાવે છે કે બધા ધર્મોમાં બધુ બરાબર છે, આપણે જે જાણીએ છીએ તે સાચું નથી.

લૂક ૪:૮

*KJV – અને ઈસુએ તેને ઉત્તર આપ્યો કે **<u>શેતાન, મારી પછવાડે જા,</u>** કેમ કે લખેલું છે કે, તારે તારા દેવ પ્રભુનું ભજન કરવું ને એકલા તેની જ સેવા કરવી.*

(ઈસુએ શેતાનને ધમકાવ્યો. તમે અને હું શેતાનને ઈસુના નામમાં ધમકાવી શકીએ છીએ)

લુક ૪:૮ NIV – અને ઈસુએ તેને ઉત્તર આપ્યો કે, એમ લખેલું છે કે, તારે તારા દેવ પ્રભુનું ભજન કરવું ને એકલા તેની જ સેવા કરવી.

('**<u>શેતાન, મારી પછવાડે જા</u>**' એ NIV માંથી કાઢી નાખેલું છે)

લુક ૪ :૧૮

*KJV – પ્રભુનો આત્મા મારા પર છે, કેમ કે દરદ્રીઓ આગળ સુવાર્તા પ્રગટ કરવા સારુ તેણે મારો અભિષેક કર્યો છે. **<u>ભંગિત હૃદયો વાળાઓને સાજા કરવા,</u>** બંદીવાનોને છુટકારાનો બોધ આપવા, તથા આંધળાઓને દૃષ્ટિ પામવાનું જાહેર કરવા, ઘાયલ થયેલાઓને છોડાવવા તેમણે મને મોકલ્યો છે.*

લુક ૪:૧૮ NIV – પ્રભુનો આત્મા મારા પર છે, કેમ કે દરદ્રીઓને સુવાર્તા પ્રગટ કરવા સારુ તેણે મારો અભિષેક કર્યો છે, બંદિવાનોને છૂટકો તથા આંધળાઓને દષ્ટિ પામવાનું જાહેર કરવા, પીડિત થયેલાઓને છોડાવવા તેમણે મને મોકલ્યો છે.

('**ભંગિત હૃદયવાળાઓને સાજા કરવા'** NIV માંથી કાઢી નાખ્યું છે. જે લોકો આ ખામી ભરેલી આવૃત્તિ વાપરે છે તેઓ સામાન્ય રીતે ચિંતાતુર, માનસિક રીતે અસ્થિર અને હતાશ જોવા મળે છે. દેવના વચનમાં ફેરફાર કરવાથી વચનનું સામર્થ્ય ચાલ્યુ જાય છે. **'સત્ય તમને મુક્ત કરશે'** માટે તેઓએ આધુનિક બાઈબલમાંથી સત્યને દૂર કર્યું છે)

લુક ૪:૪૧

KJV – ઘણાઓમાંથી ભૂતો પણ નીકળ્યા, તેઓ ઘાંટો પાડીને કહેતા હતા કે ***તું ખ્રિસ્ત, દેવનો દીકરો છે.*** *તેણે તેઓને ધમકાવ્યા, અને બોલવા દીધા નહિ, કેમ કે તેઓ જાણતા હતા કે તે તો* ***ખ્રિસ્ત*** *છે.*

(શુ માણસો કબૂલ કરે છે કે તું ખ્રિસ્ત દેવનો દીકરો છે? ના તેના આત્મા દ્વારા પ્રક્ટીકરણ ન મળે તો તેમ બોલી શકાય નહિ.)

લુક ૪:૪૧

ઘણાઓમાંથી ભૂતો પણ નીકળ્યા. તેઓ ઘાંટો પાડીને કહેતા હતા કે તું દેવનો દીકરો છે. તેણે તેઓને ધમકાવ્યા, અને બોલવા દીધા નહિ, કેમ કે તેઓ જાણતા હતા કે તે તો ખ્રિસ્ત છે.

('**ખ્રિસ્ત**' કાઢી નાખવાથી ભૂતો એ ખ્રિસ્તને દેવના દીકરા તરીકે કબૂલ કર્યો નહિ. શેતાન ઈચ્છતો નથી કે લોકો ઈસુને યહોવાહ તારનાર તરીકે સ્વીકારે, માટે તેઓ દેવના વચનને ઊંડો ઈરાદો રાખીને બદલે છે. ભૂતો જાણતા હતા કે ઈસુ મનુષ્યદેહે દેવ હતા.)

લુક ૮:૪૮

KJV – તેમણે તેને કહ્યું દીકરી, ***તને દિલાસો થાઓ,*** *તારા વિશ્વાસે તને સાજી કરી છે; શાંતિથી જા.*

લુક ૮:૪૮ NIV – તેણે તેને કહ્યું દીકરી તારા વિશ્વાસે તને સાજી કરી છે. શાંતિથી જા.

(NIV માંથી '**<u>તને દિલાસો થાઓ</u>**' એ કાઢી નાંખ્યુ છે. માટે દિલાસો ગયો છે NIV બાઈબલ વાંચવાથી તમને <u>દિલાસો</u> મળશે નહિ.)

લુક ૯:૫૫

KJV – પણ તેણે પાછા ફરીને તેઓને ધમકાવ્યા અને કહ્યું તમે જાણતા નથી કે તમે ***<u>કેવા પ્રકારના આત્માના છો.</u>***

લુક ૯:૫૫ NIV – પણ તેણે પાછા ફરીને તેઓને ધમકાવ્યા.

(NIV એ 'તમે જાણતા નથી કે **<u>તમે કેવા પ્રકારના આત્માના</u>** છો' તે કાઢી નાખ્યું છે.)

લુક ૯:૫૬

KJV – ***<u>કેમ કે માણસનો દીકરો માણસોના જીવનોનો નાશ કરવા સારુ નહીં પણ તેમને બચાવવાને માટે આવ્યો છે.</u>*** *પછી તેઓ બીજે ગામ ગયા.*

લુક ૯ :૫૬ NIV – પછી તેઓ બીજે ગામ ગયા.

(NIV એ **<u>'કેમ કે માણસનો દીકરો માણસોના જીવનોનો નાશ કરવા સારુ નહીં પણ તેમને બચાવવાને માટે આવ્યો છે.</u>** આ શાસ્ત્રભાગ દૂર કરીને ખ્રિસ્તનું આ જગતમાં આવવાનું કારણ નષ્ટ કરવામાં આવ્યું છે.)

લુક ૧૧: ૨-૪

KJV – તેમણે તેઓને કહ્યું, તમે પ્રાર્થના કરો ત્યારે કહો, કે ***<u>ઓ આકશમાંના અમારા બાપ,</u>*** *તમારું નામ પવિત્ર મનાઓ, તમારુ રાજ્ય આવો,* ***<u>જેમ આકાશમાં તેમ પૃથ્વી પર તમારી ઈચ્છા પૂરી થાઓ,</u>*** *દિવસની રોટલી રોજ તમે અમને આપો અને અમારા પાપ*

અમને માફ કરો; કેમ કે અમે પોતે પણ અમારા હરેક ઋણીને માફ કરીએ છીએ, અને અમને પરીક્ષણાં ન લાવો ***પણ ભૂંડાઈથી અમારો છૂટકો કરો.***

લુક ૧૧ : ૨-૪ NIV – તેમણે તેઓને કહ્યું, તમે પ્રાર્થના કરો ત્યારે કહો કે, ઓ બાપ, તમારું નામ પવિત્ર મનાઓ, તમારું રાજ્ય આવો, દિવસની અમારી રોટલી રોજ અમને આપો. અને અમારા પાપ અમને માફ કરો. કેમ કે અમે પોતે પણ અમારા હરેક ઋણીને માફ કરીએ છીએ. અને અમને પરીક્ષણમાં ન લાવો.

(NIV બાઈબલ સ્પષ્ટ નથી. નીચે લીટી કરેલી તમામ કલમોનો ભાગ જે KJV માં છે તે NIV અને બીજી આધુનિક (બાઈબલની) આવૃત્તિઓમાંથી કમી કરેલ છે)

લુક ૧૭:૩૬

KJV – ***ખેતરમાં બે જણ હશે; તેમાંનો એક લેવાશે અને બીજો પડતો મૂકાશે.***

(NIV મોર્ડન વર્ઝન, અને યહોવાહના સાક્ષીઓના બાઈબલમાંથી આ શાસ્ત્રભાગ પૂરેપૂરો કાઢી નાખ્યો છે.)

લુક ૨૩:૧૭

KJV – ***(હવે તે પર્વ પર તેને તેઓને સારુ કોઈ એક ને છોડી દેવો પડતો હતો)***

(NIV યહોવાના સાક્ષીઓનું બાઈબલ અને ઘણી આધુનિક આવૃત્તિઓ માંથી આ શાસ્રભાગ પૂરેપૂરો કાઢી નાખવામાં આવ્યો છે.)

લુક ૨૩:૩૮

KJV – તેના ઉપર ***ગ્રીક, લેટીન અને હિબ્રુ ભાષામાં*** *એવો લેખ લખેલો હતો કે આ યહુદીઓનો રાજા છે.*

મેં તે તેમની રીતે કર્યું

લુક ૨૩ :૩૮ NIV – તેના ઉપર એવો લેખ લખેલો હતો કે આ યહુદીઓનો રાજા છે.

(NIV અને બીજી આધુનિક આવૃત્તિઓમાંથી **<u>'ગ્રીક, લેટીન અને હિબ્રુ ભાષામાં'</u>** એ શબ્દો દૂર કરેલા છે. તે વખતની જે ભાષાઓ બોલાતી હતી તેનો પૂરાવો દૂર થયો છે)

લુક ૨૩:૪૨

*KJV – અને તેણે ઈસુને કહ્યું, કે **<u>પ્રભુ</u>** તમે તમારા રાજ્યમાં આવો ત્યારે મને સંભારજો.*

(ચોરને ખાતરી થઈ કે **<u>ઈસુ પ્રભુ</u>** છે)

લુક ૨૩:૪૨ NIV – અને તેણે કહ્યું કે હે ઈસુ, તુ તારા રાજ્યમાં આવે ત્યારે મને સંભારજે.

(આધુનિક બાઈબલ તે ઈસુની પ્રભુતાને માનવાને ઈચ્છતા નથી.)

લુક ૨૪:૪૨

*KJV – તેઓએ તેમને શેકેલી માછલીનો એક ટુકડો અને **<u>મધપૂડો આપ્યું.</u>***

લુક ૨૪:૪૨ NIV -તેઓએ તેને શેકેલી માછલીનો એક ટુકડો આપ્યો.

(આધુનિક સમયના બાઈબલો અધુરી માહિતી આપે છે. **<u>મધપૂડો</u>** NIV અને બાઈબલની બીજી આવૃત્તિઓમાં ગુમ છે.)

યોહાન ૫:૩

*KJV – તેઓમાં રોગી, આંધળા, લંગડા, સુકાઈ ગયેલા અંગોવાળા ઘણા માણસો પડી રહેલા હતા. **<u>તેઓ પાણી હાલવાની વાટ જોતા હતા.</u>***

યોહાન ૫:3 NIV – તેઓમાં રોગી, આંધળા, લંગડા, સુકાઈ ગયેલા અંગોવાળા ઘણા માણસો પડી રહેલા હતા.

(તેઓએ ત્યાં જે ચમત્કાર થયાં હતા તે માહિતી કાઢી નાખી છે. '**<u>પાણી હાલવાની વાટ જોતા હતા</u>**' તે)

યોહાન ૫:૪

KJV – ***<u>કેમ કે દેવદૂત ચોક્કસ મોસમમાં પૂલમાં નીચે ઊતરીને પાણીને હલાવતો હતો. ત્યારે પાણી હલાવ્યા પછી જે કોઈ પહેલો તેમાં ઉતરતો, તેને જે કંઈ રોગ લાગેલો હોય તેથી તે નિરોગી (whole) થતો.</u>***

(આધુનિક ભાષાંતરોમાં તેમજ યહોવાના સાક્ષીઓના બાઈબલમાંથી આ શાસ્રભાગ પૂરેપૂરો કાઢી નાંખ્યો છે.)

યોહાન ૬:૪૭

KJV – હું તમને ખચીત ખચીત કહું છું કે જે ***<u>મારા પર</u>*** *વિશ્વાસ કરે છે તેને અનંતજીવન છે.*

યોહાન ૬:૪૭ NIV – હું તમને ખચીત ખચીત કહું છું કે જે વિશ્વાસ કરે છે તેને અનંતજીવન છે.

('**<u>જે મારા પર વિશ્વાસ કરે છે'</u>** બદલીને '**<u>જે વિશ્વાસ કરે છે'</u>** કરવામાં આવ્યું છે. કોના પર વિશ્વાસ? જૂના અંગ્રેજી પ્રમાણે believeth શબ્દમાં પાછળ eth આવે છે તેનો અર્થ તે ક્રિયાપદ હંમેશાની ચાલુ સ્થિતિ બતાવે છે. એટલે કે એક જ વખત નહિ પણ દર વખતે તે. કોઈપણ શબ્દ માટે eth આવે તેનો તેજ અર્થ છે)

યોહાન ૮: ૯a

*KJV – અને જેઓએ તે સાંભળ્યું **તેઓના અંતઃકરણોમાં ખાતરી થવાથી** ચાલ્યા ગયા.*

યોહાન ૮ : ૯a NIV –જેઓએ તે સાંભળ્યું તેઓ ચાલ્યા ગયા

(NIV એ '**તેઓના અંતઃકરણોમાં ખાતરી થવાથી**' એ શબ્દો કાઢી નાખ્યા છે. માણસમાં અંતઃકરણ છે તેમ તેઓ માનતા નથી.)

યોહાન ૯ :૪a

*KJV - જેમણે મને મોકલ્યો છે તેમના કામ **મારે** કરવા જોઈએ.*

NIV યોહાન ૯ :૪a – જેમણે મને મોકલ્યો છે તેમના કામ આપણે કરવા જોઈએ.

(ઈસુએ કહ્યું '**મારે**' NIV અને કેટલીક બીજી આવૃત્તિઓમાં '**મારે**' બદલીને '**આપણે**' કરવામાં આવ્યું છે)

યોહાન ૧૦:30

*KJV – હું તથા **મારો** બાપ એક છીએ.*
યોહાન ૧૦:30 NIV – હું તથા બાપ એક છીએ.

(હું અને મારો બાપ બે નહીં પણ એક છીએ '**મારો બાપ**' ઈસુને દેવનો દીકરો બનાવે છે. દેવનો દીકરો તેનો અર્થ મનુષ્યદેહમાં દેવ એવો થાય છે. NIV એ મારો શબ્દ દૂર કરીને આખા શાસ્ત્રભાગનો અર્થ બદલી નાખ્યો છે)

યોહાન ૧૬:૧૬

*KJV – થોડીવાર પછી તમે મને જોશો નહિ અને ફરી થોડીવાર પછી તમે મને જોશો **કેમ કે હું બાપની પાસે જાઉં છું.***

NIV યોહાન ૧૬:૧૬ – થોડીવાર પછી તમે મને જોશો નહિ અને ફરી થોડી વાર પછી તમે મને જોશો.

(NIV એ **<u>'કેમ કે હું બાપની પાસે જાઉં છું'</u>** એ શબ્દો કાઢી નાખ્યા છે. ઘણા ધર્મો માને છે કે ઈસુ હિમાલય પર અથવા અન્ય સ્થળે ચાલ્યાગયા અને મરણ પામ્યા નથી)

પ્રે.કૃ. ૨:30

*KJV – માટે તે પ્રબોધક હતો અને દેવે તેને સમ ખાઈને પ્રતિજ્ઞા કરી હતી કે દેહ પ્રમાણે તેના વંશમાંથી **<u>તે તેના રાજ્યાસન પર બેસવા માટે ખ્રિસ્ત ઊભો કરશે</u>** એવું તે જાણતો હતો.*

પ્રે.કૃ. ૨ :30 NIV – તે પ્રબોધક હતો અને દેવે સમ ખાઈને તેને કહ્યું હતું કે તારા સંતાનમાંના એકને હું તારા રાજ્યાસન પર બેસાડીશ એવું તે જાણતો હતો.

(NIV એ **<u>'તેના રાજ્યસન પર બેસવા માટે ખ્રિસ્તને ઊભો કરશે'</u>** તે કાઢી નાખ્યું છે. પ્રભુ ઈસુની દેહમાં આવવાની ભવિષ્યવાણી દૂર કરી છે.)

પ્રે.કૃ. 3:૧૧

*KJV પ્રમાણે – **<u>તે સાજો થયેલો લંગડો માણસ</u>** પિતર તથા યોહાનને પકડી રહ્યો હતો એટલામાં બધા લોક બહુ વિસ્મય પામીને સુલેમાનની કહેવાતી પરસાળમાં તેની પાસે દોડી આવ્યા.*

પ્રેકૃ. 3:૧૧ NIV – તે ભિખારી માણસ પિતર તથા યોહાનને પકડી રહ્યો હતો એટલામાં બધા લોક બહુ વિસ્મય પામીને સુલેમાનની કહેવાતી પરસાળમાં તેની પાસે દોડી આવ્યા.

(**<u>સાજો થયેલો લંગડો માણસ</u>** આ શાસ્ત્રભાગનો ચાવીરૂપ ભાગ છે, તેને NIV એ દૂર કર્યો છે.)

પ્રે.કૃ. ૪:૨૪

*KJV પ્રમાણે – તે સાંભળીને તેઓએ એક ચિત્તે દેવની આગળ મોટે સાદે કહ્યું કે, **<u>પ્રભુ તમે દેવ છો</u>** જેણે આકાશ તથા પૃથ્વી તથા સમુદ્ર તથા તેઓમાંના સર્વને ઉત્પન્ન કર્યાં છે.*

પ્રે.કૃ. ૪:૨૪ NIV પ્રમાણે – જ્યારે તેઓએ આ સાંભળ્યું ત્યારે તેઓએ દેવની પ્રાર્થનામાં એકસાથે પોતાનો અવાજ ઉઠાવ્યો અને કહ્યું કે, પરાત્પર પ્રભુ, આકાશ તથા પૃથ્વી તથા સમુદ્ર તથા તેઓમાંના સર્વને ઉત્પન્ન કરનાર તમે છો.

(NIV અને આધુનિક ભાષાંતરોએ **<u>'પ્રભુ તમે દેવ છો'</u>** એ દૂર કર્યું છે જે દેવે આ ચમત્કાર કર્યો તેમને કબૂલ કરતા નથી)

પ્રે.કૃ. ૮:૩૭

*KJV પ્રમાણે **<u>ત્યારે ફિલીપે કહ્યું કે જો તું તારા પૂરા મનથી વિશ્વાસ કરે છે, તો તે ઉચિત છે. તેણે ઉત્તર દીધો કે ઈસુ ખ્રિસ્ત તે દેવનો દીકરો છે એવું હું માનું છું.</u>***

(NIV એ બાઈબલની આધુનિક આવૃત્તિમાં આ કલમ પૂરેપૂરી કાઢી નાખી છે.)

KJV બાઈબલના આધુનિક ભાષાંતરોમાંથી '**<u>સ્વામી</u>**' શબ્દ કાઢીને તેની જગ્યાએ 'ઉપદેશક' અથવા '**<u>શિક્ષક</u>**' શબ્દ મૂકવામાં આવેલ છે, જે ઈસુને અન્ય ધર્મના શિક્ષકોની કક્ષામાં મૂકે છે. આમ કરવાનું કારણ એક જ છે કે જેથી વિશ્વવ્યાપી ધર્મની જે ચળવળ છે તે ઈસુ એકલા જ તારણનો માર્ગ છે તેમ કહી ન શકે. કારણ કે તે અન્ય તમામ વિશ્વાસોને ઘટાડી શકે છે જેઓ માનતા નથી કે ઈસુ આપણો એક અને એકમાત્ર સાચો સેવિયો છે. જેમ કે હિન્દુ ધર્મ તથા પૂર્વના બીજા ધર્મો.

પ્રે.કૃ. ૯:૫

*KJV પ્રમાણે – ત્યારે તેણે કહ્યું કે પ્રભુ તમે કોણ છો? પ્રભુએ કહ્યું કે હું ઈસુ છું કે, જેને તું સતાવે છે. **<u>આરને લાત મારવી તે કઠણ છે.</u>***

NIV પ્રમાણે – શાઉલે પૂછયું પ્રભુ તમે કોણ છો? તેમણે કહ્યું હું ઈસુ છું કે જેને તું સતાવે છે.

(NIV અને આધુનિક ભાષાંતરોએ **'આરને લાત મારવી તે કઠણ છે'** તે કાઢી નાખ્યું છે. એનો અર્થ એ કે આ બધી કલમો કાઢી નાખવાથી તેઓની અસરકારકતા રહે નહીં.)

પ્રે.કૃ. ૧૫:૩૪

KJV પ્રમાણે — **તેમ છતાં સિલાસને તો ત્યાં રહેવું સારું લાગ્યું.**

(NIV અને અન્ય હાલના બાઈબલોમાંથી આ કલમ કાઢી નાખી છે.)

પ્રે.કૃ. ૧૮:૭

KJV – પછી તે ત્યાંથી નીકળીને તિતસ યુસ્તસ નામે એક ઈશ્વરભક્ત હતો, તેને ઘેરે ગયો; **તેનું ઘર સભાસ્થાનની જોડાજોડ હતું.**

પ્રે.કૃ. ૧૮:૭ *NIV પ્રમાણે* – પછી પાઉલ સિનેગોગમાંથી નીકળીને, તેની બાજુમાં તિતસ યુસ્તસ નામના ઈશ્વરભક્તનું ઘર હતું ત્યાં ગયો

('**તેનું ઘર સભાસ્થાનની જોડાજોડ હતું**' તે કાઢી નાખ્યું છે.)

પ્રે.કૃ. ૨૩:૯b

KJV પ્રમાણે ... **આપણે દેવની સામે ના લડીએ.**

(NIV આધુનિક બાઈબલો અને યહોવાના સાક્ષીઓના બાઈબલમાંથી 'આપણે દેવની સામે ના લડીએ' એ ભાગ કાઢી નાખ્યો છે. કારણ દેખીતું છે કેટલાંક લોકો દેવ સામે લડવાની હિંમત કરે છે)

પ્રે.કૃ. ૨૪:૭

KJV પ્રમાણે – **<u>પણ લુસિયાસ સરદાર આવીને બહુ જબરદસ્તી કરીને અમારા હાથમાંથી એને છોડાવી લઈ ગયો.</u>**

(NIV અને આધુનિક બાઈબલની આવૃત્તિઓમાંથી આ કલમ આખી કાઢી નાખવામાં આવી છે.)

પ્રે.કૃ. ૨૮:૨૯

KJV પ્રમાણે **<u>તેણે એ વાતો કહી, ત્યાર પછી યહુદીઓ માંહોમાંહે ઘણો વાદવિવાદ કરતા કરતા ચાલ્યા ગયા.</u>**

(NIV અને બાઈબલના બીજા ભાષાંતરોએ આ શાસ્ત્રભાગ પૂરો કાઢી નાખ્યો છે. જુઓ અહીં ઘણો વિવાદ હતો. ઈસુ કોણ હતા તે વિશે દલીલો ચાલતી હતી માટે આ કલમ કાઢી નાખવી તો ફરજીયાત છે.)

રોમન. ૧:૧૬

KJV પ્રમાણે, કેમ કે **<u>ખ્રિસ્તની સુવાર્તા</u>** વિશે મને શરમ લાગતી નથી; કારણ કે દરેક વિશ્વાસ કરનારને તે દેવનું તારણ પમાડનારું પરાક્રમ છે; પ્રથમ યહુદીને, અને પછી ગ્રીકને.

રોમન. ૧:૧૬ NIV પ્રમાણે – કેમ કે સુવાર્તા વિશે મને શરમ લાગતી નથી; કારણ કે દરેક વિશ્વાસ કરનારને તે દેવનું તારણ પમાડનારું પરાક્રમ છે; કે પ્રથમ યહુદીને અને પછી વિદેશીઓને.

(NIV એ **'ખ્રિસ્ત' ની સુવાર્તા** કાઢીને કેવળ સુવાર્તા રાખ્યું છે. મોટાભાગના હુમલા ઈસુ તે ખ્રિસ્ત છે તેની ઉપર છે સુવાર્તા એટલે ઈસુ ખ્રિસ્તનું મરણ, દફન અને પુનરુત્થાન આ કલમની કોઈ જરૂર નથી.)

રોમન. ૮ :૧

*KJV પ્રમાણે પણ હવે જેઓ ખ્રિસ્ત ઈસુમાં છે તેઓને કોઈ દંડાજ્ઞા નથી **કે જે દેહ પ્રમાણે નહિ, પણ આત્મા પ્રમાણે ચાલે છે.***

રોમન. ૮ :૧ NIV — પણ હવે જેઓ ખ્રિસ્ત ઈસુમાં છે તેઓને કોઈ દંડાજ્ઞા નથી.

('કે તે દેહ પ્રમાણે નહિ પણ આત્મા પ્રમાણે ચાલે છે' NIV માં કાઢી નાખવામાં આવ્યું છે માટે તમે ચાહો તેવું જીવન જીવી શકો છો.)

રોમન. ૧૧:૬

*KJV – પણ જો એ કૃપાથી થયું, તો તે કરણીઓથી થયું નથી નહિ તો તે કૃપાને કૃપા કહેવાય જ નહિ. **પણ જો એ કરણીઓથી થયું તો તે કૃપાથી થયું નથી નહીં તો કરણી તે કરણી કહેવાય નહીં.***

રોમન. ૧૧:૬ NIV – પણ જો એ કૃપાથી થયું તો તે કરણીઓથી થયું નથી; નહીં તો કૃપા તે કૃપા કહેવાય જ નહિ.

('પણ જો એ કરણીઓથી થયું તો તે કૃપાથી થયું નથી નહિ તો કરણી તે કરણી કહેવાય જ નહીં.' એ ભાગ NIV અને બીજા ભાષાંતરોમાંથી કાઢી નાંખેલો છે)

રોમન. ૧૩ : ૯

*KJV – **તુ જૂઠી સાક્ષી ન પૂર.***

(NIV એ આ ભાગ કલમમાંથી કાઢી નાખ્યો છે. બાઈબલ કહે છે કે તારે ઉમેરો ન કરવો અને ઘટાડો ન કરવો)

રોમન. ૧૬:૨૪

*KJV – **<u>આપણા પ્રભુ ઈસુ ખ્રિસ્તની કૃપા તમ સર્વ પર હો. આમેન.</u>***

રોમન. ૧૬:૨૪ (NIV અને અન્ય આધુનિક બાઈબલોએ આ કલમ આખી કાઢી નાખી છે.)

૧ કોરીંથ ૬:૨૦

*KJV – કેમ કે મૂલ્ય આપીને તમને ખરીદવામાં આવ્યા હતા, તેથી તમારા શરીર અને **<u>જીવાત્મા કે જે દેવના છે</u>** તે વડે દેવને મહિમા આપો.*

૧ કોરીંથ ૬:૨૦ NIV – કેમ કે મૂલ્ય આપીને તમને ખરીદવામાં આવ્યા હતા માટે તમારા શરીર વડે દેવને મહિમા આપો.

(આધુનિક બાઈબલો અને NIV એ '**<u>અને તમારો જીવાત્મા જે દેવનો છે</u>**' તે શબ્દો કાઢી નાખ્યા છે. આપણું શરીર અને જીવાત્મા દેવના છે)

૧ કોરીંથ ૭:૫

*KJV – એકબીજાથી જુદા ન પડો પણ માત્ર **<u>ઉપવાસ</u>** અને પ્રાર્થના માટે તમે તમારી જાતને આપી શકો તે માટે એકબીજાની સંમતિથી થોડીવાર સુધી જુદા પડો, અને પછી પાછા એકઠા રહો રખેને તમે તમારા વિકારને વશ થવાને લીધે શેતાન તમારું પરીક્ષણ કરે.*

૧ કોરીંથ ૭:૫ NIV એકબીજાથી જુદા ન પડો પણ માત્ર પ્રાર્થના માટે તમે તમારી જાતને આપી શકો તે માટે એકબીજાની સંમતિથી થોડીવાર સુધી જુદા પડો, અને પછી પાછા એકઠા રહો. રખેને તમે તમારા વિકારને વશ થયાને લીધે શેતાન તમારું પરીક્ષણ કરે.

(NIV અને આધુનિક બાઈબલોની આવૃત્તિઓએ **'<u>ઉપવાસ</u>'** શબ્દ કાઢી નાખ્યો છે. કારણ કે ઉપવાસથી શેતાનની મજબૂત પકડ તૂટી જાય છે. ઉપવાસ દેહની ઈચ્છાને પણ મારી નાખે છે.)

૨ કોરીંથ ૬:૫

KJV – ફટકા ખાઈને, કેદ ભોગવીને, હંગામા સહીને, કષ્ટ વેઠીને, ઉજાગરા કરીને, ***<u>ઉપવાસ કરીને</u>***

૨ કોરીંથ ૬:૫ NIV – ફટકા ખાઈને, કેદ ભોગવીને, હંગામા સહીને, કષ્ટ વેઠીને ઉજાગરા કરીને, ભૂખી વેઠીને)

(ઉપવાસ એ ભૂખ વેઠવી તે નથી. સત્ય વચનમાં ફેરફાર કરાયો છે. શેતાન ચાહતો નથી કે તમે દેવ સાથે ગાઢ નિકટના, મજબૂત અને ઊંડા સંબંધમાં આવો. સ્મરણ કરો કે એસ્તર રાણી અને યહુદી લોકોએ ઉપવાસ કર્યો અને દેવે શેતાનની યોજનાને ફેરવીને શત્રુ ઉપર જ લાગુ કરી દીધી.)

૨ કોરીંથ ૧૧:૨૭

KJV – શ્રમ તથા કષ્ટ, વારંવાર ના ઉજાગરા, ભૂખ તથા તરસ, વારંવારના **<u>ઉપવાસ</u>***, ટાઢ તથા નગ્નતા એ સર્વ સહન કર્યું.*

૨ કોરીંથ ૧૧:૨૭NIV – શ્રમ તથા કષ્ટ વારંવારના ઉજાગરા, ભૂખ તથા તરસ, વાંરવાર ખોરાક વિના, ટાઢ તથા નગ્નતા એ સર્વ સહન કર્યું. ...

(ફરીથી NIV એ **<u>ઉપવાસને</u>** દૂર કર્યો છે. આધુનિક બાઈબલોમાં પણ તેમ જ છે)

એફેસી ૩:૯

KJV – જે સર્વનું ***<u>ઈસુ ખ્રિસ્ત દ્વારા સર્જન થયું</u>*** *તે દેવનો આરંભથી ગુપ્ત રહેલો સંગતનો મર્મ હું સઘળાને જણાવું...*

એફેસી ૩:૯ NIV – અને જે સર્વને સરજનહાર દેવમાં યુગોના યુગોથી ગુપ્ત રહેલા મર્મનો વહીવટ શો છે તે હું સઘળાને જણાવું...

(NIV અને બીજી આવૃત્તિઓએ **'ખ્રિસ્ત ઈસુ દ્વારા સર્વનું સર્જન** એ ભાગ દૂર કર્યો છે. ઈસુ દેવ છે અને તે સર્વનો સર્જનહાર છે.)

એફેસી ૩ : ૧૪

KJV – તે કારણથી હું ***આપણા પ્રભુ ઈસુ ખ્રિસ્તના બાપ*** *આગળ ઘુંટણે પડું છું.*

એફેસી ૩ :૧૪ NIV – તે કારણથી હું બાપની આગળ ઘુંટણે પડું છું.

(**આપણા પ્રભુ ઈસુ ખ્રિસ્તના બાપ** તે NIV અને બીજી આવૃત્તિઓમાંથી દૂર કરવામાં આવ્યું છે. આ પૂરાવો છે કે ઈસુ દેવનો દીકરો છે. દેવનો દીકરો એટલે કે મનુષ્યદેહમાં પરાક્રમી દેવ છે જે તમારા અને મારા માટે લોહી વહેવડાવવા માટે આવ્યા. ધ્યાન રાખો કે શેતાન વિશ્વાસ કરે છે કે એક દેવ છે અને ધ્રુજે છે. યાકૂબ ૨ :૧૯)

એફેસી ૫:૩૦

KJV – કેમ કે આપણે તેના શરીરના, ***તેના માંસના અને તેના હાડકાના અવયવો છીએ.***

એફેસી ૫:૩૦ NIV – કેમ કે આપણે તેના શરીરના અવયવો છીએ.

(**તેના માંસના અને તેના હાડકાના'** એ શાસ્ત્રભાગ NIV અને બીજી ઘણી બાઈબલની આવૃત્તિઓમાંથી કાઢી નાંખવામાં આવ્યો છે.

કોલોસી ૧ :૧૪

KJV – તેનામાં ***તેના લોહી દ્વારા*** *આપણને ઉદ્ધાર એટલે પાપોની માફી છે.*

કોલોસી ૧: ૧૪ NIV – તેનામાં આપણને ઉદ્ધાર એટલે પાપોની માફી છે.

(‘**<u>તેના લોહી દ્વારા</u>**’ ઈસુ જે દેવનું હલવાન કહેવાય છે તે જગતનું પાપ હરણ કરવા માટે આવ્યા. લોહી વહેવડાવ્યા વગર પાપની માફી મળતી નથી. હિબ્રુ. ૯:૨૨ એટલા જ માટે આપણે ઈસુના નામમાં બાપ્તિસ્મા પામીએ છીએ. કે તેનું લોહી આપણાં પાપો માટે લઈ શકીએ. ઈસુના નામમાં જ લોહી છુપાયેલું છે.)

૧ તિમોથી ૩ :૧૬b

*KJV – **<u>દેવ</u>** મનુષ્ય સ્વરૂપમાં પ્રગટ થયો.*

*૧ તિમોથી ૩:૧૬b NIV **<u>તે</u>** મનુષ્ય સ્વરૂપમાં પ્રગટ થયો.*

(આપણે બધા મનુષ્ય સ્વરૂપમાં પ્રગટ થયા નથી? NIV અને મોટા ભાગની આધુનિક આવૃત્તિઓ કહે છે કે તે મનુષ્યસ્વરૂપમાં પ્રગટ થયો. સારુ હું પણ મનુષ્યસ્વરૂપ માં પ્રગટ થઈ છું. ‘તે’ કોણ છે? ઉપરની કલમમાં તેઓએ ફરીથી શબ્દો બદલ્યા છે જેનો અર્થ થાય છે ‘તે’ એટલે બીજો દેવ.

પણ KJV માં આપણે સ્પષ્ટપણે જોઈએ છીએ કે ‘બેશક સતધર્મનો મર્મ મોટો છે : દેવ મનુષ્યસ્વરૂપમાં પ્રગટ થયો. ‘દેવ એક જ છે તે માટે જ ઈસુએ કહ્યું કે જેણે મને જોયો છે તેણે બાપને જોયો છે. બાપ આત્મા છે. તમે આત્માને જોઈ શકતા નથી. પણ આત્માએ પોતાને દેહરૂપી વસ્ત્ર પહેરાવ્યું જેને તમે જોઈ શકો)

પ્રે.કૃ. ૨૦:૨૮ કહે છે, દેવની જે મંડળી પોતાના લોહીથી તેણે ખરીદી તેનું તમે પાલન કરો. દેવ આત્મા છે અને તેનું લોહી વહેવડાવવા માટે માંસ અને લોહી હોવું તેના માટે જરૂરી છે. એક ઈશ્વર જેણે દેહ ધારણ કર્યો.

<u>એક સાદુ ઉદાહરણ:</u> બરફ, પાણી અને વરાળ એ ત્રણેય એક જ પદાર્થ છે પરંતુ અલગ અભિવ્યક્તિ છે.

૧ યોહાન ૫:૭

*KJV – **<u>કેમ કે આકાશમાં સાક્ષી પૂરનાર ત્રણ છે, પિતા, વચન (શબ્દ) અને પવિત્ર આત્મા અને તેઓ ત્રણ એક છે.</u>***

<u>દેવ, ઈસુ (શબ્દ સદેહ થયો) અને પવિત્ર આત્મા એક છે, ત્રણ નથી.</u>

(૧ યોહાન ૫:૭ NIV અને ચાલુ ભાષાંતરોમાંથી કલમ કાઢી નાંખવામાં આવેલ છે.)

૨ તિમોથી ૩:૧૬

*KJV – **<u>આખું</u>** શાસ્ત્ર ઈશ્વરપ્રેરિત છે, તે બોધ નિષેધ, સુધારા તથા ન્યાયીપણાના શિક્ષણને અર્થે ઉપયોગી છે.*

૨ તિમોથી ૩:૧૬

ASV – દરેક શાસ્ત્ર ઈશ્વર પ્રેરિત છે; તે બોધ, નિષેધ, સુધારા તથા ન્યાયીપણાના શિક્ષણને અર્થે ઉપયોગી છે.

(અહીં તેઓ નક્કી કરશે કે કયું છે અને કયું નથી ઈશ્વર વિરુદ્ધ જનારને મરણદંડ ભોગવવો પડશે.)

૧ થેસ્સા. ૧:૧

*KJV દેવ બાપમાં તથા પ્રભુ ઈસુ ખ્રિસ્તમાં થેસ્સાલોનિકામાંની મંડળી જોગ લખિતંગ પાઉલ, સિલ્વાનુસ તથા તિમોથી, તમને **<u>દેવ આપણા બાપ તથા પ્રભુ ઈસુ ખ્રિસ્ત તરફથી</u>** કૃપા તથા શાંતિ થાઓ.*

૧ થેસ્સા. ૧:૧ NIV – દેવ બાપમાં તથા પ્રભુ ઈસુ ખ્રિસ્તમાં થેસ્સાલોનિકામાંની મંડળી જોગ લખિતંગ પાઉલ, સિલ્વાનુસ તથા તિમોથી તમને કૃપા તથા શાંતિ થાઓ.

(આધુનિક ભાષાંતરો અને NIV માંથી **"દેવ આપણા બાપ તથા પ્રભુ ઈસુ ખ્રિસ્ત તરફથી'** એ શબ્દો કાઢી નાખ્યા છે.)

હિબ્રુ ૭:૨૧

*KJV – **(કેમ કે બીજા તો સમ વગર યાજક થયા છે** પણ એ તો સમથી થાય છે, એટલે જેણે તેને કહ્યું કે પ્રભુએ સમ ખાધા, ને તે પસ્તાવો કરનાર નથી **મેલ્ખીસેદેકના ધારા પ્રમાણે** તું સનાતન યાજક છે).*

હિબ્રુ ૭:૨૧ NIV – પણ એ તો સમથી યાજક થાય છે એટલે જેણે તેને કહ્યું કે પ્રભુએ સમ ખાધા ને તે પસ્તાવો કરનાર નથી તું સનાતન યાજક છે.

(NIV એ '**બીજા તો સમ વગર યાજક થયા છે**' તે અને '**મેલ્ખીસેદેકના ધારા પ્રમાણે**' એ શાસ્ત્રભાગો કાઢી નાખ્યા છે.)

યાકૂબ ૫:૧૬

*KJV – તમે નિરોગી થાઓ માટે તમારી **ભૂલો** (faults - ભૂલચૂકો) એકબીજાની આગળ કબૂલ કરો અને એકબીજાને સારુ પ્રાર્થના કરો. ન્યાયી માણસની પ્રાર્થના પરિણામે બહુ સાર્થક થાય છે.*

*NIV પ્રમાણે – તમે નિરોગી થાઓ માટે તમારા **પાપ** (sins) એકબીજાની આગળ કબૂલ કરો અને એકબીજાને સારું પ્રાર્થના કરો ન્યાયી માણસની પ્રાર્થના પરિણામ બહુ સાર્થક થાય છે.*

(Faults vs sins વાંક ગુના વિ. પાપ. પાપ કેવળ દેવ આગળ કબૂલ કરી શકો કારણ કે તે એકલો જ માફ કરી શકે છે શબ્દોમાં ફેરફાર (વાંકગુનાનું પાપ) કરવાથી કેથોલિક માન્યતાને પ્રોત્સાહન મળે છે કે પાપ ફાધર આગળ કબૂલ કરવા જોઈએ)

૧ પીતર ૧:૨૨

*KJV – તમે સત્યને આધિન રહીને ભાઈઓ પરની નિષ્કપટ પ્રીતિને માટે **આત્મા વડે** તમારા મન પવિત્ર કર્યાં છે. માટે **શુદ્ધ અંતઃકરણથી** એકબીજા ઉપર આગ્રહથી પ્રીતિ કરો.*

૧ પીતર ૧:૨૨ NIV – તમે સત્યને આધિન થઈને ભાઈઓ પરની નિષ્કપટ પ્રીતિને માટે તમારા મન પવિત્ર કર્યાં છે માટે ઊંડા હૃદયથી એકબીજા ઉપર પ્રીતિ કરો.

(‘**આત્મા વડે**’ અને **‘શુદ્ધ’ અંતઃકરણથી આગ્રહથી’** એ શબ્દો NIV અને આધુનિક ભાષાંતરોમાં કાઢી નાખ્યા છે)

૧ પીતર ૪:૧૪

*KJV – જો ખ્રિસ્તના નામને લીધે તમારી નિંદા થતી હોય તો તમને ધન્ય છે, કેમ કે મહિમાનો તથા દેવનો આત્મા તમારા પર રહે છે **તેઓને માટે તો તે નિંદાનું કારણ છે પણ તમારે માટે તે મહિમાવાન છે.***

૧ પીતર ૪:૧૪

KJV જો ખ્રિસ્તના નામને લીધે તમારી નિંદા થતી હોય, તો તમને ધન્ય છે. કેમ કે મહિમાનો તથા ઈશ્વરનો આત્મા તમારા પર રહે છે.

(‘**તેઓને માટે તો તે નિંદાનું કારણ છે** પણ તમારે માટે તે મહિમાવાન છે’ તે ભાગ NIV અને બીજી આધુનિક આવૃત્તિઓમાંથી કાઢી નાખ્યો છે.

૧ યોહાન ૪:3a

KJV – જે દરેક આત્મા ઈસુ **ખ્રિસ્ત મનુષ્ય દેહમાં આવ્યા** તેમ કબૂલ કરતો નથી તે દેવથી નથી

૧ યોહાન ૪:૩a NIV – જે દરેક આત્મા ઈસુને કબૂલ કરતો નથી તે દેવ પાસેથી નથી.

(**'ખ્રિસ્ત મનુષ્યદેહમાં આવ્યા'** આ શબ્દો દૂર કરીને NIV અને બાઈબલની બીજી આવૃત્તિઓ સાબિત કરે છે કે તે ખ્રિસ્તવિરોધી છે.)

૧ યોહાન ૫:૭

KJV – **આકાશમાં સાક્ષી પૂરનાર ત્રણ છે, પિતા, શબ્દ (Jesus) અને પવિત્ર આત્મા અને આ ત્રણ એક છે.**

(NIV એ આ કલમ કાઢી નાખી છે.)

૧ યોહાન ૫:૮

KJV **અને ત્રણ છે જે પૃથ્વી પર સાક્ષી આપે છે, આત્મા, અને પાણી અને રક્ત: અને આ ત્રણે એકમાં સંમત છે.**

૧ યોહાન ૫:–NIV ૭ સાક્ષી પૂરનાર ત્રણ છે, ૮ પિતા, પાણી અને રક્ત અને એ ત્રણેની સાક્ષી એકસરખી છે.

(આ એક જ કલમ એવી મહાન છે કે જે એક ઈશ્વરવાદની સાક્ષી પૂરે છે. એક ઈશ્વર, ત્રણ દેવો નહી. ત્રિએકતા' તે બાઈબલ આધારિત નથી. **'ત્રિએક'** શબ્દ બાઈબલમાં નથી. તે જ કારણે NIV તેમજ આધુનિક ભાષાંતરો તથા યહોવાના સાક્ષીઓ એ તે કલમ કાઢી નાખી છે. તેઓ એક ઈશ્વરવાદમાં માનતા નથી અર્થાત તે ઈસુમાં માનતા નથી કે જે સંપૂર્ણ ઈશ્વર છે. ત્રિએકતા વિશે બાઈબલમાં કોઈ એવો નક્કર પૂરાવો કે સાબિતી નથી કે આપણે સ્વીકારી શકીએ. શા માટે NIV એ કાઢી નાખ્યું ..? તમામ પુસ્તકો હસ્તપ્રતના પુરાવાઓ પર

લખાઈ છે. જે આ કલમને બાઈબલમાં લેવા માટે આધાર છે. શું તમે એક ઈશ્વરવાદમાં માનો છો? જો તેમ હોય તો તો આ કલમનો ફેરફાર તમને ના ગમવો જોઈએ. ત્રિએકતા નો ઉલ્લેખ પ્રભુ ઈસુ દ્વારા ક્યારેય થયો નહોતો તેમજ ક્યારેય તેઓએ એવું શિક્ષણ આપ્યું ન હતું. શેતાને એક ઈશ્વરના ભાગ પાડયા જેથી તે લોકોના ભાગ પાડી અને તેમના ઉપર રાજ કરે.)

૧ યોહાન ૫:૧૩

*KJV – જેઓ ઈશ્વરના પુત્રના નામ પર વિશ્વાસ કરે છે તેઓને મેં આ બાબતો લખી છે. જેથી તમે જાણો કે તમારી પાસે શાશ્વત જીવન છે, અને તમે **ઈશ્વરના પુત્રના નામ પર વિશ્વાસ કરો.***

૧ યોહાન ૫:૧૩ NIV – આ વાતો જેઓ ઈશ્વરના પુત્રના નામ પર વિશ્વાસ કરે છે તેઓને લખી છે કે તમે જાણે કે તમને અનંતજીવન છે.

(**અને તમે દેવના પુત્રના નામ પર વિશ્વાસ કરો.**' તે ભાગ NIV અને આધુનિક ભાષાંતરોમાંથી કાઢી નાખ્યો છે.)

પ્રકટી. ૧ :૮

*KJV – હું આલ્ફા તથા ઓમેગા, **આદિ તથા અંત છું** એમ પ્રભુ જે છે જે હતો, જે આવનાર છે અને જે સર્વશક્તિમાન છે તે કહે છે.*

પ્રકટી. ૧:૮ NIV – હું આલ્ફા તથા ઓમેગા છું એમ પ્રભુ દેવ જે છે જે હતા, જે આવનાર છે અને જે સર્વશક્તિમાન છે તે કહે છે.

(NIV એ '**આદિ તથા અંત છું**' તે કાઢી નાખ્યું છે)

પ્રકટી. ૧ :૧૧

*KJV – કહે છે, **<u>હું આલ્ફા અને ઓમેગા છું, પ્રથમ અને છેલ્લો; અને, તમે જે જુઓ છો તે પુસ્તકમાં લખો અને એશિયામાં આવેલા સાત ચર્ચોને મોકલો.</u>** અને આસિયામાંની સાત મંડળીઓ જે એફસસમાં, સ્મર્નામાં, પેર્ગામમમાં, થુઆતૈરામાં, સાર્કિસમાં, ફિલોદેલફિયામાં તથા લાઓદિકિયામાં છે તેમના ઉપર તે મોકલ.*

NIV પ્રમાણે પ્રક્ટી. ૧:૧૧ 'તું જે જુએ છે તે એ ઓળિયામાં લખ અને સાત મંડળીઓ જે એફસસમાં, સ્મર્ના, પેર્ગામિમ, થુવાતૈયરા, સાઈસ, ફિલાદેલ્ફિયા અને લાઓદિકિયામાં છે તેઓના ઉપર તે મોકલ.

(**<u>આલ્ફા અને ઓમેગા, અને પ્રથમ તથા છેલ્લો</u>** આ મથાળુ યહોવા દેવને જૂના કરારમાં આપવામાં આવ્યું છે અને પ્રક્ટીકરણમાં તે ઈસુને આપવામાં આવ્યું છે પણ NIV અને બીજી આધુનિક આવૃત્તિઓએ પ્રક્ટીકરણમાંથી તેને દૂર કરીને સાબિત કરે છે કે ઈસુ તે યહોવા દેવ નથી.)

પ્રક્ટી. ૫:૧૪

*KJV – ત્યારે ચારે પ્રાણીઓએ કહ્યું આમેન અને **<u>ચોવીસ</u>** વડીલોએ પગે પડીને **<u>જે સદાસર્વકાળ જીવંત છે</u>** તેની આરાધના કરી*

પ્રક્ટી. ૫:૧૪ NIV પ્રમાણે – ત્યારે ચારે પ્રાણીઓએ કહ્યું 'આમેન' અને વડીલોએ પગે પડીને તેની આરાધના કરી.

(NIV અને બીજી આવૃત્તિઓ અધૂરી માહિતી આપે છે. KJV માં પ્રાણીઓ માટે beasts શબ્દ છે તે NIV માં creature કરવામાં આવ્યો છે. જ્યારે વડીલો માટે '**<u>ચોવીસ</u>**' અને **<u>'જે સદાસર્વકાળ જીવંત છે'</u>** તે દૂર કરવામાં આવ્યુ છે.)

પ્રક્ટી. ૨૦ :૯b

*KJV – પણ સ્વર્ગમાંથી **<u>દેવ તરફથી</u>** અગ્નિ નીચે આવ્યો.*

પ્રક્ટી. ૨૦: ૯b NIV — પણ સ્વર્ગમાંથી અગ્નિ ઉતર્યો.

(NIV અને બીજી આવૃત્તિઓએ '**દેવ તરફથી**' નો શબ્દ દૂર કર્યો છે)

પ્રક્ટી. ૨૧:૨૪a

KJV – **અને તેઓમાં જે પ્રજાઓ બચાવ પામી છે** *તે તેમના પ્રકાશમાં ચાલશે.*

પ્રક્ટી. ૨૧:૨૪ NIV – અને પ્રજાઓ તેના પ્રકાશમાં ચાલશે

(**તેઓની જે પ્રજાઓ બચાવ પામી છે'** તે NIV અને આધુનિક આવૃત્તિઓ માંથી દૂર કરવામાં આવ્યું છે. દરેક વ્યક્તિ સ્વર્ગમાં જવાનો નથી. કેવળ જેઓ તારણ પામેલા છે તેઓ જ જશે.)

૨ શમુ. ૨૧:૧૯

KJV – ફરીથી ગોબ પાસે પલિસ્તીઓ સાથે યુધ્ધ થયું, અને બેથલેહેમી યારેઓરગીમના દીકરા એલ્ટાનાને ***ગોલ્યાથ ગીત્તીનો ભાઈ*** *જેના ભાલાનો દાંડો વણકરની તોર જેવો હતો તેને માર્યો.*

૨ શમુ. ૨૧:૧૯ NIV – ફરીથી ગોબ પાસે પલિસ્તીઓ સાથે વિગ્રહ થયો અને બેથલેહેમી યારેઓરગીમના દીકરા એલ્ટાનાને ***ગોલ્યાથ ગિત્તી,*** *જેના ભાલાનો દાંડો વણકરની તોર જેવો હતો, તેને માર્યો.*

(અહીં ગોલ્યાથ નહીં પણ તેના ભાઈને મારવામાં આવ્યો છે, દાઉદે ગોલ્યાથને માર્યો. NIV ખોટી માહિતી આપે છે.)

હોશિયા ૧૧:૧૨

*KJV – એફ્રાઈમ જુઠ્ઠું બોલીને, ઈસ્રાએલ લોકો ઠગાઈ કરીને મારી આસપાસ ફરી વળે છે પરંતુ **<u>યહુદા હજુ સુધી દેવ સાથે શાસન કરે છે,</u>** અને સંતો સાથે વિશ્વાસુ છે.*

હોશિયા ૧૧:૧૨ NIV – એફ્રાઈમ જુઠ્ઠું બોલીને ઈસ્રાએલ લોકો ઠગાઈ કરીને મારી આસપાસ ફરી વળે છે અને યહુદા દેવ સામે (વિરૂદ્ધ) અને જે પવિત્ર ને વિશ્વાસ છે તેની સામે (વિરૂદ્ધ) અયોગ્ય રીતે વર્તે છે.)

(NIV વચનના અર્થમાં ફેરફારો કરીને શાસ્રભાગને ખોટી રીતે રજૂ કરે છે.)

KJV બાઈબલમાં "યહોવા" શબ્દનો ચાર વખત ઉલ્લેખ કરવામાં આવ્યો છે. NIV એ તે તમામ નિર્દેશો દૂર કર્યા છે. NIV બાઈબલમાં કરાયેલા ઠગાઈ ભરેલા ફેરફારોને કારણે શેતાનનું કાર્યક્ષેત્ર સ્પષ્ટ થાય છે. ઉપરના શાસ્ત્રભાગોથી તમે જોઈ શકશો કે આ હુમલા પ્રભુ ઈસુ પર છે. જે બિરુદો જેવા કે **<u>દેવ, મસીહ, દેવનો દીકરો અને ઉત્પન્નકર્તા</u>** આપવામાં આવ્યા છે તે ઈસુને દેવ તરીકે રજૂ કરે છે. આ નામો દૂર કરવાથી એવું બને છે કે ગુંચવણને કારણે તમે રસ ગુમાવો છો અને દેવના વચન પર વિશ્વાસ (ગુમાવી દો છો) કરતા નથી.

(૧ કોરથી ૧૪ :33 કેમ કે આપણો દેવ અવ્યવસ્થાનો (ગુચવણ) નહિ પણ શાંતિનો છે.)

યહોવાના સાક્ષીઓના બાઈબલો (ધ ન્યૂ વર્લ્ડ ટ્રાન્સલેશન) પણ NIV જેવા જ ઘટાડા કર્યા છે. NIV અને ન્યુ વર્લ્ડ ટ્રાન્સલેશનના ઘટાડાઓ બાબતે જો કોઈ તફાવત હોય તો તે એ છે કે યહોવાના સાક્ષીઓના બાઈબલોમાં ખાસ નોંધો આપવામાં આવી નથી ! આ રીતે દેવના વચનમાં ધીમે ધીમે પણ સતત રીતે જે કપટયુક્ત ફેરફારો થઈ રહ્યા છે. તે તમારી સમજણને ખરાબ કરે છે.

આજની વ્યસ્ત અને આળસુ પેઢીએ ઘણા ધર્મોપયોગી ખ્રિસ્તીઓને પ્રભાવિત કર્યા છે, જેમણે આળસભર્યા વિચાર ધારણાનો માર્ગ અપનાવ્યો છે. આપણને જે માહિતી મળે છે તે સાચી છે કે નહિ તેનો અભ્યાસ કરવા માટે કઠણ મહેનતની જરૂર પડે છે. આપણે રોજબરોજના જીવનમાં ઘણા બિનમહત્ત્વના કામો અને પ્રસંગોમાં વ્યસ્ત બની જઈએ છીએ. અનંતજીવન માટે ખરેખર શું મહત્વનું છે તેની અગ્રમીતાનું મહત્વ ઓછું કરવામાં અને

ગુંચવવામાં આવ્યું છે. આપણને જે માહિતી આપવામાં આવે છે તેમાંથી મોટા ભાગની આપણે કોઈ પણ પ્રશ્ન વગર સ્વીકારી લઈએ છીએ, પછી તે માહિતી સરકારી કે મેડિકલ, વૈજ્ઞાનિક ખાદ્ય પદાર્થોને લગતી કે એવી બીજી ઘણી બાબતો ને લગતી હોઈ શકે છે.

મોટાભાગની આધુનિક બાઈબલની આવૃત્તિઓ એવા માણસો મારફતે લખવામાં આવે છે કે જેઓ મૂળ પ્રત ખરેખર જે કહે છે તેના બદલે પોતાના અર્થો અને સિદ્ધાંતો તમને જણાવે છે. ઉદાહરણ તરીકે જેન્ડર ઈન્કલુઝીવીટીનો જે ખ્યાલ છે તે મૂળ પ્રતમાં ન હતો. તે આધુનિક સ્ત્રી તરફી વિચારસરણી છે અને તે (ઈશ્વર સામેની) બંડખોરીમાંથી ઉત્દ્ભવેલી છે. હું તમને કિંગ જેમ્સ વર્ઝન બાઈબલ વાંચવા માટે ઉત્તજેન આપુ છું. જો તમે આધુનિક બાઈબલ વાંચો છો, તો શાસ્ત્રોની સરખામણી માટે થોડો સમય, ફાળો અને સાચો નિર્ણય કરો. આપણને આપણા નિર્ણયો માટે જવાબદાર ઠારવવામા આવશે. તમે તેનું વચન પસંદ કરવા માટે ચોક્કસ છો તે પરથી જ તમે સ્વર્ગમાં જશો કે નર્કમાં તેનો આધાર છે.

એ ધ્યાનમાં રાખો કે ન્યુ ઈન્ટરનેશનલ વર્ઝને ઘણા શબ્દો કાઢી નાખ્યા છે. દેવત્વ, ઈશ્વર, નવો જન્મ, (પાપની) ખંડણી, સ્થિર, યહોવાહ, કાલવરી, દયાસન, પવિત્ર આત્મા, સંબોધક, મસીહ, પુનરુત્થાન, સર્વશક્તિમાન, અફર વગેરે મોટાભાગના આધુનિક બાઈબલો, જેહોવાહ વિટનેસના ન્યુ વર્લ્ડટ્રાન્સલેશન બાઈબલ સહિત અને NIV સાથે ગાઢ સંકળાયેલા છે.

આ ખ્રિસ્તવિરોધીનું કામ છે.

નીચેના શાસ્ત્રભાગો KJV માંથી લીધા છે.

બાળકો આ છેલ્લી ઘડી છે: ખ્રિસ્તવિરોધી આવનાર છે એવું તમે સાંભળ્યું છે, તેમ હમણા ખ્રિસ્તવિરોધીઓ ઘણા થયા છે, એ ઉપરથી આપણે જાણીએ છીએ કે આ છેલ્લી ઘડી છે.' ૧ યોહાન ૨ :૧૮

જે કોઈ ઈસુનો નકાર કરે છે, અને કહે છે કે તે ખ્રિસ્ત નથી, તેના જેવો જુઠ્ઠો બીજો કોણ ? જે કોઈ પિતા તથા પુત્રનો નકાર કરે છે તે જ ખ્રિસ્તવિરોધી છે.'
૧ યોહાન ૨ : ૨૨

જે દરેક આત્મા ઈસુ ખ્રિસ્ત દેહમાં આવ્યા તેમ કબૂલ કરતો નથી. તે દેવ તરફથી નથી: અને ખ્રિસ્ત વિરોધીના જે આત્મા વિશે તમે સાંભળ્યું કે તે આવે છે તે એ જ છે. અને તે હમણાં પણ જગતમાં છે. ૧ યોહાન ૪ :3

કેમ કે જગતમાં ઘણા ભમાવનારા ઊભા થયા છે, તેઓ ઈસુ ખ્રિસ્તનું મનુષ્યદેહમાં આવવું કબૂલ કરતા નથી, તે જ ભમાવનાર તથા ખ્રિસ્તવિરોધી છે.
૨ યોહાન ૨ :૭

આ ઉપરથી આપણને બી વાવનારનું દષ્ટાંત યાદ આવે છે. આ બી તે દેવનું વચન છે. (બાઈબલ પ્રમાણે)

તેણે તેઓની આગળ બીજું દૃષ્ટાંત કહ્યું કે આકાશનું રાજ્ય પોતાના ખેતરમાં સારુ બી વાવનાર માણસના જેવું છે: પણ માણસો ઊંઘતા હતા તેવામાં તેનો વૈરી આવીને ઘઉંમાં કડવા દાણા વાવીને ચાલ્યો ગયો. પણ જ્યારે છોડવા ઉગ્યા, ને તેમને ઊબીઓ આવી ત્યારે કડવા દાણા પણ દેખાયા. ત્યારે તે ઘરધણીના ચાકરોએ પાસે આવીને તેને કહ્યું કે સાહેબ, તે શુ તારા ખેતરમાં સારું બી વાવ્યું ન હતું ? તો તેમાં કડવા દાણા ક્યાંથી આવ્યા ? અને તેણે તેઓને કહ્યું કે કોઇ વૈરીએ એ કર્યું છે, ત્યારે ચાકરોએ તેને કહ્યું કે તારી મરજી હોય તો અમે જઈને તેને એકઠા કરીએ ! પણ તેણે કહ્યું, ના, રખેને તમે કડવા દાણા એકઠા કરતા ઘઉંને પણ તેની સાથે ઉખેડો. કાપણી સુધી બંનેને સાથે વધવા દે અને કાપણીની મોસમમાં હું કાપનારાઓને કહીશ, કે તમે પહેલા કડવા દાણાને એકઠા કરોને બાળવા સારુ તેના ભારા બાંધો, પણ ઘઉં મારી વખારમાં ભરો.
માત્થી ૧૩ :૨૪-૨૦

આમીન

www.ingramcontent.com/pod-product-compliance
Lightning Source LLC
Chambersburg PA
CBHW060459090426
42735CB00011B/2041